विद्यापीठ अनुदान मंडळ, नवी दिल्ली यांच्या मार्गदर्शक तत्त्वानुसार लिहिलेले महाराष्ट्रातील सर्व विद्यापीठांतील पदवी व पदव्युत्तर विद्यार्थ्यांना उपयुक्त तसेच MPSC, UPSC व NET/SET परीक्षार्थींना उपयुक्त संदर्भग्रंथ.

मानवी हक्क आणि सामाजिक न्याय

Human Rights and Social Justice

I0636510

प्रा. पी. के. कुलकर्णी

डायमंड पब्लिकेशन्स

मानवी हक्क आणि सामाजिक न्याय
प्रा. पी. के. कुलकर्णी

Manavi Hakka aani Samajik Nyay
Prof. P. K. Kulkarni

प्रथम आवृत्ती : २०१३
पुनर्मुद्रण : जुलै २०१५

ISBN 978-81-8483-486-4

अक्षरजुळणी
सावली ग्राफिक्स, पुणे

मुखपृष्ठ
शाम भालेकर

मुद्रक
Repro India Ltd, Mumbai.

प्रकाशक
डायमंड पब्लिकेशन्स
२६४/३ शनिवार पेठ, ३०२ अनुग्रह अपार्टमेंट
ओंकारेश्वर मंदिराजवळ, पुणे ४११ ०३०
☎ ०२०-२४४५२३८७, २४४६६६४२
info@diamondbookspune.com

ऑनलाईन पुस्तक खरेदीसाठी भेट द्या
www.diamondbookspune.com

प्रमुख वितरक
डायमंड बुक डेपो
६६१ नारायण पेठ, अप्पा बळवंत चौक
पुणे-४११ ०३० ☎ ०२०-२४४८०६७७

सौ. प्रतिभा

लवकरच तू जीवनाच्या अमृतमहोत्सवी वर्षात पदार्पण करणार आहेस. त्याचप्रमाणे आपल्या वैवाहिक सहजीवनाच्या सुवर्णमहोत्सवी वर्षातही आपण पदार्पण करीत आहोत. आपल्या वैवाहिक जीवनाची ही कारकिर्द तुझ्याशिवाय अपूर्ण राहिली असती. आपल्या या सहजीवनात तू कधीच माझ्याकडे कोणत्याच गोष्टीची मागणी केली नाही व कशासाठीही हट्ट धरला नाही. म्हणून तुझ्याबद्दल माझ्या मनात असलेली कृतज्ञता व्यक्त करण्यासाठी माझे हे पंचविसावे समाजशास्त्रीय अपत्य तुला अर्पण करीत आहे.

सौ. शालिनी ऊर्फ मालती देवळालकर

आमच्याप्रमाणेच तुम्हीही तुमच्या वैवाहिक जीवनाची ५० वर्षे नुकतीच पूर्ण केलीत. तुझ्याबद्दल माझ्या मनात सतत एक भीतीयुक्त आदर होता व आहे. संसारातील तुझा व्यवस्थितपणा, व्यवहारीपणा, टापटीप, कलाकुशलता आम्हाला आमच्या जीवनात कधीच जमली नाही. आमच्या जीवनात आम्ही आपले सतत गबाळेच राहिलो. तुझ्या या टापटिपीला सलाम करण्यासाठी माझे हे पंचविसावे पुस्तक तुलाही समर्पित करीत आहे.

मनोगत

विद्यापीठ अनुदान मंडळ, नवी दिल्ली यांच्या मार्गदर्शक तत्त्वानुसार, महाराष्ट्रातील सर्व विद्यापीठांतील पदवी, पदव्युत्तर वर्गातील अभ्यासक्रमावर आधारित मराठी माध्यमाच्या विद्यार्थ्यांना आणि एम.पी.एस.सी.च्या नवीन अभ्यासक्रमानुसार परीक्षेला बसणाऱ्या विद्यार्थ्यांना उपयुक्त ठरेल या दृष्टीने लिहिलेले 'मानवी हक्क आणि सामाजिक न्याय' हे पुस्तक आपल्या हाती सोपवताना मला अत्यंत आनंद होत आहे. 'मानवी हक्क आणि सामाजिक न्याय' या विषयात अभिरुची असणाऱ्या सर्वसामान्य वाचकांना, कायद्याचा अभ्यास मराठी माध्यमातून करणाऱ्या विद्यार्थ्यांनाही या पुस्तकाचा उपयोग होऊ शकेल. माझ्या दृष्टीने आणखी आनंददायी गोष्ट ही की हे माझे २५ वे (रौप्यमहोत्सवी) पुस्तक. त्यामुळे या पुस्तकाच्या प्रकाशनाची अधिक उत्सुकता व आनंद.

हे पुस्तक लिहिणे माझ्यासाठी एक मोठे आव्हान होते. आजपर्यंत मी जेवढी पुस्तके लिहिलीत, त्या पुस्तकांचे विषय हे मी, पदवी किंवा पदव्युत्तर वर्गांना शिकविलेले असल्यामुळे त्या संदर्भात पुस्तके लिहिताना विशेष अशा अडचणी आल्या नाहीत; परंतु 'मानवी हक्क आणि सामाजिक न्याय' याविषयी मला थोडीफार माहिती असली तरी तो विषय मी केव्हाच व कोठेही शिकविला नव्हता व आजही शिकवत नाही. डायमंड प्रकाशनचे सरव्यवस्थापक श्री. दत्तात्रेय पाष्टे यांनी मला या संदर्भात नुसते विचारलेच नाही; तर मोठ्या विश्वासाने त्यांनी ती जबाबदारी माझ्यावर सोपविली. ती स्वीकारून माझ्या परीने व माझ्या कुवतीनुसार या विषयाला न्याय देण्याचा प्रयत्न मी केला. तसेच या पुस्तकात जास्तीतजास्त अचुकता किंवा नेमकेपणा आणण्याचा प्रयत्न मी माझ्या परीने केला आहे. माझा हा प्रयत्न यशस्वी झाला की नाही हे विद्यार्थी आणि सर्वसामान्य वाचकच ठरवतील. आतापर्यंत त्यांनी दिलेल्या प्रोत्साहनाचा परिणाम म्हणूनच मी माझे रौप्यमहोत्सवी पुस्तक प्रकाशित करू शकलो. या पुस्तकात उणिवा नसतीलच असे नाही. त्या निदर्शनास आणून दिल्यास त्या दुरुस्त करता येतील.

वर म्हटल्याप्रमाणे हा विषय मी शिकवीत नसल्यामुळे या संदर्भात माझ्याजवळ एकही संदर्भग्रंथ उपलब्ध नव्हता. माझ्या दृष्टीने संदर्भग्रंथ गोळा करणे हेही आव्हान होते; परंतु माझ्या सुहृद मित्रांच्या सहकार्यामुळेच आवश्यक तेवढे संदर्भग्रंथ उपलब्ध झाले. त्या सर्व सहकारी मित्रांचा उल्लेख करणे माझे परम कर्तव्य समजतो.

श्री. दत्तात्रेय पाष्टे (डायमंड प्रकाशन), डॉ. जे. कराड, डॉ. पुष्पा रानडे, प्रा. वंदना पलसाने, प्रा. फरिदा सैय्यद, डॉ. बी. आर. जोशी, प्रा. दिलीप व प्रा. धनंजय महाजन, प्रा. रमेश गजानन दांडेकर, प्रा. श्री. वा. कुलकर्णी या सर्वांचे बहुमोल सहकार्य लाभले त्याबद्दल मी त्यांचा शतशः ऋणी आहे.

कोणतेही पुस्तक लिहावयाचे म्हटले की घरच्यांचा पाठिंबा आवश्यक असतो. पुस्तक लिहिताना इतस्ततः पसरलेले संदर्भग्रंथ, कागदपत्रे व अन्य साहित्य यामुळे घरच्या व्यवस्थितपणाला बाधा येते. विशेषतः या पुस्तकाचे लिखाण सातत्याने तीन महिने चालले असल्यामुळे व माझ्या गबाळपणामुळे पत्नी सौ. प्रतिभा, मुलगा चि. सतीश, सून सौ. निवेदिता यांनी या संदर्भात तक्रारीचा सूर लावला नाही हे विशेष. याशिवाय माझी कन्या प्रा. भारती सहस्रबुद्धे व जावई अ‍ॅड. मिलिंद सहस्रबुद्धे, दुसरी कन्या सौ. ज्योती जोशी व जावई – श्री. सुहास जोशी यांच्या सततच्या प्रोत्साहनामुळे मी माझे लिखाण अव्याहतपणे चालू ठेवू शकलो. या सर्वांचा मी अत्यंत आभारी आहे.

माझे हे रौप्यमहोत्सवी समाजशास्त्रीय अपत्य माझ्या दोन अत्यंत प्रिय व्यक्तींना मी अर्पण करीत आहे. त्या व्यक्ती म्हणजे, माझी पत्नी सौ. प्रतिभा व धाकटी बहीण सौ. शालिनी ऊर्फ मालती देवळालकर. त्यांनी यापुढेही माझ्यावर असाच प्रेमाचा वर्षाव करावा ही अपेक्षा.

याशिवाय पुस्तकाची प्रत्यक्ष छपाई करणारे संगणक कर्मचारी, मुद्रितशोधक, अन्य उणिवा दुरुस्त करणारे तज्ज्ञ, मुखपृष्ठकार यांच्यामुळे पुस्तकाला सुबोधता आली. या सर्वांचा मी अत्यंत ऋणी आहे.

श्री. दत्तात्रेय पाष्टे यांच्या प्रेमळ आग्रहामुळे 'मानवी हक्क आणि सामाजिक न्याय' या ग्रंथाच्या लिखाणाचे शिवधनुष्य तर मी उचलले, पण ते पेलले की नाही हे संबंधित वाचकांनी ठरवावे. सर्व संबंधितांचे पुनश्च आभार.

धन्यवाद!

प्रा. पी. के. कुलकर्णी

अनुक्रम

प्रकरण एक

मानवी हक्क : इतिहास, संकल्पना, सिद्धान्त

अध्ययनाची उद्दिष्टे

- मानवी हक्क ही संकल्पना, तिचा अर्थ व स्वरूप समजून घेण्यासाठी.
- मानवी हक्कांचा उदय व विकास यासंबंधीचे विचार जाणून घेण्यासाठी.
- मानवी हक्कांच्या अध्ययनाचे विविध सैद्धान्तिक दृष्टिकोनांचे आकलन होण्यासाठी.

प्रस्तावना

'मानवी हक्क' (Human Rights) ही संकल्पना २० व्या शतकात जगात सर्वत्र चर्चेचा विषय बनली. मानवी हक्क हा विचार २० व्या शतकात झालेल्या दोन महायुद्धांशी व त्यातील अपरिमित जीवितहानीशी संलग्नित आहे. १९४५ मध्ये जपानच्या हिरोशिमा आणि नागासाकी शहरांवर अणुबॉम्बचा वर्षाव झाला व सुमारे १० दशलक्ष निरपराध लोकांचा त्यात बळी गेला. ६ दशलक्ष ज्यूंच्या कत्तलींचाही त्यात समावेश आहे. मानवसंहाराबरोबरच मालमत्तेचीही प्रचंड हानी या राष्ट्रांची झाली. ही राष्ट्रे आर्थिक दृष्टीनेही डबघाईला आली. युद्धात झालेल्या प्रचंड मानवहानीमुळे जगातील मानवतावादी तज्ज्ञ, राजकीय नेते, सामाजिक कार्यकर्ते, शिक्षणतज्ज्ञ, कायदेतज्ज्ञ अंतर्मुख बनले. या महायुद्धातून एक प्रश्न पुढे आला व तो म्हणजे एक राष्ट्र दुसऱ्या राष्ट्रातील माणसांच्या जीवावर का उठते? याचे चिंतन, आत्मपरीक्षण करावयास, त्यावर चर्चा करावयास (जागतिक स्तरावर) प्रारंभ झाला. संयुक्त राष्ट्रसंघाने याबाबत पुढाकार घेऊन १९४८ साली मानवी क्रूरतेला आळा घालण्यासाठी 'मानवी हक्काचा सार्वभौमिक जाहीरनामा'

(Universal Declaration of Human Rights) प्रकाशित करून, मानवी हक्कांच्या संरक्षणाच्या दृष्टीने पहिले पाऊल टाकले. या संदर्भात अमेरिकेतील पहिली स्त्री (अमेरिकेच्या तत्कालीन अध्यक्षांची पत्नी) एलिनॉर रूझवेल्ट (Eleanor Roosevelt) उत्तर अमेरिकेतील बिगर शासकीय संघटनेच्या त्यावेळी त्या अध्यक्ष होत्या. माणूस म्हणून प्रत्येक व्यक्तीला जागतिक स्तरावर जे हक्क मिळावयास पाहिजे त्याची एक विशेष यादी त्यांनी तयार केली. हा दस्तऐवज म्हणजे मानवी हक्क प्राप्त होण्याच्या मार्गाने टाकलेले पहिले व महत्त्वपूर्ण पाऊल होय. काही राष्ट्रातील सरकारे त्यांच्याच नागरिकांच्या संदर्भात जे क्रूर व अमानवी वर्तन करतात त्याला दिलेले खणखणीत उत्तर म्हणजे रूझवेल्ट यांचा हा दस्तऐवज होय. थोडक्यात, दुसऱ्या महायुद्धानंतरच खऱ्या अर्थाने मानवी हक्क या विषयाची जाणीव जागृती होण्यास प्रारंभ झाला.

मानवी हक्क : ऐतिहासिक समालोचन
(Human Rights : A Historical Review)

पारंपरिक आंतरराष्ट्रीय कायद्याचा विचार करता त्यानुसार मानवाला कोणतेच हक्क प्रदान करण्यात आले नव्हते. हे जरी खरे असले तरी राज्यांचे सरकार व त्यांचे नागरिक यांच्या संबंधाबाबत त्यात चर्चा होती किंवा त्याबाबत तरतूद होती. या तरतुदींमध्ये नागरिकांनी राज्याच्या कायद्याचे पालन करणे समाविष्ट होते. पहिल्या महायुद्धानंतर काही नवनिर्मित सरकारांतर्गत संघटनांद्वारे अगदी आंतरराष्ट्रीय कायद्याच्या संदर्भात मर्यादित हक्क प्रदान करण्यात आले होते. या संदर्भातील विशेष नियम व क्षेत्र यांचा आढावा आपण घेणार आहोत.

अ) मानवी हक्क : विशेष नियम व क्षेत्र
(Human Rights : Special Rules and Regimes)

i) यामध्ये आंतरराष्ट्रीय कायद्याकडून मानवी हितसंबंधांचे रक्षण करण्याची अपेक्षा व्यक्त करण्यात आली होती. ह्युगो ग्रॉशियस (Hugo Grotius) यांनी व सुरुवातीच्या काळातील काही आंतरराष्ट्रीय कीर्तीच्या कायदेतज्ज्ञांनी सरकारांना असे आवाहन केले की, त्यांनी त्यांच्या जनतेशी मानवतावादी दृष्टिकोनातून वागावे व गैरवर्तणूक करण्याचे टाळावे. इतर राष्ट्रांच्या संदर्भात आपल्या नागरिकांना संरक्षण द्यावे इत्यादी.

ii) आंतरराष्ट्रीय कायद्यानुसार राज्य त्यांच्या सार्वभौमिकतेवर मर्यादा आणून या विषयाचे आंतरराष्ट्रीयीकरण करून त्यावर योग्य तोडगा काढू शकते.

iii) १९२० साली संयुक्त राष्ट्रसंघाच्या स्थापनेचा करार झाला होता. तेव्हा

त्यांच्यासमोर मानवी हक्काचा मुद्दा नव्हता. परंतु, या कराराच्या मसुद्यातील (कलम क्र. २२ व २३ अन्वये) दोन तरतुदींमध्ये आधुनिक आंतरराष्ट्रीय मानवी हक्कांच्या संरक्षणाच्या संदर्भातील काही पैलूंचा अंतर्भाव करण्यात आला होता. या करारातील आणखी एक महत्त्वाची बाब म्हणजे, पहिल्या महायुद्धानंतरच्या परिस्थितीचा आढावा घेऊन संयुक्त राष्ट्रसंघाने अल्पसंख्याकांच्या हितसंबंधांच्या हक्कांचे परीक्षण करण्यात महत्त्वाची भूमिका बजावली होती.

iv) पारंपरिक आंतरराष्ट्रीय कायद्याचे पूनर्संघटन करून त्याच्या विकासाच्या प्रारंभिक अवस्थेत अशी तरतूद करण्यात आली की राज्याचे हे कर्तव्य आहे की, त्याने परदेशी नागरिकांना, राज्याच्या कायद्याला अनुसरून वर्तन करता यावे म्हणून सुसंस्कृततेचा आणि न्यायाचा योग्य तो मापदंड निर्धारित करणे योग्य ठरेल. काही कायदेतज्ज्ञांच्या दृष्टीने राज्याचे हे कर्तव्य परदेशी नागरिकांच्या व्यक्तिमत्त्वाचा बळी देणारे न ठरता त्यांच्या व्यक्तिमत्त्वाला पोषक असावे. म्हणजेच प्रत्येक राज्याने राज्यातील परदेशी नागरिकांच्या हितसंबंधांचे जतन करणारे आंतरराष्ट्रीय स्वरूपाचे कायदे करावेत.

v) आजचा आंतरराष्ट्रीय मानवतावादी कायदा हा मानवी हक्क या युद्धाच्या कायद्यातील अंगभूत घटकाचे समर्थन करीत असल्यामुळे तो आंतरराष्ट्रीय मानवी हक्क कायद्याच्या उदयाचा एक प्रकारे दाखलाच ठरतो.

मानवी हक्क कायद्याच्या आधुनिक विकासाचे श्रेय १८ व्या शतकात स्विस सरकारने (स्वित्झर्लंड) केलेल्या सुधारणांना द्यावे लागेल. १८६४ साली जिन्हेवा येथे (तत्कालीन राष्ट्रप्रमुखांच्या) झालेल्या अधिवेशनात वैद्यकीय व्यावसायिकांना संरक्षण देणे, इस्पितळांची निर्मिती करणे, जखमी वा आजारी व्यक्तींना संरक्षण देणे इत्यादींची तरतूद करण्यात आली होती. या अधिवेशनानंतर १८९९ मध्ये हॉग (Hague) येथे सर्व राष्ट्रांचे तिसरे अधिवेशन पार पडले. त्यामध्ये नाविक युद्धासाठी काही मानवतावादी नियम तयार करण्यात आले होते. या ठरावात वेळोवेळी अनेक सुधारणा, विस्तार व ठरावाचे आधुनिकीकरण करण्यात आले. असे असले तरी आजच्या आधुनिक मानवी हक्क कायद्याची बीजे ही १९४९ मध्ये जिनेव्हा येथे झालेल्या सर्व राष्ट्रांच्या चौथ्या अधिवेशनात सापडतात.

ब) मानवी हक्काचा उदय व विकास

(Origin and Development of Human Rights)

'मानवी हक्क' या संकल्पनेचा उदय २० व्या शतकात सुमारे ६ दशलक्ष ज्यूंची जी निर्घृण हत्या झाली त्यात सापडतो. त्यानंतर संयुक्त राष्ट्रसंघाने १९४८ साली

आयोजित केलेल्या अधिवेशनात मानवी हक्कांचा सार्वभौमिक जाहीरनामा प्रसिद्ध करून मानवी हक्कांचे संरक्षण, जतन व संवर्धन करण्याच्या दृष्टीने एक पाऊल टाकले.

काही तज्ज्ञांच्या मते 'मानवी हक्क' या संकल्पनेच्या उदयाची बौद्धिक बीजे 'नैसर्गिक हक्क' या संकल्पनेत सामावलेली आहेत. नैसर्गिक हक्काचा सैद्धान्तिक पाया हा १८ व्या शतकात फ्रान्स व अमेरिकेत झालेल्या क्रांतीत सापडतो. नैसर्गिक हक्क ही संकल्पना १७ व्या व १८ व्या शतकात विकसित झाली होती. नैसर्गिक हक्क या संकल्पनेच्या विकासाची बीजे ही त्या काळात पश्चिम युरोपातील निरंकुश सत्ताधाऱ्यांनी आपल्या राज्यातील नागरिकांवर जुलूम करण्याचा जो धडाका लावला होता, त्यापासून नागरिकांचे संरक्षण करण्याच्या विचारात सापडतात. नैसर्गिक हक्क या संकल्पनेमागची मध्यवर्ती विचारधारा अशी आहे की, 'प्रत्येक व्यक्तीला काही नैसर्गिक हक्क प्राप्त होतात; कारण निसर्गत: ती व्यक्ती असते.' नैसर्गिक हक्क हे अदेय (Inalienable) असतात आणि म्हणूनच प्रत्येक राज्याने त्यांचा आदर केला पाहिजे. मानवी हक्कांवर विवेचन करणाऱ्या काही तज्ज्ञांच्या मते पाश्चिमात्य राष्ट्रांतील राजकीय निरंकुशवादाच्या विरोधात संघर्ष करण्यासाठीचा अंतर्गत भाग म्हणून नैसर्गिक हक्काचा उदय झाला होता.

१८ व्या शतकात नैसर्गिक हक्काकडे पाहण्याची जी दृष्टी होती तीच दृष्टी मानवी हक्काच्या धारणेचे प्रारंभिक महत्त्वाचे कारण होय. आज मात्र 'मानवी हक्क' ही संकल्पना अनेक बाबतीत नैसर्गिक हक्कापासून वेगळी आहे. मानवी हक्क हे केवळ मानवापुरतेच मर्यादित असतात तर नैसर्गिक हक्कांचे स्वरूप मानवी हक्कापेक्षा अधिक व्यापक असून नैसर्गिक हक्कांत मानवी प्राण्यासहित सर्व मानवेतर प्राण्यांच्या हक्कांचे जतन करण्याच्या प्रक्रियेचा समावेश होतो. या नैसर्गिक हक्कांत 'जीवन जगण्याचा अधिकार' समाविष्ट आहे. निसर्गाने सर्व प्राणिमात्रास जीवन प्रदान केले म्हणून जीवन जगण्याचा नैसर्गिक हक्क सर्व प्राणिमात्रास आहे. मानवी हक्कात मात्र मानवाला जीवन जगण्यासाठी ज्या ज्या बाबींची गरज आहे त्या सर्व बाबी समाविष्ट होतात.

मानवी हक्क व त्यांचे जतन, संरक्षण ह्या कल्पना प्रत्यक्षात जरी २० व्या शतकात व विशेषत: दुसऱ्या महायुद्धानंतर साकार झाल्या असल्या तरी डॉ. उमेश चंद्र (Dr. Umesh Chandra) यांच्या विचारानुसार मानवी हक्कांच्या उगमाचा आणि विकासाचा इतिहास अत्यंत आकर्षक व अभ्यासकांना मोहात पाडणारा आहे. 'मानवी हक्क' (Human Rights) या ग्रंथात त्यांनी मानवी हक्कांच्या उगमाच्या आणि विकासाच्या इतिहासाचे तीन कालखंडात विभाजन केले असून ते खालीलप्रमाणे-

१) प्राचीन कालखंड

२) मध्ययुगीन कालखंड

३) आधुनिक कालखंड

या तिन्ही कालखंडावर आपण थोडक्यात चर्चा करू.

१) प्राचीन कालखंड

काही विद्वान मानवी हक्काचा शोध हा प्राचीन ग्रीक कालखंडात लागल्याचे मानतात. त्यानुसार, ग्रीक नाटक 'ॲन्टिगॉन' (Antigone) यात मानवी हक्क हे नैसर्गिक हक्क असल्याचा उल्लेख सापडतो. याविषयीचे कथानक असे, ॲन्टिगॉन (नाटकाची नायिका) चा भाऊ ग्रीक राजाच्या विरोधी बंड करतो व त्यात तो मारला जातो. राजा (किंग क्रेऑन) त्याच्या दफनविधीवर बंदी घालतो. परंतु, ॲन्टिगॉन ही राजाज्ञेच्या विरोधात जाऊन भावाचे दफन करते. राजाज्ञा मोडल्याबद्दल तिला अटक केली असता, स्वतःच्या वर्तनाचे समर्थन करताना ती म्हणते की, 'मी अपरिवर्तनीय, अलिखित अशा स्वर्गाच्या कायद्याचे पालन केले आहे, ज्या कायद्याचे उल्लंघन प्रत्यक्ष राजासुद्धा करू शकत नाही.' याचा मथितार्थ असा की, मनुष्य मेल्यानंतर त्याचे दफन करणे हा त्याचा नैसर्गिक हक्क असून राजासुद्धा तो नाकारू शकत नाही. कालांतराने ग्रीक नगरराज्यातील नागरिकांना काही मूलभूत हक्क (नैसर्गिक हक्काची संकल्पना साकार होण्यापूर्वी) प्रदान करण्यात आले होते, ते खालीलप्रमाणे–

    i) भाषण स्वातंत्र्याचा हक्क (Isogoria)*

    ii) कायद्यासमोर सर्व समान असल्याचा हक्क (Isonomia)*

    iii) सर्वांना समान आदर दर्शविण्याचा हक्क (Isotimia)*

ग्रीक संस्कृतीप्रमाणे रोमन संस्कृतीही प्राचीन संस्कृती असून रोमन साम्राज्यात तेथील नागरिकांना काही हक्क प्रदान करण्यात आले होते. रोमन कायदा हा दोन वर्गांत विभागला गेला आहे.

    अ) रोमन नागरी कायदा (Roman Civil Law)

    ब) परकीय नागरिकांचा कायदा (The Law of Non-citizens)

२) मध्ययुगीन कालखंड

मध्ययुगातील तत्त्वज्ञ ॲबेलार्ड (Abelard) - १०७९ ते ११४२ – व थॉमस ॲक्विनास (Thomas Aquinas) - १२२४ ते १२७४ – यांनी नैसर्गिक कायद्याची

---

* Isogoria, Isonomia and Isotimia हे ग्रीक भाषेतील शब्द असून ते संबंधित स्वातंत्र्याचा निर्देश करतात.

संकल्पना ही सर्वश्रेष्ठ संकल्पना असल्याचे प्रतिपादन केले होते. परंतु, कायदा व सामाजिक जीवन यांचा शोध मानवी व्यक्तिमत्त्वाद्वारे घेण्याचे या उभयतांनी टाळले होते. एवढेच नव्हे तर थॉमस ॲक्विनास यांनी या काळातील गुलामगिरीचे समर्थन केले होते. या कालखंडात मानवी गुणवत्तेऐवजी राज्याच्या सार्वभौमिकतेला प्राधान्य दिले होते. हीच गोष्ट पुढे मानवी हक्क प्रदान करण्याच्या प्रक्रियेतील अडथळा ठरली होती.

१६ व्या शतकात मॅकिॲव्हेली (Machiavelli) यांनी निरंकुश राजसत्तेचे समर्थन करताना दुसरीकडे नैसर्गिक कायद्याच्या संकल्पनेला विरोध केला होता. मॅकिॲव्हेलीच्या मते, मानवी वर्तन हे वाईट व स्वार्थी असते; म्हणून त्यांच्यावर नियंत्रण ठेवण्यासाठी, त्याला वळण लावण्यासाठी राज्याची स्थापना करणे अत्यावश्यक असून मानवी मनातील प्रचलित अ-सामाजिक घटकांना दडपून टाकण्याचे कार्य राज्य करते. परंतु, मॅकिॲव्हेलीच्या या विचारांना फार काळ पाठिंबा मिळाला नाही. नैसर्गिक हक्क या संकल्पनेत दोन कारणांनी पुनर्चैतन्य निर्माण झाले. याच कालखंडात सुधारणावादी विचारांचा उदय झाल्याने त्यांनी त्या काळात अत्यंत सामर्थ्यशाली असलेल्या चर्च या संस्थेच्या अधिकारालाच आव्हान दिले. याचा परिणाम म्हणून धर्माकडे पाहण्याच्या जनतेच्या दृष्टिकोनात क्रांतिकारी बदल झाले. लोकांनी चर्चकडे नैसर्गिक हक्कांची, जाणिवांच्या स्वातंत्र्याची व धार्मिक श्रद्धांच्या स्वातंत्र्याची मागणी केली. परिणामत: चर्चच्या अधिकाराला धक्का बसला.

याचे दुसरे कारण म्हणजे राज्याच्या उगमासंबंधी विकसित झालेला व जनमानसावर प्रभाव पडलेला असा समाजिक करार सिद्धान्त होय.

सामाजिक करार सिद्धान्त (Social Contract Theory)

सामाजिक करार सिद्धान्त हा नैसर्गिक कायद्याच्या सिद्धान्ताशी संबंधित आहे. कारण ज्या आधारावर नैसर्गिक कायदा सिद्धान्त तयार झालेत त्याच आधारावर सामाजिक करार सिद्धान्ताची निर्मिती करण्यात आली होती. सामाजिक करार सिद्धान्त हा १६ व्या व १७ व्या शतकात लोकप्रिय झाला होता. थॉमस हॉब्ज (१५५८ ते १६७९), जॉन लॉक (१६३२ ते १७०४) आणि जीन जॅक्स रूसो (१७१९ ते १७७८) हे राजकीय तत्त्वज्ञ या सिद्धान्ताचे प्रणेते होते. या तिन्ही सिद्धान्तकारांनी त्यांच्या सिद्धान्ताच्या माध्यमातून समाज-राज्य-व्यक्ती यांच्या परस्परसंबंधांवर प्रकाशझोत टाकताना समाज वा राज्य यांची निर्मिती आपोआप झाली हा विचार व त्यातून जन्माला आलेली राज्य वा समाज श्रेष्ठ आणि व्यक्ती कनिष्ठ हा विचार

नाकारला. या तत्त्वज्ञांच्या मते समाजातील किंवा राज्यातील व्यक्तींनी परस्परांशी करार करून व्यक्तींच्या कल्याणासाठी, संरक्षणासाठी राज्य निर्माण केले असून व्यक्तींना पाहिजे ते अधिकार प्रदान करणे हे राज्याचे कर्तव्य आहे. त्यामुळेच या सिद्धान्ताचे प्रणेते असे मानतात की, नैसर्गिक हक्कातच मानवी हक्कदेखील अंतर्भूत आहेत.

अमेरिकेतील क्रांती (American Revolution)

अमेरिकेतील क्रांतीचा उदय १७६३ साली वसाहतवाद्यांच्या विरुद्ध बंड करण्याच्या प्रक्रियेतून झाला. या क्रांतीला पुढील कारणे होती- अ) नैसर्गिक हक्काच्या संकल्पनेचे वाढते महत्त्व ब) सामाजिक करार सिद्धान्तकारांची शिकवणूक क) १६८९ सालचा ब्रिटिशांचा 'हक्काचा कायदा' ड) तिसरा जॉर्ज (१७६०-१८२०) व त्याचे वंशज यांची जुलमी सत्ता इत्यादी.

अमेरिकन नागरिकांची स्वातंत्र्याची प्रबळ इच्छा आणि साम्राज्यवादी जुलमी ब्रिटिश सरकारची सत्ता झुगारून टाकण्याचा त्यांचा निर्धार याचा परिणाम म्हणून ब्रिटिश सरकारने ४ जुलै १७७८ रोजी अमेरिकन स्वातंत्र्याचा जाहीरनामा प्रसिद्ध केला. हा जाहीरनामा थॉमस जेफरसन (Thomas Jefferson) यांनी तयार केला होता. त्यामध्ये राजाच्या सत्ता गाजविण्याच्या दैवी हक्कावर कडक टीका करण्यात आली होती.

मानवाच्या अदेय अशा मानवी हक्काच्या आधाराने, लोकप्रिय सार्वभौमिकतेच्याद्वारे आणि क्रांतीच्या अधिकारासाठी अमेरिकनांनी स्वातंत्र्याची मागणी केली होती. परंतु, १७८७ साली अमेरिकन राज्यघटनेचा जो मसूदा तयार करण्यात आला, त्यात मानवी हक्कांच्या तरतुदींचा समावेश नव्हता. मात्र १७९१ साली ज्या दुरुस्त्या स्वीकारण्यात आल्या त्यामध्ये खालील तरतुदी होत्या-

i) कलम १३ : या दुरुस्तीनुसार गुलामगिरी प्रथेवर बंदी लादण्यात आली तसेच नाखूशीच्या किंवा बळजबरीच्या गुलामगिरीवर बंदी टाकण्यात आली.

ii) कलम १४ : या दुरुस्तीनुसार अमेरिकेचे नागरिकत्व प्रदान करण्याचा आधार विस्तारित करण्यात आला. अमेरिकेत जन्मलेल्या व निसर्गत: तेथे वास्तव्य करणाऱ्यास अमेरिकेचे नागरिकत्व प्रदान केले जाईल, अशी तरतूद केली गेली.

iii) कलम १५ : यानुसार अमेरिकेतील कोणत्याही नागरिकाला किंवा राज्यातील नागरिकांना त्यांचा वंश, त्यांचा वर्ण किंवा गुलामगिरीची पूर्व अट या आधारे मतदानाचा हक्क नाकारता येणार नाही वा त्या हक्कांचा संक्षेप करता येणार नाही, अशी तरतूद केली गेली.

अशा पद्धतीने १८ व्या शतकाच्या उत्तरार्धात अमेरिकन नागरिकांना काही मर्यादित हक्क प्रदान करण्यात आले होते.

फ्रान्समधील क्रांती (The French Revolution)

इंग्लिश व अमेरिकन क्रांतीने ज्या विषयांना गती दिली होती त्या विषयाशी जरी फ्रान्स राज्यक्रांती संबंधित असली तरी मूलत: फ्रान्स क्रांतीचा विषय हा फ्रान्समधील प्रचंड आर्थिक व सामाजिक विषमता आणि सामाजिक अन्याय हा होता. फ्रान्समध्ये त्या काळी म्हणजे १८ व्या शतकात (अमीर उमराव) सरंजामशाही व्यवस्था होती व ती खालील तीन वर्गांत विभागली होती.

फ्रान्समधील सरंजामशाही व्यवस्था स्तरीकरण

→ १) धर्मगुरू/पाद्री
→ २) कुलीनांचा स्तर
→ ३) कनिष्ठांचा स्तर

फ्रान्सची समाजव्यवस्था त्या काळी तीन वर्गांत विभागली गेली होती. त्यांपैकी पहिले दोन वर्ग हे तिसऱ्या वर्गाचे शोषण करीत; कारण पहिल्या दोन वर्गांच्या हातात सत्ता होती. सत्तेच्या जोरावर ते कनिष्ठ वर्गाचे शोषण करीत. १७ जून १७८९ रोजी या कनिष्ठ वर्गाने फ्रान्सचा राजा लुईस (१६ वा) याच्याविरुद्ध बंड पुकारले कारण त्याने जनतेला अशी धमकी दिली की, जोपर्यंत फ्रान्सची राज्यघटना अस्तित्वात आहे तोपर्यंत आम्ही वेगळे होणार नाही. या विरोधात हे बंड होते. राजाने स्थापन केलेल्या राष्ट्रीय संसदेचे सभासद जरी ताणतणाव व अनेक बंधनांत काम करीत असले तरी १७९१ च्या अखेरपर्यंत राष्ट्रीय संसदेने त्यांचे काम जवळ जवळ संपविले होते. या राष्ट्रीय संसदेने मुक्त नागरिकांच्या अदेय हक्कांची यादी तयार केली आणि ती यादी म्हणजे मानवी आणि नागरी हक्कांचा जाहीरनामाच होय असे जाहीर केले. या जाहीरनाम्यातील सूफी दस्तऐवजाची श्रेणी, ही इंग्लंडमधील मॅग्ना चार्टा (Magna Charta) म्हणजे 'महाधिकारपत्र' आणि अमेरिकेच्या राज्यघटनेतील हक्काचा कायदा, या तोडीची होती. त्यामुळे पूर्वी नष्ट करण्यात आलेला नागरिकांचा जन्मजात हक्क पुनर्स्थापित करण्यात आला व या कायद्याने निर्धारित केलेल्या तरतुदींशिवाय व पद्धतीशिवाय फ्रान्समधील कोणत्याही नागरिकाला आरोपी ठरवून त्यास अटक करण्यास

मनाई करण्यात आली. म्हणजे, फ्रान्सच्या क्रांतीनंतर तेथील नागरिकांना काही प्रमाणात नागरी हक्क प्राप्त झाले.

नैसर्गिक हक्काच्या संकल्पनेला विरोध

नैसर्गिक कायद्याच्या सिद्धान्ताच्या प्रभावाखाली उदयाला आलेल्या 'नैसर्गिक हक्क' या संकल्पनेला त्या काळातील विविध लेखकांनी विरोध केला होता. या संदर्भात हे विरोध करणारे लेखक असा दावा करतात की 'मानवी हक्क' हे नैसर्गिक कायदा सिद्धान्ताची निर्मिती नसून ती लोकांच्या गरजा व तत्कालीन सामाजिक परिस्थिती यांची निर्मिती होय. उदाहरणार्थ, इम्रे झाबो (Imre Szabo) यांनी नैसर्गिक कायदा सिद्धान्ताद्वारे मानवी हक्काच्या विकासाच्या स्पष्टीकरणाला विरोध केला होता. आपल्या या विचाराचे समर्थन ते खालील शब्दांत करतात–

> *सामाजिक कराराच्या प्रचलित गृहीत तत्त्वाद्वारे निर्माण झालेल्या शुद्ध कथांवर कायद्याची निर्मिती केली जाते तर दुसरीकडे विशेषत: १५ व्या आणि १६ व्या शतकातील आर्थिक विकास व त्या अनुषंगाने झालेला राजकीय विकास हा कोणत्याही प्रकारे कल्पित कथांवर आधारित नसून ती एक वास्तवता असून त्याबद्दल विवाद करता येत नाही. आर्थिक, राजकीय क्षेत्रातील ही उत्क्रांती स्वातंत्र्याच्या मागणीचे मूळ होय. त्याचप्रमाणे सरंजामशाही व्यवस्थेतील विशेषाधिकाराचा सामना करण्यासाठी आर्थिक स्वातंत्र्याची आवश्यकता निर्माण झाली. समाजाच्या या गरजा या नैसर्गिक कायद्याचा एक भाग असून त्यांना सनातन किंवा शाश्वत गरजा म्हणून सादर करण्यात आले; या आधाराने असे म्हणता येईल की नैसर्गिक कायदा आणि प्रत्यक्षवादी कायदा यांचे संबंध हे गरजा आणि वास्तवता यांच्या संबंधासारखे आहेत. शेवटी असे म्हणता येईल की (नैसर्गिक) कायदा जसा होता तसाच तो कालांतराने स्थापित होतो.*

इम्रे झाबो यांच्याप्रमाणेच मार्क्सवादी तत्त्ववेत्त्यांनीसुद्धा 'नैसर्गिक कायदा' या संकल्पनेवर टीका केली होती. स्वत: कार्ल मार्क्स (Karl Marx) या विचारांचे पुरस्कर्ते होते की, आर्थिक आणि शैक्षणिक स्वातंत्र्याशिवाय राजकीय आणि नागरी हक्क अर्थशून्य ठरतात. शिवाय मार्क्सवादी तत्त्वज्ञांनी राज्याला सर्वोच्च व अंतिम मूल्य असल्याचे मान्य केले आहे. या संदर्भात रिट्शे (Ritchie) हे मार्क्सवादी विचारवंत म्हणतात की, व्यक्तीच्या 'हक्क व कर्तव्य' या संकल्पना समाजाची निर्मिती आहे आणि म्हणूनच व्यक्तीच्या हक्कासंबंधीचा निर्णय हा व्यक्तीच्या

दृष्टिकोनातून न घेता व्यक्ती ज्या समाजात राहते त्या समाजसापेक्ष दृष्टिकोनातून घ्यावा.

३) आधुनिक कालखंड

पहिल्या महायुद्धाच्या समाप्तीनंतर मध्यम पातळीवर मानवी हक्कांचे सार्वभौमिकीकरण करण्याचे प्रयत्न व्हर्सेल्सच्या करारानुसार (The Treaty of Versailles) झाले होते; पण ते यशस्वी होऊ शकले नाहीत. त्या वेळची सुसभ्य किंवा सुसंस्कृत जगाची (Civilized World) न्यायिक सदसद्विवेकबुद्धी ही मोठ्या प्रमाणात राज्याद्वारे केल्या जाणाऱ्या हिंसाचाराविरुद्ध व्यक्तीच्या हक्कांचे जतन करण्याच्या बाजूची होती. विद्वानांना या गोष्टीची सतत जाणीव होती की, व्यक्तींच्या हक्कांचे, जतन करून व्यक्तीचे तिच्या स्वत:च्याच राज्याकडून होणाऱ्या अन्यायाविरुद्ध संरक्षण केले पाहिजे. त्यासाठी आंतरराष्ट्रीय कायदा संस्थेच्या (की जी एक खासगी संस्था होती) सभासदांनी मानवी हक्कांचे जतन करण्यासाठी काही उपाय सूचविण्यास प्रारंभ केला. या संस्थेचे सभासद युरोप, अमेरिका आणि आशिया खंडातील विविध राष्ट्रांत विखुरलेले होते. ही संस्था मानवी हक्कांचे जतन करण्याच्या बाजूची असल्याने त्यांनी प्रत्येक राष्ट्राच्या सहा कलमी कार्यक्रमाचा स्वीकार केला. ही सहा कलमे खालीलप्रमाणे-

i) प्रत्येक व्यक्तीचे जीवन, स्वातंत्र्य आणि मालमत्ता या संदर्भातील समान हक्कास मान्यता देण्यात येईल. तसेच राज्याच्या भूप्रदेशांतर्गत राष्ट्रीयता, लिंग, वंश, भाषा किंवा धर्म यांत भेद न करता सर्व नागरिकांच्या समान हक्कांचे जतन केले जाईल.

ii) प्रत्येक व्यक्तीच्या सार्वजनिक आणि खासगी क्षेत्रातील मुक्त श्रद्धा, धर्म आणि विश्वास यानुसार केल्या जाणाऱ्या आचरणास मान्यता देण्यात येईल; तसेच संबंधित आचरण हे सार्वजनिक व्यवस्था आणि चांगली नीतितत्त्वे यांना विसंगत असू नयेत.

iii) प्रत्येक व्यक्तीला त्याच्या आवडीची भाषा वापरण्याचा आणि त्या भाषेचे शिक्षण देण्याचा अधिकार मान्य केला जाईल.

iv) कोणत्याही राष्ट्राच्या नागरिका-नागरिकांमध्ये, प्रत्यक्ष वा अप्रत्यक्ष स्वरूपात, सार्वजनिक वा खासगी ठिकाणी लिंग, वंश, भाषा किंवा धर्म याआधारे भेद न करण्याच्या अधिकारास मान्यता देण्यात येईल. त्याचप्रमाणे राज्यांनाही असे हक्क प्रदान करण्यात येतील की ते त्यांच्या नागरिकांना खासगी वा सार्वजनिक ठिकाणी सार्वजनिक शिक्षणसंस्था स्थापन करून त्या विद्यार्थ्यांना प्रवेश देण्यास, विविध आर्थिक

कार्यक्रम राबविण्यास, विविध व्यवसाय व उद्योग स्थापन करण्यास मना करू शकते वा त्यास नकार देऊ शकते.

v) राष्ट्रातील जनतेत समानतेचा विचार करताना ही समानता नावापुरतीच असता उपयोगी नाही तर ती परिणामकारक असली पाहिजे, या विचारास मान्यता देण्यात येईल. यास प्रत्यक्ष व अप्रत्यक्ष अशा दोन्हीही स्वरूपाच्या विभेदीकरणाचा आंतरभाव होतो.

vi) स्वत:च्या सर्वसामान्य कायद्याच्या आधाराशिवाय, कोणत्याही राष्ट्राला लिंग, वंश, भाषा व धर्म याद्वारे प्राप्त झालेले नागरिकांचे राष्ट्रीयत्वाचे हक्क काढून घेता येणार नाहीत, या विचारास मान्यता देण्यात येईल. तसेच या जाहीरनाम्यात ज्या ज्या बाबींची खात्री देण्याचा विचार व्यक्त करण्यात आला आहे, त्यापासून कोणासही वंचित करता येणार नाही.

जागतिक स्वरूपाच्या या जाहीरनाम्यात अत्यंत धीटपणे, नि:संदिग्धपणे मानवी हक्क प्रतिपादन करताना असे म्हटले गेले की, राज्याने त्यांच्या नागरिकांत राष्ट्रीयत्व, लिंग, भाषा आणि धर्म या आधारावर भेद करू नये तसेच सर्वांना जीवन जगण्याचा, स्वातंत्र्याचा, मालमत्ता संपादन करण्याचा समान हक्क प्रदान करताना या मूलभूत अधिकारांबरोबरच अन्य दुय्यम अधिकारही प्रदान करणे आवश्यक आहे.

मानवी हक्कांचे सार्वभौमिकीकरण करण्याच्या प्रक्रियेचा दुसरा मैलाचा दगड ठरला तो जर्मनीतील नाझी यांनी वंश किंवा धर्म यांच्या नावावर केलेली ६ दशलक्ष ज्यूंची निघृण हत्या. दुसऱ्या महायुद्धातील या घटनेने जागतिक स्तरावर अनेक नेत्यांना अंतर्मुख केले. या घटनेने व्यथित झालेले अमेरिकेचे तत्कालीन अध्यक्ष रूझवेल्ट यांनी मानवी हक्कांची आवश्यकता प्रतिपादन करताना, चार प्रकारच्या मानवी हक्कांची पायाभरणी करून त्याआधारे मानवीजगाचे स्वप्न पाहिले. हे चार अधिकार खालीलप्रमाणे–

- भाषण आणि भावना प्रकटीकरणाचे स्वातंत्र्य.
- प्रत्येक व्यक्तीला तिच्या पद्धतीनुसार योग्य त्या ईश्वराची पूजा करण्याचे स्वातंत्र्य.
- गरजा किंवा मागणीपासून स्वातंत्र्य.
- भीतीपासून मुक्ती किंवा स्वातंत्र्य.

अधिकारांची ही यादी किंवा मानवी हक्कांची ही यादी परिपूर्ण नसली तरी या यादीने मानवी हक्क चळावळींवर मोठा प्रभाव गाजविला यात शंका नाही. अमेरिकेचे अध्यक्ष रूझवेल्ट यांनी मानवी हक्काचा हा मसुदा अमेरिकन काँग्रेसला संदेश स्वरूपात पाठविला होता.

अटलान्टिक सनद (The Atlantic Charter)

ग्रेट ब्रिटनचे तत्कालीन पंतप्रधान विन्स्टन एस. चर्चिल आणि अमेरिकेचे तत्कालीन अध्यक्ष फ्रॅन्कलिन डी रूझवेल्ट हे अटलान्टिक महासागरात एकमेकांना भेटले (भेटीच्या ठिकाणाची नोंद सापडली नाही) व त्यांनी एक संयुक्तपत्रक ऑगस्ट १९४८ साली जाहीर केले. हे संयुक्तपत्रक 'अटलान्टिक सनद' म्हणून ओळखले जाते. हे संयुक्तपत्रक जरी दोन नेत्यांचे मत असले तरी त्याद्वारे त्यांनी मानवी हक्कासंबंधी काही सर्वमान्य तत्त्वे प्रतिपादन करून सुंदर व भल्या जगाचे आशादायी स्वप्न पाहिले होते. त्यांनी त्यांच्या पत्रकात स्वातंत्र्य, स्वराज्य व धार्मिक स्वातंत्र्य या मूल्यांवर भर दिला होता.

हा संयुक्त जाहीरनामा पाश्चिमात्य जगातील दोन सर्वशक्तिमान राष्ट्रप्रमुखांच्या सह्यांनी प्रसिद्ध झाल्यामुळे त्याचा गंभीर परिणाम 'मानवी हक्क' विकासाच्या प्रक्रियेवर होणे स्वाभाविकच होते. त्याप्रमाणे या जाहीरनाम्याचा परिणाम संयुक्त राष्ट्रसंघाच्या भावी कार्यक्रमावर झाला. कारण संयुक्त राष्ट्रसंघाने १ जानेवारी १९४२ रोजी २६ राष्ट्रप्रमुखांच्या सहीने एक सैनिकी समझोता जाहीर केला. अटलान्टिक सनदेतील तत्त्वे पूर्णपणे या सैनिकी समझोत्यात आग्रहपूर्वक परत मांडण्यात आलीत. सह्या करणाऱ्या राष्ट्रांसमवेत अन्य सह्या केलेल्या राष्ट्रांनीही असा निर्धार केला की शत्रुशीही शांततेनेच समन्वय केला जाईल. यावर आपल्या संपादकीय भाष्यात, एक संपादक पत्रकार एल. एच. वूल्से (L. H. Woolsay) यांनी खालील विधान केले–

> *आपण अटलान्टिक सनदेकडे तत्त्वांची विधाने आणि मानवी स्वातंत्र्य आणि हक्क यांचा जाहीरनामा या दृष्टीनेच पाहिले पाहिजे; कारण या दोहोंच्या संदर्भात ३० राष्ट्रांनी युद्धोत्तर मार्गदर्शन आणि साध्यसंप्राप्ती याबाबत वचनबद्धता दर्शविली होती.*

संयुक्त राष्ट्रसंघाच्या वरील जाहीरनाम्यास जगातील तीन शक्तीशाली व सामर्थ्यवान राष्ट्रांनी त्यांच्या ३ मार्च १९४३ रोजी झालेल्या अधिवेशनात मंजुरी दिली होती. ती तीन सामर्थ्यशाली राष्ट्रे म्हणजे अमेरिका, रशिया आणि ग्रेट ब्रिटन ही होत.

यानंतर फिलाडेल्फिया (Philadelphia) येथे आंतरराष्ट्रीय कामगार संघटनेचे जे २६ वे अधिवेशन झाले होते, त्यात इतर अनेक बाबींसमवेत खालील जाहीरनामा जाहीर करण्यात आला–

> *'व्यक्तीचा वंश, पंथ, लिंग यांचा विचार न करता सर्व मानवप्राणी समान आहेत असे मानून सर्व मानवांनी स्वत:च्या कल्याणासाठी योग्य साधनांचा पिच्छा पुरवावा, स्वत:च्या आध्यात्मिक विकासासाठी स्वातंत्र्याची योग्य स्थिती निर्माण करावी तसेच आर्थिक सुरक्षा व समान संधीही निर्माण करणे गरजेचे आहे.'*

यानंतर मानवी हक्कांचे आंतरराष्ट्रीयीकरण या प्रश्नाला १९४४ साली डम्बर्टन ओक्स (Dumberton Oaks) येथे झालेल्या अधिवेशनात महत्त्व प्राप्त होणे गरजेचे होते; कारण त्यामुळे जागतिक सत्तेचे लक्ष या मानवी हक्काच्या प्रश्नाकडे वळविणे सहजशक्य झाले. या अधिवेशनात संयुक्त राष्ट्रसंघाने असा ठराव मंजूर केला की,

'राष्ट्राराष्ट्रांत स्थिरतेची परिस्थिती निर्माण व्हावी आणि शांतता व मित्रत्वाचे संबंध प्रस्थापित व्हावे म्हणून राष्ट्रसंघाने आंतरराष्ट्रीय स्तरावरील आर्थिक, सामाजिक व मानवतावादी प्रश्नांची सोडवणूक करण्यासाठी व या प्रश्नाला बढावा मिळण्यासाठी प्रयत्न करावेत. मानवी हक्क व मूलभूत हक्क यांच्या संरक्षणाची जबाबदारी या ठरावाद्वारे राष्ट्रसंघाच्या सर्वसाधारण सभेने स्थापन केलेल्या आर्थिक व सामाजिक मंडळाकडे सोपविण्यात आली.'

शेवटी अमेरिकेतील सॅन फ्रान्सिस्को (San Francisco) शहरात २५ एप्रिल ते २६ जून १९४५ या कालावधीत आयोजित संयुक्त राष्ट्रसंघाच्या परिषदेत मानवी हक्कांच्या संदर्भात जाहीर केलेल्या सनदेत 'मानवी हक्क आणि मूलभूत स्वातंत्र्य' याबाबत अनेक तरतुदी करताना वंश, लिंग, भाषा व धर्म याआधारे सर्व नागरिकांना (भेदभावाला मूठमाती देऊन) समान हक्क वा अधिकार प्रदान करण्यात आले. याच अधिवेशनात सामाजिक व आर्थिक मंडळाने प्राप्त अधिकारांद्वारे मानवी हक्क आयोगाची निर्मिती करून त्याद्वारे हक्कांचा आंतरराष्ट्रीय कायदा तयार करवून घेतला.

सामाजिक व आर्थिक मंडळाने ऐक्याने काम करताना संयुक्त राष्ट्रसंघाच्या सर्वसाधारण संसेदच्या १० डिसेंबर १९४८ रोजी झालेल्या आमसभेत 'मानवी हक्काचा' जाहीरनामा जाहीर करून तो स्वीकारण्यात आला. यात मानवी हक्कांच्या विविध पैलूंवर व प्रकारांवर चर्चा करण्यात आली. आज जगातील सर्व राष्ट्रांनी (अगदी साम्यवादीसुद्धा) मानवी हक्कांची संकल्पना स्वीकारली आहे. मानवी हक्कांच्या विविध प्रकारांवर पुढे आपण सविस्तर चर्चा करणारच आहोत.

म्हणजे दुसऱ्या महायुद्धानंतर खऱ्या अर्थाने मूलभूत स्वातंत्र्य व मानवी हक्क यांचे जतन, संवर्धन, संरक्षण यांना महत्त्व प्राप्त झाले. विसाव्या शतकाच्या शेवटच्या दोन दशकांत साम्यवादी साम्राज्याला काही प्रमाणात घरघर लागल्याने त्यांनाही नाईलाजाने काही मानवी हक्क प्रदान करावे लागलेले आहेत. (उदा. खासगी मालमत्ता, खासगी व्यापार, यासंबंधीच्या हक्कांना मान्यता इत्यादी.) आज जागतिक स्तरावर मानवी हक्क व मानवतावादी करारांची संख्या सुमारे ९० इतकी आहे म्हणून २० वे शतक मानवी हक्काचे शतक म्हणण्यास हरकत नाही.

मानवी हक्क : स्वरूप, अर्थ आणि संकल्पना

(Human Rights : Nature, Meaning and Concept)

हक्क या घटकाचा मूलभूत दृष्टिकोनातून विचार करता 'हक्क' या संकल्पनेत शुद्धता (Purity), सद्गुण (Virtue) आणि निष्कपटपणा किंवा भोळेपणा (Innocence) हे अर्थ अंतर्भूत आहेत. हक्क या संकल्पनेचा वापर फायदा मिळणे व त्यासाठी लायक असणे या अर्थानेही केला जातो; पण या अर्थात हे फायदे हक्क म्हणून मिळावेत या अर्थाचा समावेश नाही.

१८ व्या शतकात मात्र 'मानवाचे हक्क' या संकल्पनेसाठी नैसर्गिक, स्वाभाविक, अदेय आणि अनिर्धारित इत्यादी शब्दांचा वापर केला जात होता कारण प्रत्यक्षवादी किंवा सकारात्मक कायद्यापेक्षा मानवी हक्कांचे अस्तित्व स्वतंत्र आहे. समकालीन समाजात, १८ व्या शतकात वापरलेल्या 'माणसाचे हक्क' या संकल्पनेऐवजी 'मानवी हक्क' ही संकल्पना वापरण्यात आली जी संकल्पना संयुक्त राष्ट्रसंघांच्या १९४८ च्या मानवी हक्कांचा जाहीरनामा यात उपयोगात आणली होती.

१९४८ सालच्या संयुक्त राष्ट्रसंघाच्या जाहीरनाम्याच्या पहिल्या कलमात असा स्पष्ट उल्लेख आहे की, 'जन्मत:च सर्व मानव मुक्त आणि समान असतात ते त्यांच्या प्रतिष्ठेमुळे व हक्कामुळे. मानवाला चिकित्सक व सदसद्विवेकबुद्धीची देणगी प्राप्त झालेली असल्यामुळे मनुष्याने परस्परांशी बंधुभावाने वागावे.' १९४८ सालचा हा जाहीरनामा वरील मूलभूत तत्त्वज्ञानात्मक गृहीतावर आधारलेला आहे. या जाहीरनाम्यात स्पष्टपणे असे म्हटले आहे की स्वातंत्र्य, समानता व प्रतिष्ठा हे मानवाला प्राप्त होणारे जन्मजात हक्क आहेत म्हणून ते त्याच्यापासून दूर करता येत नाहीत. यामागील मूळ गृहीत तत्त्व हे की मनुष्याजवळ तार्किक व नैतिक क्षमता असल्यामुळे पृथ्वीवरील इतर प्राण्यांपासून तो वेगळा आहे; म्हणून मनुष्याला काही हक्क व स्वातंत्र्य प्रदान करणे अत्यावश्यक आहे जे अन्य प्राण्यांना प्राप्त होऊ शकत नाहीत. पुढे सदरहू जाहीरनाम्यांच्या कलम ३ प्रमाणे व्यक्तीला जीवन जगण्याचा, स्वातंत्र्याचा आणि संरक्षणाचा हक्क प्रदान करण्याची तरतूद करण्यात आली होती. हे तिन्हीही हक्क मूलभूत हक्क असून हे सर्व हक्क आपापल्या परीने स्वतंत्र आहेत. या संदर्भात भारतातही याच प्रकारच्या दृष्टिकोनाचा स्वीकार केला होता. भारतातील १९९३ सालच्या मानवी हक्क संरक्षण कायद्यानुसार मानवी हक्काची व्याख्या पुढील शब्दांत केली होती- 'मानवी हक्क म्हणजे असे हक्क की जे मानवी जीवन, मानवी स्वातंत्र्य, मानवी समानता व मानवी प्रतिष्ठा यांच्याशी संबंधित असतात. भारताच्या राज्यघटनेने त्यांच्या अंमलबजावणीची नुसतीच खात्री दिली नाही तर त्यांचा समावेश,

आंतरराष्ट्रीय करारानुसार, भारतीय राज्यघटनेत करून त्यांची अंमलबजावणी भारतातील न्यायालयाकडे सोपविली आहे.'

अ) मानवी हक्क : अध्ययनाचे दृष्टिकोन

काही तज्ज्ञांच्या मते जर तुम्हास मानवी हक्काचे स्वरूप अभ्यासावयाचे वा समजून घ्यावयाचे असेल तर मानवी हक्काच्या अध्ययनाचे दृष्टिकोन अभ्यासणे गरजेचे आहे. मानवी हक्क अध्ययनाचे दृष्टिकोन पुढीलप्रमाणे -

१) तत्त्वज्ञानशास्त्रीय / सैद्धान्तिक दृष्टिकोन
   (Philosophical or Theoretical Approach)

२) व्यावहारिक / उपयुक्ततावादी दृष्टिकोन
   (Pragmatic / Utilitarian Approach)

१) तत्त्वज्ञानशास्त्रीय किंवा सैद्धान्तिक दृष्टिकोन
(Philosophical or Theoretical Approach)

सामाजिक शास्त्रात व विशेषत: समाजशास्त्रात अध्ययनाचे दोन दृष्टिकोन आहेत. एक म्हणजे काय पाहिजे आणि दुसरा म्हणजे काय आहे? यांपैकी काय पाहिजे हे काल्पनिकतेवर आधारित असते तर काय आहे हे वास्तविकतेवर आधारित असते. तत्त्वज्ञानशास्त्रीय दृष्टिकोन हा प्रामुख्याने काल्पनिकतेशी निगडित असून त्यामध्ये पाच सैद्धान्तिक दृष्टिकोन अंतर्भूत आहेत. ते दृष्टिकोन खालीलप्रमाणे-

○ नैसर्गिक हक्क सिद्धान्त (The Natural Right Theory)
○ कायदेशीर हक्क सिद्धान्त (The Legal Right Theory)
○ हक्कांचा ऐतिहासिक सिद्धान्त (The Historical Theory of Rights)
○ हक्कांचा सामाजिक कल्याण सिद्धान्त (The Social Welfare Theory of Rights)
○ हक्कांचा आदर्शवादी सिद्धान्त (The Indealistic Theory of Rights)

● नैसर्गिक हक्क सिद्धान्त (The Natural Right Theory)

एलेन पॅगेल्स (Elaine Pagels) या समकालीन विचारवंताने मानवी हक्क या संज्ञेची व्याख्या पुढील शब्दांत केली होती- 'व्यक्तीचे काही हक्क समाजाच्या संदर्भात किंवा समाजाच्या विरोधात असू शकतात की जे हक्क समाजाने मान्य केले पाहिजेत व त्याप्रमाणे क्रिया करणे व्यक्तीवर बंधनकारक असले पाहिजे तसेच ते व्यक्तींचा विचार करता मूलभूत स्वरूपाचे असावेत.'

या ठिकाणी केवळ एवढेच गृहीत धरले गेलेले नाही की येथे मानवी हक्क आहेत आणि त्याचा उपयोग सार्वभौमिक स्वरूपात झाला पाहिजे. तसेच व्यक्ती ज्या समाजाची सभासद आहे त्या समाजाने मानवी हक्क व्यक्तीवर लादता उपयोगी नाही. तसेच या संदर्भात असेही गृहीत धरण्यात आले की मानवी हक्क समाजाच्या बाजूचे व समाजाच्या विरोधात असले तरी या मानवी हक्काचे अस्तित्व स्वतंत्र असते व मानवी हक्क समाज निर्माण होण्यापूर्वीपासून अस्तित्वात असतात. फक्त त्यांची जाणीव व्यक्तींना करून देणे गरजेचे असते. हे नैसर्गिक हक्क तीन प्रकारच्या वैशिष्ट्यांनी युक्त आहेत. ही वैशिष्ट्ये पुढीलप्रमाणे–

अ) मानवी हक्कांना मान्यता मिळावी लागते : मानवी हक्क सामाजिक व्यवस्थेतून ज्याप्रमाणे काढले जात नाहीत त्याचप्रमाणे ते समाजाकडून व्यक्तींना प्रदानही केले जात नाहीत. मानवी हक्क स्वाभाविकपणे मानवी व्यक्तीत वास करीत असतात; समाजात सहभागी होण्याच्या पूर्वीपासून ते अस्तित्वात असतात आणि म्हणून, राज्यातर्फे त्यांना मान्यता दिली जाते. तार्किक दृष्टीने विचार करता हे हक्क त्यांच्या अस्तित्वासाठी समाजाच्या कायदेशीर व्यवस्थेपासून स्वतंत्र असतात. त्यामुळेच अनेक कायदेतज्ज्ञ, राज्यशास्त्रज्ञ, समाजशास्त्रज्ञ इत्यादी विद्वान मानवी हक्कांचा उगम हा सकारात्मक किंवा प्रत्यक्षवादी कायद्याऐवजी नैसर्गिक कायद्यात असल्याचे मानतात. या नैसर्गिक कायदा हा समाजाच्या प्रमाणक व्यवस्थेचे एक अंग असून या कायद्याचा वैशिष्ट्यपूर्ण निकष हा प्रमाणकांचा आधार नसून ते कायद्याप्रमाणे कायदेमंडळातर्फे तयार होत नाहीत; तसेच नैसर्गिक कायद्यांना कायदेमंडळातर्फे मान्यताही मिळत नाही तर ते व्यक्तींच्या काही मूलभूत भावनात्मक समर्थनातून आकाराला येतात. त्याचप्रमाणे मानवी हक्क हे नैसर्गिक कायद्याच्या तत्त्वाप्रमाणे कोणत्याही अधिकारातर्फे तयार केले जात नाही वा त्यांना स्वीकारले जात नाही आणि म्हणूनच सकारात्मक किंवा प्रत्यक्षवादी कायदेशीर व्यवस्था मानवी हक्कांना कायदा म्हणून मान्यता देत नाही. कारण मानवी हक्क स्वयंभू असतात; पण त्या हक्कांची जाणीव मात्र कायदा करून देतो.

ब) मानवी हक्क हे अदेय, नैसर्गिक व स्वाभाविक असल्याचे मानतात : मानवी हक्क या अर्थाने अदेय असतात की या हक्कांची धारक व्यक्ती स्वत:हून ते काढून टाकू शकत नाही. मानवी हक्क हे स्वाभाविक आहेत आणि मनुष्याच्या स्वभावाचा तो एक भाग होय. या संदर्भात जॉकीज मॅरिटेन (Jackgues Maritain) असे म्हणतात की, मनुष्य हक्क धारण करतात कारण तो स्वयंपूर्ण, स्वत:चा मालक व स्वत:च्या क्रियेचा कर्ता असून, नैसर्गिक कायद्यानुसार मनुष्य स्वत:च धारण केलेल्या अधिकारांचा किंवा हक्कांचा आदर करू शकतो.

अदेय किंवा नैसर्गिक हक्क यांची सकारात्मक किंवा प्रत्यक्षवादी कायद्याच्या प्रमाणकांच्याद्वारे ओळख पटविता येत नाही. नैसर्गिक हक्क हे सकारात्मक किंवा प्रत्यक्षवादी कायद्यापासून (Positive Law) स्वतंत्र असतात आणि म्हणून मानवी हक्कांचा वापर सकारात्मक कायद्याचे नियम उत्क्रांत करण्यासाठी केला जातो. याशिवाय मानवी हक्काच्या माध्यमातून कायद्याची अंमलबजावणी करणारी यंत्रणा, कायदेविषयक संस्था आणि राज्याची कृत्ये यातही उत्क्रांती करणे शक्य आहे. जेव्हा कायदेशीर व्यवस्था मानवी हक्काला मान्यता देत नाही तेव्हा ती यंत्रणा दडपशाही करणारी आहे अशी टीका केली जाते. उदा. चीनमध्ये सतत मानवी हक्कांची पायमल्ली होते अशी चीनवर टीका होते. तसेच आफ्रिका व आशियायी राष्ट्रांवर तेथे आंतरराष्ट्रीय मानवी हक्कांच्या मापदंडांची अंमलबजावणी होत नाही म्हणून टीका होते.

क) सर्व मानवी व्यक्ती समान असतात असे मूलत:च मानले जाते : आज ही वास्तवता स्थापित झाली आहे की, प्रत्यक्ष-अप्रत्यक्षपणे मानवी हक्क माणसाच्या स्वभावातून काढण्यात आले आहेत. याविषयी असा विवाद करता येईल की सद्गुण हा मानवात असतो; नैसर्गिक हक्काचा खरा हक्कदार केवळ माणूसच असतो. व्यक्तीच्या सद्गुणामुळेच माणसात माणुसकी निर्माण होते की जी नैसर्गिक हक्काच्या पालनात महत्त्वाची भूमिका बजावते. माणसाचा वर्ण, त्याचा दर्जा, त्याची संपत्ती किंवा त्याचा बुद्धिप्रामाण्यवाद इत्यादींवर आधारित भेदांचा मानवी हक्कांवर परिणाम होत नाही. सर्व मानव समान आहेत हा मानवी हक्काचा पाया आहे. बर्नार्ड मेयो (Barnard Mayo) याविषयी म्हणतात, 'मानवी हक्क हे असे हक्क आहेत जे मनुष्याला त्याच्या सद्गुणांच्या वैशिष्ट्यांमुळे प्राप्त झाले आहेत, कारण मानवात निश्चितपणे व सार्वभौमिकपणे मानवता आहे ही वास्तवता आहे.'

● कायदेशीर हक्क सिद्धान्त (The Legal Right Theory)

जर्मी बेनथम (Jermy Bentham) या तज्ज्ञाने नैसर्गिक हक्क सिद्धान्तावर टीका करताना म्हटले की, हा सिद्धान्त काठीवरच्या घोड्यावर बसण्याइतका मूर्खपणाचा आहे. म्हणून त्यांनी कायदेशीर हक्क सिद्धान्ताचे समर्थन केले होते. सर्वसामान्यपणे कायदेशीर हक्क सिद्धान्ताला पाठिंबा देणाऱ्या विचारवंतांच्या मते, हक्क ही राज्याची निर्मिती आहे आणि म्हणून मानवी हक्क जसे निरंकुश नाहीत तसेच ते स्वाभाविकही नाहीत. हे मानवी हक्क जीवनाचा हक्क, स्वातंत्र्याचा किंवा मालमत्ता संपादन करण्याचा हक्क या राष्ट्राच्या कायद्याने कृत्रिमपणे निर्माण केलेले आहेत. थॉमस हॉब्ज (Thomas Hobbes) हे कायदेशीर हक्क सिद्धान्ताला पाठिंबा देणारे विचारवंत असा विचार

मांडतात की, व्यक्तींचे मूलभूत हक्क म्हणजे स्व-संरक्षणाचा हक्क होय की, ज्याचे संरक्षण राज्याने इतर कोणत्याही हक्कापेक्षा चांगल्या प्रकारे केले पाहिजे.

काही कायदेतज्ज्ञाच्या मते कायदेशीर हक्क सिद्धान्त तोपर्यंत उचलून धरला पाहिजे जोपर्यंत राज्य त्यास मान्यता देत नाही. हक्काला केवळ मान्यता देऊन चालणार नाही, तर त्याची अंमलबजावणीदेखील योग्य प्रकारे झाली पाहिजे. अगदी लोकशाही राज्यातसुद्धा किंवा समाजातसुद्धा हक्काला राज्याची मान्यता आवश्यक असून राजमान्यतेशिवाय हक्कांची अंमलबजावणी राज्य कशी करणार?

बी. बोसानक्वेन्ट (B. Bosanquent) 'हक्क' या संकल्पनेवर भाष्य करताना म्हणतात, 'हक्काला कायदेशीर आणि नैतिक असे दोन्ही संदर्भ आहेत.' हे तज्ज्ञ असा दावा करतात की, हक्काची अंमलबजावणी कायद्यामार्फत केली जाते ज्यामध्ये भौतिक आज्ञाधारकता असू शकत नाही. परंतु, त्याचबरोबर हक्काला मान्यता देताना त्याच्या अंमलबजावणीची क्षमता राज्याकडे आहे की नाही हेही तपासणे गरजेचे आहे. अद्वितीय किंवा विशिष्ट हक्कांना दोन बाजू असतात. एक म्हणजे, काय आहे व दुसरी म्हणजे, काय पाहिजे ही होय.

या दोन्हीची अंमलबजावणी कायद्यातर्फेच केली जावी. या सिद्धान्ताचा थोडक्यात अर्थ असा की कोणत्याही हक्काची निर्मिती आणि अंमलबजावणीसुद्धा कायद्यामार्फतच व्हावी.

• **हक्कांचा ऐतिहासिक सिद्धान्त** (The Historical Theory of Rights)

हक्कांचा ऐतिहासिक सिद्धान्त हा या विचाराचे समर्थन करतो की ऐतिहासिक प्रक्रियेतून हक्कांची निर्मिती झाली. प्रदीर्घकाळ चालू असलेल्या प्रथा काळाच्या ओघात विशिष्ट प्रकारचे हक्क बनल्या व समाजात त्या घट्ट रुजलेल्या आहेत. याचे पारंपरिक उदाहरण द्यावयाचे झाल्यास असे म्हणता येईल की वाढदिवसाच्या दिवशी नातेवाईक, मित्रमंडळी यांकडून तुम्हास बक्षीस किंवा भेटवस्तू देण्याच्या प्रथेतून पुढे 'वाढदिवसाची भेट' हा हक्क बनला; कारण आपल्या वाढदिवसाला नातेवाईक व मित्र बक्षीस वा भेटवस्तू देणारच अशी अपेक्षा व्यक्ती बाळगावयास लागल्यात. तीच गोष्ट विवाहप्रसंगी मिळणाऱ्या भेटवस्तूंची. काही तज्ज्ञांच्या मते अनेक वर्षांचा काळ जावा लागला तेव्हा त्या प्रथांचे रूपांतर हक्कांत झाले. अशा प्रकारच्या ऐतिहासिक प्रक्रियेतून आकाराला आलेल्या हक्कांत रस्त्याचा हक्क, दिवाबत्तीचा हक्क किंवा स्वच्छ हवेचा हक्क इत्यादींचा समावेश होतो. आणखी एक उदाहरण द्यावयाचे झाल्यास इंग्लंडमधील मॅग्ना चार्टाने ब्रिटिश नागरिकांना जे अनेक हक्क प्रदान केले ते ऐतिहासिक प्रक्रियेचाच एक भाग

होय. या संदर्भात रिट्शे डी. जी. (Ritchie D.G.) असे भाष्य करतात की, 'लोक त्यांना जे अधिकार पाहिजे अशी अपेक्षा करतात ते त्यांच्या अनेक दिवसांपासून परिपाटात वा पालनात होते म्हणून असतात. प्रथा म्हणजे प्राचीन कायदा.'

हक्कांच्या ऐतिहासिक सिद्धान्ताला काही महत्त्वाच्या मर्यादा आहेत. त्यापैकी एक म्हणजे, जेव्हा आपण असे विधान करतो की हक्काचा उगम हा ऐतिसिक प्रक्रियेतून झाला किंवा प्रथांतून झाला तेव्हा हे विधान मर्यादित प्रमाणात सत्य आहे, असेही म्हणता येईल. गुलामगिरीची प्रथा एकेकाळी जरी कायदेमान्य असली तरी आज त्याला हक्काचा दर्जा देता येणार नाही. स्त्री भ्रूणहत्येच्या संदर्भातही असेच म्हणता येईल. याचा थोडक्यात अर्थ असा की, लोकांच्या प्रत्येक लोकनीतीचे किंवा प्रथांचे रूपांतर हक्कात करणे शक्य नसते. दुसरी मर्यादा म्हणजे, प्रत्येक प्रथेतून जर हक्काचा उगम झाला तर सर्व सामाजिक सुधारणा प्रक्रिया आहे तेथे थांबतील. उदा. सतीची प्रथा, बहुविवाहाची प्रथा, बालविवाहाची प्रथा किंवा अस्पृश्यतेची प्रथा की ज्यांना पूर्वी समाजाची मान्यता होती, त्यांना आजच्या प्रबोधनाच्या युगात मान्यता मिळू शकत नाही, म्हणून त्यांना कायद्याने बंदी घातली. मग या प्रथांचे हक्कात रूपांतर कसे करणार. म्हणजेच पूर्वी अस्तित्वात असलेल्या सर्व प्रथांचे हक्कांत रूपांतर करता येत नाही.

- ## हक्काचा सामाजिक कल्याण सिद्धान्त
  (The Social Welfare Theory of Rights)

हक्काचा सामाजिक कल्याण सिद्धान्त हा सामाजिक स्वहितवादी किंवा उपयुक्ततावादी सिद्धान्त होय. या सिद्धान्ताचे समर्थन करणाऱ्या विद्वानांचा असा विश्वास आहे की, कायदा, प्रथा आणि नैसर्गिक अधिकार हे सर्व सामाजिक स्वहितवादाच्या किंवा उपयुक्ततावादाच्या अटीत गुरफटले आहेत. उदा. भाषण स्वातंत्र्याचा हक्क हा निरंकुशपणे प्रदान करता येणार नाही, तर सामाजिक उपयुक्ततावादी दृष्टिकोनातून त्याकडे पाहावे लागेल. एखादा नेता स्वपक्ष हिताचा विचार करून भाषण स्वातंत्र्याच्या हक्कांचा फायदा घेऊन दुसऱ्या समाजातील वा गटातील लोकांच्या भावना भडकविणारे भाषण करीत असेल तर अशा हक्कांवर तेवढ्यापुरती का होईना गदा आणणे सयुक्तिक होईल. रॉस्की पाऊंड (Roscoe Pound) आणि शफी (Chafee) यांनीही वरील सिद्धान्ताला पाठिंबा दिला होता.

उपयुक्ततावादी विचारवंत बेन्थम जेरेमी आणि जॉन स्टुअर्ट मिल (Bentham Jeremy and John Stuart Mill) यांनीसुद्धा या सिद्धान्ताला पाठिंबा दिला होता. हे

उभयता या विचाराचे समर्थन करताना असे मांडतात, मोठ्या प्रमाणातील कोणताही मोठा आनंद हा सामाजिक मोजमापनाचा आधार असला पाहिजे व त्या आधाराने सामाजिक कल्याणासंबंधीच्या हक्काचा निर्णय घेतला पाहिजे. सामाजिक कल्याणाची उपयोगिता कारणांच्या आणि अनुभवांच्या साधनांद्वारे निर्धारित झाली पाहिजे.

काही तज्ज्ञांच्या मते हक्काचा सामाजिक कल्याण सिद्धान्त, अनेक मानवी हक्काच्या विकासात, महत्त्वाची भूमिका बजावतो. अनेक प्रकारचे सामाजिक व आर्थिक हक्क मानवी हक्कांच्या सार्वभौमिक जाहीरनाम्यात समाविष्ट करण्यात आले होते. नंतर या आर्थिक, सामाजिक आणि सांस्कृतिक हक्कांचा समावेश हा मानवी हक्कांच्या आंतरराष्ट्रीय करारात करण्यात आला तो सामाजिक कल्याणातील त्यांच्या उपयुक्तता वादामुळे. त्याचप्रमाणे या हक्कांची अंमलबजावणी करताना राज्याजवळच्या संघटना आणि उगमस्रोत यांचाही विचार करणे आवश्यक ठरते.

हक्काच्या सामाजिक कल्याण सिद्धान्ताच्या काही मर्यादा तज्ज्ञांनी विशद केल्या आहेत त्या पुढीलप्रमाणे-

i) रोनाल्ड ड्वॉरकिन (Ronald Dworkin) असे स्पष्ट करतात की, सामाजिक कल्याण प्रक्रिया ही सामूहिक साध्य आहे. त्यांच्या मते, साध्य हे हक्क नसतात. त्यांनी वैयक्तिक हक्क आणि सामूहिक साध्य यात सुस्पष्ट भेद केला आहे. वैयक्तिक हक्क हे वितरणात्मक आणि प्रत्येक व्यक्तींसाठी वेगवेगळे असतात, जे व्यक्तीच्या वर्गातील प्रत्येक सभासदांना संसाधने किंवा संधीची तरतूद करतात व ज्यामुळे व्यक्ती तिच्या हक्काचा उपभोग घेऊ शकेल. याउलट सामूहिक साध्यसंप्राप्ती ही एकत्रित स्वरूपाची किंवा अ-वैयक्तिक स्वरूपाची असते ज्यामध्ये संसाधनाच्या किंवा संधीच्या असमान वाटपाची शक्यता गृहीत धरली जाते; म्हणून हक्कांचा सामाजिक कल्याण सिद्धान्त हा समाजाने कोणते सामाजिक ध्येय साध्य करावे यावर भर देतो ना की व्यक्तींच्या हक्कांवर.

ii) हक्काच्या सामाजिक कल्याण सिद्धान्ताची दुसरी मर्यादा ही की या सिद्धान्ताद्वारे सामान्य सामूहिक ध्येयांचा पाठलाग करण्यासाठी जे उपाय योजण्यात आले, त्यात व्यक्तीच्या हक्कांच्या उल्लंघनक्रिया समाविष्ट आहेत. या प्रकारे सामाजिक कल्याण सिद्धान्ताद्वारे धोकादायक निष्कर्ष उत्पन्न होण्याची शक्यता असते. सर्वसाधारणपणे वैयक्तिक हक्क व सर्वसामान्य कल्याण हे एकत्रितपणे वाटचाल करतात परंतु जेव्हा या दोहोत संघर्ष होतो तेव्हा सामाजिक कल्याणाला प्राधान्य दिले जाते. म्हणून व्यक्तींच्या हक्कांपेक्षा सामाजिक कल्याण उपाययोजनेला अधिक महत्त्व दिले जाते.

• **हक्कांचा आदर्शवादी सिद्धान्त** (The Idealistic Theory of Rights)

हक्कांचा आदर्शवादी सिद्धान्त हा हक्कांचा व्यक्तिमत्त्व सिद्धान्त म्हणूनही ओळखला जातो. या सिद्धान्तात 'मनुष्याचा अंतर्गत विकास' या संकल्पनेवर भर देण्यात आला आहे. त्याचप्रमाणे हा सिद्धान्त माणसाच्या सर्व प्रकारच्या क्षमतांचा संपूर्ण विकास करण्याचाही प्रयत्न करतो आणि म्हणून हक्कांचा आदर्शवादी सिद्धान्त, व्यक्तिमत्त्वाचा हक्क हा सर्वश्रेष्ठ आणि निरंकुश आसल्याचे मानतो. इतर सर्व हक्क म्हणजे जीवन जगण्याचा हक्क, स्वातंत्र्याचा हक्क, मालमत्तेचा हक्क हे सर्व एका मूलभूत अधिकारातून निर्माण करण्यात आले होते. हे सर्व अधिकार किंवा हक्क व्यक्तिमत्त्वाच्या हक्काशी संबंधित आहेत. उदाहरण द्यावयाचे झाल्यास असे म्हणता येईल की, मला जीवन जगण्याचा हक्क आहे तो माझ्यातील क्षमतेचा संपूर्ण विकास करणे आवश्यक आहे म्हणून. या दृष्टीने विचार करता समाज माझ्या जीवन संपविण्याच्या किंवा आत्महत्या करण्याच्या क्रियेस परवानगी देणार नाही.

हक्कांच्या आदर्शवादी सिद्धान्ताचा प्रमुख गुण म्हणजे ते व्यक्तिमत्त्वाच्या हक्कांवर भर देतात, तो हक्क निरंकुश असल्याचे मानतात आणि इतर सर्व हक्क त्यातून काढण्यात आल्याचे मानतात.

या सिद्धान्ताचे अध्ययन करणाऱ्या तज्ज्ञांना या सिद्धान्तात काही मर्यादा आढळल्या त्या खालीलप्रमाणे-

i) व्यक्तीच्या क्षमतेचा पूर्ण विकास होण्यासाठी कोणत्या विविध हक्कांची गरज आहे हे माहिती करून घेणे अत्यंत अवघड आहे. कारण व्यक्तिमत्त्व ही आत्मनिष्ठ कल्पना असून त्यासाठी कोणताही वस्तूनिष्ठ मापदंड लावता येत नाही.

ii) सर्वसामान्यपणे सामाजिक चांगुलपणा आणि वैयक्तिक चांगुलपणा हातात हात घालून मार्गक्रमण करतात, पण जर कदाचित सामाजिक चांगुलपणा आणि वैयक्तिक चांगुलपणा यात संघर्ष उद्‌भवला तर मात्र हा सिद्धान्त वैयक्तिक चांगुलपणा अनुसरण्याचा सल्ला देतो. अभ्यासकांच्या मते ही बाब सामाजिक कल्याण सिद्धान्ताच्या विरोधी आहे.

२) व्यावहारिक दृष्टिकोन किंवा उपयुक्ततावादी दृष्टिकोन (Pragmatic or Utilitarian Approach)

तत्त्वज्ञानशास्त्रीय आणि सैद्धान्तिक दृष्टिकोनाशिवाय मानवी हक्कांच्या स्वरूपाकडे आणि अर्थाकडे पाहण्याचा दुसरा मार्ग म्हणजे व्यावहारिक किंवा उपयुक्ततावादी दृष्टिकोन होय. प्रत्येक हक्क जो अदेय अथवा अन्य स्वरूपाचा आहे असा समज झाला

असेल तर त्याचा कायदेशीरपणा आणि परिणामकता काही प्रक्रियांच्या किंवा संस्थांच्या मार्फत तपासून पाहणे गरजेचे आहे; म्हणून हक्काची व्याख्या, काही संस्थांच्या संरचनात्मकतेचा संदर्भ दिल्याशिवाय करता येणार नाही. उदा. भिंतीचा संदर्भ दिल्याशिवाय जशी खोलीची व्याख्या करता येत नाही तसेच संस्थात्मक मांडणीशिवाय मानवी हक्कांची व्याख्या करता येत नाही.

उदाहरण म्हणून भारतीय संदर्भ देऊन बोलावयाचे असल्यास भारताच्या राज्यघटनेच्या विभाग ३ मध्ये मूलभूत हक्कांचा समावेश करण्यात आला आहे. भारतीय राज्यघटनेत 'मूलभूत हक्क' या संकल्पनेची व्याख्या कोठेही देण्यात किंवा करण्यात आली नाही. परंतु जेव्हा आपण विविध मूलभूत हक्कांचे काळजीपूर्वक परीक्षण करतो तेव्हा असे लक्षात येते की, हे मानवी हक्क राज्याच्या अधिकारावर किंवा सत्तेवर मर्यादा घालतात आणि राज्यालाही, सर्वोच्च न्यायालयाने प्रसिद्ध केलेल्या मार्गदर्शक तत्त्वांना चिकटून राहावे लागते.

या दृष्टिकोनातून विचार करता मानवी हक्क आणि मूलभूत स्वातंत्र्य यांचा संदर्भ हा संयुक्त राष्ट्रसंघाच्या सनदीशी जोडावा लागतो. या सनदीच्या आधाराने असे लक्षात येते की मानवी हक्काची जी यादी संयुक्त राष्ट्रसंघाने जाहीर केली त्याचे तीन मोठ्या वर्गात विभाजन करता येते. हे वर्ग म्हणजे अ) जागतिक पातळी ब) प्रादेशिक पातळी क) अन्य दुय्यम करार इत्यादी.

अ) जागतिक पातळी : जागतिक पातळीवर विचार करता यात मानवी हक्क सार्वभौमिक जाहीरनामा, आर्थिक, सामाजिक आणि सांस्कृतिक हक्कांचा आंतरराष्ट्रीय लेखी करार, नागरी आणि राजकीय हक्कासंबंधी लेखी करार, सर्व प्रकारच्या वंशीय विभेदीकरणाचे निर्मूलन करण्याचा आंतरराष्ट्रीय करार, वांशिक छळवाद, अन्य मानवी क्रूर वागणूक किंवा अवमानकारक वागणूक किंवा शिक्षा या संदर्भातील आंतरराष्ट्रीय करार, स्त्रियांविरुद्धच्या सर्व प्रकारच्या विभेदीकरणाचे निर्मूलन व्हावे म्हणून करण्यात आलेला करार, मुलांच्या हक्कांचे जतन करणारा करार यांसारखे अनेक लेखी करार व जाहीरनामे इत्यादींचा आंतरभाव होतो.

ब) प्रादेशिक पातळी : प्रादेशिक पातळीवरील करारात मानवी हक्क आणि मूलभूत स्वातंत्र्य यासंबंधी युरोपियन राष्ट्रांची परिषद, युरोपियन सामाजिक सनद, माणसाचे हक्क आणि कर्तव्ये या बाबतचा अमेरिकेचा जाहीरनामा, मानवी हक्काची अमेरिकेतील परिषद, मानवी आणि लोकांच्या हक्कांची आफ्रिकन सनद इत्यादींचा समावेश होतो. ही मानवी हक्कांची साधने प्रादेशिक संघटनांमार्फत विकसित झाली. या

संघटनांमध्ये युरोपचे मंडळ, अमेरिकेतील राज्य संघटना आणि आफ्रिकी एकात्मता संघटना इत्यादींचा समावेश होतो.

क) अन्य दुय्यम करार : अन्य दुय्यम करारात अशा प्रकारचे छोटे छोटे करार येतात जे अत्यंत छोट्या स्वरूपाच्या मानवी कराराची हाताळणी करतात. या प्रकारचे करार हे विशिष्ट स्वरूपाच्या आणि बंधनकारक अशा मानवी कराराशी संबंधित असतात. राज्याच्या राजकीय पक्षांवर ते लादले जातात. उदा. निर्वासितांच्या दर्जा संबंधीचा ठराव किंवा राज्यविरहित व्यक्ती किंवा कोणत्याही देशाचा नागरिक नसलेल्या व्यक्ती याविषयक करार इत्यादी. यामध्ये आश्रित व्यक्तीच्या मानवी हक्काची नोंद ही मानवी हक्काच्या सार्वभौमिक जाहीरनाम्याच्या कलम १४ मध्ये, तर अमेरिकन मानवी हक्क कराराच्या कलम २२ मध्ये तर मानवी आणि लोकांचे हक्क या आफ्रिकेतील सनदेच्या कलम १२ मध्ये निर्देशित केली होती.

मानवी हक्कांच्या संदर्भात या ठिकाणी एका गोष्टीची नोंद करता येते ती ही की, संयुक्त राष्ट्रसंघाच्या स्थापनेच्या सुरुवातीच्या कालखंडात संयुक्त राष्ट्रसंघाच्या सनदीबाबत तसेच मानवी हक्कांचे अर्थ, स्वरूप याबाबत खूपच मतभेद होते. परंतु, आज मात्र सर्वसामान्यपणे हे मान्य करण्यात आले आहे की, मानवी हक्क आणि मूलभूत स्वातंत्र्य यांचा अर्थ हा, संयुक्त राष्ट्रसंघाच्या मानवी हक्क जाहीरनाम्यात दिलेल्या मानवी हक्कांच्या यादीच्या संदर्भात लावताना मानवी हक्कांच्या सार्वभौमिक जाहीरनाम्याचाही विचार करणे गरजेचे आहे. याचा थोडक्यात अर्थ असा की, मानवी हक्कांची यादी आणि मूलभूत स्वातंत्र्याची यादी ही आपल्या व्याख्येची मार्गदर्शक तत्त्वे ठरतील.

मानवी हक्क : अन्य सिद्धान्त
(Human Rights Theory : Other Types)

जेरोमि जे. शेस्टॅक (Jeromy J. Shestack) यांनी मानवी हक्कांच्या तत्त्वज्ञानशास्त्रीय पायावर सविस्तर चर्चा करताना मानवी हक्क सिद्धान्ताचे वर्गीकरण पुढील प्रकारे करण्याचा प्रयत्न केला होता.

• धार्मिक दृष्टिकोन (Religious Approach)

मानवी हक्क ही संज्ञा पारंपरिक धर्मात आढळत नव्हती. याशिवाय अध्यात्मकतेने मानवी हक्क सिद्धान्ताचे आधार तयार केले व त्यानुसार असे म्हटले गेले की, राज्यापेक्षा कायदा श्रेष्ठ आहे आणि त्याचा उगमस्रोत प्रत्यक्ष ईश्वर आहे.

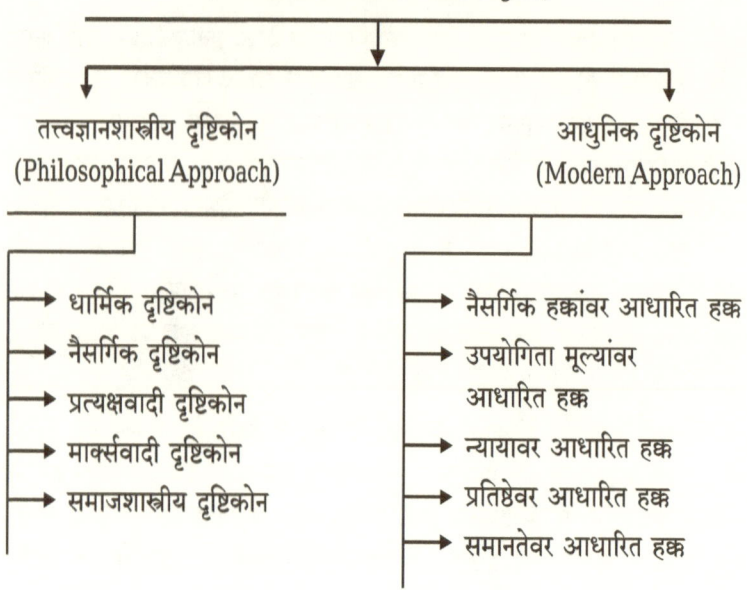

मानवी हक्कांचे वर्गीकरण

(Classification of Human Rights)

- तत्त्वज्ञानशास्त्रीय दृष्टिकोन (Philosophical Approach)
  - धार्मिक दृष्टिकोन
  - नैसर्गिक दृष्टिकोन
  - प्रत्यक्षवादी दृष्टिकोन
  - मार्क्सवादी दृष्टिकोन
  - समाजशास्त्रीय दृष्टिकोन
- आधुनिक दृष्टिकोन (Modern Approach)
  - नैसर्गिक हक्कांवर आधारित हक्क
  - उपयोगिता मूल्यांवर आधारित हक्क
  - न्यायावर आधारित हक्क
  - प्रतिष्ठेवर आधारित हक्क
  - समानतेवर आधारित हक्क

ख्रिस्ती धर्माच्या जुन्या करारानुसार अॅडमची निर्मिती जर परमेश्वराची प्रतिकृती म्हणून झाली असेल तर माणसावर बसलेला हा दैवी शिक्का त्यास उच्च दर्जा प्रदान करतो. त्याचप्रमाणे कुराण या ईस्लामच्या धर्मग्रंथात असे मांडले गेले आहे की, खात्रीने आम्ही माणसाच्या पुत्राला प्रतिष्ठा प्रदान करू. भगवत्‌गीता या हिंदूंच्या धर्मग्रंथात असे म्हटले आहे की, जो मनुष्य त्याच्या परमेश्वराला सर्व प्राणिमात्रांत पाहतो- जो परमेश्वर अमर आहे व मर्त्य लोकांच्या जो केंद्रस्थानी आहे तो मनुष्य खऱ्या अर्थाने त्याच्या परमेश्वराचे रूप जाणतो.

वरील तिन्ही धर्माच्या विधानांचा अर्थ असा की, धार्मिक दृष्टिने विचार करता मनुष्य हा पवित्र प्राणी मानला आहे. जर परमेश्वर जगातील सर्व प्राणिमात्रांचा सार्वभौमिक पिता म्हणून स्वीकारला गेला असेल तर मग त्यातून सामान्य मानवतेचा जन्म होतो जी मानवता काही हक्कांचे सार्वभौमिकत्व प्रवाहित करते. हक्कांचा उदय हा दैवी असल्यामुळे ते अदेय असतात. ही संकल्पना केवळ ज्यू-ख्रिस्ती धर्माचीच परंपरा नसून ती ईस्लाम, हिंदू धर्माचीही परंपरा आहे व या सर्वांनी मानवी हक्कांना दैवी आधार दिला आहे.

या सिद्धान्ताचे समर्थक असे मानतात की, परमेश्वर हा सर्व मानवांचा पिता आहे आणि सर्व मानव परस्परांचे बंधू आहेत. तर मग प्रश्न असा निर्माण होतो की, कोणते हक्क धर्माद्वारे प्रवाहित होतात. परमेश्वराच्या दृष्टीने विचार करता सर्व मानव समान आहेत या संकल्पनेचा विकास धर्मांनी केला. धर्माचे अभ्यासक असे मानतात की जरी सर्व माणसे परमेश्वराची लेकरे असली धर्मानेच समानतेच्या तत्त्वावर मर्यादा आणल्यात. तसेच धर्माने समानतेपेक्षा कर्तव्याला महत्त्व दिले. हक्क आणि कर्तव्याचा विचार करता धर्माने तात्त्विक दृष्टीने समानतेच्या हक्कांचा स्वीकार केला असला तरी व्यावहारिक दृष्टीने मात्र त्यांनी हक्कापेक्षा कर्तव्य महत्त्वाचे मानले.

परंतु गेल्या काही वर्षांत सर्वच धर्माचे तत्त्वज्ञ त्यांच्या त्यांच्या धर्माच्या मूळग्रंथाचे पुनर्स्पष्टीकरण करण्याच्या प्रयत्नात आहेत. त्यातून हे सर्व धर्म तत्त्वज्ञानात समेट घडवून आणण्याचा प्रयत्न करीत आहेत; पण यात भावनात्मकता आली तर मात्र धर्माच्या एकीकरणाचा प्रश्न अवघड बनेल.

शेवटी या संदर्भात असे म्हणता येईल की मानवी हक्काच्या संदर्भात धार्मिक सिद्धान्त हे जरी आशादायी असले तरी ते मोठ्या प्रमाणात अविकसित आहेत. मूलभूत समानतेचे तत्त्वज्ञान; तसेच न्यायाचे तत्त्वज्ञान व्यवहारात आणण्यात बहुसंख्य धर्मांना अपयशच आले आहे असे म्हणावे लागेल.

● नैसर्गिक दृष्टिकोन (Natural Approach)

यापूर्वी 'हक्काचा नैसर्गिक सिद्धान्त' यावर पहिल्या वर्गीकरणांतर्गत सविस्तर चर्चा केली आहे. (पान नं. १५ पाहा.)

● प्रत्यक्षवादी दृष्टिकोन (Positivistic Approach)

१९ व्या आणि २० व्या शतकात नैसर्गिक कायद्यावर हल्ला करण्याची प्रतिक्रिया तीव्र झाली. या संदर्भात जॉन स्टुअर्ट मिल (John Stuart Mill) असा दावा करतात की, उपयोगिता हा हक्कांचा पाया आहे. कार्ल व्होन सॅविग्नी (Karl Von Savigny) हे जर्मनीतील तत्त्वज्ञ आणि सर हेन्री मेन (Sir Henry Maine) हे इंग्लंडमधील तत्त्वज्ञ असा दावा करतात की, हक्क हे सांस्कृतिक विविधतेला स्पष्ट करतात. परंतु, नैसर्गिक कायद्यावर अत्यंत जोमदार हल्ला केला तो कायदेशीर प्रत्यक्षवादी सिद्धान्तकारांनी. प्रत्यक्षवादी तत्त्वज्ञानाने १९ व्या शतकात कायदेशीर सिद्धान्तावर वर्चस्व प्रस्थापित करण्यास प्रारंभ केला तर २० व्या शतकात या तत्त्वज्ञानाने कायदेशीर सिद्धान्तावर पूर्ण निष्ठा प्रस्थापित केली.

अभिजात प्रत्यक्षवादी सिद्धान्तकार हक्काचा पूर्वाश्रमीचा नैसर्गिक उगमस्रोत हा अर्थ नाकारतात आणि असे गृहीत धरतात की, राज्याच्या आणि त्याच्या अधिकाऱ्यांच्या अधिकारातून हक्कांचा उदय झाला. प्रत्यक्षवादी सिद्धान्त कोणतेही (नैसर्गिकतेचे) मर्म जाणून घेण्यास नकार देतात आणि प्रचलित, कायदेशीर व्यवस्थेच्या प्रायोगिक वास्तवतेच्या पलीकडे जाऊन कायद्याच्या संकल्पनेवर स्पष्टपणे आपले मत मांडतात. प्रत्यक्षवादी सिद्धान्तकार हे मानवी हक्कांचा उगमस्रोत कायद्याच्या कायदे तयार करण्याच्या व्यवस्थेत आणि त्यांना मान्यता मिळण्याच्या प्रक्रियेत शोधतात. 'काय पाहिजे?' या संकल्पनेला कायद्यात स्थान नाही आणि स्थितीज्ञानाच्या दृष्टीने विचार करता ते निरुपयोगीही आहे. कायद्यामध्ये जास्तीतजास्त सुस्पष्टता हवी आणि 'काय पाहिजे' हा विचार प्रत्यक्षवादी सिद्धान्तात फार मोठा अडथळा आहे.

हक्कांचा प्रत्यक्षवादी सिद्धान्त टीकेपासून अलिप्त नाही. या सिद्धान्तावरची प्रमुख टीका ही की कायद्याचा उगमस्रोत हा अधिकार असून अधिकार हे परंपरेने गोठलेले असतात. त्यामुळे मानवी हक्काला ते न्याय देण्याच्या ऐवजी ते मानवी हक्काला विरोधच करतात. उदा. घटस्फोट हा विवाहितांचा कायदेशीर अधिकार असला तरी त्यामुळे समाजाच्या नीतिशास्त्राला व नैतिकतेला धोका निर्माण होतो ही वास्तवता दुर्लक्षित करता येत नाही. प्रत्यक्षवादी तत्त्वज्ञान किंवा सिद्धान्त कायद्याला आत्यंतिक महत्त्व देताना दुसरीकडे ते समाजाच्या नैतिक तत्त्वज्ञानाकडे दुर्लक्ष करतात की ज्यामुळे समाजाच्या आस्तित्वाला धोका निर्माण होऊ शकतो. कायदा हा जुलमी असू शकतो, या विचारांकडे प्रत्यक्षवादी सिद्धान्तकार दुर्लक्ष करतात. जुलमी कायद्यामुळे मानवी हक्कांचे जतन होण्याऐवजी पायमल्ली होण्याची शक्यता टीकाकारांना वाटते.

थोडक्यात, मानवी हक्काकडे वास्तवतेच्या दृष्टिकोनातून पाहणारा व मानवी हक्कांचा उगमस्रोत कायदा व अधिकार आहे असे मानणारा हा एक वेगळा सिद्धान्त होय.

• **मार्क्सवादी दृष्टिकोन** (Marxist Approach)

हक्कांच्या नैसर्गिक कायदा सिद्धान्ताला विरोध करणारा मार्क्सवादी सिद्धान्त मात्र मानवी व्यक्तीच्या स्वभावाशी संबंधित आहे. परंतु, या ठिकाणी हा विचार व्यक्त करण्यात आला आहे की स्त्री-पुरुष स्वायत्त व्यक्ती नसून त्यांचे अधिकार हे दैवी आधारावर निर्धारित असून ते स्वाभाविक स्वरूपाचे आहेत. हे जरी खरे असले तरी मानवी हक्कांचे मार्क्सवादी सिद्धान्तकार हे स्त्री-पुरुष या स्वतंत्र जाती वा वर्ग असल्याचे मानतात. पूर्व युरोपातून साम्यवादी विचारांचे पतन झाल्यावर मार्क्सवादाचा प्रभाव

हलके हलके कमी होत गेला असला तरी एकेकाळी मार्क्सवादी विचार हे प्रभावी होते व आजही त्या विचारांचा प्रभाव काही प्रमाणात असून मार्क्सवादाने समान सामाजिक व आर्थिक हक्कांचे समर्थन करून त्यास स्वतंत्र मूल्य प्रदान केले होते.

मार्क्स यांच्या विचारानुसार 'मानवी हक्कासंबंधीचा निसर्गाचा कायदा' हा दृष्टिकोन आदर्शवादी आणि ऐतिहासिक बनलेला होता. त्यांच्या मते मानवी हक्कांत नैसर्गिक आणि अदेय असे काही नसते. ज्या समाजात भांडवलशहांकडे उत्पादन साधनांच्या मालकीचा एकाधिकार असतो त्या समाजात मानवी हक्क म्हणजे एक प्रकारचे मध्यमवर्गीय मोहजाल होय. मार्क्सवादाच्या मते कायदा न्याय, नैतिकता, लोकशाही, स्वातंत्र्य या आणि यांसारख्या कल्पना ऐतिहासिक वर्ग म्हणून विचारात घेतल्यास त्यातील आशय मात्र भौतिक परिस्थिती आणि लोकांची सामाजिक वस्तुस्थिती याद्वारे निर्धारित केले जातात. मानवी जीवनाच्या परिस्थिती बदलल्या की, संकल्पनांचा आशय किंवा कल्पना यातही बदल होतो.

मार्क्सवादी विचारवंत हे व्यक्ती तिच्या क्षमतेचा पूर्णपणे वापर करते का आणि स्वत:च्या गरजा पूर्ण करते का यासंबंधीच्या कार्यक्षमतेकडे आपले लक्ष वेधतात. भांडवलशाहीवादी समाजात उत्पादन प्रक्रियेवर काही थोड्या लोकांचे नियंत्रण असते. त्यामुळे या समाजात व्यक्तींच्या सर्व गरजा पूर्ण होत नाहीत. व्यक्तींच्या क्षमतांचे वास्तविकीकरण हे अनिश्चित असल्यामुळे साम्यवादी समाजात स्त्री-पुरुष कामावरून परत येतात ते सामाजिक प्राणी म्हणून की ज्यामुळे 'संघर्षविरहित समाज' निर्माण होऊन समाजातील संघर्ष टाळला जातो; परंतु समाज या संघर्षविरहित अवस्थेला पोहोचेपर्यंत राज्य किंवा समाज म्हणजे केवळ सामाजिक समुच्चय होय आणि समाजात बदल घडवून आणण्याचे तो एक साधन होय. या प्रकारचे समाजाच्या स्वरूपाचे संकल्पनीकरण हे व्यक्तींच्या हक्कांच्या अस्तित्वाला, ते राज्याच्या स्वरूपातच रुजलेले आहेत या विचाराला आणि ते राज्याच्या पूर्वीपासून अस्तित्वात होते याही विचाराला प्रतिबंध करतात. साम्यवादी या विचाराचा पुरस्कार करतात की, प्रचलित राज्याने जे हक्क मान्य केले आहेत त्यांचा वापर, समाजाने वा राज्याने त्यांची कर्तव्ये पूर्ण केली तरच संभवनीय आहे.

मार्क्सवादी राज्ये साम्यवादी सिद्धान्ताचा उपयोग करतात आणि पुढे असा दावा करतात की, स्त्री-पुरुषांच्या प्रत्यक्ष इच्छा काहीही असो, त्यांनी राज्याने निर्धारित केलेल्या ध्येयांपैकीच काही ध्येयांची निवड करावी. साम्यवादी समाजात व्यक्तींना सामाजिक प्राण्यात रूपांतरित करण्याची प्रक्रिया ही एकप्रकारे पितृत्वीकरणाची (Paternalization) प्रक्रिया असून ती अनुभवातीत आहे याकडे काहीजण दुर्लक्ष

करतात; पण त्याचबरोबर ते व्यक्तीवादही नाकारतात. व्यवहारात साम्यवादी राष्ट्रे सुव्यवस्थितपणे व्यक्तींचे नागरी आणि राजकीय हक्क दडपून टाकण्याचा प्रयत्न करतात.

आंतरराष्ट्रीय पातळीचा विचार करता मार्क्सवादी सिद्धान्त हे सार्वभौमिक मानवी हक्कांच्या व्यवस्थेत विसंगत स्वरूपाचे कार्य करतात हे सिद्ध झाले आहे. साम्यवादी सरकारांनी सैद्धान्तिक दृष्टीने, आंतरराष्ट्रीय समुदायाच्या स्पर्धेत टिकण्यासाठी, राष्ट्रातीत नियमनांना किंवा प्रमाणकांना मान्यता दिली असली तरी या नियमनांचा वापर करणे, न करणे हा आमचा घरगुती प्रश्न आहे या विचारावर भर दिला होता.

मार्क्सवादी सैद्धान्तिक विचारांचा जर सारांशरूपात आढावा घ्यावयाचा असेल तर असे म्हणता येईल की, आंतरराष्ट्रीय दडपणाचा परिणाम म्हणून त्यांनी तत्त्वत: जरी मानवी हक्कांना मान्यता दिली असली तरी व्यवहारात मात्र साम्यवादी राष्ट्रांनी त्यांच्या राष्ट्रांत अनेक मानवी हक्क हे नाकारले होते व आजही ते नाकारले जात आहेत. या वास्तवतेकडे दुर्लक्ष करता येणार नाही.

• **समाजशास्त्रीय दृष्टिकोन** (Sociological Approach)

१९ व्या शतकापेक्षा २० व्या शतकात अनेक क्षेत्रातील शास्त्रज्ञांचे लक्ष मानवी हक्कांच्या अध्ययनाकडे वळले. नैसर्गिक शास्त्राप्रमाणेच सामाजिक शास्त्रातही लोक, त्यांची संस्कृती, त्यांच्यातील संघर्ष, त्यांचे हितसंबंध याबाबतच्या अध्ययनाला आणि आकलनाच्या प्रक्रियेला गतिमानता प्राप्त झाली. सामाजिक शास्त्रांचा विचार करता मानवशास्त्र, मानसशास्त्र, समाजशास्त्र आणि अन्य सामाजिक शास्त्रे यांनी सूक्ष्म दृष्टीने मानवी हक्कांची संकल्पना कायदेशास्त्राकडून उसनी घेतली. या विकासाचा परिणाम म्हणून न्यायतत्त्वशास्त्रात समाजशास्त्रीय संप्रदायाचा विकास झाला. (Sociological School of Jurisprudence). काही तज्ज्ञांच्या मते वरील संप्रदायाचे नाव कदाचित चुकीचे असू शकेल कारण अनेक विजोड किंवा विषम सिद्धान्त या काळात उत्क्रांत झाले होते, ज्यांचा हेतू सामान्य छेदक हे वास्तवत: समाजातील मानवी जीवनात कायद्याची रांग लावू शकतात. समाजशास्त्रीय न्यायतत्त्वशास्त्र हे पूर्वाश्रमीचे सिद्धान्त आणि न्यायतत्त्वशास्त्राचे विश्लेषणात्मक प्रकारचे सिद्धान्त या दोन्हीपासून दूर जात आहेत. हा जो दृष्टिकोन आहे त्याचा संबंध मानवी हक्कांशी जोडावयाचे ठरविल्यास काही वेळा हा दृष्टिकोन संस्थात्मक विकासाच्या प्रश्नांकडे प्रत्यक्ष लक्ष देतो किंवा काही वेळा सरकारी धोरणांच्या विशेष समस्यांवर प्रकाशझोत टाकतो. मानवी हक्कांचा विचार करता समाज आणि कायदा या दोन घटकांच्या वर्तनात्मक पैलूंकडे समाजशास्त्रीय सिद्धान्त आपले लक्ष वेधतो. मानवी हक्कांच्या संदर्भात विचार करता हा दृष्टिकोन

मानवी हक्क व्यवस्थेचे प्रायोगिक अंगभूत घटक, सामाजिक प्रक्रियेच्या संदर्भात ओळखतो.

समाजशास्त्रीय संप्रदायाचे (Sociological School) प्राथमिक स्वरूपाचे योगदान हे की, त्यात प्रचलित नैतिक भावना आणि प्रचलित काळी आणि स्थळी अस्तित्वात असलेली सामाजिक-आर्थिक परिस्थिती यातील हितसंबंधात संतुलन प्राप्त करण्यावर भर दिला आहे. या दृष्टिकोनाची बांधणी विलियम जेम्स (William James) यांच्या पुढील व्यावहारिक तत्त्वावर करण्यात आली आहे, 'वस्तूचा आवश्यक गुणधर्म हा केवळ मागणीचे समाधान वा पूर्तता करण्यात आहे.' (The essence of good is simply to satisfy demand.) हा दृष्टिकोन २० व्या शतकातील समाजातील विविध गरजांच्या वाढत्या मागणीच्या विकासाशी संबंधित आहे. या मागण्या अभिजात, नागरी आणि राजकीय स्वातंत्र्याच्या पलीकडच्या असून त्या बेरोजगारांना, अपंगांना, विशेषाधिकारांपासून वंचित असलेल्यांना, अल्पसंख्याकांना व समाजातील अन्य मूलभूत तत्त्वांना साहाय्य करण्यासाठी केल्या आहेत.

या ठिकाणी रॉस्को पाउन्ड (Roscoe Pound) यांनी या संदर्भात केलेले विश्लेषण आपण त्यातील गुणांसह तपासून पाहू. पाउन्ड असे निदर्शनास आणतात की, १८ व्या शतकातील कालखंडात कायद्याच्या इतिहासाचे लेखन हे मोठ्या प्रमाणात मानवी हक्कांना मिळणाऱ्या वाढत्या मान्यतेशी संबंधित आहे. परंतु २० व्या शतकातील कायद्याचा इतिहास हा मात्र मानवी गरजा, मानवी मागण्या आणि सामाजिक हितसंबंध यांच्याशी संबंधित आहे. पाउन्ड यांनी वैयक्तिक, सार्वजनिक आणि सामाजिक हितसंबंधांची एक यादी तयार केली होती. या हितसंबंधांमध्ये त्यांनी मूल्याला प्राधान्य देण्याचा प्रयत्न केला नाही. या संदर्भात पाउन्ड यांचे 'सामाजिक अभियांत्रिकी' हे मार्गदर्शक तत्त्व होते. त्यानुसार त्यांनी राजकीय संघटित समाजाच्या माध्यमातून मानवी संबंधांची यादी तयार करताना सर्व हितसंबंधांच्या संरक्षणाला प्राधान्य दिले होते.

समाजशास्त्रीय दृष्टिकोनावर टीका करणारे टीकाकार असे म्हणतात की, दृष्टिकोन केवळ मानवी मागण्यांची यादी तयार करतात; पण मानवी हक्क कसे परस्पर संबंधित आहेत किंवा त्याचे घटक कोणते असावेत यावर प्रकाशझोत टाकण्यात ते अपयशी ठरले आहेत. त्याचप्रमाणे टीकाकारांच्या मते समाजशास्त्रीय संप्रदाय हा, हक्कांसंबंधीचे प्रमाणात्मक निष्कर्ष हे तर्कशास्त्रीय कसोटीवर घासून प्रयोगाच्या माध्यमातून हितसंबंधांच्या वास्तवतेद्वारे सिद्ध करता येतील का? या प्रश्नाचे उत्तर देण्यास असमर्थ ठरला आहे. समाजशास्त्रीय दृष्टिकोनाने मानवी हक्कांच्या अध्ययनासाठी उपयोगी

अभ्यासपद्धतीची तरतूद केली; पण या अभ्यासपद्धतीची तत्त्वज्ञानशास्त्रीय किंवा सैद्धान्तिक बैठक कच्ची आहे. असे असले तरी या अभ्यासपद्धतीने मागणीच्या पूर्ततेसाठी आवश्यक त्या हितसंबंधांचे संख्यात्मक अध्ययन केले होते. या संप्रदायाने सहभागी मूल्यांची समज व ते साध्य करण्याची धोरणे यासंबंधीचे ज्ञान मर्मभेदक केले.

जेरोमि जे. शेस्टॅक (Jerome J. Shestack) यांनी विशद केलेल्या तत्त्वज्ञानशास्त्रीय किंवा सैद्धान्तिक दृष्टिकोनाच्या आधारे प्रतिपादन केलेल्या मानवी हक्कांच्या सिद्धान्तावर चर्चा केल्यानंतर मानवी हक्कांच्या काही आधुनिक सिद्धान्तांवर आपण चर्चा करणार आहोत.

२) आधुनिक दृष्टिकोन (Modern Approach)

जेरोमि जे. शेस्टॅक यांनी आधुनिक मानवी हक्कांवर चर्चा केली आहे. हे हक्क खालीलप्रमाणे–

• नैसर्गिक हक्कांवर आधारित हक्क

दुसऱ्या महायुद्धानंतर नैसर्गिक हक्क सिद्धान्ताचे पुनरुज्जीवन करण्यात आले. नैतिक तत्त्वज्ञान सिद्धान्ताच्या विद्वानांनी या सिद्धान्ताचे मोठ्या प्रमाणात सादरीकरण आणि विश्लेषण करण्याचा त्यांच्यापरीने प्रयत्न केला होता. आधुनिक हक्कांचे समर्थन करणारे विद्वान, पूर्वीच्या सिद्धान्तकारांप्रमाणे आध्यात्मिक पोशाख न घालता माणसांच्या हक्कांचे विश्लेषण करताना हे हक्क 'गुणवत्तात्मक नैसर्गिक हक्क' असल्याचे प्रतिपादन करतात व ते मूल्यांची ओळख शाश्वत आणि सार्वभौमिक पैलूंच्या आधाराने करून देतात. आधुनिक हक्काचे समर्थक या गोष्टीला सहमती दर्शवितात की, फक्त प्रत्यक्षवादी कायदेशीर व्यवस्था ही मूल्यांच्या कार्याद्वारे परिणामकारक कायदेशीर व्यवस्था म्हणून कार्य करू शकते. नैसर्गिक हक्कांचे स्वरूप मोठ्या प्रमाणात बदलून ते 'काय पाहिजे'च्या ऐवजी 'काय आहे' असे करण्याचा प्रयत्न यात होता.

नैसर्गिक हक्कांच्या संदर्भात सामान्य विषयाचा जो उदय झाला तो अवाढव्य अशा कुटुंबाच्या सिद्धान्ताद्वारे ज्यामध्ये निरंकुश हक्क किंवा मध्यवर्ती गृहीततत्त्व हे कामापुरते असते असे मानून व्यक्तींच्या मूल्य स्वातंत्र्याला किंवा स्वायत्ततेला हक्कांच्या सार्वभौमिक व्यवस्थेत मान्यता मिळवून देणे महत्त्वाचे मानले गेले होते. इमॅन्युअल कांत (Immanuel Kant) यांनी त्यांच्या पायाभूत सिद्धान्तात नीतिशास्त्राला हक्कांच्या संदर्भात महत्त्व दिले होते. कांत यांचे नीतिशास्त्र या विचाराचे जतन करते की प्रत्येक व्यक्तीच्या इच्छा आणि ध्येये वेगवेगळी असतात. म्हणून मूलभूत नैतिक कायद्यांचा

आधार हा अनिश्चित किंवा आकस्मित असण्यापेक्षा तो वर्गाप्रमाणे निर्धारित केला जावा.

• उपयोगिता मूल्यांवर आधारित हक्क

आधुनिक नैतिक तत्त्वज्ञानाचा संप्रदाय हा आनुषंगिकतावाद (Consequentialism) आहे की जो कुटुंबाच्या उपयोगितावादी सिद्धान्ताशी संबंधित आहे. काही तज्ज्ञांच्या मते मूल्य हा तत्त्वज्ञानाचा एक सर्वसामान्य भाग आहे. तत्त्वज्ञानशास्त्राच्या अभ्यासविषयात अस्तित्व, ज्ञान, कारणमीमांसा, मन आणि भाषा इत्यादींचा समावेश केला जातो. मूल्यांच्या मोजमापनाच्या साहाय्याने माणसाच्या वर्तनात्मक अनुबंधाचे नियमन करणारे अनेक पैलू विकसित झाले आहेत. प्रतिष्ठा, स्वातंत्र्य, समानता, न्याय, नीतिशास्त्र आणि नैतिक तत्त्वे इत्यादी मूल्ये समाजातील मानवी संबंधांना आकार देण्याचे कार्य करतात.

कोणत्याही समाजाच्या कायद्याचा प्रमुख हेतू आणि कार्य हे मानवा-मानवातील संबंध नियमित करणे आणि मानवी समाजातील संघर्षाची तीव्रता कमी करून शांतता, संरक्षण, चांगुलपणा आणि सुव्यवस्था यांना प्रोत्साहन देऊन संघर्षविरहित समाज निर्माण करणे हे असते. हक्काची संकल्पना आणि त्याचा वापर व नियमन यांचा प्राचीन व आधुनिक काळात विकसित झालेली अनेक मूल्ये, मानवी हक्काच्या जाणिवा, बळकटी आणि संरक्षण यावर मोठाच परिणाम झाल्याचे दिसून येते.

मानवी मूल्याची भूमिका ही मानवी हक्काची निर्मिती, संरक्षण व संवर्धन यांत महत्त्वाची असल्याने 'मानवी मूल्य' या संज्ञेचा अर्थ जाणून घेणे महत्त्वाचे आहे. रॅकीच एम. (Rakeach M.) यांनी त्यांच्या 'मानवी मूल्यांचे स्वरूप' या ग्रंथात मानवी मूल्यांची व्याख्या पुढील शब्दांत केली आहे. मानवी वर्तनाचा अभ्यास करणारी सर्व शास्त्रे, 'मूल्य' या संकल्पनेचा उद्देश हा विविध हितसंबंध असलेल्या गटात एकता किंवा एकोपा निर्माण करणे हा असल्याचे मानतात. ही व्याख्या किंवा दृष्टिकोन हा एका मानसशास्त्रज्ञाने प्रतिपादन केलेला विचार असून त्यानुसार मूल्य आणि समाजातील व्यक्तींच्या वर्तनाचा अनुबंध यांच्या परस्परसंबंधांचा विचार मांडलेला आहे. सर्वसामान्यपणे आपण मूल्यांचा विचार हा दैनंदिन जीवनात जी मूल्ये अंगीकारतो त्याविषयी करतो. व्यक्ती-व्यक्तीनुसार मूल्यांचे स्वरूप वेगवेगळे असते आणि ते त्यांचा अनुभव व परिस्थिती यानुसार वेगवेगळे असते. हे काही प्रमाणात बरोबर जरी असले तरी मूलभूत मूल्ये सर्वांसाठी समान असतात. त्यानुसार जीवनासंबंधीची स्वातंत्र्य, संरक्षण, सवलत आणि यश यासंबंधीची मूल्ये सर्वत्र समान असतात. तसेच जीवरक्षण,

दयाळूपणा, दु:ख आणि आनंद इत्यादी भावनांवर आधारलेली मूल्ये समान असतात. या समान मूल्यांवरच मानवी हक्कांची उभारणी होते यात शंका नाही. प्रत्येक व्यक्ती ही वेगवेगळ्या परिस्थितीत जीवन जगत असल्यामुळे व वेगवेगळ्या परिस्थितीत वाढत असल्यामुळे आपल्यासाठी कोणते मूल्य महत्त्वाचे आहे याचे ज्ञान व भान व्यक्तींना असते.

अनेक विद्वानांच्या मतानुसार संकल्पनात्मकदृष्ट्या विचार करता मूल्य म्हणजे एक प्रकारच्या श्रद्धा होत. त्यामुळे त्यांचे स्वरूप आत्मनिष्ठ असते. मूल्य हे आपली ध्येये साध्य करण्यासाठी व्यक्तींना प्रेरणा देते. मूल्ये काल आणि भूप्रदेश या पलीकडे असतात आणि ते व्यक्ती-व्यक्तीतील संबंध आणि व्यक्तींचा वर्तनविषयक अनुबंध यांचे नियमन करतात.

मूल्यांचा हा मध्यवर्ती पैलू असून व्यक्तींच्या वर्तनाला प्रेरणा देणे, मानवी वर्तन नियमित करणे आणि विविध ध्येये साध्य करणे यासाठी तज्ज्ञांनी मूल्यांची एक यादी तयार केली असून ती खालीलप्रमाणे-

i) स्व-विचारांचा वा स्वार्थी वृत्तीचा विनाश हा स्वतंत्र विचाराला प्रोत्साहन देतो, ज्याचा न्यायिक निर्णयप्रक्रियेवर आणि ध्येयनिर्मिती व विस्तारप्रक्रियेवर मोठ्या प्रमाणावर परिणाम होतो.

ii) जीवनात मिळणाऱ्या प्रेरणांमुळे व्यक्तीत चेतना, नवलाई आणि आव्हाने पेलण्याची शक्ती प्राप्त होते.

iii) सुखकल्याणवादामुळे (Hedonism) किंवा आत्मसंतोषामुळे स्वत:ला आनंद आणि भावनात्मक समाधान प्राप्त होते.

iv) समाजाच्या दर्जानुसार साध्यसंप्राप्ती किंवा ध्येयसिद्धी झाल्यास व्यक्तींची कार्यक्षमता प्रकट होते.

v) व्यक्तींजवळ सत्ता असेल तर सामाजिक दर्जा आणि प्रतिष्ठा याबरोबरच लोकांवर आणि संसाधनावर नियंत्रण ठेवणे सहज शक्य होते.

vi) सुरक्षेमुळे व्यक्ती-व्यक्तीत एकात्मतेचे संबंध प्रस्थापित होतात आणि लोकांसाठी योग्य पर्यावरणाची निर्मिती कशी करावयाची याचे मार्गदर्शन मिळते; तसेच जीवनात स्वत:च्या स्वातंत्र्यासाठी आनंद कसा मिळवावयाचा आणि विशिष्ट कार्यासाठी व्यक्तींना कसे तयार करावयाचे याचेही मार्गदर्शन मिळते.

vii) समाजाच्या मापदंडानुसार केलेले आचरण प्रामुख्याने व्यक्तींचे वर्तन नियमित करते आणि त्यामुळे व्यक्ती स्वत:शी व समाजातील परस्परांशी चुकीचे वर्तन करण्यापासून परावृत्त होतात किंवा चुकीचे वर्तन करण्याचे टाळतात.

viii) समाजात मूलत: असलेल्या परंपरा या व्यक्तींना स्वत:च्या आचरणाद्वारे इतर व्यक्तींचा योग्य तो सन्मान करण्याच्या गुणवत्तेस प्रोत्साहन देतात.

ix) ज्ञानात नवीन बदल करण्यासाठी धर्म प्रोत्साहन देतो तसेच शांतता आणि सुरक्षा ही मूल्ये साध्य करण्यासाठीही मदत करतो. ज्ञानाच्या प्रोत्साहनाच्या माध्यमातून सुखी जीवनाचे फायदे कसे प्राप्त करावेत याचे शिक्षणही धर्म देतो.

x) सदिच्छा किंवा परोपकारबुद्धी हे मूल्य व्यक्तींमध्ये विश्वासाची स्थापना करतात, कल्याणकारी गुणवत्ता वाढवितात आणि दैनंदिन जीवनात व्यक्ती-व्यक्तीत होणाऱ्या आंतरक्रियेस साहाय्यभूत ठरतात.

xi) शेवटी सार्वभौमिकतावाद किंवा सार्वत्रिकतावाद हा आकलनाच्या गुणवत्तेला प्रोत्साहन देतो आणि लोकांच्या कल्याणासाठी गुणग्राहकता, सहिष्णुता, संरक्षण यांनाही प्रोत्साहन देतो. त्याचप्रमाणे एकात्म जीवनाच्या विकासाची काळजी घेतो.

काही तज्ज्ञांच्या मते मानवी हक्कांचे तत्त्वज्ञानशास्त्र हे मूल्यासारखेच समान आहे; म्हणून मूल्य हे मानवी हक्कांचे मूलभूत अधिकार आहेत. मानवी हक्कांवर अढळ निष्ठा ठेवणे म्हणजे मूल्यांची एकप्रकारे पुनर्बांधणी करण्यासारखे होय आणि या मोबदल्यात शांतता, सुरक्षा, समुदाय जीवनातील एकात्मता प्राप्त करताना व्यक्ती आणि राष्ट्र व राज्य (Nation-States) यातील कोणत्याही विभेदीकरणाला थारा न देणे होय.

मानवी हक्कांना उपयोगितेच्या तागड्यात तोलताना त्या उपयोगिता ह्या मानवी हक्कांचे एक मूल्य समजून त्याद्वारे मानवी हक्कांचे विश्लेषण केले पाहिजे. मानवी हक्क आणि मूल्य यांची सांगड घालताना समाजशास्त्रज्ञ उपयोगितेला महत्त्व देतात. त्यांच्या मते समानता, सुखासीनता, स्वातंत्र्य, प्रतिष्ठा, मानसन्मान आणि अन्य मूल्ये मानवी वर्तनाशी संबंधित असून ती आध्यात्मिकतेत जशी सापडत नाहीत तशी ती स्वीकारली पण जात नाहीत. थोडक्यात असे म्हणता येईल की मूल्ये समाजाच्या दृष्टीने उपयोगी आहेत व त्या मूल्यांचेच रूपांतर मानवी हक्कात होते.

या संदर्भात अभिजात उपयोगितावादी सिद्धान्तकार जेरेमी बेन्थम (Jeremy Bentham) असे मांडतात की, प्रत्येक मानवी निर्णय हा आनंद आणि दुःख या प्रेरणांच्याद्वारे मोजला जातो. ते असा विचार मांडतात की, प्रत्येक राजकीय निर्णय अशा रीतीने मोजण्याचा प्रयत्न केला पाहिजे ज्याद्वारे दुःखावर आनंदामार्फत मात केली जाऊ शकेल. म्हणून सरकार व सरकारविरोधी पक्ष यासंबंधीचे मत हे अमूर्त वैयक्तिक हक्कांच्याद्वारे न बनविता ते मोठ्या प्रमाणात समाजात सुखासीनता कशी निर्माण करतात याद्वारे बनवावे.

अशा प्रकारे मानवी हक्काचा मूलाधार हा मूल्यांची उपयोगिता असला पाहिजे असे उपयोगितावादी विचारवंतांचे मत आहे.

● न्यायावर आधारित हक्क

जॉन रावल्स (John Rawles) यांच्या 'न्यायाचा सिद्धान्त' (A Theory of Justice) या महत्त्वपूर्ण सिद्धान्तात न्यायाची व्याख्या करताना जॉन रावल्स म्हणतात की, 'सामाजिक संस्थांचा सद्गुण म्हणजे न्याय.' मानवी हक्कावर भाष्य करताना रावल्स म्हणतात की, 'मानवी हक्क' म्हणजे न्यायाचा शेवट होय. म्हणून मानवी हक्कांचे आकलन करण्यात न्यायाची भूमिका अत्यंत महत्त्वाची आहे. आधुनिक समाजात मानवी हक्कांचा कोणताही राष्ट्रीय आणि आंतरराष्ट्रीय सिद्धान्त रावल्स यांच्या सिद्धान्तांचा विचार केल्याशिवाय पुढे जाऊ शकत नाही. त्यामुळे प्रथम आपण रावल्स यांच्या सिद्धान्तावर चर्चा करणार आहोत.

न्यायाचे हक्क काय आहेत? दुसऱ्या शब्दांत हे विधान करावयाचे झाल्यास नैतिकतेची तत्त्वे कोणती किंवा नियमांचा आधार कोणता की ज्याला समाजाची मान्यता असते? रावल्स असे गृहीत धरतात की, न्यायाची (नैतिकतेची) तत्त्वे, व्यावहारिक दृष्टीने विचार करता स्वयंसिद्ध नसतात, तर ती नैतिक आणि राजकीय तत्त्वज्ञानातील सामाजिक कराराच्या परंपरांच्या माध्यमातून तयार केली जाऊ शकतात.

न्यायाची तत्त्वे निश्चित करण्याच्या टप्प्याच्या मांडणीचा विचार करता रावल्स अशी कल्पना करतात की, स्त्री-पुरुषांचा एक गट सामाजिक कराराच्या माध्यमातून एकत्र आला. मग ते विचार करतात की ठेकेदाराची मूळ स्थिती कोणती? याचे उत्तर देताना रावल्स म्हणतात की, सत्ता आणि स्वातंत्र्य या संदर्भात ठेकेदाराने दिलेली समानता होय. मानसशास्त्र, समाजशास्त्र, अर्थशास्त्र, सामाजिक संघटना आणि मानवी संस्थांचा सिद्धान्त यांची ही सर्व ज्ञात सर्वसामान्य तत्त्वे रावल्स यांनी गृहीत धरली आहेत. रावल्स यांच्या मते समाजाच्या या ठेकेदारांनी स्वतःच्या समाजाच्या विशिष्ट परिस्थितीच्या संदर्भात किंवा त्यांच्या समाजातील व्यक्ती, लिंग, वंश, सामाजिक स्थिती, संपत्ती, बुद्धिमत्ता, मते, आकांक्षा आणि अभिरुची या संदर्भात अज्ञानाचा बुरखा तरी पांघरलेला असतो किंवा अज्ञानाचे ढोंग तरी केलेले असते; म्हणून समाजाच्या ठेकेदारांना स्व-हितसंबंधी निर्णय घेण्यापासून प्रतिबंधित केले जाते.

मग प्रश्न असा निर्माण होतो की, न्यायाचे कोणते तत्त्व निवडावे? या प्रश्नाचे उत्तर देताना रावल्स असा दावा करतात की, जर समाजाचे ठेकेदार त्यांच्या मूळ स्थितीत बुद्धिप्रामाण्यवादी असते आणि जर ते निःस्वार्थीपणाच्या स्थितीत असते

किंवा ते जर त्यांच्या स्वतःच्या दर्जा आणि आशा याबाबत अज्ञानी असते तर त्यांनी न्यायाची दोन तत्त्वे निवडली असती, ती खालीलप्रमाणे-

अ) रावल्स यांचे न्यायाचे पहिले तत्त्व हे की प्रत्येक व्यक्तीला समान हक्क मिळाले पाहिजेत. हे अधिकार एकूण समाजव्यवस्थेच्या समान मूलभूत स्वातंत्र्यावर आधारित असावे.

ब) रावल्स यांचे न्यायाचे दुसरे तत्त्व हे वितरणात्मक न्यायाशी संबंधित आहे. हे तत्त्व असा विचार धारण करते की आर्थिक आणि सामाजिक समानता अशा तऱ्हेने व्यवस्थितपणे मांडली पाहिजे की, ज्याद्वारे मितव्ययाच्या तत्त्वानुसार कमीतकमी मदतीच्या साहाय्याने जास्तीतजास्त फायदा मिळविणे शक्य होईल. आणि एखाद्या स्थानावर आणि कार्यालयात सर्व परिस्थितीत संधीची समानता असेल. रावल्स यांची दोन तत्त्वांच्या पाठीमागे न्यायाची जी सर्वसामान्य संकल्पना आहे ती म्हणजे प्रामाणिकपणा होय.

रावल्स याचे न्यायाचे पहिले तत्त्व मूलभूत स्वातंत्र्यावर प्रकाशझोत टाकते, तर दुसरे तत्त्व न्यायाच्या वितरणात्मक समस्यांवर प्रकाश टाकते.

कायदेतज्ज्ञांच्या मते न्याय म्हणजे साध्या शब्दांत सदाचरणी, प्रामाणिक, योग्य आणि समानतेच्या पार्श्वभूमीवर वापरण्यात येणारी संज्ञा होय. न्याय ही अशी एक महत्त्वपूर्ण संज्ञा आहे की, जिने अनेक क्षेत्रातील विद्वानांचे व विशेषत: कायदेशास्त्रज्ञांचे व तत्त्वज्ञानाचे लक्ष आकर्षित केले. जर निरंकुश न्याय साध्य करावयाचा असेल तर विद्वानांना अनेक घटक निर्धारित करावे लागतात. न्यायाच्या संकल्पनेची जर मोजणी करावयाची असेल तर अनेक साधनांचा वापर करावा लागतो; जर तुम्हाला परिपूर्ण न्याय साध्य करावयाचा असेल तर तुम्हाला समानता, नैतिकता, नीतिशास्त्र इत्यादी संकल्पनांवरही भर द्यावा लागतो. मानवी हक्कांचा हेतू हा प्रत्येक राज्याने आपल्या नागरिकांना स्थिर परिस्थिती प्राप्त करून दिली पाहिजे हा असतो. प्लेटो या तत्त्वज्ञाच्या मते, न्यायाला सर्वोच्च मूल्य असून ते साध्य करणे राज्याचे कर्तव्य आहे.

न्यायाच्या साहाय्यानेच अनेक मानवी हक्क साध्य करणे शक्य असल्याने मानवी हक्कांच्या अभ्यासात न्यायाचे अध्ययन तितकेच महत्त्वाचे आहे.

• प्रतिष्ठेवर आधारित हक्क

अनेक मानवी हक्क सिद्धान्तकारांनी बहुव्यापक मानवी हक्क व्यवस्था ही मूल्यधोरणांच्या स्थितीज्ञानावर आधारित दृष्टिकोनावर स्थापित करून, मानवी प्रतिष्ठेला संरक्षण प्राप्त करून दिले. काही धार्मिक तत्त्वज्ञांच्या मते मनुष्यातील पावित्र्य हे

मानवाच्या प्रतिष्ठेचा स्वाभाविक गुणधर्म होय. या सिद्धान्ताचे धर्मनिरपेक्ष स्पष्टीकरण करणारे सिद्धान्तकार मॅक्ड्यूगल एम. एस. (Mc. Dougal M. S.), लॅसवेल एच. डी. (Lasswell H. D.), चेन एल. सी. (Chen L. C.) यांनी अशा मानवी हक्कांची मागणी केली जे सर्व प्रकारच्या मूल्यांवर व जी मूल्ये मानवी हक्कांवर अवलंबून असतात. परस्परावलंबी मूल्ये ही मानवी प्रतिष्ठेच्या नियमाअंतर्गत येतात. मानवी प्रतिष्ठेत मान, सत्ता, प्रबोधन, कल्याण, आरोग्य, कौशल्य, प्रेम आणि नीतिमत्ता यांचा अंतर्भाव होतो.

मॅक्ड्यूगल यांना मानवी प्रतिष्ठेच्या मूल्यासाठी लोकांच्या सर्वसामान्य वाढत्या मागण्या आणि त्यांची प्रत्यक्ष साध्यसंप्राप्ती यात मोठ्या प्रमाणात विसंगती दिसून आली. अर्थात, ही विसंगती प्रामुख्याने पर्यावरणात्मक घटकांमुळे घडली. या पर्यावरणात्मक घटकांत प्रामुख्याने लोकसंख्या, संसाधने, संस्थात्मक व्यवस्था आणि काही पूर्वनियोजित घटक यांचा समावेश होतो. मॅक्ड्युगल यांच्या मतानुसार मानवी हक्कांच्या मूल्यांचे अंतिम उद्दिष्ट हे आहे की जागतिक समुदायात मूल्यांचे लोकशाहीवर आधारित वितरण करण्यास उत्तेजन देणे आणि उपलब्ध संसाधनांचा जास्तीतजास्त वापर करणे तसेच सामाजिक धोरणाची उद्दिष्टे साध्य करण्यासाठी सामाजिक प्रतिष्ठेला संरक्षण देणे. समाजातील मानवी प्रतिष्ठा व तद्संबंधीची मूल्ये जतन करणे हे मानवी हक्क संरक्षण यंत्रणेचे महत्त्वाचे कार्य होय.

कायदेतज्ज्ञांच्या मते प्रतिष्ठा हेसुद्धा एक मूल्य असून जे व्यक्तींच्या वर्तनाला नियमित करते. 'प्रतिष्ठा' हे मूल्य प्रमाणके आणि नीतिशास्त्रीय मापदंड असून त्याचे पालन आणि स्वीकार करण्याचे नियम ठरविण्याचे काम समाजाचे म्हणजेच राज्याचे आहे.

आपल्या दैनंदिन आंतरसंबंधात व्यक्तींनी इतर व्यक्तींशी वर्तन करताना आपली व दुसऱ्याचीही प्रतिष्ठा जपण्याचा प्रयत्न करणे गरजेचे आहे. शिवाय प्रतिष्ठा आपणास हे शिकविते की, अशी कोणतीही परिस्थिती निर्माण करू नका की ज्यामुळे अन्य व्यक्तीत भावनात्मक, मानसशास्त्रीय, भौतिक तणावाची परिस्थिती निर्माण होईल.

मानवी संबंध व मानवी हक्क यांचे नियमन करण्यात प्रतिष्ठा अत्यंत महत्त्वाची भूमिका बजावते. ज्या मानवी हक्कांचे नियमन प्रतिष्ठा करते त्यात प्रामुख्याने स्वातंत्र्य, समानता, स्वायत्तता इत्यादी मूलभूत हक्कांचा समावेश होतो. मानवी हक्कांच्या सार्वभौमिक जाहीरनाम्यात हे नमूद आहे की, 'कायद्यासमोर सर्व व्यक्ती समान आहेत.' हे मूल्य प्रतिष्ठेशी निगडित आहे. आज मात्र स्वत:च्या प्रतिष्ठेला चिकटून न राहण्याच्या मानवी प्रवृत्तीमुळे त्या संदर्भात काही प्रश्न आकाराला येतात.

अशा पद्धतीने प्रतिष्ठा एक मूल्य असून प्रतिष्ठेचे रक्षण म्हणजे एक प्रकारे मानवी हक्कांचे रक्षण होय व त्यासाठी राज्य व व्यक्ती यांचे प्रयत्न महत्त्वाचे ठरतील.

• समानतेवर आधारित हक्क

आधुनिक सिद्धान्तकारांचा उल्लेखनीय पैलू हा की हक्कांच्या विविध सिद्धान्तांचे त्यांनी स्पष्टपणे एकीकरण करण्याचा प्रयत्न केला होता. या संदर्भात रोनाल्ड ड्वारकीन (Ronald Dworkin) यांचा समेट सिद्धान्त (Reconcile Theory) अभ्यासणे आवश्यक आहे.

रोनाल्ड ड्वारकीन हे त्यांच्या सिद्धान्ताची सुरुवात राजकीय नैतिकतेच्या गृहीततत्त्वापासून करतात. राजकीय नैतिकता या गृहीततत्त्वाचा अर्थ असा की, सरकारने त्यांच्या सर्व नागरिकांना समानतेने आणि सन्मानाने वागवावे.

ड्वारकीन यांनी नंतर असे प्रतिपादन केले होते की, उपयोगितावादी तत्त्वज्ञानाच्या आधारे समानतेच्या वैशिष्ट्यांचा विचार करावा. याचा अर्थ असा की, प्रत्येकाची गणती एकदाच व्हावी व कोणाचाही विचार एकापेक्षा जास्त वेळा केला जाऊ नये. राजकीय भाषेत हाच विचार सांगावयाचा झाल्यास असे म्हणता येईल की, एक व्यक्ती एक मत. एकापेक्षा जास्त मत देण्याचा अधिकार कोणासही नाही. हे समानतेचे तत्त्व असून समकालीन समाजात त्यास मान्यता मिळाली आहे.

ड्वारकीन यांचा असा विश्वास होता की, स्वातंत्र्य ही संज्ञा अत्यंत मोघम स्वरूपाची आहे; परंतु काही विशिष्ट स्वातंत्र्यांना विशिष्ट स्वरूपाचे संरक्षण व हस्तक्षेपापासून मुक्ती मिळाली पाहिजे. या प्रकारच्या काही स्वातंत्र्यात भाषण स्वातंत्र्य, धार्मिक स्वातंत्र्य, संघटना स्वातंत्र्य आणि वैयक्तिक व लैंगिक संबंध प्रस्थापित करण्याच्या स्वातंत्र्यांना विशेष संरक्षण मिळणे गरजेचे आहे. ही सर्व स्वातंत्र्ये समानतेचे द्योतक आहेत.

ड्वारकीन यांनी स्वातंत्र्य आणि समानता यातील अंतर कमी करण्याचा प्रयत्न केला होता. ड्वारकीन यांचा समानतेचा सिद्धान्त हा मौल्यवान आहे; कारण या सिद्धान्ताने संघर्षात्मकतेपेक्षा तर्कसंगततेवर भर दिला होता.

कायदेतज्ज्ञांच्या दृष्टिकोनातून मानवी हक्काचा अंगभूत घटक म्हणजे समानता होय. अगदी प्राचीन काळापासून ते आधुनिक काळापर्यंत लोक एकमेकांशी झगडत असतात ते समानतेचे तत्त्व आत्मसात करण्यासाठी. सर्वसामान्यपणे समानतेत सर्व लोकांना एकाच वर्गात समाविष्ट करण्याचा ठराव आहे. त्यासाठी कायद्याची व न्यायाची तत्त्वे कोणताही भेद न करता अमलात आणली पाहिजे. समानता ही सापेक्ष संज्ञा असून त्यात अनेक घटकांच्या आधारे भेद केला जातो. मानवी हक्कांच्या

सार्वभौमिक जाहीरनाम्यात आणि विविध राष्ट्रांच्या राज्यघटनेत सर्व लोकांना त्यांच्यात कोणताही भेद न करता समान पायावर उभे केले आहे. याचा अर्थ समानतेचे तत्त्व आज सर्व राष्ट्रांनी स्वीकारले आहे.

जरी सर्व लोक समान समजले जात असले, कायद्यासमोर सर्व नागरिक समान मानले जात असले तरी विविध सुविधा आणि संसाधनांचा वापर याचा विचार करता प्रत्यक्षात अशी समानता अस्तित्वात येणे शक्य नाही.

खऱ्या अर्थाने समानता प्रस्थापित करावयाची असेल तर सामाजिक, आर्थिक आणि सांस्कृतिक भेदातील अंतर नष्ट करण्याची गरज असून ते काम सोपे नाही.

समानतेच्या हक्कांच्या संदर्भात शेवटी एवढेच म्हणता येईल की समानतेचा मानवी हक्क सर्व राष्ट्रांनी तत्त्वत: स्वीकारला जरी असला तरी वास्तवतेत अगदी साम्यवादी राष्ट्रांनासुद्धा संपूर्ण समानता प्रस्थापित करण्यात यश मिळाले नाही.

समारोप

या प्रकरणात आपण प्रामुख्याने मानवी हक्क या संकल्पनेच्या पूर्वेतिहासाचा आढावा घेताना एक गोष्ट लक्षात येते ती ही की, प्राचीन काळी मानवी हक्काच्या संकल्पनेची जाणीव जनतेत नव्हती व कायदेशीर दृष्टीने विचार करता मानवाला तसे कोणतेच हक्क तत्कालीन सरकारतर्फे प्रदान करण्यात आले नव्हते. मानवी हक्काची तीव्रतेने जाणीव जगातील नेत्यांना झाली ती दुसऱ्या महायुद्धानंतर. जर्मनीतील नाझीने केलेली ज्यूंची निर्घृण हत्या व अमेरिकेने जपानमधील हिरोशीमा व नागासाकी या शहरांवर टाकलेले अणुबॉम्ब व त्यात निरपराध जपानी लोकांचा गेलेला बळी या दोन घटनांमुळे जगातील नेते अंतर्मुख बनले व परिणामत: १९४८ साली 'मानवी हक्काचा सार्वभौमिक जाहीरनामा' (Universal Declaration of Human Rights - UDHR) प्रसिद्ध झाला व मानवी हक्काच्या रक्षणाच्या दृष्टीने पहिले पाऊल टाकले गेले.

या प्रकरणात आपण मानवी हक्कांच्या ऐतिहासिक समालोचनावर विवेचन करताना मानवी हक्कांचे विशेष कायदे व नियम, मानवी हक्कांचा उदय, विकास तसेच डॉ. उमेश चंद्र यांनी प्राचीन, मध्ययुगीन व आधुनिक कालखंडातील मानवी हक्कांच्या परिस्थितीवर केलेली चर्चा यांचा आढावा घेतला; यात अटलान्टिक सनदवर सविस्तर चर्चा केली.

यानंतर याच प्रकरणात मानवी हक्काच्या अध्ययनाच्या दोन दृष्टिकोनांवर चर्चा केली. त्याचबरोबर मानवी हक्काच्या इतर सिद्धान्तांवरही सविस्तर चर्चा केली.

सर्वसाधारणपणे या प्रकरणात आपण मानवी हक्काचा अर्थ, ऐतिहासिक विकास व त्यासंबंधीच्या सैद्धान्तिक दृष्टिकोनांवर प्रकाशझोत टाकला आहे.

प्रकरण दोन

मानवी हक्कांचे प्रकार व सामाजिक न्याय

अध्ययनाची उद्दिष्टे

○ मानवी हक्कासंबंधी संयुक्त राष्ट्रसंघाचे दोन जाहीरनामे व त्यांची पार्श्वभूमी जाणून घेण्यासाठी.

○ मानवी हक्कांच्या वर्गीकरणाचे स्वरूप जाणून घेण्यासाठी.

○ 'न्याय' या संकल्पनेचा अर्थ समजून घेण्यासाठी.

○ 'सामाजिक न्याय' या संकल्पनेचा अर्थ समजण्यासाठी व त्या संबंधीच्या दृष्टिकोनांचे आकलन होण्यासाठी.

○ न्यायसंस्थेची पार्श्वभूमी व तिचा एकूण इतिहास याची माहिती होण्यासाठी.

○ १९४८ साली जाहीर झालेल्या संयुक्त राष्ट्रसंघाच्या जाहीरनाम्याच्या स्वरूपाचे आकलन होण्यासाठी.

प्रस्तावना

मागील प्रकरणात आपण मानवी हक्क या संकल्पनेचा अर्थ, ऐतिहासिक समालोचन, मानवी हक्कांच्या संदर्भात मांडलेले विविध सैद्धान्तिक दृष्टिकोन इत्यादींवर सविस्तर चर्चा केली आहे. प्रस्तुत प्रकरणाच्या पहिल्या भागात, आपण मानवी हक्कांच्या विविध प्रकारांवर, विशेषत: संयुक्त राष्ट्रसंघाने या संदर्भात ज्या विविध मानवी हक्कांना मान्यता दिली, यावर विवेचन करणार आहोत. याशिवाय नागरी हक्क, लोकशाहीवादी हक्क आणि मानवी हक्क यांच्यातील भेदांवर ही चर्चा करणार आहे. त्याचप्रमाणे दुसऱ्या भागात आपण सामाजिक न्याय या संकल्पनेचा अर्थ, सामाजिक न्यायाची

वैशिष्ट्ये, सामाजिक न्यायाचे प्रकार यावरही विवेचन करणार आहोत. त्याचबरोबर सामाजिक न्यायाचे प्रश्न आणि पैलू यावरही प्रकाशझोत टाकण्याचा प्रयत्न करणार आहोत. या प्रकरणाच्या तिसऱ्या भागात मानवी हक्कांच्या सार्वभौमिक जाहीरनाम्यातील तरतुदींचा विचार करताना तिसऱ्या जगाच्या दृष्टिकोनातून मानवी हक्कांचे विश्लेषण अभ्यासणार आहोत.

भाग : १

संयुक्त राष्ट्रसंघाचे दोन करारनामे (Two Covenants of United Nations)

मानवी हक्कांसंबंधीचा पहिला जाहीरनामा १९४८ साली संयुक्त राष्ट्रसंघाच्या सर्वसाधारण सभेने मंजूर केला. या जाहीरनाम्यानुसार मानवी हक्क हे मानवतेच्या सद्गुणांवर आधारलेले असून जगातील सर्व मानवांना लागू आहेत. यानुसार सर्व मानवांना त्याच्या वंश, रंग, लिंग, भाषा, धर्म, जन्मस्थळ आणि श्रद्धा यांचा विचार न करता समानतेचे हक्क प्रदान करण्यात आले. १९४८ साली जेव्हा हा जाहीरनामा प्रसिद्ध झाला तेव्हा संयुक्त राष्ट्रसंघाची सभासद संख्या केवळ ४८ एवढीच होती. १९६२ साली राष्ट्रसंघाची सभासद संख्या १०० झाली तर १९६६ साली ती ११२ एवढी झाली. २००० साली संयुक्त राष्ट्रसंघाची सभासद संख्या १८९ एवढी होती तर २००८ साली ती १९७ एवढी झाली. आज बहुसंख्य राष्ट्रांनी १९४८ सालचा मानवी हक्काचा जाहीरनामा स्वीकारला असला तरी सर्व राष्ट्रांनी सर्व हक्क मान्य केले होते वा आहेत असे म्हणता येत नाही.

हा जाहीरनामा स्वीकारल्यानंतरही संयुक्त राष्ट्रसंघाला या जाहीरनाम्यातील तरतुदींना एकात्म करण्यासाठी कायद्याचा आधार घ्यावा लागला कारण या जाहीरनाम्यातील तरतुदी या केवळ एक विधान आहेत व त्या बंधनकारक नाहीत असे अनेक राष्ट्रांचे मत होते. दुसरे महायुद्ध संपल्यानंतर जगातील राष्ट्रांत दोन गट पडले होते. एक गट होता अमेरिका आदी राष्ट्रगटांचा तर दुसरा सोव्हिएटवादी राष्ट्रगटांचा. दुसऱ्या शब्दात सांगायचे झाले तर एक गट होता भांडवलवादी राष्ट्रांचा तर दुसरा गट होता साम्यवादी राष्ट्रांचा. या दोन गटात शीतयुद्ध सुरू होते आणि ते लढले जात होते पैसा व शब्द या शस्त्राद्वारे; या दरम्यान मानवी हक्काचा उदयाला आलेला कायदेशीर इमला हा त्यांच्या स्वाधीन असलेले एक हत्यार बनला. या दोन्ही बाजूंच्या राष्ट्रांनी जाहीरनाम्यातील काही भागाचा उपयोग केला की जो भाग त्यांच्या विचारप्रणालीला योग्य वाटत होता. अमेरिकेने मानवी हक्कांतील नागरी आणि राजकीय या मर्यादित हक्कांना मान्यता

दिली- जे प्रामुख्याने उदारीकरणाच्या बाजारी अर्थव्यवस्थेच्या दृष्टीने फायदेशीर ठरणारे आहेत; तर सोव्हिएट रशियाने मात्र आर्थिक आणि सामाजिक हक्क मानवी हक्कांचे केंद्र असल्याचे सांगून ते या हक्कांच्या संदर्भात फार पुढे असल्याचे प्रतिपादन करून त्यासच फक्त मान्यता दिली. याचा परिणाम असा झाला की तब्बल १८ वर्षानंतर म्हणजे १९६६ साली संयुक्त राष्ट्रसंघाने दोन्ही गटांच्या दबावाखाली येऊन दोन स्वतंत्र करार केले. यातील पहिला करार हा नागरी आणि राजकीय हक्कांशी संबंधित होता. २००० सालापर्यंत या करारास १४७ राष्ट्रांनी मंजुरी दिली. दुसरा करार हा आर्थिक, सामाजिक आणि सांस्कृतिक हक्कांशी संबंधित होता व आजपर्यंत (२००५ सालापर्यंत) १४१ राष्ट्रांनी या करारास मंजुरी दिली असली तरी अमेरिकेने मात्र या हक्कास मंजुरी दिली नव्हती. या दोन्ही करारास कायदेशीर मंजुरी व पाठिंबा १९७६ साली म्हणजे करार मंजूर झाल्यानंतर १० वर्षांनी मिळाला. परंतु यातही मूळ आराखड्यात काही उणिवा होत्या. त्या म्हणजे या कायदेशीर दस्तऐवजात अंमलबजावणीच्या संदर्भात कार्यपद्धतीचा उल्लेख नव्हता.

या दोन्ही करारात मंजूर करण्यात आलेल्या मानवी हक्कांच्या प्रकारांची यादी खालीलप्रमाणे आहे-

- **नागरी आणि राजकीय हक्कांचे प्रकार**

१) जीवनाचा (जीवन जगण्याचा) हक्क.
२) छळ, क्रूर वागणूक, अमानवी किंवा अवमानात्मक वागणुकीपासून स्वातंत्र्य मिळण्याचा हक्क.
३) गुलामगिरीतून स्वातंत्र्य मिळण्याचा हक्क.
४) जुलमी अटक व कैदेपासून मुक्तता (ज्या व्यक्तींना त्यांच्या स्वातंत्र्यापासून कायदेशीरपणे वंचित करण्यात आले होते त्यांना परोपकारी व सन्मानपूर्वक वागणूक) मिळण्याचा हक्क.
५) चळवळीचे स्वातंत्र्य आणि राज्यातील कोणत्याही क्षेत्रात राहण्यासाठी जागा निवडण्याचे स्वातंत्र्य.
६) जगातल्या कोणत्याही राष्ट्राचा त्याग करून स्वत:च्या राष्ट्रात प्रवेश करण्याचे स्वातंत्र्य.
७) न्यायालय व न्यायासन यासमोर समानतेचा हक्क.
८) कायद्याद्वारे समान संरक्षणाचा हक्क.
९) कायद्यासमोर प्रत्येकाला व्यक्ती म्हणून मान्यता देण्याचा हक्क.

१०) एखाद्या व्यक्तीच्या खासगी आयुष्यात, कुटुंबात, घरात आणि व्यवहारात जुलमी पद्धतीने किंवा बेकायदेशीररीत्या हस्तक्षेप न करण्याबाबतचा हक्क; तसेच एखाद्याच्या सन्मानावर आणि नावलौकिकावर बेकायदेशीर हल्ला न करण्याबाबतचा हक्क.

११) विचार, सदसद्विवेकबुद्धी आणि धर्म यासंबंधी स्वातंत्र्य.

१२) कोणत्याही हस्तक्षेपाशिवाय आपले मत धारण करण्याचा हक्क.

१३) आपला भावनात्मक आविष्कार व्यक्त करण्याचे स्वातंत्र्य की ज्यात माहितीचा शोध घेण्याचा, माहिती प्राप्त करण्याचा व ती इतरांना देण्याच्या हक्कांचा समावेश आहे.

१४) शांततापूर्वक सभा घेण्याचा, मंडळ स्थापन करण्याचा हक्क. या हक्कात कामगार संघटना स्थापन करणे व त्याचे सभासदत्व स्वीकारणे याचाही समावेश आहे.

१५) विवाह करण्याची इच्छा असणाऱ्या जोडप्याला मुक्त आणि पूर्ण सहमतीने विवाह करण्याचा व कुटुंब स्थापन करण्याचा हक्क.

१६) प्रत्यक्षपणे किंवा मुक्तपणे निवडलेल्या प्रतिनिधीमार्फत कोणत्याही सार्वजनिक कार्यात सहभागी होण्याचा हक्क.

१७) अल्पसंख्याक नागरिकांना त्यांची संस्कृती, त्यांचा व्यवसाय, त्यांच्या धर्माच्या प्रथा आणि त्यांची स्वतःची भाषा वापरण्याचा हक्क.

• आर्थिक, सामाजिक आणि सांस्कृतिक हक्कांचे प्रकार

१) कामाचा हक्क.

२) कामाच्या ठिकाणची परिस्थिती योग्य आणि अनुकूल असण्याचा व कामाचा आनंद उपभोगण्याचा हक्क.

३) कामगार संघटनांची निर्मिती करण्याचा व त्याचे सभासद बनण्याचा हक्क.

४) सामाजिक विचारासमवेत सामाजिक सुरक्षा मिळण्याचा हक्क.

५) कुटुंबाला संरक्षण मिळण्याचा हक्क.

६) सुयोग्य जीवनमान किंवा राहणीमान प्राप्त करण्याचा हक्क.

७) शारीरिक आणि मानसिक आरोग्याचा सर्वोच्च दर्जा प्राप्त करून जीवन उपभोगण्याचा हक्क.

८) प्रत्येकाला शिक्षण मिळण्याचा हक्क.

९) सांस्कृतिक जीवनात सहभागी होण्याचा हक्क.

मानवी हक्कांचे वर्गीकरण

'मानवी हक्क' ही अत्यंत विस्तृत अशी संकल्पना असून त्यांचे वर्गीकरण करणे सोपे नाही; परंतु विविध तज्ज्ञांनी आपापल्या दृष्टिकोनातून मानवी हक्कांचे वर्गीकरण खालीलप्रमाणे केले आहे. (खालील आकृती पाहा)

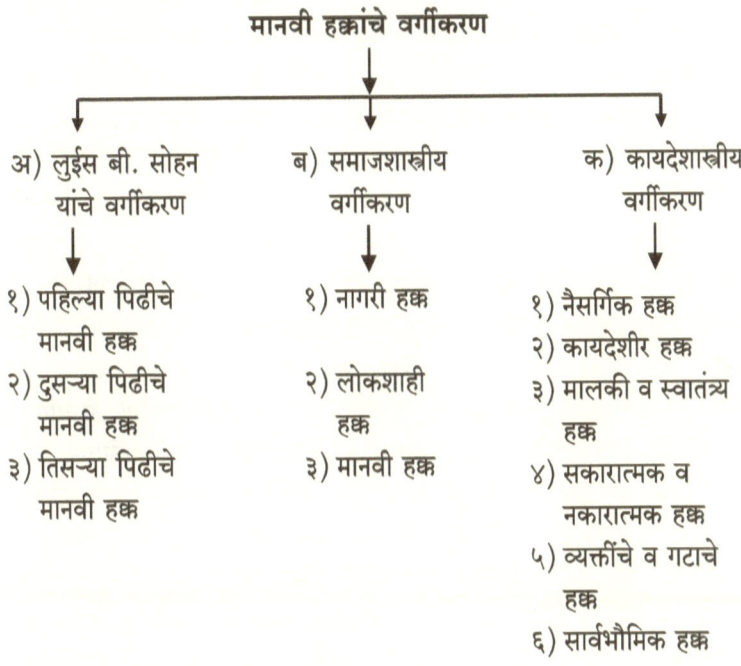

मानवी हक्कांचे वर्गीकरण

अ) लुईस बी. सोहन यांचे वर्गीकरण

१) पहिल्या पिढीचे मानवी हक्क

२) दुसऱ्या पिढीचे मानवी हक्क

३) तिसऱ्या पिढीचे मानवी हक्क

ब) समाजशास्त्रीय वर्गीकरण

१) नागरी हक्क

२) लोकशाही हक्क

३) मानवी हक्क

क) कायदेशास्त्रीय वर्गीकरण

१) नैसर्गिक हक्क

२) कायदेशीर हक्क

३) मालकी व स्वातंत्र्य हक्क

४) सकारात्मक व नकारात्मक हक्क

५) व्यक्तींचे व गटाचे हक्क

६) सार्वभौमिक हक्क

अ) लुईस बी. सोहन यांचे वर्गीकरण

लुईस बी. सोहन यांनी मानवी हक्कांचे वर्गीकरण करताना मानवी पिढ्यांनुसार केले असून ते पुढील तीन प्रकारचे आहे–

१) पहिल्या पिढीचे मानवी हक्क (The Human Rights of First Generation)

पहिल्या पिढीच्या मानवी हक्कांत आंतरराष्ट्रीय करारात मंजूर करण्यात आलेल्या सर्व नागरी व राजकीय हक्कांचा समावेश होतो. लुईस बी. सोहन यांच्या मते हे हक्क प्राचीन काळापासून अस्तित्वात असून त्यांचा उल्लेख ग्रीक नगरराज्याच्या व्यवस्थेत आढळतो. तसेच हे हक्क घट्ट करण्याचे कार्य, अमेरिकन स्वातंत्र्याचा जाहीरनामा आणि मानवाच्या आणि नागरिकांच्या हक्कांसंबंधीचा फ्रान्सचा जाहीरनामा, यांनी

केले. म्हणून या हक्कांवर मानवी मूल्यांचे प्रतिबिंब पडल्याचे दिसते आणि म्हणूनच विविध राष्ट्रांच्या राज्यघटनेत या हक्कांना प्राधान्य मिळून त्यांचा समावेश त्यात करण्यात आला होता.

या नागरी आणि राजकीय हक्कांचा समावेश महत्त्वाच्या विविध आंतरराष्ट्रीय व राष्ट्रीय दस्तऐवजात झाल्यामुळे आंतरराष्ट्रीय समुदायात मोठ्या प्रमाणात मतैक्य निर्माण झाले. या संदर्भात लुईस बी. सोहन असे सूचित करतात की नागरी आणि राजकीय हक्क संरक्षित करण्याची जी करारात्मक तरतूद करण्यात आली त्यामुळे या हक्कांचा प्रसार इतका विस्तृत झाला की, त्या हक्कांना मानवी कायद्याचे रूप प्राप्त झाले.

२) दुसऱ्या पिढीचे मानवी हक्क (The Human Rights of Second Generation)

दुसऱ्या पिढीच्या मानवी हक्कांत प्रामुख्याने आर्थिक, सामाजिक व सांस्कृतिक हक्कांचा अंतर्भाव होतो. काही तज्ज्ञांच्या मते, नागरी व राजकीय हक्कांचा उगम हा अमेरिकेत व फ्रान्समध्ये झालेल्या राज्यक्रांतीत ज्याप्रमाणे आहे त्याचप्रमाणे आर्थिक आणि सामाजिक हक्कांचा उगम १९१७ साली झालेल्या रशियातील राज्यक्रांतीत आहे. १९१९ साली फ्रान्समध्ये जी शांतता परिषद झाली होती त्याचाही परिणाम म्हणजे ही हक्कांची निर्मिती होय. फ्रान्समधील पॅरिस शहरात जी शांतता परिषद झाली होती तिचा आणखी एक परिणाम म्हणजे 'आंतरराष्ट्रीय कामगार संघटनेची स्थापना' हा होय. या संघटनेने 'सामाजिक न्याय' या संकल्पनेवर भर दिला होता. त्यांनी असे जाहीर केले होते की, 'सामाजिक न्यायाच्या माध्यमातून शांतता स्थापन होऊ शकेल. तसेच कामगारांच्या परिस्थितीच्या संदर्भात दयाळू किंवा परोपकारी वृत्तीचा स्वीकार करण्यात ज्या राष्ट्रांना अपयश येईल ती राष्ट्रे इतर राष्ट्रांच्या कामगारांच्या प्रगतीत अडथळा ठरू शकतील. आंतरराष्ट्रीय कामगार संघटना अनेक आंतरराष्ट्रीय कामगारांचे आदर्श म्हणून कार्य करण्यात यशस्वी ठरली. अनेक आंतरराष्ट्रीय कामगारांच्या अधिवेशनांमुळे व त्यांनी सूचविलेल्या शिफारशींमुळे त्यांच्याविषयीच्या तक्रारींचे परीनिरीक्षण व शोध याबाबत परिणामकारक व्यवस्था निर्माण झाली.

परंतु, आर्थिक-सामाजिक हक्कांच्या संदर्भात खरा यशाचा धनी कोण असेल, तर ते होते अमेरिकेचे तत्कालीन अध्यक्ष रूझवेल्ट, ज्यांनी प्रथमत: अशी आशा व्यक्त केली की, कामगार संघटना या आर्थिक व सामाजिक हक्कांची हाताळणी करणारे महत्त्वाचे साधन होय. अमेरिकन काँग्रेसला त्यांच्या ६ जानेवारी १९४१ च्या अधिवेशनात संदेश देताना रूझवेल्ट यांनी चार प्रकारच्या अत्यावश्यक स्वातंत्र्यांची घोषणा केली. ही चार स्वातंत्र्ये म्हणजे- १) भाषण स्वातंत्र्य व अभिव्यक्ती स्वातंत्र्य २) प्रत्येक

व्यक्तीला तिच्या मर्जीच्या परमेश्वराची पूजा करण्याचे स्वातंत्र्य ३) गरजांचे स्वातंत्र्य आणि ४) भीतीतून मुक्तीचे स्वातंत्र्य. भावी जगाच्या जीवनाचा पाया रचण्याचे कार्य रूझवेल्ट यांनी केले. 'गरजांपासून मुक्ती' या विधनाद्वारे आर्थिक व सामाजिक हक्कांचा पाया तयार झाला. रूझवेल्ट यांनी १९४४ साली अमेरिकेच्या काँग्रेसला दिलेल्या दुसऱ्या संदेशात असे म्हटले की, 'गरजांपासून मुक्ती' ही संकल्पना स्पष्ट करणे आवश्यक आहे. आर्थिक सुरक्षा आणि स्वातंत्र्य याशिवाय खऱ्या अर्थाने वैयक्तिक स्वातंत्र्य अस्तित्वात येऊ शकणार नाही. ते पुढे असेही म्हणतात की, भुकेले आणि बेरोजगार लोक या हुकूमशाहीच्या वस्तू असून, हे आर्थिक सत्य पुराव्यासह स्वीकारणे आवश्यक आहे. या विचाराचे रूझवेल्ट पुरस्कर्ते होते. आजच्या जगातील आर्थिक प्रश्न हे धोक्याचे परिमाण आहे म्हणून त्यांनी आर्थिक व सामाजिक क्षेत्रात मूलगामी सुधारणांचे समर्थन केले होते. रूझवेल्ट यांच्या या जाहीर निवेदनाचा संयुक्त राष्ट्रसंघावर परिणाम झाला व मानवी हक्कांच्या जाहीरनाम्यात त्याचे प्रतिबिंब उमटले.

३) तिसऱ्या पिढीचे मानवी हक्क (The Human Rights of Third Generation)

तिसऱ्या पिढीच्या हक्कांसाठी संकलित हक्क (Collective Rights) ही संज्ञा तज्ज्ञांनी वापरली होती. लुईस बी. सोहन (Louis B. Sohn) हे या संदर्भात असा विवाद करतात की, व्यक्ती या कुटुंब, धर्म, धार्मिक समुदाय, सामाजिक गट, कामगार संघटना, व्यावसायिक मंडळ, वांशिक गट, राष्ट्र आणि राज्य या गटांच्या किंवा समुदायाच्या सभासद असतात. म्हणून या गोष्टीचे आश्चर्य वाटावयास नको की आंतरराष्ट्रीय कायदे केवळ व्यक्तींच्या अदेय हक्कांनाच मान्यता देत नाहीत तर काही संकलित हक्कांनाही मान्यता देतात. हे संकलित हक्क व्यक्तींच्याद्वारे संयुक्तपणे- ज्या गट, समुदाय, राष्ट्र याद्वारे एकत्र येतात- पाळले जातात. कारेल वसाक (Karel Vasak) हे विद्वान असे निदर्शनास आणून देतात की, 'तिसऱ्या पिढीचे मानवी हक्क' हे मानवी बाजूंच्या अशा क्षेत्रात प्रवेश करतात, ज्या राज्यात त्यांचा अभाव होता. या हक्कांची जाणीव, सामाजिक पार्श्वभूमीत कार्यरत असलेल्या सर्व कर्त्यांना (Actors) त्यांच्या गटाद्वारे किंवा समुदायाद्वारे होते. या गटात राष्ट्र, राज्य, जनता आणि खासगी संस्था यांचा अंतर्भाव होतो. कारेल वसाक यांच्या मते पहिल्या दोन पिढीतील मानवी हक्क हे फ्रान्सच्या राज्यक्रांतीतील पहिल्या दोन किंवा तीन मार्गदर्शक तत्त्वांचे प्रतिनिधित्व करतात. ही मार्गदर्शक तत्त्वे म्हणजे स्वातंत्र्य व समता होय. तिसऱ्या जगातील मानवी हक्कात बंधुता या तत्त्वाचा समावेश होतो. वसाक यांच्या विचारानुसार या प्रकारचे हक्क हे एकात्मतेच्या भावनांवर आधारलेले असतात; कारण आंतरराष्ट्रीय शांतता, विकास,

पर्यावरण यासारख्या घटकांचे महत्त्व आंतरराष्ट्रीय समुदायाला समजण्यासाठी त्यांची आवश्यकता असते. संकलित हक्कांची जर योग्य प्रकारे अंमलबजावणी व्हावयाची असेल तर त्याची पूर्वअट अशी की अन्य हक्क म्हणजे राजकीय, आर्थिक किंवा दोन्ही हक्कांची योग्य अंमलबजावणी होण्याची गरज आहे.

हक्कांच्या तिसऱ्या वर्गीकरणातील महत्त्वपूर्ण हक्क म्हणजे i) स्व-निर्धारणाचा हक्क (The Right to Self-determination), ii) विकासाचा हक्क (The Right to Development), iii) शांततेचा हक्क (The Right to Peace). या प्रत्येकावर आपण थोडक्यात चर्चा करू.

i) स्व-निर्धारणाचा हक्क (The Right to Self-determination)

स्व-निर्धारणाचा हक्क हा अनेक मूलभूत संकलित हक्कांपैकी एक हक्क होय. स्व-निर्धारण हक्काच्या सद्गुणांमुळे लोकांना केवळ त्यांचा राजकीय दर्जा निर्धारित करण्याचाच हक्क प्राप्त होतो, असे नाही तर ते त्यांच्या आर्थिक, सामाजिक आणि सांस्कृतिक विकासाकडे झेप घेऊन त्यांचा पाठपुरावा करू शकतील या दृष्टीने विचार करता या हक्कात विकासात्मक हक्कही समाविष्ट आहेत.

ii) विकासाचा हक्क (The Right to Development)

सर्व मानवी हक्क आणि मूलभूत स्वातंत्र्ये की ज्यात स्व-निर्धारण हक्कही अंतर्भूत आहेत, यांनी विकासात्मक हक्काला आपल्यात कोंडून ठेवले होते. मेसर्स झी टेलीफिल्म्स विरुद्ध भारत संघराज्य या खटल्यात भारताच्या सर्वोच्च न्यायालयाच्या असे निरीक्षणात आले की, सर्व विकसनशील राष्ट्रात विकासाचा हक्क हा सर्व क्षेत्रांत मानवी हक्क म्हणून ओळखला जातो, ज्यामुळे मनुष्याची क्षमता वाढून त्यांचा विकासात्मक कार्यक्षेत्राचा आवाका वाढतो. काही तज्ज्ञांच्या मते मानवी विकास हा समाजाचे हितसंबंध जपण्यासाठीच केला जातो आणि अधिक विस्ताराने सांगावयाचे झाल्यास मानवी विकास हा राष्ट्रहितासाठीही महत्त्वाचा आहे. सर्व क्षेत्रातील प्रगती आणि विकास हा केवळ देशाच्या अर्थव्यवस्थेलाच प्रोत्साहन देतो असे नाही, तर भारतातील जनतेच्या राहणीमानाचा दर्जाही उंचावण्यास मदत करतो.

विकासाच्या हक्काविषयीच्या जाहीरनाम्यातील कलम १ मधील तरतुदी पुढीलप्रमाणे आहेत–

कलम १.१ : विकासाचा हक्क हा अदेय मानवी हक्क (Inalienable Human Right) असून समाजातील किंवा राष्ट्रातील सर्व जनता त्याचे हक्कदार आहेत आणि

त्याद्वारे ते आर्थिक, सामाजिक, सांस्कृतिक आणि राजकीय विकासाचा लाभ घेऊ शकतात, ज्यात सर्व मानवी हक्कांची आणि मूलभूत स्वातंत्र्याची जाणीव समाविष्ट आहे.

कलम १.२ : 'विकासाचे मानवी हक्क' या संज्ञेचा गर्भित अर्थ असा होतो की लोकांना त्यांच्या स्वत्व निर्धारण हक्कांची पूर्णपणे जाणीव होणे म्हणजे विकासाचा मानवी हक्क होय. यामध्ये मानवी हक्कांबाबतच्या आंतरराष्ट्रीय करारातील संबंधित तरतुदींचा आणि त्यातील नैसर्गिक संपत्ती आणि संसाधने यासंबंधीच्या पूर्ण सार्वभौमिकत्वाच्या अदेय हक्कांचा समावेश होतो.

या कलमाच्या आधारे असे म्हणता येईल की, विकासाचा हक्क हा बहुआयामी वैशिष्ट्ये असलेला हक्क असून त्यात सर्व नागरी, राजकीय, आर्थिक, सामाजिक आणि सांस्कृतिक हक्कांचा समावेश होतो. व्यक्तीच्या परिपूर्ण विकासासाठी आणि तिच्या प्रतिष्ठेचे संरक्षण करण्यासाठी वरील हक्कांचा अंतर्भाव करणे गरजेचे आहे. लुईस बी. सोहन असे म्हणतात की, विकासाच्या हक्कांच्या संदर्भात काळजीपूर्वक संतुलन राखणे आवश्यक आहे. हे संतुलन समुदायाचे हितसंबंध आणि व्यक्ती यांच्यात प्रस्थापित व्हावयास पाहिजे. राज्याच्या यशाचा पाठलाग करण्यासाठी व्यक्तीच्या हक्कांचे हितकारक संवर्धन करणे अपरिहार्य आहे.

iii) शांततेचा हक्क (The Right to Peace)

संकलित हक्कांमध्ये एक अत्यंत महत्त्वाचा हक्क म्हणजे शांततेचा हक्क होय. १९७६ साली संयुक्त राष्ट्रसंघाच्या मानवी हक्कांसंबंधीच्या आयोगाने असे प्रतिपादन केले की, प्रत्येक व्यक्तीला आंतरराष्ट्रीय शांततेच्या अटींअंतर्गत जीवन जगण्याचा हक्क प्राप्त होण्याची जशी इच्छा असते; तसेच त्यांना जीवनात संरक्षण मिळणेही आवश्यक आहे. त्यासाठी त्यांना आर्थिक, सामाजिक, सांस्कृतिक तसेच नागरी, राजकीय हक्क यांचा पूर्णत्वाने आनंद उपभोगता आला पाहिजे. वरील आयोग पुढे असे प्रतिपादन करतो की, तथाकथित अपात्र व्यक्तींनाही आदर दिला पाहिजे; त्यांच्यासाठी देखील मानवी हक्कांना चालना दिली पाहिजे व त्यांच्या मूलभूत स्वातंत्र्याचे रक्षण हे आंतरराष्ट्रीय शांतता व सुरक्षा यासाठी करणे गरजेचे आहे. कारण त्यामुळे मानवी हक्कांचे लाजिरवाणे व मोठ्या प्रमाणात होणारे उल्लंघन टाळले जाईल.

शांततेच्या हक्काचे दोन पैलू आहेत— वैयक्तिक आणि संकलित. आंतरराष्ट्रीय शांतता व सुरक्षा याचे जतन करण्यासाठी या दोन पैलूंना प्रोत्साहन देणे आवश्यक आहे.

ब) समाजशास्त्रीय वर्गीकरण (Sociological Classification)

समाजशास्त्रज्ञांनी मानवी हक्कांचे वर्गीकरण तीन प्रकारात केले आहे – १) नागरी हक्क (Civil Rights) २) लोकशाही हक्क (Democratic Rights) ३) मानवी हक्क (Human Rights).

१) नागरी हक्क (Civil Rights)

नागरी हक्क म्हणजे असे हक्क जे राष्ट्रातील नागरिकांना ते त्या राष्ट्राचे रहिवासी आहेत म्हणून केवळ प्राप्त होतात व ज्यांना कायद्याचे संरक्षण असते. काही तज्ज्ञांच्या मते नागरी हक्क हे मानवी हक्कांपेक्षा वेगळे आहेत, कारण मानवी हक्कांना कायद्याचे संरक्षण असूही शकते किंवा नसूही शकते. तसेच मानवी हक्क हे सर्व मानवांसाठी असतात व कायद्याने त्याचे जतन केले जाते. अमेरिकेने हक्कांचा कायदा मंजूर करताना अशी तरतूद केली की, सर्व मानवी हक्क हे नागरी हक्क आहेत. ब्रिटनमध्ये या संदर्भात कोणताही लेखी कायदा नसल्याने तेथे सर्वसाधारणपणे नागरी हक्कांचा उल्लेख नागरी स्वातंत्र्य म्हणून केला जातो. गॉर्डन मार्शल (Gordon Marshall) यांनी संपादित केलेल्या समाजशास्त्राच्या शब्दकोशात नागरी हक्कांवर विवेचन करताना असे म्हटले आहे की, 'समाजातील सर्व नागरिकांना लागू होणारे व त्यास मान्यता मिळालेले हक्क म्हणजे नागरी हक्क होत. नागरी हक्क व्यक्तींना राज्यापासून संरक्षण देतात.'

नागरिकांचे हक्क ही संकल्पना मुख्यत्वेकरून आधुनिक राज्यांनी मान्य केली आहे. १९५० साली व १९६३ साली टी. एच. मार्शल (T. H. Marshall) यांनी नागरिकांच्या हक्कांचे तीन संच असल्याचे मांडले होते. हक्कांचे हे तीन संच खालीलप्रमाणे-

   i) नागरी हक्क (Civil Rights) : नागरी हक्कात अभिव्यक्ती स्वातंत्र्य, माहिती जमा करण्याचा किंवा प्राप्त करण्याचा अधिकार आणि मंडळ किंवा संघटना स्थापन करण्याचे स्वातंत्र्य व कायद्यासमोर सर्व समान या तत्त्वाचा स्वीकार इत्यादींचा समावेश होतो.

   ii) राजकीय हक्क (Political Rights) : यात मतदानाचा हक्क आणि मुक्त निवडणूक प्रक्रियेद्वारे राजकीय सत्ता हस्तगत करण्याचा हक्क यांचा समावेश आहे.

   iii) सामाजिक व आर्थिक हक्क (Social and Economic Rights) : या प्रकारच्या हक्कांत सामाजिक कल्याण व पूर्ण रोजगारप्राप्ती यासंबंधीचे हक्क समाविष्ट आहेत; परंतु हे अधिकार काही बाबींना थोपवून धरतात. ज्यामध्ये आर्थिक संघटनेच्या व्यवस्थापनात सहभागी न होण्याचा हक्क, व्यवस्थापकांच्या विशेषाधिकारात दखल न देण्याचा हक्क, भांडवलदारांना भांडवल धारण करण्याचा व त्याचा वापर मुक्तपणे न करण्याचा हक्क इत्यादींचा अंतर्भाव होतो.

आधुनिक समाजात नागरिकांना मिळालेले हे हक्क हे जनतेच्या वाढत्या व बदलत्या आकांक्षाचा परिणाम होय. सरकारने नागरिकांचे आंदोलन रोखताना हिंसेचा वापर अगदी शेवटचा उपाय म्हणून करावा. नागरिकांच्या हक्कांनुसार त्यांना सांस्कृतिक व विचारप्रणालीच्या दृष्टीने एकत्रित करून त्यांच्या क्षेत्रात राजकीय, सामाजिक आणि वर्गसंघर्षावर विजय कसा मिळेल, या भावनेतून त्यांच्यासाठी राजकीय कार्यक्रमांचे आयोजन करावे. या संदर्भात नागरी हक्क चळवळी म्हणजे काय हे बघता येईल.

• नागरी हक्क चळवळी (Civil Rights Movements)

समाजातील नागरिकांना त्यांचे हक्क मिळवून देण्यासाठी संघटित झालेली राजकीय संघटना म्हणजे नागरी हक्क चळवळ होय. जगातील सर्वोत्तम नागरी हक्क चळवळ अमेरिकेत उदयास आली जी तेथील काळ्या नागरिकांनी, पारंपरिक दृष्टीने नाकारलेले हक्क परत मिळवून देण्याच्या उद्देशाने उभारली होती. या चळवळीचा प्रभाव पडून अमेरिकेतील तत्कालीन सरकारला १९६४ साली नागरी हक्क कायदा मंजूर करणे भाग पडले. दुसरी महत्त्वाची नागरी हक्क चळवळ उत्तर आयर्लंडमध्ये झाली. १९६८ साली तेथे नागरी हक्क संघटनेची स्थापना करण्यात आली. या संघटनेने सरकारकडून रोमन कॅथॉलिक नागरिकांना राजकीय आखाड्यात प्रवेश देण्याचा नागरी अधिकार मंजूर करवून घेतला. दलितांना समानतेचे हक्क मिळण्यासाठी ज्या चळवळी उभारल्या गेल्या त्या नागरी हक्क चळवळी होय.

२) लोकशाही हक्क (Democratic Rights)

लोकशाही ही देशातील एक व्यवस्था वा शासनप्रणाली असून लोकांनी, लोकांसाठी चालविलेले लोकांचे राज्य म्हणजे लोकशाही. लोकशाही ही अशी एक राज्यपद्धती आहे जिथे जनता निवडणूक प्रक्रियेच्या माध्यमातून सरकारची निवड करते. लोकशाही हा राष्ट्राच्या शासनव्यवस्थेचा एक प्रकार आहे व त्याच्या स्वरूपावरून लोकशाहीच्या हक्कास मान्यता व नकार दिला जातो. लोकशाहीचे दोन प्रकार पाडले जातात. अ) प्रत्यक्ष लोकशाही (Direct Democracy) आणि ब) अप्रत्यक्ष लोकशाही (Indirect Democracy).

• प्रत्यक्ष लोकशाही (Direct Democracy)

हा लोकशाहीचा एक असा प्रकार आहे की, ज्यात राज्यातील प्रत्येक महत्त्वाच्या प्रश्नावर त्या त्या राज्याचे नागरिक प्रत्यक्ष मतदान करून निर्णय घेतात. प्रत्येक

महत्त्वाच्या प्रश्नावर मतदान करून निर्णय घेण्याचा हक्क नागरिकांना फक्त प्रत्यक्ष लोकशाहीत मिळतो. पूर्वीच्या काळी ग्रीक नगरराज्यात प्रत्यक्ष लोकशाही अस्तित्वात होती. आज मात्र युरोप खंडातील स्वित्झर्लंड किंवा स्विस देशात या प्रकारची प्रत्यक्ष लोकशाही अस्तित्वात असून या लोकशाहीने स्विस नागरिकांना काही हक्क बहाल केले असून ते खालीलप्रमाणे-

i) **पहिला हक्क (First Right) :** यानुसार सरकारने एखादा कायदा केला तर तो जनतेला मान्य आहे की नाही, हे अजमावण्यासाठी जनतेसमोर किंवा नागरिकांसमोर तो कायदा मतदानासाठी ठेवण्याचा हक्क लोकांना प्रदान करण्यात आला आहे.

ii) **दुसरा हक्क (Second Right) :** समाजातील किंवा राज्यातील नागरिकांना असा हक्क प्राप्त झाला आहे की, ते सरकारला विशिष्ट स्वरूपाचा कायदा करण्याची सूचना करू शकतात व सरकारला नागरिकांच्या सूचनांचे पालन करावेच लागते. हा हक्क म्हणजेच प्रत्यक्ष लोकशाहीतील दुसरा हक्क होय.

iii) **तिसरा हक्क (Third Right) :** जनतेने निवडून दिलेला एखादा सभासद त्याची जबाबदारी योग्यप्रकारे पार पाडत नसेल तर त्याला परत बोलविण्याचा किंवा 'त्यास निवृत्त करा' हे सांगण्याचा अधिकार किंवा हक्क जनतेला प्रदान करण्यात आला आहे. हा तिसरा हक्क होय.

या ठिकाणी हे लक्षात घेतले पाहिजे की हे विशिष्ट स्वरूपाचे हक्क असून ते केवळ प्रत्यक्ष लोकशाहीतच जनतेला मिळतात. याशिवाय अप्रत्यक्ष लोकशाहीत जनतेला मिळणारे काही हक्क प्रत्यक्ष लोकशाहीतील जनतेलाही प्राप्त होतात.

● अप्रत्यक्ष लोकशाही (Indirect Democracy)

अप्रत्यक्ष लोकशाहीत समाजातील म्हणजेच राष्ट्रातील प्रौढ नागरिक त्यांच्यातून प्रतिनिधींचे एक मंडळ राज्यासाठी, सरकारची निर्मिती करण्यासाठी निवडून देतात. या निवडून दिलेल्या प्रतिनिधी मंडळाकडे समाजावर म्हणजेच पर्यायाने राज्यावर सत्ता गाजविण्याचे जवळजवळ सर्वच हक्क प्रदान करण्यात येतात. या अप्रत्यक्ष लोकशाहीचे दोन प्रकार जगातील बहुसंख्य लोकशाहीवादी समाजात किंवा राष्ट्रात अस्तित्वात आहेत. मतदानाचा हक्क हा या दोन्ही प्रकारात नागरिकांना प्रदान करण्यात आला असला तरी त्या हक्काचे स्वरूप वेगवेगळे असते व त्याची माहिती होण्यासाठी या दोन्ही प्रकारांवर आपण अगदी थोडक्यात चर्चा करू. हे प्रकार पुढीलप्रमाणे आहेत-

i) अध्यक्षीय लोकशाही (Presidential Democracy)

जे. रॉस (J. Ross) या समाजशास्त्रज्ञाच्या मते ही पद्धती अमेरिकेत अस्तित्वात असून ही लोकशाहीची सर्वोत्कृष्ट पद्धती आहे. अमेरिकेप्रमाणे युरोप खंडातील फ्रान्स या राष्ट्रातही ही पद्धत प्रचलित आहे. या पद्धतीत राज्यातील जनता प्रत्यक्ष मतदानाने अध्यक्षांना निवडून देते व निवडून आलेला अध्यक्ष त्याच्या पसंतीनुसार सरकारमधील मंत्री व इतर अधिकारी यांची निवड करतो. अमेरिका हा मोठा देश आहे. छोट्या छोट्या भूप्रदेशांवर आधारित अनेक संघराज्ये तिथे निर्माण झाली असून त्या त्या संघराज्यातील जनता अमेरिकेच्या संसदेत त्यांचा प्रतिनिधी पाठविते. अमेरिकेचा अध्यक्ष त्यामुळे संसदेला जबाबदार नसतो. अध्यक्षीय लोकशाही ही चार टप्प्यात विभागली असून ती खालीलप्रमाणे-

○ स्थानिक सरकार

○ परगणा सरकार

○ प्रांत सरकार

○ संघराज्यात्मक मध्यवर्ती सरकार

या प्रत्येक टप्प्यासाठी प्रतिनिधींची निवड मतदानाने होते व त्या त्या क्षेत्रातील जनतेला आपला प्रतिनिधी निवडण्याचा हक्क असतो.

ii) संसदीय लोकशाही (Parliamentary Democracy)

अप्रत्यक्ष लोकशाहीचा दुसरा प्रकार म्हणजे संसदीय लोकशाही हा होय. त्याचा प्रारंभ इंग्लंडमध्ये झाला. नंतर ब्रिटिशांच्या वसाहतीतून मुक्त झालेल्या भारतासारख्या काही देशांनी लोकशाहीचा हा प्रकार स्वीकारला. या प्रकारात राष्ट्रातील जनता राष्ट्राच्या संसदेच्या सभासदांची निवड करते. संसदीय लोकशाहीत व्यक्तीपेक्षा पक्ष मोठा मानला जातो व लोक पक्षाला मतदान करतात. संसदेच्या एकूण सभासद संख्येपैकी ज्या पक्षाला निम्म्यापेक्षा जास्त संसद सदस्यांचे बहुमत प्राप्त झाले असेल तो पक्ष सत्तेवर येतो. त्या पक्षाचा नेता पंतप्रधान बनतो. नंतर हा पंतप्रधान सहकारी मंत्र्यांची निवड करतो. यात पंतप्रधान संसदेला जबाबदार असतो. जर पंतप्रधान त्याची जबाबदारी योग्य प्रकारे पार पाडत नसेल तर संसदेतील २/३ पेक्षा जास्त मताधिक्याच्या आधाराने ते पंतप्रधान बरखास्त करू शकतात.

भारत हा आकाराने व लोकसंख्येने मोठा देश असल्याने भारतीय लोकशाहीचे स्वरूप संघराज्यात्मक लोकशाही असे झाले असून, ही लोकशाही ५ विभागात विभागली आहे.

○ ग्रामपंचायत (खेडेगाव), नगरपालिका (शहर), महानगरपालिका (महानगर)
○ पंचायत समिती (तालुका)
○ जिल्हा परिषद (जिल्हा)
○ प्रांतीय वा राज्य सरकार (प्रांत)
○ मध्यवर्ती सरकार (केंद्र)

लोकशाही पद्धतीने या सर्व सरकारांची निवड होते व त्या क्षेत्रातील जनतेला संबंधित उमेदवाराला मतदान करण्याचा हक्क असतो. या ठिकाणी लोकशाही राज्यपद्धतीचे हक्क समजून घेणे आवश्यक आहे.

● **लोकशाही राज्यपद्धतीचे हक्क** (Rights of Democracy Political System)

लोकशाहीत जनतेला महत्त्व असल्यामुळे जनतेला जास्तीतजास्त हक्क प्रदान करण्याचा या राज्यपद्धतीचा प्रयत्न असतो.

देशाच्या सरकारात सहभागी होण्याचा प्रत्येकाला हक्क आहे. लोकशाही असलेल्या प्रत्येक देशातील प्रत्येक नागरिकाला त्याच्या देशाच्या सरकारात सहभागी होण्याचा हक्क प्रदान करण्यात आला आहे. यात निवडणुकीला उभे राहणे, निवडून येणे या बाबी महत्त्वाच्या असून तसा हक्क जनतेला प्रदान करण्यात आला आहे. हा हक्क प्रदान करताना सार्वभौमिकतेच्या समानतेला प्राधान्य देण्यात आले आहे. या अंतर्गत प्रत्येक नागरिकाला त्याचा आर्थिक, सामाजिक, राजकीय, शैक्षणिक व सांस्कृतिक विकास करण्याचा हक्क सर्व राष्ट्रांनी मान्य केला आहे.

जाहीरनाम्याच्या २१ व्या कलमात लोकशाहीने खालील तीन तत्त्वे मान्य केल्याची तरतूद आहे.

i) देशाच्या प्रत्येक नागरिकाला त्याच्या राष्ट्राच्या सरकारात प्रत्यक्ष किंवा योग्य तऱ्हेने निवडलेल्या प्रतिनिधीमार्फत सहभागी होण्याचा हक्क देण्यात आला आहे.

ii) प्रत्येक नागरिकाला त्याच्या राष्ट्राच्या सार्वजनिक सेवांत प्रवेश घेण्याचा समान हक्क आहे.

iii) कोणत्याही देशाच्या सरकारच्या अधिकाराचा आधार 'लोकांच्या इच्छा' हा असला पाहिजे. या इच्छा, जनतेला वारंवार आणि प्रामाणिक स्वरूपाच्या निवडणुकांतून व्यक्त करता आल्या पाहिजेत. त्यासाठी सार्वभौमिक आणि समान मताधिकार प्रदान करताना नागरिकांना गुप्त मतांचा व मुक्त मतदान पद्धतीचा हक्क दिला पाहिजे.

या संदर्भात नागरी आणि राजकीय हक्कांचे आंतरराष्ट्रीय करार लक्षात घेता येतील.

• नागरी आणि राजकीय हक्कांचे आंतरराष्ट्रीय करार

(The International Covenant on Civil & Political Rights)

या कराराच्या २५ व्या कलमानुसार लोकशाहीने खालील तीन प्रकारचे नागरी व राजकीय हक्क प्रदान केले आहेत.

१) कोणतेही सार्वजनिक कामकाज करण्याच्या क्रियेत प्रत्यक्ष वा प्रतिनिधीमार्फत सहभागी होण्याचा हक्क.

२) मतदान करण्याच्या कालक्रमानुसार होणाऱ्या प्रामाणिक निवडणुकीत निवडून येण्याचा हक्क; त्याचप्रमाणे निवडणुका गुप्त मतदानाच्याद्वारे, मतदारांच्या मुक्त इच्छांना वाव देणाऱ्या असाव्यात, असे प्रतिपादन करण्यात आले.

३) राष्ट्राच्या सार्वजनिक सेवात सर्वसामान्यपणे समानतेच्या निकषावर प्रवेश मिळविण्याचा हक्क.

संयुक्त राष्ट्रसंघाच्या जाहीरनाम्याच्या ६ व्या कलमानुसार सर्व प्रकारच्या वांशिक विभेदीकरणाला मूठमाती देऊन सर्वांना समान मताधिकार प्रदान करण्यात आलेत. संयुक्त राष्ट्रसंघाच्या आंतरराष्ट्रीय कराराच्या ५ व्या कलमानुसार राजकीय पक्षाने याची खात्री द्यावी की वंश, रंग, राष्ट्र व वांशिकता या आधारावर नागरिक, नागरिकांमधील भेदाला मूठमाती देऊन सर्वांना समान तत्त्वावर मताधिकार प्रदान करण्याचा हक्क.

• स्त्रियांच्या राजकीय हक्कांवरचे अधिवेशन

(The Convention on the Political Rights of Women)

११ डिसेंबर १९४६ रोजी संयुक्त राष्ट्रसंघाच्या सर्वसाधारण अधिवेशनात स्त्रियांच्या समानतेच्या व राजकीय हक्कास मंजुरी दिली गेली. स्त्रियांना पुरुषाइतकेच राजकीय अधिकार या अधिवेशनात प्रदान करण्यात आले. या राजकीय अधिकाराचे स्वरूप पुढीलप्रमाणे–

- *कलम १ :* सर्व प्रकारच्या निवडणुकीत पुरुषाप्रमाणेच स्त्रियांना मतदानाचा समान हक्क देण्यात आला.
- *कलम २ :* कोणत्याही प्रकारच्या विभेदीकरणाला थारा न देता पुरुषांप्रमाणेच स्त्रियांनासुद्धा सर्व क्षेत्रांत निवडणुका लढविण्याचा हक्क प्रदान करण्यात आला.
- *कलम ३ :* राष्ट्रीय कायद्याने मान्य केलेल्या नियमानुसार कोणतेही विभेदीकरण न करता पुरुषांप्रमाणेच स्त्रियांनासुद्धा सार्वजनिक कार्यालय धारण करण्याचा

आणि सर्व प्रकारची सार्वजनिक कार्ये करण्याचा हक्क प्रदान करण्यात आला होता व आहे.

- **स्त्रियांविरोधीचे सर्व प्रकारच्या विभेदीकरणाचे निर्मूलन करण्यावरचे अधिवेशन**
(The Convention on the Elimination of All Forms of Discrimination against Women)

७ नोव्हेंबर १९६७ रोजी पार पडलेल्या संयुक्त राष्ट्रसंघाच्या अधिवेशनात मंजूर झालेल्या ठरावाच्या ७ व्या कलमानुसार राष्ट्रांनी स्त्रियांविरुद्धचे राजकीय आणि सार्वजनिक जीवनातील विभेदीकरण नष्ट करण्यासाठी व स्त्रियांना पुरुषांबरोबरचे हक्क प्रदान करण्यासाठी योग्य ते उपाय योजावेत. हे उपाय खालीलप्रमाणे-

   i) सर्व प्रकारच्या निवडणुकात व सार्वजनिक लोकमतात आणि सार्वजनिक संस्था येथे स्त्रियांना मतदानाचा हक्क प्रदान करण्यात आला.

   ii) सरकारी धोरणे तयार करणाऱ्या समितीत व त्यांच्या अंमलबजावणी समितीत, सार्वजनिक कार्यालये, व्यासपीठ इत्यादी सरकारी पातळीवरच्या सर्व ठिकाणी स्त्रियांना पुरुषांबरोबर सहभागी होण्यास मान्यता प्रदान करण्यात आली.

   iii) बिगर सरकारी संघटनात आणि मंडळात होणाऱ्या विविध सार्वजनिक आणि राजकीय कार्यक्रमांत स्त्रियांच्या सक्रिय सहभागास मान्यता देण्यात आली.

याशिवाय सर्व लोकशाहीवादी राष्ट्रांनी तेथील जनतेचे नागरी, राजकीय, आर्थिक, सामाजिक, सांस्कृतिक व शैक्षणिक अधिकार मान्य करताना नागरिकांत लिंग, जात, धर्म, वंश, पंथ, भाषा इत्यादींच्या आधारावर विभेदीकरण करू नये, या तत्त्वासही मान्यता दिली. याशिवाय लोकशाहीवादी राष्ट्रांनी त्यांच्या नागरिकांना भाषण स्वातंत्र्य, संचार स्वातंत्र्य, विचार स्वातंत्र्य, अभिव्यक्ती स्वातंत्र्य इत्यादी बहाल करून नागरिकांचे हक्क जतन करण्याच्या मार्गाने काही पावले टाकलीत यात शंका नाही.

यानंतर विविध प्रसंगानुरूप संयुक्त राष्ट्रसंघाने स्त्रियांच्या समान दर्जासाठी व विभेदीकरण नष्ट करण्यासाठी विविध अधिवेशनाच्या माध्यमातून स्त्रियांच्या संदर्भातील प्रश्नांचा आढावा घेतला. त्याचा तपशील खालीलप्रमाणे-

   i) १८-१२-१९७२ रोजी झालेल्या संयुक्त राष्ट्रसंघाच्या अधिवेशनात स्त्रियांच्या विभेदीकरणाच्या प्रश्नांकडे जगातील जनतेचे लक्ष वेधण्यासाठी

१९७५ साल हे आंतरराष्ट्रीय स्त्री वर्ष म्हणून साजरे करण्याचा ठराव मंजूर करण्यात आला.

ii) तसेच १९ जून १९७५ ते २ जुलै १९७५ या कालखंडात मेक्सिको शहरात झालेल्या 'आंतरराष्ट्रीय स्त्री अधिवेशनात' आंतरराष्ट्रीय पातळीवर समानता प्रस्थापित व्हावी म्हणून पुढील ठराव मंजूर झाले.

o स्त्री-पुरुष समानता

o कुटुंब आणि समाज यात स्त्री-पुरुष यांना समान हक्क व समान जबाबदाऱ्या प्रदान करण्यात आल्या.

o शिक्षण-प्रशिक्षण यामध्ये समान प्रदेशाची संधी.

o समान कामासाठी समान वेतन तत्त्वास मान्यता.

o दाम्पत्य व व्यक्ती यांना त्यांना किती मुले पाहिजेत व दोन मुलांमध्ये किती अंतर असावे हे ठरविण्याचा अधिकार.

o प्रत्येक स्त्रीला तिने विवाह करावा की नाही हे ठरविण्याचा हक्क.

o राष्ट्राच्या विकासकार्यात सहभागी होण्याचा व त्यासाठी योगदान देण्याचा हक्क.

o आर्थिक, सामाजिक व सांस्कृतिक क्षेत्रात सहभागी होण्याचा हक्क.

o आंतरराष्ट्रीय सहकार्य व शांतता यांत स्त्रीला योग्य भूमिका बजावण्याचा हक्क.

o सर्व लोकांच्या मानवी हक्कांना प्रोत्साहन देण्याची भूमिका स्त्रियांनी पार पाडावी.

o स्त्रिया व मुली यांच्यावरील हिंसाचार रोखण्याची गरज आहे.

iii) यानंतर १४ ते ३० जुलै १९८० रोजी कोपनहेगन (Copenhagen) येथे आंतरराष्ट्रीय स्त्री अधिवेशन झाले.

iv) एकविसाव्या शतकाच्या प्रारंभी म्हणजे ५ ते १० जून २००० रोजी न्यूयॉर्क येथे संयुक्त राष्ट्रसंघाचे विशेष अधिवेशन आयोजित करण्यात आले होते.

स्त्री प्रश्नांवर जागृती निर्माण करणे हा या सर्व अधिवेशनांचा उद्देश होता.

३) मानवी हक्क (Human Rights)

मानवी हक्क ही एक गतिशील संकल्पना असून प्रत्येक राष्ट्र आणि राष्ट्रातील जनता त्यांच्या गरजानुसार या कल्पनेचा स्वीकार करण्याचा प्रयत्न करतात. मानवी हक्कांचा उल्लेख काही वेळेला पायाभूत हक्क, मूलभूत हक्क, नैसर्गिक हक्क आणि स्वाभाविक हक्क या संज्ञांनीदेखील केला जातो. मानवी व्यक्तिमत्त्व आणि त्याचे

मूलभूत हक्क यांचे सर्व राष्ट्रीय व आंतरराष्ट्रीय कायद्यानुसार संरक्षण करणे ही संबंधित सरकारांची अंतिम जबाबदारी होय. मानवी हक्क शाश्वत मानवी जीवनासाठी आणि माणसाच्या विकासाला प्रोत्साहन देण्यासाठी आवश्यक असले तरी त्या त्या राष्ट्रांची अंतर्गत राजकीय, सामाजिक, तंत्रशास्त्रीय आणि आर्थिक संरचना, संसाधनांच्या उगमस्रोतांचा आधार, धार्मिक, सांस्कृतिक पार्श्वभूमी इत्यादी बाबी मानवी हक्कांसंबंधीची धोरणे व त्यांचा प्राधान्यक्रम ठरवितात. उदा. लोकशाहीवादी राष्ट्रात त्यांच्या नागरिकांना खासगी मालमत्ता धारण करण्याचा हक्क प्रदान करण्यात आला असला तरी साम्यवादी राष्ट्रांनी मात्र हा हक्क नाकारला आहे.

मानवी हक्क हे मूलभूत हक्कांप्रमाणे अत्यंत महत्त्वाचे, पवित्र, सनातन व अलौकिक स्वरूपाचे असतात. जनतेची प्रतिष्ठा जपण्यासाठी ते अदेय (Inalienable) आणि अक्षत (Inviolable) असले पाहिजेत. मानवी हक्कांची कल्पना, सुरक्षिततेशिवाय आणि सु-नियमित समाजाच्या अस्तित्वाशिवाय करता येत नाही. समाज आणि राज्य हेच केवळ मानवी हक्कांच्या पालनाची खात्री देऊ शकते आणि त्यांच्या नागरिकांकडून सामाजिक नियमनांच्या किंवा प्रमाणकांच्या पालनाची अपेक्षा ठेवते. मानवी स्वभावाची उणीव आणि दुर्बलता यामुळे सामाजिक नियंत्रण कायद्याचे समर्थन करता येते. मानवी हक्क स्वातंत्र्य नाकारत नाहीत तर त्याला ते केवळ नियंत्रित करतात की ज्यामुळे ते सामाजिक न्यायाचा मार्ग काढू शकतील. मानवी हक्क हे असे कमीतकमी हक्क आहेत जे व्यक्तींना, त्या मानवी कुटुंबाच्या सभासद आहेत म्हणून राज्य आणि अन्य सार्वजनिक अधिकारी यांच्या विरोधात प्राप्त होतात. काही तज्ज्ञांच्या मते, मानवी हक्क हे सर्व नागरिकांसाठी व्यक्ती म्हणून स्वाभाविक स्वरूपाचे ठरतात.

मानवी हक्क या संकल्पनेची वेगवेगळ्या प्रकारे व्याख्या केली गेली आहे. या व्याख्या खालीलप्रमाणे-

भारतीय गुन्हेगारशास्त्रज्ञ ॲड. जे. पी. एस. सिरोही (Adv. J. P. S. Sirohi) असे म्हणतात की, मानवी हक्कांची व्याख्या, कोणत्याही कायद्याच्या संहितेमध्ये, कायद्यात व तसेच संयुक्त राष्ट्रसंघाच्या जाहीरनाम्याच्या करारात आढळत नाही; परंतु मानवी हक्कांची व्याख्याच करावयाची झाल्यास ती पुढील शब्दांत करता येईल-

'मानवी हक्क म्हणजे असे हक्क की जे मानवी व्यक्तींच्या जीवनाशी आणि स्वातंत्र्याशी निगडित असून सर्व संस्थांद्वारे आणि संयुक्त राष्ट्रसंघासहित सर्व राष्ट्रांच्या कायद्यामार्फत त्यांना संरक्षण प्रदान करण्यात आले पाहिजे.'

भारतात मानवी हक्काची व्याख्या १९९३ सालच्या मानवी हक्क संरक्षण जाहीरनाम्यातील कलम क्र. २ (I) (d) [(2(1)(5)] नुसार खालीलप्रमाणे करण्यात आली आहे-

'मानवी हक्क म्हणजे जीवनासंबंधी, स्वातंत्र्यासंबंधी, समानतेसंबंधी आणि प्रतिष्ठेसंबंधी व्यक्तीला राज्यघटनेतर्फे किंवा आंतरराष्ट्रीय कराराप्रमाणे संरक्षणाची खात्री दिली गेली आणि त्याची अंमलबजावणी न्यायालयाकडे सोपविली.'

भारतातील मानवी हक्काच्या प्राचीनतेवर भाष्य करताना डॉ. के. एम. माथूर खालील वैदिक श्लोक उद्धृत करतात-

सर्वे भवन्तु सुखिन:
सर्वे संतु निरामय ।
सर्वे भद्राणि पश्चन्तु
मा कश्चिद् दु:ख भाग्यवेत ।।

सर्वांनी सुखी व्हावे. सर्वांना आरोग्य लाभावे, सर्वांचे कल्याण व्हावे व कोणाच्याही वाट्याला दु:ख येऊ नये; असा अर्थ स्पष्ट करणारा हा श्लोक म्हणजे मानवी हक्कांचे विश्लेषण होय.

त्याचप्रमाणे भारतीय राज्यघटनेत मानवी हक्कांची ४ सूत्रे प्रतिपादन केली असून, ती खालीलप्रमाणे-

- न्याय (Justice) : यात सामाजिक, आर्थिक व राजकीय न्याय अभिप्रेत आहे.
- स्वातंत्र्य (Liberty) : यात विचार, अभिव्यक्ती, श्रद्धा, विश्वास, पूजा इत्यादी स्वातंत्र्याचा अंतर्भाव आहे.
- समता (Equality) : यात दर्जा, संधी आणि बढतीची समानता अंतर्भूत आहे.
- बंधुता (Fraternity) : यात व्यक्तीची प्रतिष्ठा राखण्याचे आश्वासन आणि राष्ट्रांची एकता आणि पूर्णता अभिप्रेत आहे.

भारतीय राज्यघटनेतील मानवी हक्कांवर चर्चा करताना आपण यावर अधिक सखोल चर्चा करू. या प्रकरणात चर्चिलेले सर्व हक्क मानवी हक्कांत मोडतात. म्हणून मानवी हक्कांवरची ही चर्चा इथेच थांबवू. शेवटी असे म्हणता येईल की मानवी हक्कांचे स्वरूप बहुआयामी व बहुश्रुत आहे याबद्दल शंका नाही.

क) कायदेशास्त्रीय वर्गीकरण (Lawful Classification)

कायदेशास्त्रानुसार हक्कांचे सहा प्रकारात वर्गीकरण केले जाते. ते खालीलप्रमाणे-

१) नैसर्गिक हक्क (Natural Rights)

प्रकरण १ मध्ये नैसर्गिक हक्कावर आपण तत्त्वज्ञान किंवा सैद्धान्तिक दृष्टिकोन व आधुनिक दृष्टिकोन याअंतर्गत चर्चा केली आहे. (पान क्र. १५ पाहा.)

२) कायदेशीर हक्क (Legal Rights)

कायदेशीर हक्क म्हणजे असे हक्क जे देशातील नागरिकांना कायद्यानुसार प्रदान करण्यात आलेले असतात. मनामध्ये कोणतीही भीती न बाळगता त्यांचे पालन नागरिकांनी करणे अपेक्षित असते. कायदेशीर हक्कांचा संदर्भ वैधानिक हक्कांशी जोडला जातो व हे हक्क संबंधित सरकार त्यांच्या नागरिकांना देते आणि संस्कृतीसापेक्ष त्याचे पालन करावे अशी अपेक्षा बाळगते. या प्रकारच्या हक्कांची यादी किंवा संहिता कायदेमंडळाच्या वैधानिक कायद्याद्वारे करण्यात आली आहे. हे कायदेशीर हक्क राष्ट्रा-राष्ट्रांनुसार तेथील राज्यघटना व संस्कृतीचा विचार करता वेगवेगळे असतात. जनतेने कायद्याच्या मर्यादांचे उल्लंघन करू नये यासाठी हे कायदेशीर हक्क अनिवार्य म्हणून लादले जातात.

३) मालकी व स्वातंत्र्य हक्क (Claim and Liberty Rights)

मालकी हक्क म्हणजे असे हक्क जे अन्य व्यक्तींवर अनिवार्य म्हणून लादले जातात. उदा. मालकाच्या आज्ञा किंवा वरिष्ठ अधिकाऱ्यांचे आदेश नोकरांना किंवा कनिष्ठ कर्मचाऱ्यांना पाळावेच लागतात. स्वातंत्र्याचे हक्क म्हणजे असे हक्क जे सर्व व्यक्ती कोणत्याही अनिवार्यतेशिवाय मुक्तपणे वापरू शकतात. उदा. व्यक्तीला तिच्या मर्जीप्रमाणे भाषण करण्याचे स्वातंत्र्य जरी असले तरी त्या व्यक्तीच्या भाषणामुळे इतर व्यक्तींच्या किंवा गटांच्या भावना दुखावल्या जात असतील तर अशा भाषणावर कायद्याने बंधन लादले जाते. काही तज्ज्ञांच्या मते असे बंधन म्हणजे स्वातंत्र्याच्या हक्कांचे मालकी हक्कात रूपांतर करणे होय.

४) सकारात्मक आणि नकारात्मक हक्क (Positive and Negative Rights)

तत्त्वज्ञानाचे अभ्यासक सकारात्मक व नकारात्मक हक्कांच्या अधिकारात अल्पबुद्धी व संकुचितता (Thin and Narrow) या दोन संकल्पनांच्या आधाराने भेद करतात. सकारात्मक हक्क म्हणजे असे हक्क ज्यात व्यक्तींकडून समाजासाठी स्वतंत्रपणे काही सेवा करण्याची किंवा काहीतरी चांगली कृती करण्याची अपेक्षा बाळगली जाते.

नकारात्मक हक्क म्हणजे असे हक्क की ज्यात व्यक्तींनी अन्य हक्कधारक व्यक्तींच्या स्वातंत्र्यात किवा स्वतंत्र वर्तन करण्याच्या प्रक्रियेत हस्तक्षेप किंवा ढवळाढवळ करण्यास निर्बंध टाकले जातात. कायद्याच्या भाषेत बोलावयाचे झाल्यास दोन्हीही हक्क (सकारात्मक आणि नकारात्मक) निष्क्रिय स्वरूपाचे आहेत. म्हणून या दोन्ही हक्कांचे काटेकोर वर्गीकरण करणे अवघड आहे. मानवी हक्कांच्या सार्वभौमिक जाहीरनाम्यात सकारात्मक आणि नकारात्मक हक्कांची वैशिष्ट्ये प्रतिपादन केली आहेत. अनेक विद्वानांच्या मते, या दोन्ही हक्कांचे सह-अस्तित्व आवश्यक असल्याने या दोन संकल्पनात भेद करण्याची तशी आवश्यकता नाही. असे असले तरी अन्य काही विद्वानांनी या दोन हक्कांत भेद केला आहे. त्याचप्रमाणे या हक्कांवर थोडक्यात चर्चा करणेही क्रमप्राप्त आहे.

• **सकारात्मक हक्क** (Positive Rights)

सर्वसाधारणपणे सकारात्मक हक्क हे राज्य किंवा समाज किंवा व्यक्तींचे गट यावर काही कर्तव्ये लादतात ज्यामुळे हक्कधारकांचे समाधान होईल. उदा. शिक्षणाचा हक्क, आरोग्याचा हक्क, सामाजिक सुरक्षेचा हक्क इत्यादी. यामध्ये संबंधित संस्था-गट-व्यक्ती यांना काही कर्तव्ये पार पाडणे आवश्यक असते. उदा. विद्यार्थ्यांच्या शिक्षणाच्या हक्कांच्या पूर्ततेसाठी शिक्षकांना काही कर्तव्यांचे पालन करावे लागणे, जनतेच्या आरोग्याचे रक्षण करण्याचे कर्तव्य डॉक्टरांना पार पाडावे लागणे इत्यादी. भारतीय संदर्भात बोलावयाचे झाल्यास भारतीय राज्यघटनेत या हक्कांचा उल्लेख व वर्णन राज्यविषयक धोरणाची मार्गदर्शक तत्त्वे असे केले आहे. या हक्कांचे ध्येय साध्य करणे सोपी गोष्ट नाही; कारण त्यात अनेक घटक सामावलेले आहेत. या सकारात्मक हक्कांचा संदर्भ हा आर्थिक, सामाजिक आणि सांस्कृतिक हक्कांशी जोडला जातो.

• **नकारात्मक हक्क** (Negative Rights)

नकारात्मक हक्क प्रत्येक व्यक्तीवर नैतिक आणि कायदेशीर जबाबदारी पार पाडण्याचे कर्तव्य करण्यासाठी लादले जातात. ही कर्तव्ये पार पाडताना इतरांच्या भावनांना ठेच बसणार नाही ना, याची काळजी हक्कधारकाने घेण्याची आवश्यकता आहे. भाषण स्वातंत्र्याचा हक्क, अभिव्यक्ती स्वातंत्र्याचा हक्क, जीवन जगण्याचा व स्वातंत्र्याचा हक्क, समानतेचा हक्क, मालमत्ता धारण करण्याचा हक्क, ऐकण्याचा हक्क, लवकर न्याय मिळण्याचा हक्क, पूजा करण्याचा हक्क, धर्माचे पालन करण्याचा हक्क, कायदेशीर उपाय शोधण्याचा हक्क इत्यादी हक्क या प्रकारात मोडतात. मानवी

हक्कांचा एक प्रकार म्हणून या हक्कांचा संबंध नागरी आणि राजकीय हक्कांशी जोडला जातो.

५) व्यक्तीचे आणि गटांचे हक्क (Rights to Individuals and Groups)

व्यक्तीचे हक्क हे व्यक्तीपुरतेच मर्यादित असतात. हे हक्क प्रामुख्याने राजकीय, आर्थिक व कायदेशीर स्वरूपाचे असतात. या हक्कांचा उपयोग, व्यक्ती तिच्या जीवनाचा आणि स्वातंत्र्याचा आनंद, (राज्यासहित) कोणाच्याही हस्तक्षेपाशिवाय, उपभोगण्यासाठी करते. परंतु, वैयक्तिक हक्क हे सकारात्मक आणि नकारात्मक अशी दोन्ही तत्त्वे धारण करणारी असतात. सकारात्मक तत्त्वानुसार प्रत्येक व्यक्तीने कायद्यानुसार हक्कांचे पालन करणे बंधनकारक आहे. नकारात्मक तत्त्वे कायद्याने मान्यता न दिलेल्या हक्कांना प्रतिबंध करतात.

गटाचे हक्क म्हणजे ज्यांचा उपभोग संपूर्ण गट व गटातील व्यक्ती घेतात. उदा. अपंगांचे हक्क हे गटाचे हक्क समजले जातात. एक गट म्हणूनच अपंगांच्या हक्कांना प्रोत्साहन दिले जाते; पण त्याचबरोबर एकटी अपंग व्यक्ती गटाचे हक्क स्वतंत्रपणे व्यक्तिशः मागू शकते.

६) सार्वभौमिक हक्क (Universal Rights)

सार्वभौमिक हक्क म्हणजे असे हक्क जे व्यक्ती, त्यांची मातृभूमी, राज्याच्या हस्तक्षेपाशिवाय मुक्त निवास, इतर व्यक्तींच्या कायदेशीर मर्यादांच्या पालनासह, मुक्तपणे आचरू शकते असे हक्क होत. हे हक्क व्यक्तींची प्रतिष्ठा आणि योग्यता यांना प्रोत्साहन देतात. म्हणून सार्वभौमिक हक्क व्यक्तींवर, त्यांनी त्यांच्या कर्तव्याचे पालन करावे म्हणून राज्यातर्फे लादले जात असले तरी त्यामुळे व्यक्तींची प्रतिष्ठा व योग्यता यांना प्रोत्साहन मिळते. हे करीत असताना राज्याने वंश, लिंग, भाषा किंवा धर्म यावर आधारित व्यक्तीव्यक्तीमध्ये कोणतेही विभेदीकरण करू नये. व्यक्तीच्या जीवनात या सार्वभौमिक हक्कांचे स्थान अत्यल्प असल्याचे दिसून आल्यामुळे, ६ जानेवारी १९४१ रोजी फ्रॅन्कलिन डेलानी रूझवेल्ट यांनी अमेरिकेच्या कॉंग्रेसपुढे भाषण करताना, भाषण स्वातंत्र्य, पूजेचे स्वातंत्र्य, भीतीपासून मुक्ती, गरजांपासून मुक्ती याचे समर्थन, व्यक्तीच्या योग्यता व प्रतिष्ठा यांचे रक्षण करण्यासाठी, केले होते.

या तत्त्वांवर आधारित व्यक्तींच्या स्वातंत्र्याच्या विचारप्रणालीचे समर्थन अनेक शतकापासून करण्यात आले होते. २४ ऑक्टोबर १९४५ साली जाहीर झालेल्या व स्वीकारलेल्या सनदीत मानवी हक्क हे व्यक्तीजीवनाच्या दृष्टीने विचार करता आंतरराष्ट्रीय

कायद्याचा एक भाग आहे या विचारास मान्यता देण्यात आली. या प्रकारे मानवी हक्काच्या संकल्पनेने आंतरराष्ट्रीय कायदा म्हणून जन्म घेतला व ते हक्क कर्तव्याचा एक भाग म्हणून, कोणत्याही प्रकारच्या विभेदीकरणाला थारा न देता, प्रत्येक राज्याने आपल्या नागरिकांवर लादले पाहिजेत, असा ठराव केला गेला. १० डिसेंबर १९४८ रोजी जाहीर झालेल्या 'मानवी हक्कांचा सार्वभौमिक जाहीरनामा (माहसाजा) (Universal Declaration of Human Rights - UDHR) यात मानवी हक्कांचा विस्तार करण्यात आला. जरी राजकीय तत्त्वज्ञ आणि आंतरराष्ट्रीय कायद्याचे तज्ज्ञ यांच्यात मानवी हक्कांच्या संदर्भात काही मतभेद असले तरी संयुक्त राष्ट्रसंघाच्या १९३ सभासद राष्ट्रांनी मानवी हक्काला मान्यता दिल्यामुळे मानवी हक्कांचे स्वरूप सार्वभौमिक बनले असे निर्विवादपणे म्हणता येईल.

सार्वभौमिक मानवी हक्क याचा थोडक्यात अर्थ असा की, जे हक्क जगातील सर्व नागरिकांसाठी, कोणत्याही प्रकारच्या विभेदीकरणाला थारा न देता, समानतेच्या तत्त्वांवर स्वीकारले जातात व जे आंतरराष्ट्रीय कायद्याद्वारे मान्य केले जातात ते हक्क होत.

भाग : २

न्याय : सर्वसामान्य तत्त्व

सर्वसामान्य तत्त्वानुसार 'न्याय' म्हणजे व्यक्तीच्या दर्जानुसार त्यांना जे पाहिजे ते पात्र होणे होय. सामान्य दृष्टिकोनातून न्याय या संज्ञेला अनेक तत्त्वज्ञांनी त्यांच्या त्यांच्या दृष्टिकोनातून तयार केले असून त्यात अभिजात तत्त्वज्ञ ॲरिस्टॉटल पासून ते कांत (Aristotle and Kant) पर्यंतच्या विचारवंतांचा समावेश होतो. विसाव्या शतकाच्या उत्तरार्धात म्हणजे १९७१ मध्ये अमेरिकेतील तत्त्वज्ञ जॉन रावल्स (John Rawls) यांनी न्यायासंबंधी जी कल्पना मांडली होती तिचा विद्वानांवर फार मोठा प्रभाव पडला होता.

ॲरिस्टॉटल यांनी न्याय या संकल्पनेवर भाष्य करताना ते अन्यायाच्या संदर्भात केले आहे. त्यांच्या मते, जे चांगले व सद्गुणांशी संबंधित तो न्याय व जे बाईल, दुर्गुणी तो अन्याय. अर्थात या दोन्ही संज्ञा संदिग्ध आहेत; कारण एका समाजासाठी जी गोष्ट चांगली आहे ती दुसऱ्या समाजात चांगली असेलच असे नाही त्यामुळे या दोन्ही संज्ञा सापेक्ष आहेत.

जॉन रावल्स हे त्यांच्या 'न्यायाचा सिद्धान्त' (Theory of Justice) या ग्रंथात न्यायाची व्याख्या करताना म्हणतात की, 'सामाजिक संस्थांचा सद्गुण म्हणजे न्याय'

आणि पुढे ते असे प्रतिपादन करतात की, 'अर्थातच मानवी हक्कास मान्यता म्हणजे न्यायाचा अंत होय, आणि म्हणून मानवी हक्कांचे आकलन होण्यासाठी 'न्यायाची भूमिका' महत्त्वाची आहे.'

न्याय : कायदेशीर तत्त्व

कायद्यावर आधारित न्यायाला काही वेळेला 'सुधारणात्मक न्याय' (Correctional Justice) या संज्ञेने संबोधतात. याचा अर्थ आधुनिक समाजातील प्रशिक्षित कायदा व्यावसायिकांनी (वकिलांनी) प्रामुख्याने कायद्याचा वापर व कायदेशीर संस्थांचे प्रशासन यासाठी केलेली व्यवस्था म्हणजे न्यायाची कायदेशीर तत्त्वे होय.

सामाजिक न्याय (Social Justice)

न्यायाच्या वैशिष्ट्यांवर केवळ समाजशास्त्रातच नव्हे तर तत्त्वज्ञानशास्त्र, राज्यशास्त्र, सामाजिक धोरण, मानसशास्त्र आणि अर्थातच कायदा यात विवाद असलेला दिसतो. 'सामाजिक जीवनाचा नैतिक मापदंड म्हणजे न्याय' होय. न्यायाने सामाजिक सिद्धान्त सामाजिक क्रिया आणि जवळजवळ सर्व सामाजिक शास्त्रात महत्त्वाची भूमिका बजावली आहे. आर. एल. कोहेन (R. L. Cohen) यांनी संपादित केलेल्या व १९८६ साली प्रकाशित झालेल्या 'न्याय : सामाजिक शास्त्राच्या दृष्टिकोनातून' (Justice : From the Social Science Perspective) या ग्रंथात न्याय ही संकल्पना बहुआयामी दृष्टिकोनातून सविस्तरपणे चर्चिली होती.

डेव्हिड जारी आणि ज्युलिया जारी (David Jari and Julia Jary) यांनी संपादित केलेल्या 'समाजशास्त्राचा शब्दकोश' (Sociological Dictionary) पुस्तकात त्यांनी सामाजिक न्यायाची व्याख्या पुढील शब्दात करण्याचा प्रयत्न केला होता– 'सामाजिक न्याय म्हणजे एक प्रकारचा सामाजिक प्रामाणिकपणा होय. सामाजिक न्याय या संकल्पनेत 'वैयक्तिक न्यायाची' संकल्पना थोडीशी अडचणीची ठरेल.'

उदा. भारतात अस्पृश्यांना किंवा गरिबांना न्याय प्रदान करताना कदाचित तो स्पृश्यांना वा श्रीमंतांना अन्यायकारक वाटेल. भारतात मागास जातींना आरक्षण देणे हे सामाजिक न्यायाचे प्रतीक कदाचित वाटेल; पण अनारक्षित गटांना तो त्यांच्यावरचा अन्याय वाटेल. या दृष्टीने विचार करता सामाजिक न्याय या संकल्पनेचे स्वरूप सापेक्ष आहे.

गॉर्डन मार्शल (Gordon Marshall) यांनी संपादित केलेल्या समाजशास्त्राच्या शब्दकोशात ते असे म्हणतात की, न्याय ही संकल्पना केवळ समाजशास्त्राचे प्रमुख

वैशिष्ट्य नसून तत्त्वज्ञानशास्त्र, राज्यशास्त्र, सामाजिक धोरण, मानसशास्त्र आणि अर्थात कायदेशास्त्र याचेही वैशिष्ट्य होय. त्यांच्या मते, न्याय म्हणजे सामाजिक जीवनातील मध्यवर्ती नैतिक मापदंड होय की ज्यात सामाजिक सिद्धान्त आणि सामाजिक क्रिया जेव्हा महत्त्वाच्या भूमिका बजावतात तेव्हा तो कदाचित 'सामाजिक न्याय' ठरेल.

याबाबत अनुमानाद्वारे असे म्हणता येईल की 'सामाजिक न्याय' म्हणजे राष्ट्रातील सर्व संसाधनांचे, वस्तूंचे सर्व जनतेत समान वाटप करणे होय. पण हे प्रत्येक वेळेला जमेलच असे नाही.

उपेंद्रकुमार सिंग (Upendra Kumar Singh) यांनी भारतातील सामाजिक न्याय (Social Justice in India) या पुस्तकात सामाजिक चळवळींच्या दृष्टिकोनातून सामाजिक न्यायाची व्याख्या केली आहे.

या दृष्टीने विचार करता 'सामाजिक न्याय' ही संकल्पना मानवी हक्क आणि समानता यावर आधारित असून ती पुढील शब्दांत विशद करता येईल. 'सामाजिक न्याय म्हणजे असा मार्ग की ज्याद्वारे, प्रत्येक सामाजाच्या पातळीवर लोकांच्या जीवनात प्रत्येक दिवशी मानवी हक्कांचे प्रकटीकरण करणे होय.'

अमेरिकेतील 'हरित पक्ष' (Green Party in USA) नेतृत्वानुसार 'सामाजिक न्याय' हा त्या पक्षाच्या चार स्तंभांपैकी एक स्तंभ होय. (अन्य तीन स्तंभांत राजकीय, आर्थिक व कायदेशीर स्तंभ येतात.) हा पक्ष 'सामाजिक न्याय' या संज्ञेला पर्यायी संज्ञा म्हणून 'सामाजिक किंवा जागतिक समानता' यांचा वापर करतो.

अमेरिकेत 'सामाजिक न्याय' म्हणजे सर्व जनतेला हक्क आणि संधी यांचे समान वाटप करणे होय.

या संदर्भात एक गोष्ट लक्षात ठेवणे गरजेचे आहे की, सामाजिक न्यायाचा विचार स्वतंत्रपणे करता येत नाही तर तो त्या त्या समाजाच्या किंवा राष्ट्राच्या आर्थिक, राजकीय, कायदेविषयक आणि सांस्कृतिक न्यायाच्या संदर्भातच करावा लागतो. भारतासारख्या विषम समाजव्यवस्था असणाऱ्या राष्ट्रात किंवा समाजात 'सामाजिक न्याय' म्हणजे वंचितांना इतर गटांच्या बरोबर आणण्यासाठी अधिक सुविधा प्रदान करणे होय.

शेवटी असे म्हणता येईल की 'सामाजिक न्याया'ची एकसंध, सर्वमान्य व्याख्या करणे अत्यंत अवघड असून ती समाज, राष्ट्र, काळ, धर्म सापेक्षच करणे चांगले. सामाजिक न्यायाचा अर्थही बदलत असल्याने नकळतच सामाजिक न्यायाच्या संकल्पनेत बदल होणे अपरिहार्य आहे.

कोहेन असे मत मांडतात की, औपचारिक न्याय (कायदा) आणि भौतिक न्याय

(नैतिकता आणि राजकारण) यांत भेद करणे आवश्यक आहे. काही सिद्धान्तकार मात्र, या दोन्ही संकल्पना एकमेकांशी एकतर समांतर आहेत किंवा एकमेकांना व्यापणाऱ्या आहेत असे मानतात आणि असे प्रतिपादन करतात की, कायदेशीर किंवा गुन्हेगारी न्याय यांचा संबंध शिक्षेचे वितरण करण्याशी असल्याने या संकल्पनांमध्ये व सामाजिक न्यायात समानता आहे. याचे कारण स्पष्ट करताना तज्ज्ञ म्हणतात, सामाजिक न्याय यांनुसार लोकांमध्ये दुर्मीळ आणि (वाईट) मालाचे वितरण करताना, योग्य प्रक्रिया, नि:पक्षपातीपणा आणि योग्य निकषांच्या आधारे मालाचे वितरण पूर्वनिर्धारित उणिवांनुसार केले जाते. पूर्वाश्रमीच्या सामाजिक न्यायावरच्या साहित्यानुसार सामाजिक न्याय आणि दुष्टकर्मफलदायक न्याय (Retributive Justice) यांत भेद केला जात होता. दुष्टकर्मफलदायक न्यायाच्या तत्त्वानुसार, दोषी माणसाला शिक्षा करणे गरजेचे मानले जात होते. कारण त्याने चुकीचे काम केलेले असते. दुष्टकर्मफलदायकवाद हा गुन्हेगारी न्यायाचा एकमेव सिद्धान्त होय. मानसशास्त्रीय साहित्यात मात्र विभेदाचे पाच पदरी सिद्धान्त मांडले जातात. या प्रकारचे सिद्धान्त १९७४ साली टी. एक्खॉफ (T. Eckhoff) यांच्या 'न्याय आणि सामाजिक आंतरक्रियातील त्याचे निर्धारण' (Justice and its Determinants in Social Interaction) या ग्रंथात आढळतात. ते पुढीलप्रमाणे-

- पहिला भेद आहे समता किंवा न्याय्य विनिमय याबाबत. या ठिकाणी समतेची व्याख्या अशी केली आहे - 'आवक-जावक (आयात-निर्यात) यांत समतोल राखणे म्हणजे समता होय.'
- दुसरा भेद आहे तो वितरणात्मक न्याय किंवा न्याय्य वाटप याबाबत, ज्यात संसाधनांचे एकतर्फी वितरण केले जाते.
- तिसरा भेद आहे तो कार्यप्रणाली निदर्शक. यानुसार न्याय व यंत्रणा यांना मान्यता देताना या गोष्टीचा स्वीकार केला जातो की न्याय्य प्रणाली कधीच परिणामाच्या वितरणाचे निकष पाहत नाहीत.
- चौथा भेद आहे तो शिक्षेच्या वाटपातील न्याय्यता किंवा बळींसाठी नुकसान भरपाईची पातळी यासंबंधीचे कार्य याबाबत.
- शेवटचा आणि पाचवा भेद आहे समानता किंवा न्याय्य बुद्धी यांमधील. समानतेत प्रामुख्याने संधीची समानता, वस्तुनिष्ठ परिणामांची समानता, आत्मनिष्ठ समानता, दर्जाची किंवा श्रेणींची समानता किंवा न्याय्य बुद्धीचा वापर करण्याची समानता यांचा समावेश आहे.

आर्थिक आणि सामाजिक असमानता नियमित करण्यासाठी विविध तत्त्वे उपलब्ध आहेत व त्यामुळे सामाजिक न्याय या संकल्पनेबाबत विद्वान मंडळीत अनेक मतभेद

आहेत. वेगवेगळ्या राजकीय विचारप्रणाली या न्यायाची विविध तत्त्वे उत्पन्न करतात. अशा प्रकारे विकसित झालेल्या विविध संकल्पना आणि सिद्धान्त यात अनेक चांगले गुणधर्म आहेत. उदा. गुणवत्ता, हक्क प्रदानता, परिणामांची समानता, संधीची समानता, गरजा आणि कार्यिकतेतील असमानता. या सर्व गुणात्मक बाबी समाजशास्त्रज्ञांच्या दृष्टीने सामाजिक न्यायाशी संबंधित आहेत.

न्याय या संकल्पनेवर शैक्षणिक चर्चा सुरू झाली ती जॉन रावल्स यांच्या 'मतभेदाचे तत्त्वज्ञान' या मांडणीमुळे. या तत्त्वज्ञानात असे ठामपणे मांडले आहे की, दुर्मीळ वस्तूंच्या वितरणात (दुर्मीळ वस्तूत सत्ता, पैसा, आरोग्य जपणूक, कार्यक्रमात सहज प्रवेश या बाबींचा समावेश होतो.) असलेली असमानता समर्थनीय मानली जाते; पण जर ते समाजाच्या कमीतकमी अनुकूल गटांच्या सेवा वाढत्या प्रमाणात पुरवित असतील तर.

सामाजिक न्याय या संकल्पनेवर विवेचन करताना समाजशास्त्राच्या शब्दकोशाचे संपादक एच. पी. फेअरचाईल्ड यांचे सहलेखक चार्लस जे. बुशनेल (Charles J. Bushnell) असे लिहितात की, 'सामाजिक न्याय हा एकात्म समुदायातील लोकांच्या सहकार्याचा एक मूलभूत प्रकार आहे, ज्यामुळे समुदायातील प्रत्येक सभासदाला जीवन जगण्याची, ते वृद्धिंगत करण्याची, जीवन कसे जगावे हे शिकण्याची त्यांच्या क्षमतेनुसार समान संधी मिळते. न्यायाची ही आदर्शात्मक परिस्थिती असून ती लोकशाहीच्या सामाजिक संघातून म्हणजे राज्यपद्धतीतूनच प्राप्त होऊ शकेल; ही आदर्शात्मक परिस्थिती थोडक्यात प्रतिपादन करावयाची झाल्यास व्यावहारिकतेच्या दृष्टीने त्यास खालील मुद्द्यांच्या आधाराने मान्यता दिली जाईल व ती साध्यही करता येईल.

- प्रत्येक बालकाचा जन्म नैसर्गिक पद्धतीने व्हावा. त्याला आरोग्यपूर्ण किंवा निरोगी पर्यावरण लाभावे, तसेच त्याला चांगले व पुरेसे अन्न मिळावे व त्याला योग्य असे उदारतावादी शिक्षण प्राप्त व्हावे.
- प्रत्येक परिपक्व व्यक्तीला तिच्या क्षमतेनुसार काम वा नोकरी मिळावी.
- व्यक्तीच्या सर्वोच्च सामाजिक सेवेच्या स्थानानुसार प्रत्येक व्यक्तीला तिच्या कुटुंबाचे यथायोग्य पालनपोषण करता येईल एवढे उत्पन्न मिळाले पाहिजे.
- प्रत्येक व्यक्तीचा अधिकाऱ्यावर असा प्रभाव पडला पाहिजे की तिच्या गरजा आणि कल्पना यांना अधिकाऱ्यांकडून योग्य ते महत्त्व प्राप्त झाले पाहिजे. सर्वांना आर्थिक सुबत्ता प्राप्त होण्याची शक्यता निर्माण झाल्यामुळे, जगाच्या इतिहासात पहिल्यांदाच काही राष्ट्रे वास्तवतेत मूलभूत सामाजिक न्याय देण्यास समक्ष बनलीत की जे पूर्वी असंभव वाटत होते.

न्याय या संकल्पनेकडे विविध तज्ज्ञांचे वेगवेगळे दृष्टिकोन असून त्यांपैकी काही तज्ज्ञांच्या विचारांचा आपण येथे आढावा घेणार आहोत.

१) जॉन रावल्स (John Rawles)

१९७१ साली जॉन रावल्स यांचे 'न्यायाचा सिद्धान्त' (A Theory of Justice) प्रकाशित झाले, ज्यामध्ये न्यायासंबंधी आधुनिक दृष्टिकोनावर विवेचन केले होते. रावल्स हे न्यायाच्या संकल्पनेत न्यायाची तत्त्वे कोण तयार करतो, असा प्रश्न उपस्थित करतात व म्हणतात की नि:पक्षपाती विचारांनुसार समाज त्याच्या परिस्थितीनुरूप न्यायाची तत्त्वे आत्मसात करतो. या सिद्धान्तात रावल्स यांनी 'न्यायाच्या मूळ स्थितीची कल्पना केली असून, त्यात ते असे म्हणतात की, समाजातील हुशार लोक स्व-हित साध्य करण्यासाठी सिद्धान्तकल्पनांवर वा गृहीततत्त्वांवर आधारित तार्किकतेच्या आधारे सर्वसामान्य लोकांना त्यांच्या बुद्धिमत्तेपासून वंचित करतात व त्यांच्यावर अज्ञानाचा बुरखा घालून त्यांना समाजप्रवाहापासून दूर ठेवतात. भारतात पूर्वी अस्पृश्यांना तथाकथित स्पृश्यांनी शिक्षणापासून वंचित ठेवून त्यांना अज्ञानी ठेवण्याचा प्रयत्न केला. रावल्स यांच्या मते समाजातील एखाद्या गटाला त्याच्या मूलभूत अधिकारापासून वंचित ठेवणे न्यायसंगत नाही. परंतु वरिष्ठ गटातील लोकांनी कनिष्ठांना किंवा कनिष्ठ वर्गातील लोकांना ही परिस्थिती नुसतीच स्वीकारावयास लावली असे नाही; तर तेच त्यांच्या भल्याचे कसे आहे, न्यायसंगत कसे आहे हे कनिष्ठ वर्गातील लोकांच्या मनावर बिंबवून त्यांना सामाजिकदृष्ट्या कायमचे अपंग केले. रावल्स यांना हा विचार अन्यायाचा वाटत होता, विषमतेचे पोषण करणारा वाटत होता. विभेदीकरणाचा विचार करणारी ही विधाने पुढे रावल्स यांच्या सिद्धान्ताचा भाग बनलेली दिसतात.

रावल्स यांचा 'न्यायाचा सिद्धान्त' तीन प्रमुख तत्त्वांवर आधारित आहे. ही तत्त्वे पुढीलप्रमाणे-

i) मोठ्या प्रमाणात समान स्वातंत्र्याचे तत्त्व : या तत्त्वानुसार समाजातील प्रत्येकाला समान स्वातंत्र्याचा म्हणजे समानतेचा हक्क असला पाहिजे. न्यायाचे हे पहिले तत्त्व होय.

ii) अनुकूल संधीच्या समानतेचे तत्त्व : या तत्त्वानुसार समान क्षमतेच्या व्यक्तींना नोकरीच्या व कामाच्या समान संधी मिळाल्या पाहिजेत. हे न्यायाचे दुसरे तत्त्व होय.

iii) विभेदीकरणाच्या विरोधी तत्त्वाच्या पलीकडे समानतेला प्राधान्य देणे : या तत्त्वानुसार सामाजिक व आर्थिक संस्थांनी त्यांचे व्यवस्थापन अशा रीतीने करावे, की समाजातील तळागाळातील लोकांना तसेच आर्थिक दृष्टीने दुर्बल असलेल्या लोकांना, गटांना अधिकाधिक फायदा होईल. (अधिक माहितीसाठी प्रकरण १ पाहा.)

२) रॉबर्ट नोझिक (Robert Noziek)

१९७४ साली प्रकाशित केलेल्या आपल्या 'अराजक, राज्य व कल्पनासाम्राज्य' (Anarchy, State and Utopia) या ग्रंथात नोझिक यांनी असमान न्यायाच्या तत्त्वाचे समर्थन केले होते. त्याबाबत ते म्हणतात, लोकांना असमान मोबदला देणे हे न्यायसंगत आहे कारण प्रत्येक व्यक्तीची गुणवत्ता वेगवेगळी असते व त्या गुणवत्तेनुसार तिला मोबदला मिळणे योग्यच होय. तसेच प्रत्येक व्यक्तीची नैसर्गिक क्षमताही भिन्न असल्याने क्षमतेनुसार मोबदला हे तत्त्व योग्य व न्यायसंगत आहे. त्यांच्या मते, संपूर्ण समानता व समानतेवर आधारित न्यायप्रदानता शक्य नाही. राशिया, चीन, इस्त्राईल इत्यादी राष्ट्रांनी संपूर्ण समानता प्रस्थापित करण्याचा प्रयत्न विसाव्या शतकात केला होता, पण त्याला यश मिळाले नाही. व्यक्तीच्या योग्यतेवर आधारित मोबदला व त्याच्याशी सुसंगत न्याय हे तत्त्व आज समान हक्कांचा उद्घोष करणाऱ्या राष्ट्रांनीदेखील स्वीकारले आहे. नोझिक हे स्वत: उदारमतवादी विचारवंत असल्याने मालमत्ता संपादन हक्कातील समानता, संधीचा समान हक्क किंवा समान संधीचे स्वातंत्र्य हा विचार ते मान्य करतात; योग्यतेनुसार संसाधनांचे विषम वाटप व त्यानुसार न्याय हे तत्त्वही ते स्वीकारतात.

३) फ्रेड्रिक हायेक (Friedrich Hayek)

१९७६ साली 'सामाजिक न्यायाचे मृगजळ' (The Mirage of Social Justice) या पुस्तकात फ्रेड्रिक हायेक यांनी असा विवाद केला आहे की, कोणत्याही व्यक्तीबाबत बाजाराचे परिणाम हे गुणवत्ता किंवा योग्यता याद्वारे प्रतिबिंबित होत नाहीत; तर तेथे नशीब हा घटक महत्त्वाची भूमिका बजावतो. जीवनचक्रात अत्यंत बुद्धिवान, प्रतिभासंपन्न व्यक्ती अपयशी ठरतात तर पुरेशी पात्रता नसलेल्या वा कमी गुणवत्ता असलेल्या व्यक्ती जीवनात भरघोस यश प्राप्त करताना दिसतात. अशा वेळेला हायेक यांच्या मते, समानतेवर आधारित सामाजिक न्यायाचे तत्त्व केवळ एक मृगजळ म्हणजे स्वप्न ठरते.

याशिवाय जॉर्ज होमन्स, स्टॉर्न्स ॲडम्स, जेनीकर हॉशचाईल, के. एस. शेरर इत्यादींनी न्याय व सामाजिक न्याय आणि मानवी हक्कांशी असणारा त्यांचा संबंध यावर संशोधनात्मक अध्ययन केले आहे. संयुक्त राष्ट्रसंघाच्या १९४८ सालच्या सार्वभौमिक जाहीरनाम्यात समान हक्कांचे तत्त्व सर्व राष्ट्रांनी स्वीकारले असले व समान न्यायाला तत्त्व म्हणून मान्यता दिली असली तरी व्यवहारात ते मृगजळ ठरण्याची शक्यताच या तज्ज्ञांनी व्यक्त केल्याचे लक्षात येते.

४) ॲरिस्टॉटल (Aristotle)

न्यायासंबंधीच्या चर्चेचा प्रारंभ आपण ॲरिस्टॉटल यांच्या विचारांनी केला असून त्यांनी 'न्याय' या संकल्पनेचे विश्लेषण सद्‌गुण व दुर्गुण किंवा चांगल्या व वाईट या परस्परविरोधी भावनांच्या आधाराने करण्याचा प्रयत्न केला होता. ॲरिस्टॉटल यांनी न्यायाविषयीची चर्चा पुढे नेताना असे मांडले आहे की, 'विशिष्ट न्याय' म्हणजे काय तर व्यावहारिक दृष्टिने जे योग्य त्याबाबतचा न्याय. विशिष्ट न्यायाचे ॲरिस्टॉटल यांनी दोन वर्गात वर्गीकरण केले होते.

त्यांच्या मते, विशिष्ट न्यायाचा पहिला प्रकार म्हणजे जो मानसन्मान किंवा पैसा किंवा अन्य वस्तूंच्या वितरणाच्या बाबतीत प्रकट केला जातो आणि हे वितरण राज्यघटनेच्या चौकटीत बसणाऱ्या नियमानुसार केले जाते म्हणून ते न्याय्य वितरण ठरते.

ॲरिस्टॉटल यांच्या मते, विशिष्ट न्यायाचा दुसरा प्रकार म्हणजे जो माणसामाणसांतील व्यवहारात सुधारणा घडवून आणण्याचा प्रयत्न करतो. यांच्या मते, माणसामाणसांतील व्यवहाराचे दोन विभाग पाडले जातात. अ) ऐच्छिक व्यवहार (Voluntary Work) ब) अनैच्छिक व्यवहार (Involuntary Work).

अ) ऐच्छिक व्यवहार (Voluntary Work) : ऐच्छिक स्वरूपाच्या व्यवहारात खरेदी, विक्री, कर्जाचा उपभोग, गहाणखत, कर्जाचा वापर, गुंतवणूक इत्यादींचा समावेश होतो. या सर्व व्यवहाराला ऐच्छिक व्यवहार म्हटले जाते. कारण या सर्व व्यवहारांचे मूळच ऐच्छिकतेत आहे. म्हणजे या प्रकारचे व्यवहार करावयाचे की नाही हे व्यक्ती स्वत: ठरवू शकते.

ब) अनैच्छिक व्यवहार (Involuntary Work) : या प्रकारच्या व्यवहारात चोरटा व्यापार, चोरी, व्यभिचार, कुंटणखाण्याची दलाली, गुलामांचा मोह, खून, खोटी साक्ष देणे इत्यादी बाबी अंतर्भूत आहेत. याशिवाय इतर व्यवहारात हिंसा, हल्ला करणे, कैद (तुरुंगवास), खून, हिंसात्मक दरोडा, बंड, शिवीगाळ आणि अपमान इत्यादींचाही समावेश होतो.

ॲरिस्टॉटल यांनी केलेल्या न्यायासंबंधीच्या या विवेचनावरून एक गोष्ट आपल्या लक्षात येते की, व्यक्तींच्या ज्या क्रिया चांगुलपणावर व सद्‌गुणांवर आधारित असून, ज्या समाजासाठी उपयुक्त असतात तो न्याय आणि ज्या क्रिया समाजासाठी घातक, धोकादायक आहेत तो अन्याय होय. न्याय म्हणजे चांगली गोष्ट तर अन्याय म्हणजे वाईट गोष्ट. ॲरिस्टॉटल यांनी त्यांची न्यायाची संकल्पना अन्यायाच्या संदर्भात प्रतिपादन केली होती. ॲरिस्टॉटल यांनी न्याय या संकल्पनेवर सविस्तर विवेचन केले होते; पण

त्या काळात हक्क किंवा मानवी हक्क या संकल्पनांचा अभाव असल्यामुळे न्यायाचा संबंध त्यांनी मानवी हक्कांशी जोडल्याचे दिसत नाही.

न्याय : अन्य घटक

न्याय या संकल्पनेवर विविध तज्ज्ञांनी जे विचार मांडले त्याविषयी आपण सविस्तर चर्चा केली. न्यायासंबंधीचे सर्व दृष्टिकोन सैद्धान्तिक स्वरूपाचे होते. समाजात ज्याप्रमाणे सद्गुणी माणसे असतात तसेच काही दुर्गुणी माणसेही असतात. समाजातील कायदा, परंपरा, नैतिकता यांचे प्रामाणिकपणे पालन ही सद्गुणी माणसे करतात. या उलट समाजाचे कायदे, परंपरा, नैतिकता इत्यादींना पायदळी तुडवून आपल्या मर्जीने वागणाऱ्या लोकांचा उल्लेख 'दुर्गुणी माणसे' असा करतात. मानवी हक्क व मानवी स्वातंत्र्य या संकल्पना दुसऱ्या महायुद्धानंतर विकसित झाल्या. संयुक्त राष्ट्रसंघाने मानवी हक्कांचा जाहीरनामा प्रकाशित केला. आपल्या हक्कांचे व स्वातंत्र्याचे पालन करणाऱ्या जशा व्यक्ती आहेत, तद्वतच मानवी हक्क व स्वातंत्र्य यांची पायमल्ली करणाऱ्याही व्यक्ती आहेत. मानवी कायदे, मानवी परंपरा, मानवी हक्क, मानवी मूलभूत स्वातंत्र्य इत्यादींचे पालन न करणाऱ्या व्यक्तींना शिक्षा होणे गरजेचे आहे. शिक्षा करणारे हे राजकारण विरहित, समाजकारण विरहित, नि:पक्षपाती असणे गरजेचे आहे. त्यासाठी प्रत्येक राष्ट्रात वा समाजात एक स्वतंत्र यंत्रणा निर्माण केली आहे. ती यंत्रणा म्हणजे न्यायसंस्था होय. प्रत्येक राज्याची आणि विशेषत: लोकशाहीची तीन अंगे मानली जातात.

१) कायदेमंडळ : राष्ट्रासाठी किंवा समाजासाठी कायदे तयार करण्याची जबाबदारी कायदे मंडळाची असून कायदे मंडळात लोकांनी निवडून दिलेल्या प्रतिनिधींचा समावेश होतो. त्याला 'संसद' असे म्हणतात.

२) कार्यकारी मंडळ : कार्यकारी मंडळाकडे प्रामुख्याने कायद्याची अंमलबजावणी करण्याची जबाबदारी येते. यातील लोक सरकारने नेमलेले पगारी नोकर असतात. काही वरिष्ठ अधिकाऱ्यांची निवड स्पर्धा परीक्षेच्या माध्यमातून होते. कायद्याच्या अंमलबजावणीत सिंहाचा वाटा उचलला आहे तो पोलीस खात्याने.

३) न्यायसंस्था : संसदेने किंवा कायदेमंडळाने मंजूर केलेल्या कायद्यांचा अर्थ लावणे आणि जे कायदा मोडतात त्यांना कायद्यातील तरतुदीनुसार योग्य शिक्षा सुनावणे हे न्यायालयाचे म्हणजेच न्यायसंस्थेचे कार्य होय. त्यासाठी विविध स्तरांवर न्यायाधीश निवडले जाऊन न्यायालयांची स्थापना केली जाते. या ठिकाणी मानवी हक्कांचे किंवा मानवी स्वातंत्र्याचे उल्लंघन करणाऱ्यांच्या संबंधात न्यायसंस्थेचे कार्य आपण पाहणार आहोत. त्यासाठी तत्पूर्वी न्यायसंस्था ही संकल्पना समजून घेऊ.

न्यायसंस्था (Judiciary)

दोन पक्षातील तंट्याचा किंवा वादाचा त्रयस्थाकडून निवाडा करण्यासाठी उभारलेली यंत्रणा किंवा संघटना म्हणजे न्यायसंस्था होय. दोन व्यक्तींतील वाद जेव्हा निर्णयासाठी तिसऱ्या व्यक्तीकडे जातो तेव्हा न्यायसंस्था अस्तित्वात येते. अगदी प्राचीन काळी जेव्हा दोन व्यक्तींत किंवा दोन गटांत तंटे होत असत, तेव्हा त्या तंट्याचा निवाडा, त्या व्यक्ती किंवा गट स्वतःच्या बाहुबलावर किंवा सामर्थ्यावर करीत. न्यायसंस्था ही त्या पुढची पायरी असून मानवी संस्कृतीच्या विकासातील तो एक महत्त्वाचा टप्पा होय.

तज्ज्ञांच्या मते, न्यायसंस्थेचे तीन अनिवार्य घटक म्हणजे- दोन पक्षकार, त्यांच्यातील तंटा आणि तंट्याचा निवाडा करणारी तिऱ्हाईत व्यक्ती. न्यायसंस्थेचे हे तीन अनिवार्य घटक सार्वत्रिक स्वरूपाचे असून त्यांच्याशिवाय न्यायसंस्था अस्तित्वात येऊ शकत नाही.

काही तज्ज्ञांच्या मते, न्यायसंस्थेची मुख्य शक्ती म्हणजे जनमानसात तिला असलेली आदरभावना होय. हीच आदरभावना न्यायाधीश व न्यायालय यांच्या निवाड्याद्वारे दिलेल्या आदेशाचे संबंधित पक्षांना वा एकूणच जनतेला पालन करण्यास भाग पाडते.

न्यायसंस्था : प्रगतीचा इतिहास

समाजजीवनात धर्माचे प्राबल्य असताना न कळतच न्यायदानाचे काम धर्मगुरूकडे आले. देवाला कौल लावण्याची पद्धत भारताप्रमाणेच ग्रीक, इजिप्त, इटली इत्यादी देशातही होती. न्यायालय हे देवळात किंवा धार्मिक प्रार्थनास्थळांच्या ठिकाणी भरविण्याची प्रथा होती. त्याचप्रमाणे न्यायदानाच्या राष्ट्र, समाजव्यवस्था व संस्कृती यानुसार अनेक वेगवेगळ्या व्यवस्था किंवा पद्धती होत्या, त्या खालीलप्रमाणे असून त्याद्वारे न्यायसंस्थेच्या प्रगतीचे विविध टप्पे आपण लक्षात घेऊ शकतो.

i) पंचपद्धती किंवा न्याय पंचायत : ग्रामीण परिसर, आदिवासी जमाती, भटक्या जमाती यामध्ये न्यायदानाचे कार्य पूर्वी न्याय पंचायतीकडे होते. न्याय पंचायतीत प्रामुख्याने दोन्ही पक्षांनी निवडलेले पंच, गावचा प्रमुख (आदिवासी जमातीचा प्रमुख) गावातील वा जमातीतील ज्येष्ठ-श्रेष्ठ पुरुष व काही महत्त्वाच्या खटल्यात संपूर्ण ग्रामसभा किंवा जमात न्यायदानास बसे. न्यायदानात शपथ घेणे, मंत्रोच्चार करणे, कौल लावणे, दिव्य करणे इत्यादींना महत्त्व होते व आदिवासी जमातीत ते अजूनही असलेले दिसते.

ii) राजा वा महाराजांची न्यायव्यवस्था : धर्मगुरूंचा प्रभाव कमी झाल्यावर वा राजा सत्ताधीश झाल्यावर न्यायदानाचे काम आपोआपच राजाकडे आले. राजा स्वत: किंवा त्याने नेमलेल्या अधिकाऱ्यांमार्फत न्यायदानाचे कार्य करे. बेबिलोनियात हामुराबी राजाच्या काळात शासकीय अधिकाऱ्यांनी चालविलेली न्यायालये प्रसिद्ध होती. अधिकाऱ्याने दिलेल्या निर्णयाच्या विरोधात राजाकडे दाद मागता येई. त्यामुळे राजाकडे त्याकाळी पालक, पिता व न्यायसत्ता अशा तिहेरी भूमिका होत्या. बेबिलोनियाप्रमाणे इजिप्तचीही तशाच प्रकारची न्यायपद्धती होती.

iii) प्राचीन ग्रीस देशातील न्यायव्यवस्था : प्राचीन ग्रीक देशात 'अथेन्स' या ठिकाणी न्यायालय भरे; ती नागरिकांची समिती असली तरी निर्णय देण्याचा अधिकार मात्र केवळ राजाचाच असे. राजा जो निर्णय देईल तो देवाने राजामार्फत वदविलेला कौल आहे, असे मानून लोक तो श्रद्धेने स्वीकारीत. राजसत्ता नष्ट झाल्यावर नागरिकांची समिती ही न्यायाधीशांची समिती बनली. इ. स. पूर्व ४५३ च्या सुमारास ग्रीकमध्ये फिरते न्यायाधीश नेमले गेले होते. त्यांची संख्या जवळपास ४० इतकी होती.

iv) रोममधील न्यायदानपद्धती : रोममध्ये न्यायसंस्थेचा विकास अधिक प्रमाणबद्ध स्वरूपात होत गेला. येथेच प्रथम दिवाणी न्यायालय व फौजदारी न्यायालय ही कल्पना विकसित झाली. याच काळात दंडाधिकारी व न्यायाधीश हा भेद जाऊन सर्व खटले हे दंडाधिकाऱ्यामार्फत चालविले जात. याच काळात कनिष्ठ न्यायालय व उच्च न्यायालय असा भेद निर्माण झाला.

v) फ्रान्सची न्यायव्यवस्था : क्रांतीपूर्व फ्रान्समधील शार्लमेन राजाने न्यायसंस्थेत जास्त सुसूत्रता आणली व तिच्यावरचे शासकीय नियंत्रण वाढविले. हळूहळू न्यायालयाची संख्या वाढू लागली. राजाकडे दाद मागण्याचा हक्क कायमच होता.

vi) सरंजामशाहीतील न्यायपद्धती : सरंजामशाही पद्धतीत जमीनदार हे न्यायदान करीत. दोन कुळातील तंटे किंवा मालक व कूळ यांच्यातील तंटे या दोन्हींचा निवाडा मालकाच्या वा जमीनदाराच्या हातात असे. मालकांचा न्याय हा स्वत:चे हक्क वाढविण्याकडे असल्यामुळे सरंजामांना वठणीवर आणण्यासाठी राजाने त्याची फिरती न्यायालये सुरू केली. कालांतराने स्थानिक न्यायावर राजाच्या न्यायाचे वर्चस्व प्रस्थापित झाले व इंग्लंडमध्ये एकच्छत्री कायदा (Common Law) लागू करण्यात आला.

vii) न्यायसंस्थेचे शासनापासून विभक्तीकरण : न्यायसंस्थेच्या विकासातील पुढील टप्पा म्हणजे न्यायसंस्थेचे शासनापासून झालेले विभक्तीकरण होय. सुरुवातीला

राजा स्वत: न्यायदान करी. त्यानंतर त्याने त्याच्या सल्लागारांच्या वतीने न्यायदानाचे कार्य चालू ठेवले. कालांतराने या सल्लागारांची न्यायविषयक कामे व शासकीय कामे वेगळी झाली व वेगवेगळ्या व्यक्तींकडे ही कामे सोपविण्यात आली. वेगवेगळ्या खटल्याचे कामकाज चालविण्यासाठी इंग्लंडमध्ये जी तीन प्रकारची न्यायालये निर्माण करण्यात आली ती खालीलप्रमाणे-

- द्रव्यकोश न्यायालय (Court of Exchequer) : राजाला येणे असलेल्या कर्जासंबंधीचे खटले या न्यायालयात चालविले जात.
- सामान्यांना सुखकारक न्यायालय (Court of Common Please) : या पद्धतीच्या न्यायालयात व्यक्ती-व्यक्तीतील खासगी तंटे किंवा खटले यांचा निवाडा केला जाई.
- राजाचे न्यायालय (Court of King) : राजाने ऐकावयाचे तंटे यात प्रथम ऐकले जात.

फ्रान्स, इंग्लंड व अमेरिका येथील न्यायालयांचे स्वरूप व क्षेत्र हे किरकोळ फरक वगळता एकसारखे होते. राजसत्ताक राज्यपद्धती नष्ट झाल्यावर व लोकसत्ताक राज्यपद्धती अस्तित्वात आल्यानंतर न्यायसंस्था किंवा न्यायव्यवस्था स्वायत्त झाली आणि नि:पक्षपाती न्यायदानाला त्यामुळे चालना मिळाली. आजचे न्यायालय धर्म, परंपरा यापेक्षा राज्याच्या कायद्यानुसार खटले चालविते. 'न्यायालयासमोर सर्व समान' हे तत्त्व आजच्या न्यायाचे प्रमुख तत्त्व होय. त्यामुळे स्वत:वर अन्याय झालेली, स्वत:च्या मूलभूत हक्कांचा भंग झालेली व्यक्ती न्यायासाठी न्यायालयाचा दरवाजा ठोठावू शकते.

रशियातील न्यायव्यवस्था

१९१७ साली रशियात झालेल्या राज्यक्रांतीनंतर तेथे समानतेवर आधारित साम्यवादी सरकार अस्तित्वात आले. त्यांनी लोकन्यायालयाची कल्पना स्वीकारली व प्रत्यक्ष अमलात आणली. त्यावेळी रशियात २७००० लोकन्यायालये होती व ६००० लोकांमागे एक न्यायालय असे हे प्रमाण होते.

न्यायालयाचे प्रकार (Types of Court)

तंट्याचे स्वरूप, तंट्याचे क्षेत्र, तंट्याची परिस्थिती यामधील वाढती जटिलता ही न्यायालयाचे विभाजन करण्यास महत्त्वाचे कारण ठरली. सर्वसाधारणपणे न्यायालयाचे पुढील काही प्रकार पाडले जातात-

१) प्रशासकीय न्यायालय (Administrative Court) : प्रशासकीय क्षेत्रात निर्माण होणारे प्रश्न, शासनाच्या अधिकाऱ्यांच्या हक्कभंगाचे प्रश्न, शासकीय कर्मचाऱ्यांचा कामचुकारपणा, त्यांचे कायदेभंग करणारे वर्तन याविषयीची प्रकरणे या न्यायालयातर्फे हाताळली जातात. युरोप खंडातील अनेक राष्ट्रांत (इंग्लंडचा अपवाद वगळता) ही न्यायालये कार्यरत होती. भारतात मात्र प्रशासकीय न्यायालये नाहीत.

२) सेना न्यायालय (Military Court) : प्रत्येक राष्ट्राचे स्वतंत्र सेनादल असते. सेनादलात शिस्त व त्या संबंधीचे नियम अत्यंत कडक असतात व त्याचे पालन सैन्यदलातील प्रत्येकाला अनिवार्य असते. सेना अधिकारी, सैनिक व इतर कर्मचारी यांनी ते केले नाही तर त्यांच्या विरोधात हक्कभंगाचे, कायदेभंगाचे खटले या न्यायालयात चालविले जातात. इंग्लंड, फ्रान्स, जर्मनी, भारत इत्यादी देशांत सेना न्यायालये कार्यरत असून, त्यानुसार हे खटले चालविले जातात. रशियातील अशा न्यायालयाचे स्वरूप वेगळे आहे.

३) औद्योगिक न्यायालय (Industrial Court) : औद्योगिकीकरणाच्या वाढत्या व्यापामुळे, कामगार संघटनांच्या निर्मितीमुळे कामगार–कामगार, कामगार–मालक, कामगार सुविधांचे प्रश्न व त्यांच्यातील कलह व वाद यांचे निराकरण करण्यासाठी या न्यायालयाची स्थापना करण्यात आली. १८०६ साली प्रथम फ्रान्सने, १८६९ साली जर्मनीने व नंतर इतर देशांनी क्रमाक्रमाने औद्योगिक न्यायालयांची स्थापना केली. याच धर्तीवर भारतातही औद्योगिक न्यायालयांची स्थापना केली गेली. संप, टाळेबंदी, नोकरीच्या अटीतील फेरबदल इत्यादी प्रश्न औद्योगिक न्यायालय हाताळते. कामगारांच्या हक्कांचा भंग, त्यावर अतिक्रमण या बाबतचे खटलेही हे न्यायालय चालविते.

४) व्यापारी न्यायालय (Commercial Court) : आज युरोप खंडात व इतरत्र व्यापारी न्यायालये आढळत नाहीत. १४ व्या शतकात युरोप खंडात 'व्यापारी कायदा' मंजूर करण्यात आला होता. त्यानुसार जमिनीवरून व समुद्रमार्गे होणाऱ्या व्यापाराच्या संदर्भात तो सुलभ व्हावा म्हणून हा कायदा १३६४ साली विस्तारित करण्यात आला. दोन व्यापाऱ्यांत, दोन राष्ट्रांत जर व्यापारविषयक तंटा निर्माण झाला तर तो व्यापारी न्यायालयातर्फे सोडविला जात असे. या न्यायालयात शीघ्र न्यायाला महत्त्व होते. एका दिवसात खटल्याचा निकाल लागून व्यापारी इतरत्र व्यापारास जावयास मोकळे होत. पुढे पुढे व्यापाराचे खटले सामान्य न्यायालयातर्फेच चालविले जाऊ लागल्याने व्यापारी न्यायालयाचे महत्त्व कमी कमी होत गेले; त्यामुळे ही न्यायालये संपुष्टात आली.

५) बालगुन्हेगार न्यायालय (Juvenile Court) : अल्पवयीन मुलांनी, म्हणजे १६ वर्षांखालील मुले व १८ वर्षांखालील मुली यांनी गुन्हा केला तर त्यांना प्रौढ गुन्हेगारासारखी वागणूक न देता वेगळी वागणूक दिली पाहिजे; या जाणिवेतून बालगुन्हेगार न्यायालयांची निर्मिती करण्यास राज्यांना प्रोत्साहन देण्यात आले. अशी अल्पवयीन मुलांची प्रकरणे बाल-न्यायालयातर्फे हाताळली जातात. या न्यायालयात वकिलांना बालगुन्हेगारांची वकिली करता येत नाही. तसेच इतर न्यायालयाप्रमाणे या न्यायालयात प्रेक्षकांना खटल्याचे कामकाज ऐकण्यास परवानगी नाही; तसेच या न्यायालयात पोलिसांना नेहमीचा सरकारी पोशाख न करता सर्वसामान्य माणसांच्या पोशाखात हजर राहावे लागते. तसेच या न्यायालयातील न्यायाधीशांना बालकांच्या समस्या कशा सोडवावयाच्या याचे व बालमानसशास्त्राचे विशेष प्रशिक्षण दिले जाते. बालगुन्हेगारांची प्रकरणे बालकायद्यामध्ये असलेल्या तरतुदीनुसार हाताळावी लागतात. बालगुन्हेगाराला तुरुंगवासाची शिक्षा न देता त्यांना सुधारगृहात किंवा प्रमाणित शाळांत पाठविले जाते.

६) आंतरराष्ट्रीय न्यायालय (International Court) : राष्ट्राराष्ट्रांतील तंटे, वाद सोडविण्यासाठी संयुक्त राष्ट्रसंघाच्या सनदेत या न्यायालयाची तरतूद करण्यात आली आहे. हेग येथे आंतरराष्ट्रीय न्यायालयाचे कार्यालय आहे. या न्यायालयामुळे अनेक आंतरराष्ट्रीय तंटे सोडविण्यास मदत झाली आहे. त्यामुळे जास्तीतजास्त राष्ट्रे या न्यायालयाकडे धाव घेतात.

७) दिवाणी न्यायालय (Civil Court) : विशेषत: मालमत्तेसंबंधीचे, (स्थावर असो वा जंगम) तंटे किंवा वाद मग ते घरगुती वा अन्य स्वरूपाचे असो, या न्यायालयातर्फे सोडविले जातात. दिवाणी न्यायालयात एखादा खटला दाखल झाला की तो वर्षानुवर्षे रेंगाळतो हे वास्तव आहे. सारांश, मालमत्तेसंबंधीचे वाद, भांडणे, इत्यादी खटले या न्यायालयातर्फे चालविले जातात.

८) फौजदारी न्यायालय (Criminal Court) : समाजात जे अनेक प्रकारचे गुन्हे घडत असतात त्यामध्ये किरकोळ चोरीपासून ते दरोड्यापर्यंतचे, स्त्रियांच्या विनयभंगापासून ते तिच्यावर होणाऱ्या बलात्कारापर्यंतचे अनेक गुन्हे समाविष्ट असतात. मारामाऱ्या, खून, चोऱ्या, लूटमार इत्यादी गुन्हे समाजात सातत्याने घडत असतात. याशिवाय कुटुंबात नवोदित वधूचा छळ, मालमत्तेसाठीची भांडणे, स्त्रियांवरचे अत्याचार इत्यादी गुन्हे घडत असतात. या गुन्ह्यांचे स्वरूप इतके विस्तृत आहे की, सर्वांचा उल्लेख येथे करणे केवळ अशक्य आहे. पण या सर्व प्रकारच्या गुन्ह्यांची नोंद प्रथम पोलिसांकडे केली जाते. नंतर पोलीस फौजदारी न्यायालयात खटला दाखल करून मग न्यायालय गुन्हेगाराला संबंधित कायद्यान्वये योग्य ती शिक्षा देते.

भारतीय न्यायसंस्था : ऐतिहासिक आढावा

(Indian Judiciary : Historical Review)

भारतीय न्यायसंस्थेची ऐतिहासिक पार्श्वभूमी लक्षात घेताना त्याची सुरुवात वैदिक काळापासून करावी लागेल.

प्राचीन भारतात इतर देशांप्रमाणे न्यायसंस्था संघटित नव्हती. कायद्याची कल्पना समाज व राज्य या संस्थांबरोबर विकसित होत गेली. राज्याची निर्मिती झाल्यानंतर राज्याच्या हातात सत्ता केंद्रित झाली. न्यायाचे प्रतीक राजा हा असून व न्यायदान हे त्याचे काम असते हा समज दृढ झाला. महाभारताच्या शांतीपर्वात राजधर्म आणि राजकर्तव्य यांचा उल्लेख आहे. या काळात न्यायव्यवस्थेविषयी असा संकेत होता की, राजाने त्याच्याकडे आलेल्या तक्रारींचा निवाडा करताना तो एकट्याने करू नये तर त्यासाठी न्यायसभेची मदत घ्यावी व त्यासाठी न्यायसभेत पुढील घटकांचा अंतर्भाव महत्त्वाचा मानला जाई- ४ ब्राह्मण, ८ क्षत्रिय, २१ वैश्य व ३ शूद्र इत्यादी. त्याचप्रमाणे राजाने न्याय देताना गुप्तधन (लाच) घेऊ नये असा संकेत होता.

मुसलमानी आमदानीत बादशहा हा न्यायव्यवस्थेचा प्रमुख होता. त्याच्या हाताखाली मुख्य काझीचे न्यायालय होते. याशिवाय दिवाण-इ-अला, दरोग-ई-अदालत, काझी मुफती, सदर कचेरी, अमीन दप्तर, फौजदारी अदालत, छोटी अदालत अशी न्यायालये होती; पण त्यामध्ये सुसूत्रता नव्हती. दोन्ही पक्षकार हिंदू असतील तर हिंदू कायद्याप्रमाणे निकाल होई अन्यथा मुस्लिम कायद्याप्रमाणे न्यायदान केले जाई.

शिवाजी महाराजांच्या कारकिर्दीत त्यांनी अष्टप्रधान नेमले होते. त्यावेळी एक न्यायाधीश असे व तो न्यायव्यवस्थेचा प्रमुख म्हणून पदभार सांभाळे. मराठी काळातही न्यायालयाचे अर्थमूल (दिवाणी) व दंडमूल (फौजदारी) असे दोन प्रकार होते व हिंदू धर्मशास्त्र कायद्यानुसार ते निकाल देत.

भारतात ब्रिटिशांची सत्ता प्रस्थापित झाल्यावर मात्र न्यायव्यवस्था आमूलाग्र बदलली. १७२६ मध्ये कोलकाता, मद्रास (चेन्नई) व मुंबई येथे 'मेयर्स कोर्ट' या नावाने न्यायालये स्थापन झाली. १७७३ मध्ये कोलकाता येथे सुप्रीम कोर्ट स्थापन झाले. ब्रिटिश काळात चार विधीआयोग नेमण्यात आले. त्यांनी विविध कायदे संमत केले व त्या कायद्याची तत्त्वे भारतातही लागू केली. १८६१ मध्ये हायकोर्ट कायद्यानुसार मुंबई, कोलकाता व मद्रास येथे उच्च न्यायालये निर्माण झाली.

मध्यवर्ती न्यायालय १९३५ मध्ये त्यासाठी मंजूर करण्यात आलेल्या अधिनियमाद्वारे स्थापन करण्यात आले. त्यालाच संघ न्यायालय म्हणत. त्यावर अपील प्रिव्ही

कौन्सिलकडे (Privy Council - सल्लागार मंडळ) करावे लागे. १९४९ मध्ये प्रिव्ही कौन्सिलचा भारतातील अधिकार काढून घेण्यात आला व संघ न्यायालय हे सर्वोच्च न्यायालयात रूपांतरित झाले. २६ जानेवारी १९५० ला भारताचे नवीन संविधान अस्तित्वात आले व संघ न्यायालय जाऊन दिल्ली येथे सर्वोच्च न्यायालय स्थापन झाले. न्यायालयासमोर येणारी प्रकरणे प्रामुख्याने फौजदारी व दिवाणी स्वरूपाची असतात. त्यानुसार न्यायाधिकाऱ्याची कार्यकक्षा ठरते. भारतातील न्यायसंस्थेचे स्वरूप सर्वसाधारणत: पुढीलप्रमाणे वेगवेगळ्या स्तरांमध्ये विभागलेले आहे.

१) कनिष्ठ न्यायालय (Junior Court) : फौजदारी व दिवाणी स्वरूपाचे दावे किंवा खटले चालविण्याचा अधिकार कनिष्ठ न्यायालयांना असतो. दिवाणी दावा असेल तर रु. २००००/- पेक्षा कमी मालमत्तेसंबंधी दावे येथे चालतात. या न्यायालयाची कार्यकक्षा सर्वसाधारणपणे तालुका असते.

२) वरिष्ठ न्यायालय (Senior Court) : या न्यायालयातही फौजदारी व दिवाणी स्वरूपाचे खटले चालतात. रु. २००००/- पेक्षा जास्त मालमत्तेसंबंधीचे दिवाणी स्वरूपाचे खटले या न्यायालयात चालविले जातात.

३) जिल्हा न्यायालय (District Court) : जिल्हास्तरावर फौजदारी स्वरूपाचे गुन्हे चालविण्यासाठी जिल्हा न्यायाधीश असतो तर दिवाणी स्वरूपाचे गुन्हे चालविण्यासाठी सत्र न्यायाधीश असतो. कनिष्ठ कोर्टातील निकालावर या कोर्टात अपील केले जाते व ते खटलेही या न्यायालयात चालविले जातात.

४) उच्च न्यायालय (High Court) : प्रत्येक राज्याच्या राजधानीच्या शहरात उच्च न्यायालय स्थापन करण्यात आले असून त्यांना दिवाणी आणि फौजदारी खटले चालविण्याचा अधिकार आहे. वरिष्ठ न्यायालय, जिल्हा न्यायालय येथील निकालाविरुद्ध उच्च न्यायालयात अपील करता येते. मोठ्या राज्यात उच्च न्यायालयाचे खंडपीठ काही विभागात स्थापन केले असून, महाराष्ट्रात मुंबई उच्च न्यायालयाचे खंडपीठ औरंगाबाद व नागपूर येथे आहे. यामागील हेतू कामाचा भार हलका करणे हा आहे. उच्च न्यायालयाच्या निकालाविरुद्ध सर्वोच्च न्यायालयात अपील करता येते.

५) सर्वोच्च न्यायालय (Supreme Court) : भारताचे सर्वोच्च न्यायालय नवी दिल्ली येथे असून, सर्व राज्यातील उच्च न्यायालयाच्या निकालाविरुद्ध करण्यात आलेल्या अपीलांचे खटले, एखाद्या कायद्याचा अर्थ लावणारे खटले, महत्त्वाचे निर्णय घेण्यासंबंधीचे खटले, दिवाणी तसेच फौजदारी खटले चालविण्याचा अधिकार सर्वोच्च न्यायालयाला आहे. सर्वोच्च न्यायालयाचा निर्णय अंतिम असतो.

न्यायालयाचे हे वर्गीकरण काटेकोर आहे असे मी म्हणणार नाही वा तसा दावाही करणार नाही. भारतातील प्रांताप्रांतांनुसार यात भेद असू शकतो. परंतु वाचकांना न्यायव्यवस्थेच्या संरचनेची जाणीव व्हावी म्हणून हे वर्गीकरण येथे दिले आहे.

भारतात स्त्रिया, अल्पसंख्य, अनुसूचित जाती-जमाती यांच्या हक्कांचे व हितसंबंधांचे रक्षण व्हावे म्हणून त्या त्या संदर्भात मानवी हक्क संरक्षण आयोगाची निर्मिती केली असून त्याचे उच्च न्यायालय व सर्वोच्च न्यायालय यांच्या साहाय्याने हे कार्य चालते.

भाग : ३

संयुक्त राष्ट्रसंघाचा मानवी हक्कांचा सार्वभौमिक जाहीरनामा

(Universal Declaration of Human Rights of United Nations)

१० डिसेंबर १९४८ रोजी संयुक्त राष्ट्रसंघाच्या सर्वसाधारण सभेने मानवी हक्कांचा जाहीरनामा प्रसिद्ध केला. त्यावर या ठिकाणी आपण विस्तृत चर्चा करणार आहोत.

प्रस्तावना

संयुक्त राष्ट्रसंघाच्या मानवी हक्कांच्या सार्वभौमिक जाहीरनाम्याच्या प्रस्तावनेत संयुक्त राष्ट्राच्या सर्वसाधारण सभेने सात बाबींचा समावेश केला असून त्या सात बाबी खालीलप्रमाणे-

१) ज्याअर्थी मानवी कुटुंबाच्या सर्व सभासदांच्या स्वाभाविक प्रतिष्ठेला आणि त्यांच्या समान आणि अदेय (Inalienable) हक्कांना मान्यता देण्याची क्रिया ही जगातील स्वातंत्र्य, न्याय आणि शांतता यांचा पाया आहे,

२) ज्याअर्थी मानवी हक्कांची उपेक्षा किंवा अवमान करण्यात आला व त्याचा परिणाम म्हणून मानवाच्या सदसद्‌विवेकबुद्धीच्या निर्मितीवर निर्दयतेने घाला घालण्यात आला; परंतु जगात मानवी हक्कांचे आगमन झाल्यानंतर व्यक्तीसाठी भाषण स्वातंत्र्य, श्रद्धेचे स्वातंत्र्य, भीती आणि गरजा यापासून मुक्तता इत्यादी गोष्टी जाहीर करून, त्या सामान्य माणसांच्या सर्वोच्च आकांक्षा असल्याचे नमूद करण्यात आले,

३) ज्याअर्थी मानवाला जुलूम आणि दडपणुकीविरोधी बंडाचा आश्रय घेणे अनिवार्य होऊ नये असे वाटत असेल तर हे आवश्यक आहे की, कायद्याच्या नियमांद्वारे मानवी हक्कांचे संरक्षण करणे जरुरी आहे,

४) ज्याअर्थी राष्ट्राराष्ट्रांतील बंधुत्वाच्या किंवा मित्रत्वाच्या संबंधांच्या विकासाला प्रोत्साहन देण्याची आवश्यकता आहे,

५) ज्याअर्थी संयुक्त राष्ट्रसंघाने त्यांच्या सनदीमार्फत आपल्या सर्व जनतेला पुन्हा पुन्हा असे आश्वासन दिले की, मूलभूत मानवी हक्कांवरचा त्यांचा विश्वास, व्यक्तींची प्रतिष्ठा आणि योग्यता, स्त्री-पुरुषांचे समान हक्क यांचे जतन करू आणि सामाजिक प्रगती आणि व्यापक स्वातंत्र्यासाठी चांगल्या राहणीमानाची व्यवस्था यांना प्रोत्साहन दिले जाईल,

६) ज्याअर्थी संयुक्त राष्ट्रसंघाच्या सर्व सभासद राष्ट्रांनी अशी शपथ घेतली की ते संयुक्त राष्ट्रसंघाशी सहकार्य करतील. सार्वभौमिक मानसन्मानाला प्रोत्साहन देतील, मानवी हक्कांचे आणि मूलभूत स्वातंत्र्याचे पालन करतील,

७) ज्याअर्थी ह्या हक्कांचे आणि स्वातंत्र्याचे सामान्य आकलन होणे या शपथेची पूर्णपणे जाणीव होण्यासाठी अत्यंत गरजेचे आहे,

त्याअर्थी संयुक्त राष्ट्रसंघाची सर्वसाधारण संसद ३० कलमांना मंजुरी देऊन मानवी हक्कांच्या विविध पैलूंचे रक्षण करील.

संयुक्त राष्ट्रसंघाची सर्वसाधारण संसद जाहीर करते की,

मानवी हक्कांचा हा सार्वभौमिक जाहीरनामा सर्व राष्ट्रांतील सर्व लोकांसाठी समान ध्येय साध्य करण्याकरता आहे. या जाहीरनाम्यातील प्रत्येक कलम, सर्व व्यक्तींनी, समाजाच्या सर्व घटकांनी, मनामध्ये सतत कोरून ठेवावे. तसेच प्रत्येक व्यक्तीच्या मनात शिकण्याची व शिकविण्याची केवळ आस असून चालणार नाही तर त्यास योग्य प्रोत्साहन देण्याच्या हक्कांची आणि स्वातंत्र्याची आवश्यकता असून त्यासाठी प्रगतीशील उपायांचीदेखील गरज आहे. राष्ट्रीय व आंतरराष्ट्रीय पातळीवर लोकांचे सार्वभौमिक हक्क सुरक्षित राहणे जसे गरजेचे आहे; तसेच त्या हक्कांना सर्व सभासद राष्ट्रांकडून व तेथील लोकांकडून मान्यता मिळाली पाहिजे व त्यांचे त्या-त्या भूप्रदेशातील लोक पालन करतील अशी हमी मिळाली पाहिजे. या जाहीरनाम्यात मानवी हक्कांसंबंधी ३० कलमांचा समावेश करण्यात आला असून ती त्याच क्रमाने आपण पाहू.

कलम १ : सर्व मानव जन्मत: स्वतंत्र आणि प्रतिष्ठा व हक्क प्राप्तीसाठी समान आहेत. प्रत्येक माणसाला निसर्गत:च सदसद्विवेकबुद्धी प्राप्त झालेली असल्यामुळे सर्वांनी परस्परांशी बंधुत्वाने वागावे.

कलम २ : वंश, वर्ण, लिंग, भाषा, धर्म, राजकीय व इतर मत, राष्ट्रीय व सामाजिक मूल्य, मालमत्ता, जन्म आणि अन्य दर्जा यांपैकी

कोणत्याही भेदभावाचा विचार न करता प्रत्येकजण या जाहीरनाम्यातील सर्व हक्क व स्वातंत्र्य प्राप्त करण्यास पात्र आहे. याशिवाय राजकीय अमलाखालील प्रदेश किंवा एखाद्या देशाचा व भूप्रदेशाचा आंतरराष्ट्रीय दर्जा या आधाराने जगातील कोणत्याही राष्ट्रा-राष्ट्रांतील नागरिका-नागरिकांत भेद केला जाणार नाही.

कलम ३ : प्रत्येक व्यक्तीला जीवन जगण्याचा, स्वातंत्र्याचा व वैयक्तिक सुरक्षेचा हक्क या कलमाद्वारे प्रदान करण्यात आला आहे.

कलम ४ : या कलमानुसार कोणासही गुलामगिरीत ठेवण्यास मान्यता नाही. गुलामगिरीच्या व गुलामांच्या सर्व प्रकारच्या व्यापारांवर प्रतिबंध लादण्यात आले आहेत.

कलम ५ : या कलमानुसार कोणत्याही व्यक्तीला छळ करण्यासाठी, निर्दयपणे वागविण्यासाठी, अमानुष किंवा अवमानकारक वागणूक देण्यासाठी वा शिक्षा देण्यासाठी ताब्यात ठेवता येणार नाही. तो मानवी हक्कांचा भंग ठरेल.

कलम ६ : कायद्यासमोर प्रत्येक व्यक्तीला एक व्यक्ती वा मनुष्य म्हणूनच ओळखले जाण्याचा हक्क असेल.

कलम ७ : कायद्यासमोर प्रत्येक व्यक्ती समान आहे आणि प्रत्येकाला असाही हक्क देण्यात आला आहे की कोणत्याही भेदभावाशिवाय प्रत्येकाला कायद्यातर्फे समान संरक्षण मिळाले पाहिजे. तसेच या जाहीरनाम्यानुसार प्रत्येकाला हिंसाचाराविरुद्ध समान संरक्षण मिळाले पाहिजे आणि जर कोणी या प्रकारच्या विभेदीकरण प्रक्रियेस चिथावणी देत असेल; तर त्यापासूनही संरक्षण मिळाले पाहिजे.

कलम ८ : राज्यघटनेने किंवा कायद्याने मंजूर केलेल्या मूलभूत हक्कांचे जर उल्लंघन होत असेल; तर कार्यक्षम राष्ट्रीय न्यायासनासमोर योग्य ते उपाय प्राप्त करण्याचा हक्क प्रत्येकास देण्यात आला आहे.

कलम ९ : कोणत्याही व्यक्तीला अकारण अटक करणे, कैदेत ठेवणे किंवा हद्दपारीची शिक्षा देणे यावर या कलमान्वये निर्बंध घातले जातील.

कलम १० : कोणत्याही व्यक्तीविरुद्ध गुन्हेगारी स्वरूपाचा आरोप असेल किंवा तिचे हक्क आणि कर्तव्ये निर्धारित करायची असतील; तर तिचे म्हणणे समानतेच्या तत्त्वाच्या आधारे, स्वतंत्र व नि:पक्षपाती न्यायासनासमोर मांडण्याचा हक्क प्रत्येकाला देण्यात आला आहे.

मानवी हक्कांचे प्रकार व सामाजिक न्याय / ७९

कलम ११(१): कोणत्याही व्यक्तीवर गंभीर स्वरूपाचे आरोप ठेवण्यात आले असतील तर न्यायालयाने दोषी म्हणून घोषित करेपर्यंत, त्या व्यक्तीस स्वत:च्या निर्दोषत्वाचा दावा करण्याचा पूर्ण हक्क आहे. त्याचप्रमाणे त्याच्यावरील खटल्यात स्वत:चा बचाव करण्यासाठी सर्वतोपरी प्रयत्न करण्याचाही त्यास हक्क आहे.

(२) राष्ट्रीय व आंतरराष्ट्रीय कायद्यांतर्गत जी कृती कायदेशीर गुन्हा म्हणून मान्य केली गेली नसेल, अशा कोणत्याही कृतीसाठी कोणाही व्यक्तीवर कायद्याने आरोप ठेवता येणार नाही. तसेच गुन्हा घडला त्या वेळेस कायद्याने निर्धारित केलेल्या शिक्षेपेक्षा जास्त मोठी शिक्षा आरोपीस देऊ नये.

कलम १२ : कोणत्याही व्यक्तीच्या खासगी आयुष्यात, कौटुंबिक जीवनात, घरगुती बाबीत किंवा पत्रव्यवहारात कोणत्याही प्रकारे एकतर्फी हस्तक्षेप केला जाणार नाही व दुसऱ्या व्यक्तीच्या प्रतिष्ठेवर व नावलौकिकावर हल्ला करता येणार नाही. स्वत:च्या आयुष्यात होणाऱ्या हस्तक्षेपापासून किंवा हल्ल्यापासून कायदेशीर संरक्षण मिळण्याचा हक्क प्रत्येक नागरिकाला आहे.

कलम १३(१): राज्याच्या सीमेंतर्गत प्रदेशात प्रत्येकाला मुक्त संचार करण्याचा आणि निवास करण्याचा हक्क प्रदान करण्यात आला आहे.

(२) प्रत्येकाला स्वत:च्या देशासहित कोणताही देश सोडून जाण्याचा व स्वत:च्या देशात परत येण्याचा हक्क आहे.

कलम १४(१): कोणत्याही व्यक्तीस धार्मिकतेसाठी इतर देशात आश्रय शोधण्याचा किंवा वास्तव्यास जाण्याचा हक्क आहे.

(२) एखाद्यावर अ–राजकीय स्वरूपाच्या गुन्ह्यासाठी खटला दाखल केला गेला असेल किंवा त्याची कृती संयुक्त राष्ट्रसंघाचे उद्देश आणि तत्त्वे या विरोधात असेल तर वरील हक्कासाठी त्या व्यक्तीस पात्र धरले जाणार नाही.

कलम १५(१): प्रत्येकाला राष्ट्रीयत्वाचा हक्क आहे.

(२) कोणत्याही व्यक्तीचे राष्ट्रीयत्व जुलमाने हिरावून घेता येणार नाही किंवा तिचा राष्ट्रीयत्वात बदल करण्याचा हक्क नाकारता येणार नाही.

कलम १६(१): प्रौढ वयातील स्त्री-पुरुषांना वंश, राष्ट्रीयत्व, धर्म या मर्यादेशिवाय विवाह करण्याचा व कुटुंब स्थापन करण्याचा हक्क आहे. त्या उभयतांना विवाहसंबंधी, वैवाहिक जीवनात व विवाहविच्छेद प्रसंगी समान हक्क आहेत.

(२) विवाह करू इच्छिणाऱ्या जोडप्याने मुक्तपणे आणि पूर्ण संमतीने विवाह करावा.

(३) कुटुंब हे समाजाचे नैसर्गिक आणि मूलभूत असे समूह एकक आहे. कुटुंबाला समाजाकडून व राज्याकडून संरक्षण मिळणे अत्यावश्यक आहे.

कलम १७(१): प्रत्येक व्यक्तीला स्वत:च्या नावावर तसेच इतरांच्या समवेत मालमत्ता संपादन करण्याचा हक्क आहे.

(२) कोणत्याही व्यक्तीला बळजबरीने तिच्या मालमत्तेच्या हक्कापासून अलग करता येणार नाही.

कलम १८ : प्रत्येक व्यक्तीला विचारांचे, सदसद्विवेकबुद्धीचे आणि धर्माचे स्वातंत्र्य प्राप्त करण्याचा हक्क आहे. या हक्कांत धर्म अथवा श्रद्धा बदलण्याच्या स्वातंत्र्याचा समावेश आहे. त्याचप्रमाणे हे स्वातंत्र्य ती वैयक्तिकरीत्या समुदायात, इतर व्यक्तींसमवेत किंवा सार्वजनिक वा खासगी ठिकाणी उपभोगू शकते. तसेच स्वत:च्या धर्माचे किंवा श्रद्धांचे प्रकटीकरण करण्याचा, धर्माचे शिक्षण व्यवहारात आणण्याचा, पूजा करण्याचा व धर्म पालनाचा हक्क प्रत्येकाला आहे.

कलम १९ : प्रत्येकाला स्वत:चे मत व्यक्त करण्याचा आणि अभिव्यक्ती स्वातंत्र्याचा हक्क आहे. या हक्कात कोणत्याही हस्तक्षेपाशिवाय मत मांडण्याचे स्वातंत्र्य तसेच एखादी माहिती शोधण्याचे, ती मिळवण्याचे व आपल्या कल्पना व माहिती प्रसारमाध्यमाद्वारे कोणत्याही मर्यादेशिवाय प्रसारित करण्याचा हक्क आहे.

कलम २०(१): प्रत्येकाला शांततापूर्वक रीतीने एकत्र येण्याचा आणि संघटना स्थापन करण्याचा हक्क आहे.

(२) एखाद्या संघटनेचे सभासद बनावे म्हणून कोणावरही सक्ती वा बळजबरी करता येणार नाही.

कलम २१(१): प्रत्येकाला आपल्या देशाच्या शासकीय कारभारात प्रत्यक्षपणे वा निवडलेल्या प्रतिनिधीमार्फत सहभागी होण्याचा हक्क आहे.

(२) आपल्या देशातील सार्वजनिक सेवांचा समानतेच्या आधारे लाभ घेण्याचा प्रत्येकाला हक्क आहे.

(३) लोकांच्या इच्छा हा सरकारच्या अधिकाराचा पाया असला पाहिजे. लोकांच्या या इच्छा विशिष्ट कालावधीनंतर होणाऱ्या पारदर्शी निवडणुकांद्वारे व्यक्त व्हायला हव्या. या निवडणुका सार्वभौमिक व समान मताधिकारावर आधारित गुप्त मतदानाद्वारे आणि समानतेवर आधारित मुक्त मतदान पद्धतीद्वारे पार पडल्या पाहिजेत.

कलम २२ : समाजाचा सभासद म्हणून प्रत्येकाला सामाजिक सुरक्षेचा आणि त्याचे खरे रूप जाणून घेण्याचा हक्क आहे. हे हक्क प्रत्येकाला त्याच्या राज्याच्या संघटनांद्वारे आणि संसाधनांद्वारे राष्ट्रीय प्रयत्नांच्या आणि आंतरराष्ट्रीय सहकार्याच्या माध्यमातून प्राप्त होतात. राज्याने प्रदान करावयाच्या या प्रकारच्या हक्कांत आर्थिक, सामाजिक आणि सांस्कृतिक हक्क समाविष्ट होतात जे व्यक्तींच्या व्यक्तिमत्त्व विकासासाठी आणि तिच्या प्रतिष्ठेसाठी अपरिहार्य आहेत.

कलम २३(१): मुक्तपणे राष्ट्रातील प्रत्येकाला रोजगाराचा हक्क, रोजगार निवडीचा हक्क, कामाच्या ठिकाणी योग्य आणि अनुकूल परिस्थिती प्राप्त होण्याचा हक्क आणि बेरोजगारीविरुद्ध संरक्षण मिळण्याचा हक्क या कलमाद्वारे प्रदान केला आहे.

(२) प्रत्येकाला कोणत्याही प्रकारच्या भेदभावाशिवाय समान कामासाठी समान वेतन प्राप्त करण्याचा हक्क आहे.

(३) काम करणाऱ्या प्रत्येकाला स्वतःच्या आणि स्वतःच्या कुटुंबाच्या प्रतिष्ठेचे जतन करण्यासाठी व अस्तित्व टिकविण्यासाठी आवश्यक तेवढा मोबदला मिळण्याचा व त्यासाठी आवश्यक त्या साधनांनी सामाजिक संरक्षण मिळण्याचा हक्क आहे.

(४) आपल्या हितसंबंधाचे संरक्षण करण्यासाठी कामगार संघटना स्थापन करण्याचा आणि कामगार संघटनांचे सभासदत्व स्वीकारण्याचा प्रत्येकाला हक्क आहे.

कलम २४ : प्रत्येकाला त्याच्या कामाच्या कालावधीत पुरेशी विश्रांती व फुरसतीचा वेळ मिळण्याचा आणि पूर्ण पगारी सुटी ठराविक कालावधीनंतर मिळण्याचा हक्क आहे.

कलम २५(१) : प्रत्येकाला स्वतःचे आणि कुटुंबाचे आरोग्य व स्वास्थ्य चांगले राहण्यासाठी योग्य जीवनमान प्राप्त करण्याचा हक्क आहे. या योग्य दर्जाच्या जीवनमानात अन्न, वस्त्र, निवारा आणि वैद्यकीय सुविधा आणि पुरेशा सामाजिक सेवा समाविष्ट आहेत. याशिवाय बरोजगारी आजारपण, अपंगत्व, वैधव्य, वृद्धत्व किंवा इतर उपजिविकेच्या कमतरता ज्या व्यक्तींच्या आवाक्याबाहेर असतील यापासून संरक्षण मिळण्याचा प्रत्येकाला हक्क आहे.

(२) मातृत्व आणि बालपण हे विशेष काळजी व योग्य मदत मिळण्यास पात्र आहे. सर्व बालकांना, मग ती विवाहसंबंधातून अथवा विवाहबाह्य संबंधातून जन्माला आलेली असोत, समान सामाजिक संरक्षण मिळण्याचा हक्क आहे.

कलम २६(१) : प्रत्येकाला शिक्षणाचा हक्क आहे. कमीतकमी प्राथमिक आणि मूलभूत शिक्षण तरी प्रत्येकाला मोफत मिळाले पाहिजे. तसेच प्राथमिक शिक्षण अनिवार्य असले पाहिजे. तसेच तांत्रिक आणि व्यावसायिक शिक्षण हे सर्वसामान्यपणे उपलब्ध करून दिले पाहिजे आणि उच्च शिक्षणाच्या संधी प्रत्येकाला समान पातळीवर गुणवत्तेच्या आधारे सहजपणे प्राप्त झाल्या पाहिजेत.

(२) मानवी व्यक्तिमत्त्वाचा पूर्ण विकास होण्यासाठी आणि मानवी हक्क व मूलभूत स्वातंत्र्य बळकट होण्यासाठी शिक्षणाची वाटचाल झाली पाहिजे. शिक्षणामुळे सर्व राष्ट्रांत, वांशिक व धार्मिक गटांत आकलन, सहिष्णुता आणि बंधुता या भावनांना प्रोत्साहन मिळाले पाहिजे; तसेच शांततेचे जतन करण्यासाठीचे संयुक्त राष्ट्रसंघाचे कार्य पुढे चालवले गेले पाहिजे.

(३) आपल्या बालकांना कोणते शिक्षण द्यावे याची निवड करण्याचा प्रथम हक्क पालकांना प्रदान करण्यात आला आहे.

कलम २७(१) : प्रत्येकाला त्याच्या समुदायाच्या सांस्कृतिक जीवनात मुक्तपणे सहभागी होण्याचा, कलांचा आनंद लुटण्याचा आणि वैज्ञानिक प्रगती व त्याचे फायदे यातही सहभागी होण्याचा हक्क आहे.

(२) वैज्ञानिक, साहित्यिक किंवा कलात्मक निर्मितीचे जनक असलेल्या प्रत्येक व्यक्तीला त्याचे नैतिक आणि भौतिक हितसंबंधाचे संरक्षण होण्याचा हक्क प्रदान करण्यात आला आहे.

कलम २८ : या जाहीरनाम्यात ज्या हक्कांची आणि स्वातंत्र्यांची मांडणी केली आहे त्यांच्या सामाजिक आणि आंतरराष्ट्रीय व्यवस्थेचे संपूर्ण ज्ञान प्रत्येकाला होण्याचा हक्क या कलमाने प्रदान केला आहे.

कलम २९(१) : प्रत्येक व्यक्तीच्या व्यक्तिमत्त्वाचा विकास हा समुदायातच शक्य असल्याने, त्या समुदायाप्रती व्यक्तीला काही कर्तव्ये पार पाडणेही आवश्यक असते.

(२) आपल्या हक्कांचे आणि स्वातंत्र्याचे पालन करताना, प्रत्येकाला कायद्याने निर्धारित केलेल्या मर्यादांचे पालन हे त्या हक्कांचे संरक्षण, योग्य मान्यता आणि आदर या उद्देशाने करावे लागते. यात इतरांच्या हक्कांची व स्वातंत्र्याची पायमल्ली होणार नाही; त्याच्या नैतिकतेचे, सार्वजनिक व्यवस्थेचे आणि सर्वसाधारण कल्याणाचे उल्लंघन, लोकशाही समाज टिकविण्यासाठी, होणार नाही याची दखल घ्यावी लागते.

(३) कोणत्याही परिस्थितीत या सर्व हक्कांचे आणि स्वातंत्र्याचे पालन हे संयुक्त राष्ट्रसंघाची तत्त्वे आणि उद्दिष्टे, यांच्या विरोधात जाऊन करता कामा नये.

कलम ३० : या जाहीरनाम्यातील कोणत्याही हक्कांचे वा स्वातंत्र्याचे स्पष्टीकरण व्यक्तींनी, गटांनी आणि राष्ट्रांनी अशाप्रकारे करू नये की, ज्या कृतीमुळे कोणत्याही हक्काचा वा स्वातंत्र्याचा विनाश होऊ शकेल.

समारोप

प्रस्तावनेत नमूद केल्याप्रमाणे हे प्रकरण आपण तीन भागांत विभागले आहे. पहिल्या भागात प्रामुख्याने मानवी हक्कावर चर्चा करताना संयुक्त राष्ट्रसंघाने मानवी हक्कांसंबंधीचे दोन करार केले होते, त्याचा आढावा घेतला आहे. त्यानंतर मानवी हक्कांचे वर्गीकरण यावर सविस्तर चर्चा केली आहे.

या प्रकरणाचा दुसरा भाग हा न्याय व सामाजिक न्याय या संकल्पनांभोवती गुंफला आहे. यात न्यायाचे सर्वसामान्य तत्त्व, कायदेशीर तत्त्व व सामाजिक न्याय यावर चर्चा केल्यानंतर न्यायासंबंधी जॉन रावल्स, रॉबर्ट नोझिक, फ्रेड्रिक हायेक व

ॲरिस्टॉटल यांच्या विचारांवर विवेचन केले आहे. न्यायासंबंधी आणखी काही बाबींचा विचार करता एकूण न्यायसंस्थेची पार्श्वभूमी व न्यायसंस्थेच्या प्रगतीचा धावता आढावा घेतलेला आहे. त्यानंतर न्यायालयाच्या सार्वभौमिक आठ प्रकारांवर थोडक्यात चर्चा केली. त्यानंतर भारतीय न्यायव्यवस्थेचा, प्राचीन काळापासून ते स्वातंत्र्योत्तर कालखंडापर्यंत विचार करताना भारतीय न्यायव्यवस्था कनिष्ठ ते सर्वोच्च न्यायालयापर्यंतच्या साखळीने कशी बांधली गेली आहे हे पाहिले.

या प्रकरणाचा तिसरा भाग हा संयुक्त राष्ट्रसंघाच्या १९४८ साली प्रकाशित झालेल्या मानवी हक्कांच्या सार्वभौमिक जाहीरनाम्याशी संबंधित आहे.

प्रकरण तीन

भारतीय राज्यघटना, मानवी हक्क व भारतातील सामाजिक न्याय

अध्ययनाची उद्दिष्टे

○ भारताच्या राज्यघटनेत भारतीय लोकांना कोणकोणते मानवी हक्क प्रदान केले त्याविषयी माहिती प्राप्त होण्यासाठी व त्यांचे स्वरूप समजण्यासाठी.

○ भारतीय राज्यघटनेने प्रदान केलेले नागरिकांचे हक्क कोणते हे जाणून घेण्यासाठी.

○ सामाजिक न्याय या संकल्पनेचा अर्थ व त्याचे भारतातील स्वरूप काय आहे याचे आकलन होण्यासाठी.

○ भारताची राज्यघटना आणि सामाजिक न्याय यांचे स्वरूप समजण्यासाठी.

○ भारतीय न्यायपद्धती, तिचे स्वरूप, भारतातील न्यायमंडळाचे स्वातंत्र्य इत्यादी विचारांचा ऊहापोह करण्यासाठी.

○ न्यायालयीन पुनर्विलोकनाचा अर्थ जाणून घेताना भारतीय संसद, भारतीय संघराज्ये व प्रत्यक्ष राष्ट्रपतींनी विचारल्यास सल्ला देताना पुनर्विलोकनाचे स्वरूप काय असते याची माहिती होण्यासाठी.

प्रस्तावना

या प्रकरणात प्रामुख्याने आपण भारतातील राज्यघटना, त्यात करण्यात आलेल्या मानवी हक्कांच्या तरतुदी व भारतातील सामाजिक न्याय या बाबींवर चर्चा करताना भारतात मानवी हक्कांचे रक्षण करताना मानवी हक्कांची पायमल्ली होते का, याचाही विचार करणार आहोत. संयुक्त राष्ट्रसंघाचा मानवी हक्कांचा सार्वभौमिक जाहीरनामा

(या प्रकरणात 'कलम' या शब्दाला समानार्थी शब्द म्हणून 'अनुच्छेद' हा शब्द वापरला आहे.)

१० डिसेंबर १९४८ साली जाहीर झाला. त्यापूर्वी सुमारे १७ महिने अगोदर भारत स्वतंत्र झाला. त्यानंतर स्वतंत्र भारताची राज्यघटना तयार करण्यासाठी घटनासमितीची निर्मिती झाली. भारताची राज्यघटना २६ नोव्हेंबर १९४९ रोजी तयार केली गेली. त्यानुसार २६ जानेवारी १९५० रोजी संविधानावर आधारित असे भारत एक स्वतंत्र व सार्वभौम प्रजासत्ताक गणराज्य म्हणून अस्तित्वात आले. भारतीय राज्यघटना मंजूर होण्यापूर्वी संयुक्त राष्ट्रसंघाचा मानवी हक्कांचा सार्वभौमिक जाहीरनामा जाहीर झाल्यामुळे त्या जाहीरनाम्याचे प्रतिबिंब भारतीय राज्यघटनेत उमटणे अपरिहार्य होते.

भारतीय समाजजीवन व जीवनपद्धती यांचा विचार करता, भारतीय समाजरचना विषमतेवर आधारलेली असून जातिव्यवस्था त्या विषमतेचे प्रतीक होय. इतर देशांतही काही प्रमाणात विषमता आहे; पण भारतातील जातीवर आधारित विषमता वेगळी असून ही विषमता कर्तृत्वापेक्षा जन्मावर आधारलेली आहे. भारतातील प्रत्येक जातीची श्रेणी निश्चित असते व ती जन्माने प्राप्त झाल्यामुळे ती बदलता येत नाही. अमेरिकेतील वर्णावर आधारित काळा-गोरा भेद हादेखील जन्माशी निगडित आहे.

भारतातील जातीवर आधारित विषमता समानतेच्या हक्कातील फार मोठा अडथळा आहे. आजच्या आधुनिक भारतातही जातीचा पगडा इतका मोठा आहे की समानतेचा विचार जातीविरोधी कृत्य ठरू शकतो.

भारतीय राज्यघटनेत कोणकोणत्या मानवी हक्कांच्या तरतुदी करण्यात आल्या आहेत त्यावर सविस्तर चर्चा या प्रकरणात आपण करणार आहोत. याशिवाय संविधानाच्या निर्मितीनंतर काही नवीन हक्कांच्या संकल्पना आकाराला आल्या आहेत. त्यात पर्यावरणाचा, शिक्षणाचा, कैद्यांचा, स्त्रियांचा, मुलांचा, आरोग्याचा, संघटित क्षेत्राचा आणि माहिती अधिकारसंबंधी हक्कांचा समावेश आहे. त्याचाही धावता आढावा आपण घेणार आहोत. याशिवाय भारतातील सामाजिक न्यायाचे पैलू आणि समस्या यांचा विचार स्त्रिया, दलित, आदिवासी, अल्पसंख्याक आणि मुले यांच्या संदर्भात आपण करणार आहोत.

सुरुवातीला आपण भारतीय राज्यघटनेने भारतीय नागरिकांना कोणकोणते हक्क बहाल केले आहेत, याचा सविस्तर आढावा या प्रकरणात घेणार आहोत.

भारतीय राज्यघटना : मूलभूत हक्कांच्या तरतुदी
(Indian Constitution : Provisions of Human Rights)

भारतीय राज्यघटनेच्या भाग ३ मध्ये मूलभूत हक्कांसंबंधीच्या विविध तरतुदींचा समावेश केला आहे पुढीलप्रमाणे-

• **सर्वसाधारण हक्क**

अनुच्छेद १२ : व्याख्या : या भागात संदर्भानुसार, अन्यथा आवश्यक नसेल तर 'राज्य' या शब्दात भारताचे सरकार व संसद आणि राज्यांपैकी प्रत्येक राज्याचे शासन, विधानमंडळ आणि भारताच्या राज्यक्षेत्रातील अथवा भारत सरकारच्या नियंत्रणाखालील सर्व स्थानिक किंवा अन्य प्राधिकरणे यांचा समावेश आहे.

अनुच्छेद १३[१](१) : मूलभूत हक्कांशी विसंगत असलेले अथवा त्यांचे न्यूनीकरण करणारे कायदे : या संविधानाच्या प्रारंभापूर्वी भारताच्या राज्यक्षेत्रात अमलात असलेले सर्व कायदे, ते जेथवर या भागाच्या तरतुदींशी विसंगत असतील तेथवर, ते अशा विसंगतीच्या व्याप्तीपुरते शून्यवत असतील.

(२) राज्य या भागाने प्रदान केलेले हक्क हिरावून घेणार नाही किंवा त्यांचा संकोच करणारा कोणताही कायदा करणार नाही आणि या खंडाचे उल्लंघन करून केलेला कोणताही कायदा त्या उल्लंघनाच्या व्याप्तीपुरता शून्यवत असेल.

(३) या अनुच्छेदात संदर्भानुसार अन्यथा आवश्यक नसेल तर,

(क) 'कायदा' यात भारताच्या राज्यक्षेत्रात कायद्याइतकाच प्रभावी असलेला कोणताही अध्यादेश, आदेश, उपविधी, नियम, विनियम, अधिसूचना, रूढी किंवा परिपाठ यांचा समावेश आहे.

(ख) 'प्रवर्तनात असलेले कायदे' यात भारताच्या राज्यक्षेत्रातील विधिमंडळाने किंवा अन्य सक्षम अधिकाऱ्याने या संविधानाच्या प्रारंभापूर्वी पारित केलेल्या आणि पूर्वी निरक्षित न झालेल्या कायद्याचा समावेश आहे. मग असा कोणताही कायदा किंवा त्याचा कोणताही भाग त्यावेळी मुळीच किंवा विशिष्ट क्षेत्रामध्ये अमलात नसला तरी हरकत नाही.

(४)[२] अनुच्छेद ३६८ अंतर्गत संविधानात केलेल्या कोणत्याही सुधारणेला या अनुच्छेदातील कोणतीही गोष्ट लागू असणार नाही.

• **समानतेचा हक्क**

अनुच्छेद १४ : कायद्यापुढे समानता : राज्य कोणत्याही व्यक्तीस भारताच्या राज्यक्षेत्रात कायद्यापुढे समानता किंवा कायद्याचे संरक्षण नाकारणार नाही.

अनुच्छेद १५(१) : धर्म, वंश, जात, लिंग किंवा जन्मस्थान या कारणावरून भेदभाव करण्यास मनाई : राज्य कोणत्याही नागरिकाला प्रतिकूल होईल अशाप्रकारे केवळ धर्म, वंश, जात, लिंग, जन्मस्थान या अथवा यांपैकी कोणत्याही कारणावरून भेदभाव करणार नाही.

(२) केवळ धर्म, वंश, जात, लिंग, जन्मस्थान या अथवा यांपैकी कोणत्याही कारणावरून कोणताही नागरिक,

(क) दुकाने, सार्वजनिक उपहारगृहे आणि सार्वजनिक करमणुकीची ठिकाणे येथे प्रवेश किंवा

(ख) पूर्णत: किंवा अंशत: राज्याच्या पैशाने राखलेल्या अथवा सर्वसाधारण जनतेच्या उपयोगाकरताच खास नेमून दिलेल्या अशा विहिरी, तलाव, स्नानघाट, रस्ते आणि सार्वजनिक राबत्याच्या जागा यांचा वापर,

याविषयी कोणतीही नि:समर्थता, दायित्व, निर्बंध किंवा शर्त यांच्या अधीन असणार नाही.

(३) या अनुच्छेदातील कोणत्याही गोष्टीमुळे स्त्रिया व बालके यांच्याकरता कोणतीही विशेष तरतूद करण्यास राज्याला प्रतिबंध होणार नाही.

(४)[३] या अनुच्छेदातील किंवा अनुच्छेद २९ (खंड २) यातील कोणत्याही गोष्टीमुळे नागरिकांच्या सामाजिक व शैक्षणिकदृष्ट्या मागासलेल्या कोणत्याही वर्गाच्या उन्नतीकरता अथवा अनुसूचित जाती व अनुसूचित जनजाती यांच्याकरता कोणतीही विशेष तरतूद करण्यास राज्याला प्रतिबंध होणार नाही.

(५)[४] या अनुच्छेदामधील किंवा अनुच्छेद १९ चा खंड (१) उपखंड (छ) मधील कोणत्याही गोष्टीमुळे नागरिकांच्या सामाजिक व शैक्षणिकदृष्ट्या मागासलेल्या कोणत्याही वर्गाच्या किंवा अनुसूचित जाती व अनुसूचित जनजाती यांच्या उन्नतीकरता कोणत्याही विशेष तरतुदी करण्यास राज्याला प्रतिबंध होणार नाही. मात्र, अशी तरतूद अनुच्छेद ३० च्या खंड (१) मध्ये निर्देशित केलेल्या अल्पसंख्याक शैक्षणिक संस्थांखेरीज अन्य खासगी शैक्षणिक संस्थामध्ये - मग त्या राज्यांकडून अनुदान प्राप्त होणाऱ्या असोत अगर नसोत - प्रवेश देण्याशी संबंधित असावयास हवी.

अनुच्छेद १६(१): सार्वजनिक सेवायोजनेच्या बाबींमध्ये समान संधी : राज्याच्या नियंत्रणाखालील कोणत्याही पदावरील सेवायोजन किंवा नियुक्ती यासंबंधीच्या बाबींमध्ये सर्व नागरिकांस समान संधी असेल.

(२) कोणताही नागरिक केवळ धर्म, वंश, जात, लिंग, कूळ, जन्मस्थान, निवास या किंवा यांपैकी कोणत्याही कारणावरून राज्याच्या नियंत्रणाखालील कोणतेही सेवायोजन किंवा पद यांच्याकरता अपात्र असणार नाही अथवा त्या बाबतीत त्याच्याशी भेदभाव केला जाणार नाही.

[५](३) या अनुच्छेदातील कोणत्याही गोष्टीमुळे[६] एखादे राज्य किंवा संघराज्यक्षेत्र यांच्या शासनाच्या अथवा त्याच्यातील कोणत्याही स्थानिक किंवा अन्य प्राधिकरणाच्या

नियंत्रणाखालील एखाद्या वर्गाच्या किंवा वर्गाच्या पदावरील सेवायोजन किंवा नियुक्ती यांच्या संबंधात अशा सेवायोजनाच्या किंवा नियुक्तीच्या पूर्वी त्या राज्यातील किंवा संघराज्य क्षेत्रातील निवासाविषयी एखादी आवश्यकता विहित करणारा कोणताही कायदा करण्यास संसदेला प्रतिबंध करणार नाही.

(४) या अनुच्छेदातील कोणत्याही गोष्टीमुळे, राज्याच्या सेवांमध्ये नागरिकांच्या ज्या कोणत्याही मागास वर्गाला राज्याच्या मते पर्याप्त प्रतिनिधित्व नाही अशा वर्गाकरिता नियुक्ती किंवा पदे राखून ठेवण्यासाठी कोणतीही तरतूद करण्यास राज्याला प्रतिबंध होणार नाही.

[७] **४ (क)** या अनुच्छेदातील कोणत्याही गोष्टीमुळे, राज्याच्या नियंत्रणाखालील क्षेत्रांमध्ये ज्या अनुसूचित जातींना किंवा अनुसूचित जनजातींना त्या राज्याच्या मते पर्याप्त प्रतिनिधित्व देण्यात आलेले नसेल तर त्यांना राज्याच्या नियंत्रणाखालील सेवासंबंधातील (कोणत्याही वर्गामध्ये किंवा वर्गांमध्ये परिणामस्वरूप ज्येष्ठतेसह पदोन्नती देण्यासंबंधात) आरक्षण करण्यासाठी राज्याला कोणतीही तरतूद करण्यास प्रतिबंध होणार नाही.

[८] **४ (ख)** या अनुच्छेदातील कोणत्याही गोष्टीमुळे राज्याला खंड (४) किंवा खंड ४ (क) अन्वये आरक्षणासाठी केलेल्या कोणत्याही तरतुदीनुसार, भरण्यासाठी म्हणून एखाद्या वर्षात राखून ठेवलेल्या; परंतु त्या वर्षात रिक्त राहिलेल्या जागांच्या बाबतीत राज्याला, पुढील कोणत्याही वर्षात किंवा वर्षांमध्ये भरावयाच्या रिक्त जागा एक स्वतंत्र वर्ग म्हणून विचारात घेण्यास प्रतिबंध होणार नाही आणि अशा वर्गातील रिक्त जागा ज्या वर्षामध्ये भरण्यात येतील त्या वर्षातील रिक्त जागांच्या पन्नास टक्के इतकी आरक्षणाची मर्यादा ठरविण्याकरिता, त्या वर्षातील इतर रिक्त जागांबरोबर जमेस धरल्या जाणार नाहीत.

(५) या अनुच्छेदातील कोणत्याही गोष्टीमुळे, एखाद्या धार्मिक किंवा सांप्रदायिक संस्थेच्या कारभाराशी संबंधित असलेल्या पदाचा किंवा तिच्या शासक मंडळाचा कोणताही सदस्य म्हणजे विशिष्ट धर्माची अनुयायी असणारी किंवा एखाद्या विशिष्ट संप्रदायाची व्यक्ती असली पाहिजे, अशी तरतूद करणाऱ्या कोणत्याही कायद्याच्या प्रवर्तनावर परिणाम होणार नाही.

अनुच्छेद १७ : अस्पृश्यता नष्ट करणे : 'अस्पृश्यता' नष्ट करण्यात आली आहे व तिचे कोणत्याही स्वरूपातील आचरण निषिद्ध करण्यात आले आहे. अस्पृश्यतेतून उद्‌भवणारी कोणतीही निःसमर्थता लादणे हा कायद्यानुसार शिक्षापात्र अपराध असेल.

अनुच्छेद १८(१) : किताब नष्ट करणे : सेवाविषयक किंवा विद्याविषयक

मानविशेष नसलेला असा कोणताही किताब राज्याकडून प्रदान केला जाणार नाही.

(२) भारताचा कोणताही नागरिक कोणत्याही परकीय देशाकडून कोणताही किताब स्वीकारणार नाही.

(३) भारताची नागरिक नसलेली कोणतीही व्यक्ती, ती राज्याच्या नियंत्रणाखालील कोणत्याही लाभाचे किंवा विश्वासाचे पद धारण करीत असताना राष्ट्रपतींच्या संमतीशिवाय कोणत्याही परकीय देशांकडून कोणताही किताब स्वीकारणार नाही.

(४) राज्याच्या नियंत्रणाखालील कोणतेही लाभाचे किंवा विश्वासाचे पद धारण करणारी कोणतीही व्यक्ती, राष्ट्रपतींच्या संमतीशिवाय कोणत्याही परकीय देशाकडून किंवा त्यांच्या नियंत्रणाखालील कोणत्याही प्रकारची कोणतीही भेट, वित्तलब्धी किंवा पद स्वीकारणार नाही.

• **स्वातंत्र्याचा हक्क**

[९] **अनुच्छेद १९(१) : भाषणस्वातंत्र्य इत्यादीसंबंधीच्या विवक्षित हक्कांचे संरक्षण :** सर्व नागरिकांस...

(क) भाषण व अभिव्यक्ती यांच्या स्वातंत्र्याचा,

(ख) शांततेने व विनाशस्त्र एकत्र जमण्याचा,

(ग) अधिसंघ वा संघ बनविण्याचा,

(घ) भारताच्या राज्यक्षेत्रात सर्वत्र मुक्तपणे संसार करण्याचा,

(ङ) भारताच्या राज्यक्षेत्राच्या कोणत्याही भागात राहण्याचा व स्थायिक होण्याचा,[१०] ([११] आणि)

(च) [१२] मालमत्ता संपादन करण्याचा, धारण[१३] करण्याचा आणि निकालात काढण्याचा, आणि

(छ) कोणताही पेशा आचरण्याचा अथवा कोणताही व्यवसाय, व्यापार किंवा धंदा चालविण्याचा हक्क असेल.

(२)[१४] खंड (१) चा उपखंड (क) यामधील कोणत्याही गोष्टीमुळे, उक्त उपखंडाने प्रदान केलेल्या हक्कांच्या वापरावर ज्या कायद्याद्वारे[१५] भारताची सार्वभौमता व एकात्मता, राज्याची सुरक्षितता, परकीय देशांशी मैत्रीचे संबंध, सार्वजनिक सुव्यवस्था, सभ्यता किंवा नीतिमत्ता यांच्या हितासाठी अथवा न्यायालयाचा अवमान, अब्रुनुकसानी किंवा अपराधास चिथावणी यांच्या संबंधात जेथवर वाजवी निर्बंध घातले असतील तेथवर अशा कोणत्याही विद्यमान कायद्याच्या प्रवर्तनावर परिणाम होणार नाही अथवा असा कोणताही कायदा करण्यास राज्याला प्रतिबंध होणार नाही.

(३) उक्त खंडाचा उपखंड (ख) यामधील कोणत्याही गोष्टीमुळे, उक्त उपखंडाने प्रदान केलेल्या हक्काच्या वापरावर[१५] भारताची सार्वभौमता व एकात्मता किंवा सार्वजनिक सुव्यवस्था यांच्या हितासाठी जेथवर वाजवी निर्बंध घातले असतील तेथवर, अशा कोणत्याही विद्यमान कायद्याच्या प्रवर्तनावर परिणाम होणार नाही अथवा असा कोणताही कायदा करण्यास राज्याला प्रतिबंध होणार नाही.

(४) उक्त खंडाचा उपखंड (ग) यामधील कोणत्याही गोष्टीमुळे उक्त उपखंडाने प्रदान केलेल्या हक्काच्या वापरावर ज्या कायद्याद्वारे[१६] भारताची सार्वभौमता व एकात्मता किंवा सार्वजनिक सुव्यवस्था व नीतिमत्ता यांच्या हितासाठी जेथवर वाजवी निर्बंध घातले असतील तेथवर अशा कोणत्याही विद्यमान कायद्याच्या प्रवर्तनावर परिणाम होणार नाही अथवा असा कोणताही कायदा करण्यास राज्याला प्रतिबंध होणार नाही.

(५) उक्त खंडातील[१७] [१८] उपखंड (घ) व (ड) यामधील कोणत्याही गोष्टीमुळे उक्त उपखंडांनी प्रदान केलेल्या हक्कांपैकी कोणत्याही हक्कांच्या वापरावर ज्या कायद्याद्वारे सर्वसाधारण जनतेच्या हितासाठी किंवा कोणत्याही अनुसूचित जनजातीच्या हितसंबंधांच्या संरक्षणासाठी जेथवर वाजवी निर्बंध घातले असतील तेथवर, अशा कोणत्याही विद्यमान कायद्याच्या प्रवर्तनावर परिणाम होणार नाही अथवा असा कोणताही कायदा करण्यास राज्याला प्रतिबंध होणार नाही.

(६) उक्त खंडाचा उपखंड (छ) यामधील कोणत्याही गोष्टीमुळे, उक्त उपखंडाने प्रदान केलेल्या हक्काच्या वापरावर ज्या कायद्याद्वारे, सर्वसाधारण जनतेच्या हितासाठी जेथवर वाजवी निर्बंध घातले असतील तेथवर, अशा कोणत्याही विद्यमान कायद्याच्या प्रवर्तनावर परिणाम होणार नाही अथवा असा कोणताही कायदा करण्यास राज्याला प्रतिबंध होणार नाही आणि विशेषत:[१९] उक्त उपखंडातील कोणत्याही गोष्टीमुळे जो कायदा –

(एक) कोणताही पेशा आचरण्याकरता अथवा कोणताही व्यवसाय, व्यापार किंवा धंदा चालवण्याकरता आवश्यक असलेल्या पेशाविषयक किंवा तंत्रविषयक अर्हता किंवा

(दोन) नागरिकांना पूर्णत: किंवा अंशत: वगळून अथवा अन्यथा राज्याने अथवा राज्याचे स्वामित्व किंवा नियंत्रण असलेल्या महामंडळाने कोणताही धंदा, व्यापार, उद्योग किंवा सेवा चालविणे,

यांच्याशी जेथवर संबद्ध असेल तेथवर, अशा कोणत्याही विद्यमान कायद्याच्या प्रवर्तनावर परिणाम होणार नाही अथवा असा कोणताही कायदा करण्यास प्रतिबंध होणार नाही.

अनुच्छेद २०(१) : अपराध्याबाबतच्या दोषसिद्धीबाबत संरक्षण : जे कृत्य अपराध असल्याचा दोषारोप करण्यात आला असेल ते कृत्य एखाद्या व्यक्तीने करण्याच्या वेळी अमलात आलेल्या कायद्याचा त्यामुळे भंग झाल्याखेरीज अशा कोणत्याही अपराधाबद्दल ती व्यक्ती दोषी ठरविली जाणार नाही. तसेच तो अपराध करण्याच्या वेळी अमलात असलेल्या कायद्याखाली जी शिक्षा करता आली असती त्यापेक्षा अधिक शिक्षेस ती पात्र ठरवली जाणार नाही.

(२) एकाच अपराधाबद्दल एकापेक्षा अधिक वेळा कोणत्याही व्यक्तीवर खटला चालवला जाणार नाही आणि तिला शिक्षा दिली जाणार नाही.

(३) कोणत्याही अपराधाचा आरोप असलेल्या कोणत्याही व्यक्तीवर स्वत:विरुद्ध साक्षीदार होण्याची सक्ती केली जाणार नाही.

अनुच्छेद २१ : जीवित व व्यक्तिगत स्वातंत्र्य यांचे संरक्षण : कायद्याद्वारे प्रस्थापित केलेली कार्यपद्धती अनुसरल्याखेरीज कोणत्याही व्यक्तीस तिचे जीवित किंवा व्यक्तिगत स्वातंत्र्य यापासून वंचित केले जाणार नाही.

अनुच्छेद २१(क)[२०] : शिक्षणाचा हक्क : राज्य सहा ते चौदा वर्षे वयाच्या सर्व बालकांसाठी राज्यात विधीद्वारा निर्धारित करता येईल अशा रीतीने मोफत व सक्तीच्या शिक्षणाची तरतूद करील.

[२१] **अनुच्छेद २२(१) : विवक्षित प्रकरणी अटक व स्थानबद्धता यांपासून संरक्षण :** अटक झालेल्या कोणत्याही व्यक्तीस, अशा अटकेची कारणे, शक्य तितक्या लवकर तिला कळविल्याशिवाय, हवालात स्थानबद्ध करण्यात येणार नाही किंवा आपल्या पसंतीच्या विधितज्ज्ञाचा विचार घेण्याचा व त्याच्याकरवी बचाव करण्याचा हक्क तिला नाकारला जाणार नाही.

(२) जिला अटक केली आहे व हवालात स्थानबद्ध केले आहे अशा प्रत्येक व्यक्तीला अटकेच्या ठिकाणापासून सर्वात जवळच्या दंडाधिकाऱ्याच्या प्रवासास आवश्यक असलेला अवधी वगळून अशा अटकेपासून चोवीस तासांच्या कालावधीत त्या दंडाधिकाऱ्यापुढे हजर केले जाईल आणि अशा कोणत्याही व्यक्तीला उक्त कालावधीनंतर अधिक काळ दंडाधिकाऱ्याने प्राधिकृत केल्याशिवाय हवालात स्थानबद्ध करण्यात येणार नाही.

(३) (क) जी व्यक्ती त्यावेळी शत्रुदेशीय असेल अशा कोणत्याही व्यक्तीला किंवा (ख) ज्या व्यक्तीला प्रतिबंधक स्थानबद्धतेची तरतूद करणाऱ्या कोणत्याही कायद्याखाली अटक केली आहे किंवा स्थानबद्ध केले आहे अशा कोणत्याही व्यक्तीला, खंड (१) व खंड (२) यामधील कोणतीही गोष्ट लागू होणार नाही.

२२ २३ **(४)** प्रतिबंधक स्थानबद्धतेची तरतूद करणाऱ्या कोणत्याही कायद्याद्वारे, दोन महिन्यांपेक्षा अधिक काळ एखाद्या व्यक्तीला स्थानबद्ध करण्याचा प्राधिकार, समुचित उच्च न्यायालयाच्या मुख्य न्यायमूर्तींच्या शिफारशीनुसार घटित केलेल्या सल्लागार मंडळाने उक्त दोन महिन्यांचा कालावधी संपण्यापूर्वी, आपल्या मते अशा स्थानबद्धतेला पुरेसे कारण आहे असा अभिप्राय दिलेला नसेल तर, दिला जाणार नाही.

परंतु सल्लागार मंडळ हे, अध्यक्ष व किमान दोन अन्य सदस्य मिळून बनलेले असेल व अध्यक्ष हा समुचित उच्च न्यायालयाच्या सेवेमध्ये असणारा न्यायाधीश असेल आणि अन्य सदस्य हे, कोणत्याही उच्च न्यायालयाच्या सेवेमध्ये असलेले किंवा त्याचे सेवानिवृत्त न्यायाधीश असतील;

परंतु आणखी असे की खंड ७ चा उपखंड (क) यांच्या अंतर्गत संसदेने केलेल्या कोणत्याही कायद्याद्वारे विहित केलेल्या कमाल कालावधीच्या पलीकडे कोणत्याही व्यक्तीला स्थानबद्ध करण्यास या खंडातील कोणत्याही गोष्टीमुळे प्राधिकृती मिळणार नाही.

स्पष्टीकरण : या खंडामध्ये 'समुचित उच्च न्यायालय' याचा अर्थ-

(एक) भारत सरकारने अथवा त्या सरकारला दुय्यम असणाऱ्या अधिकाऱ्याने किंवा प्राधिकाऱ्याने दिलेल्या स्थानबद्धतेच्या आदेशानुसार एखाद्या व्यक्तीला स्थानबद्ध करण्यात आले असेल त्याबाबतीत, दिल्ली या संघराज्य क्षेत्राचे उच्च न्यायालय, असा आहे.

(दोन) संघराज्य सोडून अन्य कोणत्याही राज्याच्या शासनाने दिलेल्या स्थानबद्धतेच्या आदेशानुसार एखाद्या व्यक्तीला स्थानबद्ध करण्यात आले असेल त्याबाबतीत त्या राज्याचे उच्च न्यायालय, असा आहे आणि

(तीन) एखाद्या संघराज्याच्या राज्यक्षेत्राच्या प्रशासकाने अथवा अशा प्रशासकाला दुय्यम असणाऱ्या अधिकाऱ्याने किंवा प्राधिकाऱ्याने दिलेल्या स्थानबद्धतेच्या आदेशानुसार एखाद्या व्यक्तीला स्थानबद्ध करण्यात आले असेल त्याबाबतीत संसदेने त्यासंबंधात केलेल्या कोणत्याही कायद्याद्वारे किंवा त्याखाली विनिर्दिष्ट करण्यात येईल असे उच्च न्यायालय असा आहे.

(५) प्रतिबंधात्मक स्थानबद्धतेची तरतूद करणाऱ्या कोणत्याही कायद्याखाली दिलेल्या आदेशानुसार कोणत्याही व्यक्तीला स्थानबद्ध करण्यात आले असेल तेव्हा आदेश देणारा प्राधिकारी, ज्या कारणावरून तो आदेश दिला गेला आहे ती कारणे, शक्य तितक्या लवकर, अशा व्यक्तीला कळवील आणि त्या आदेशाविरुद्ध आपले अभिवेदन करण्याची तिला लवकरात लवकर संधी देईल.

(६) खंड (५) मधील कोणत्याही गोष्टीमुळे, त्या खंडात निर्दिष्ट केलेला असा कोणताही आदेश देणाऱ्या प्राधिकाऱ्यास, जी तथ्ये प्रकट करणे सार्वजनिक हिताच्या विरोधी वाटेल ती तथ्ये प्रकट करणे अशा प्राधिकाऱ्यास आवश्यक असणार नाही.

(७)[२४] **(क)** प्रतिबंधात्मक स्थानबद्धतेची तरतूद करणाऱ्या कोणत्याही कायद्याखाली कोणत्याही एका वा अनेक वर्गातील प्रकरणी कोणत्याही व्यक्तीस जितका काळ स्थानबद्ध करता येईल तो कमाल कालावधी; आणि

(ख)[२५] खंड (४) याखालील चौकशीत सल्लागार मंडळाने अनुसरावयाची कार्यपद्धती विहित करता येईल.

- **शोषणाविरुद्ध हक्क**

अनुच्छेद २३(१) : माणसांचा अपव्यापार आणि वेठबिगारी यांना मनाई : माणसाचा अपव्यापार आणि बिगार व त्यासारख्या अन्य स्वरूपातील वेठबिगारीस मनाई करण्यात आली आहे आणि या तरतुदींचे कोणत्याही प्रकारे उल्लंघन करणे ह्या कायद्यानुसार शिक्षापात्र अपराध असेल.

(२) सार्वजनिक प्रायोजनाकरता सेवा करावयास लावण्यास राज्याला या अनुच्छेदातील कोणत्याही गोष्टीमुळे प्रतिबंध होणार नाही व अशी सेवा करावयास लावताना केवळ धर्म, वंश, जात वा वर्ग या अथवा यांपैकी कोणत्याही कारणावरून राज्य, कोणताही भेदभाव करणार नाही.

अनुच्छेद २४ : कारखाने इत्यादींमध्ये बालकांना कामाला ठेवण्यास मनाई : चौदा वर्षांखालील कोणत्याही बालकास, कोणत्याही कारखान्यात वा खाणीत काम करण्यासाठी नोकरीस ठेवले जाणार नाही अथवा अन्य कोणत्याही धोक्याच्या कामावर त्यास लावले जाणार नाही.

- **धर्मस्वातंत्र्याचा हक्क**

अनुच्छेद २५(१) : सदसद्विवेकबुद्धीचे स्वातंत्र्य आणि धर्माचे मुक्त प्रकटीकरण, आचरण व प्रचार : सार्वजनिक सुव्यवस्था, नीतिमत्ता व आरोग्य यांच्या या भागातील अन्य तरतुदींच्या अधीनतेने, सदसद्विवेकबुद्धीच्या स्वातंत्र्याला आणि धर्म मुक्तपणे प्रकट करण्याच्या, आचरण्याच्या व त्याचा प्रचार करण्याच्या अधिकारासाठी सर्व व्यक्ती सारख्याच आहेत.

(२) या अनुच्छेदातील कोणत्याही बाबीमुळे...

(क) धर्माचरणाशी निगडित असेल अशा कोणत्याही आर्थिक, राजनैतिक वा

अन्य धार्मिकेतर कार्याचे विनियमन करणाऱ्या किंवा त्यावर निर्बंध घालणाऱ्या ;

(ख) सामाजिक कल्याण व सुधारणा याबाबत अथवा सार्वजनिक स्वरूपाच्या हिंदू धार्मिक संस्था, हिंदूंचे सर्व वर्ग व पोटभेद यांना खुल्या करण्याबाबत तरतूद करणाऱ्या,

कोणत्याही विद्यमान कायद्याच्या प्रवर्तनावर परिणाम होणार नाही किंवा असा कोणताही कायदा करण्यास राज्याला प्रतिबंध होणार नाही.

स्पष्टीकरण एक : कृपाणे धारण करणे व स्वत:बरोबर बाळगणे हे शीख धर्माच्या प्रकटीकरणात समाविष्ट असल्याचे मानले जाईल.

स्पष्टीकरण दोन : खंड (२) च्या उपखंड (ख) मध्ये 'हिंदू' या शब्दोल्लेखात शीख, जैन व बौद्ध धर्म प्रकट करणाऱ्या व्यक्तींचा उल्लेख समाविष्ट आहे असा याचा अर्थ लावला जाईल, आणि हिंदू धार्मिक संस्थांच्या उल्लेखाचा अर्थही तदनुसार लावला जाईल.

अनुच्छेद २६ : धर्मविषयक व्यवहारांची व्यवस्था पाहण्याचे स्वातंत्र्य : सार्वजनिक सुव्यवस्था, नीतिमत्ता व आरोग्य यांच्या अधीनतेने प्रत्येक धार्मिक संप्रदायास अथवा त्यांच्यापैकी कोणत्याही गटास.

(क) धार्मिक व धर्मादायी प्रयोजनांकरिता संस्थांची स्थापना करून त्या स्वखर्चाने चालविण्याचा

(ख) धार्मिक बाबींमध्ये आपल्या व्यवहारांची व्यवस्था पाहण्याचा

(ग) जंगम व स्थावर मालमत्ता मालकीची असण्याचा आणि

(घ) कायद्यानुसार अशा मालमत्तेचे प्रशासन करण्याचा हक्क असेल.

अनुच्छेद २७ : एखाद्या विशिष्ट धर्माच्या संवर्धनाकरता कर देण्याबाबत स्वातंत्र्य : ज्याचे उत्पन्न एखाद्या विशिष्ट धर्माचे अथवा धार्मिक संप्रदायाचे संवर्धन करण्यासाठी किंवा तो चालू ठेवण्यासाठी विनिर्दिष्टपणे विनियोजित केलेले आहे, असे कोणतेही कर देण्याची कोणत्याही व्यक्तीवर सक्ती केली जाणार नाही.

अनुच्छेद २८ : विवक्षित शैक्षणिक संस्थांत धार्मिक शिक्षण अथवा धार्मिक उपासना यांना उपस्थित राहण्याबाबत स्वातंत्र्य :

(१) पूर्णत: राज्याच्या पैशातून चालवल्या जाणाऱ्या कोणत्याही शैक्षणिक संस्थेत कोणतेही धार्मिक शिक्षण दिले जाणार नाही.

(२) जी शैक्षणिक संस्था राज्याकडून प्रशासली जात असेल; परंतु धार्मिक शिक्षण देणे आवश्यक करणारा कोणताही दाननिधी किंवा न्यास याखाली ती स्थापन झालेली असेल तर तिला खंड (१) मधील कोणतीही गोष्ट लागू होणार नाही.

(३) राज्याने मान्यता दिलेल्या किंवा राज्याच्या पैशातून साहाय्य मिळत असणाऱ्या कोणत्याही शैक्षणिक संस्थेत जे काही शिक्षण दिले जाईल, त्यात भाग घेण्यास अथवा अशा संस्थेत किंवा तिच्याशी संलग्न असलेल्या कोणत्याही जागेत, जी काही धार्मिक उपासना चालविली जाईल, तिला उपस्थित राहण्यास, अशा संस्थेत जाणाऱ्या कोणत्याही व्यक्तीने, किंवा अशी व्यक्ती अज्ञान असल्यास तिच्या पालकाने, आपली संमती दिली असल्याखेरीज अशा व्यक्तीस तसे करणे आवश्यक केले जाणार नाही.

- **सांस्कृतिक व शैक्षणिक हक्क**

अनुच्छेद २९ : अल्पसंख्याक वर्गाच्या हितसंबंधांचे संरक्षण :

(१) भारताच्या राज्यक्षेत्रात किंवा त्याच्या कोणत्याही भागात राहणाऱ्या ज्या कोणत्याही नागरिक गटाला आपली स्वत:ची वेगळी भाषा, लिपी वा संस्कृती असेल त्याला ती जतन करण्याचा हक्क असेल.

(२) राज्याकडून चालविल्या जाणाऱ्या किंवा राज्यनिधीतून साहाय्य मिळत असलेल्या कोणत्याही शैक्षणिक संस्थेत कोणत्याही नागरिकाला केवळ धर्म, वंश, जात, भाषा या किंवा यांपैकी कोणत्याही कारणावरून प्रवेश नाकारला जाणार नाही.

अनुच्छेद ३० : अल्पसंख्याक वर्गांचा शैक्षणिक संस्था स्थापण्याचा व त्यांचे प्रशासन करण्याचा हक्क :

(१) धर्म किंवा भाषा या निकषानुसार अल्पसंख्याक असलेल्या सर्व वर्गांना आपल्या पसंतीच्या शैक्षणिक संस्था स्थापण्याचा व त्यांचे प्रशासन करण्याचा हक्क असेल.

[२७]**(१) (क)** - खंड (१) मध्ये निर्दिष्ट केल्याप्रमाणे एखाद्या अल्पसंख्याक वर्गाने स्थापन केलेल्या व प्रशासलेल्या शैक्षणिक संस्थेची कोणतीही मालमत्ता सक्तीने संपादन करण्याची तरतूद करणारा कोणताही कायदा करताना राज्य, अशा मालमत्तेच्या संपादनाबद्दल अशा कायद्याने निश्चित केलेल्या किंवा त्याखाली ठरविलेल्या रकमेमुळे, त्या खंडाखाली हमी दिलेल्या अधिकार निर्बंधित किंवा निराकृत होणार नाही, अशा प्रकारची ती रक्कम आहे, याबद्दल खात्री करून घेईल.

(२) शैक्षणिक संस्थांना साहाय्य देताना राज्य, एखादी शैक्षणिक संस्था ही धर्म किंवा भाषा या निकषानुसार अल्पसंख्याक असलेल्या एखाद्या वर्गाच्या व्यवस्थापनाखाली आहे, या कारणावरून तिला प्रतिकूल होईल, अशा प्रकारे भेदभाव करणार नाही.

[२८] (३) ...... (गाळला आहे.)

[29]**अनुच्छेद ३१** : मालमत्तेचे संपादन – निरसित केला.

[30] [31] **विवक्षित कायद्यांची व्यावृत्ती :**

अनुच्छेद ३१(क)[32] : संपदांचे संपादन, इत्यादींकरता तरतूद करणाऱ्या कायद्याच्या व्यावृत्ती :

[33](१) अनुच्छेद १३ मध्ये काहीही अंतर्भूत असले तरी,

(क) कोणत्याही संपदेचे किंवा तिच्यावरील कोणत्याही हक्काचे राज्याने संपादन करणे अथवा असा कोणताही हक्क नष्ट करणे अथवा त्यांच्यात फेरबदल करणे किंवा

(ख) कोणत्याही मालमत्तेचे व्यवस्थापन राज्याने सार्वजनिक हितासाठी किंवा त्या मालमत्तेचे योग्य प्रकारे व्यवस्थापन व्हावे यासाठी मर्यादित कालावधीपुरते आपल्या हाती घेणे किंवा

(ग) दोन वा अधिक महामंडळांचे सार्वजनिक हितासाठी किंवा त्यांपैकी कोणत्याही महामंडळाचे योग्य प्रकारे व्यवस्थापन व्हावे यासाठी एकत्रीकरण करणे किंवा

(घ) महामंडळाचे व्यवस्थापन एजंट, सचिव व कोषाध्यक्ष, व्यवस्थापन संचालक वा व्यवस्थापक यांचे कोणतेही हक्क अथवा महामंडळाच्या भागधारकाचे कोणतेही मतदानाचे हक्क नष्ट करणे वा त्यात फेरबदल करणे किंवा

(ङ) कोणतेही खनिज किंवा खनिज तेल शोधण्याच्या किंवा ते काढण्याच्या प्रयोजनासाठी असलेल्या कोणत्याही कराराच्या, भाडेपट्ट्याच्या किंवा लायसनच्या आधारे मिळणारे कोणतेही हक्क नष्ट करणे किंवा त्यांच्यात फेरबदल करणे अथवा असा कोणताही करार, भाडेपट्टा किंवा लायसन मुदतीपूर्वी समाप्त करणे किंवा रद्द करणे,

याकरता तरतूद करणारा कोणताही कायदा हा [34] अनुच्छेद १४ किंवा अनुच्छेद १९[35] प्रदान केलेल्या हक्काशी विसंगत आहे अथवा त्या कायद्यामुळे असा हक्क हिरावला जातो किंवा त्या हक्काचा संकोच होतो या कारणावरून तो शून्यवत असल्याचे मानले जाणार नाही.

[36] परंतु असा कायदा हा एखाद्या राज्याच्या विधिमंडळाने केलेला कायदा असेल त्याबाबतीत, असा कायदा हा राष्ट्रपतीच्या विचारार्थ राखून ठेवला जाऊन त्यास अनुमती मिळाल्याशिवाय या अनुच्छेदाच्या तरतुदी त्या कायद्यास लागू होणार नाहीत.

[37] परंतु आणखी असे की जर एखाद्या कायद्यामध्ये कोणत्याही संपदेचे राज्याने संपादन करण्याबातची तरतूद करण्यात आली असेल आणि तीमध्ये समाविष्ट असलेली कोणतीही जमीन एखाद्या व्यक्तीने जातीने कसण्यासाठी धारण केली असेल तर अशी

जमीन अथवा तिच्यावर उभी असलेली किंवा तिला लागून असलेली कोणतीही इमारत किंवा बांधकाम यांच्या संपादनाशी संबंधित असलेल्या कायद्यामध्ये त्यांच्या बाजारमूल्याहून कमी असणार नाही अशा दराने भरपाई देण्याबाबत तरतूद करण्यात आली नसेल तर, त्या त्या काळी अंमलात आलेल्या कोणत्याही कायद्यानुसार त्या व्यक्तीला लागू असलेल्या कालमर्यादेच्या आत असलेल्या अशा जमिनीचा कोणताही भाग अथवा अशी इमारत किंवा बांधकाम यांचे राज्याने संपादन करणे कायदेशीर ठरणार नाही.

(२) या अनुच्छेदात...

३८ ३९ **(क)** कोणत्याही स्थानिक क्षेत्रामध्ये अंमलात आलेल्या जमीनधारणा– पद्धतीशी संबंधित अशा विद्यमान कायद्यात 'संपदा' हा शब्दप्रयोग किंवा त्याचा स्थानिक समानार्थी शब्द याला जो अर्थ असेल तोच अर्थ, त्या क्षेत्राच्या संबंधात त्या शब्दप्रयोगात असेल आणि त्यामध्ये

> **(एक)** कोणतीही जहागीर, इनाम अथवा मुआफी किंवा यासारखी अन्य देणगी आणि ४१तामिळनाडू व केरळ राज्यामध्ये कोणताही 'जन्मम हक्क';
>
> **(दोन)** रयतवारी जमाबंदीखाली धारण केलेली कोणतीही जमीन;
>
> **(तीन)** पडीत जमीन, रानजमीन, गायरान अथवा जमिनीचे लागवडदार, शेतमजूर आणि ग्रामीण कारागीर यांच्या ताब्यातील इमारती व अन्य बांधकामे यांच्या जागा कसून शेतीच्या कामासाठी किंवा शेतीला सहाय्यभूत अशा कामासाठी धारण केलेली किंवा भाडेपट्ट्याने दिलेली कोणतीही जमीन;

यांचाही समावेश असेल.

(ख) संपदेच्या संबंधातील 'हक्क' या शब्दप्रयोगात स्वामी, उपस्वामी, अवरस्वामी, भूधृतिधारक ४२ [रयत, अवरयत] किंवा अन्य मध्यस्थ यांच्याकडे निहित असलेले कोणतेही हक्क आणि जमीन महसुलाच्या बाबतीतील कोणतेही हक्क किंवा विशेषाधिकार यांचा समावेश असेल.

अनुच्छेद ३१(ख) : विवक्षित अधिनियम व विनिमय विधिग्राह्य करणे : अनुच्छेद ३१ (क) मध्ये अंतर्भूत असलेल्या तरतुदींच्या व्यापकतेला बाधा न येता नवव्या अनुसूचीत विनिर्दिष्ट केलेल्यापैकी कोणत्याही अधिनियम आणि विनिमय अथवा त्यांच्या तरतुदींपैकी कोणतीही तरतूद ही या भागाच्या कोणत्याही तरतुदींनी प्रदान केलेल्या हक्कांपैकी कोणत्याही हक्काशी विसंगत आहे अथवा त्याच्यामुळे तो

हक्क हिरावला जातो किंवा त्या हक्काचा संकोच होतो या कारणावरून असा अधिनियम, विनियम किंवा तरतूद शून्यवत आहे अथवा कधी काळी शून्यवत होती असे मानले जाणार नाही, आणि कोणत्याही न्यायालयाचा किंवा न्यायाधिकरणाचा कोणत्याही न्यायनिर्णय, हुकूमनामा किंवा आदेश विरुद्ध असला तरी कोणत्याही सक्षम विधानमंडळास उक्त अधिनियमांपैकी किंवा विनियमांपैकी प्रत्येक अधिनियम किंवा विनियम निरसित करण्याचा किंवा त्यात सुधारणा करण्याचा जो अधिकार असेल, त्याच्या अधीनतेने त्या प्रत्येकाचा अंमल चालू राहील.

अनुच्छेद ३१(ग)[४३ ४४] : विवक्षित निर्देशक तत्त्वे अंमलात आणणाऱ्या कायद्यांची व्यावृत्ती : अनुच्छेद १३ मध्ये काहीही तत्त्वे अंतर्भूत असली तरी [४५] [चौथ्या भागामध्ये घालून दिलेली सर्व किंवा त्यांपैकी कोणतीही तत्त्वे] ती सुनिश्चित करण्याचे राज्याचे धोरण अंमलात आणणारा कोणताही कायदा हा [४६]अनुच्छेद १४ किंवा अनुच्छेद १९ यांनी प्रदान केलेल्या हक्कांपैकी कोणत्याही हक्कांशी विसंगत आहे अथवा त्या कायद्यामुळे तो हक्क हिरावला जातो किंवा त्या हक्काचा संकोच होतो या कारणावरून तो शून्यवत असल्याचे मानले जाणार नाही.[४७] [आणि एखादा कायदा असे धोरण अंमलात आणण्यासाठी योजलेला आहे अशी घोषणा त्या कायद्यात अंतर्भूत असेल तर, असा कोणताही कायदा तो असे धोरण अमलात आणत नाही या कारणावरून कोणत्याही न्यायालयात प्रश्नास्पद केला जाणार नाही.]

परंतु असा कायदा राज्यविधिमंडळाने केलेला असेल त्या बाबतीत, असा कायदा राष्ट्रपतींच्या विचारार्थ राखून ठेवला जाऊन त्याला त्याची अनुमती मिळाल्याशिवाय, या अनुच्छेदाच्या तरतुदी त्याला लागू होणार नाहीत.

[४८] **अनुच्छेद ३१(घ) :** (राष्ट्रविरोधी कारवायांच्या बाबतीत कायद्यांची व्यावृत्ती)

• सांविधानिक उपाय योजण्याचा हक्क

अनुच्छेद ३२(१) : या भागाने प्रदान केलेले हक्क बजावण्याकरता उपाय : या भागाने प्रदान केलेले हक्क बजावण्याकरता समुचित कार्यवाहीद्वारे सर्वोच्च न्यायालयास विनंती अर्ज करण्याच्या हक्काची हमी देण्यात आली आहे.

(२) या मार्गाने प्रदान केलेल्या हक्कांपैकी कोणताही हक्क बजावण्याकरता समुचित असतील ते ते निदेश अथवा आदेश अथवा देहोपस्थिती (हेबियस कॉर्पस), महादेश (मॅंडामस), प्रतिषेध (प्रोहिबिशन), क्राधिकार (को वॉरंटो) व प्राकर्षण (सर्शिओररी) या स्वरूपाच्या प्राधिलेखांसह प्राधिलेख काढण्याचा सर्वोच्च न्यायालयाचा अधिकार असेल.

(३)[४९] खंड (१) व (२) द्वारे सर्वोच्च न्यायालयास प्रदान केलेल्या अधिकारांना बाधा न येता खंड (२) खाली सर्वोच्च न्यायालयाला वापरता येतील असे सर्व किंवा त्यांपैकी कोणतेही अधिकार अन्य कोणत्याही न्यायालयाला आपल्या अधिकारितेच्या स्थानिक सीमांच्या आत वापरण्यास संसद कायद्याद्वारे अधिकार प्रदान करू शकेल.

(४) या संविधानाने अन्यथा तरतूद केलेली असेल तेवढी वगळता या अनुच्छेदाने हमी दिलेला हक्क निलंबित केला जाणार नाही.

[५०] **अनुच्छेद ३२(क) :** राज्य कायद्याची सांविधानिक विधिग्राह्यता अनुच्छेद ३२ खाली कार्यवाहीमध्ये विचारात न घेणे.

अनुच्छेद ३३ : [५१] या भागाने प्रदान केलेले हक्क हे सेना इत्यादींना लागू करताना त्यांमध्ये फेरबदल करण्याचा संसदेस अधिकार : या भागाने प्रदान केलेले हक्क-

(क) सशस्त्र सेनादलाचे सदस्य; किंवा

(ख) ज्यांच्यावर सार्वजनिक सुव्यवस्था राखण्याची जबाबदारी आहे अशा दलाचे सदस्य; किंवा

(ग) राज्याने गुप्तवार्ता किंवा प्रतिगुप्तवार्ता यांच्या प्रयोजनार्थ स्थापन केलेला ब्युरो किंवा इतर संस्था यांच्यामध्ये नेमलेल्या व्यक्ती; किंवा

(घ) खंड (क) ते (ग) यांमध्ये निर्देशित केलेल्या कोणतेही दल, ब्युरो किंवा संघटना यांच्या कामासाठी उभारलेल्या दूरसंचार यंत्रणेमध्ये किंवा त्या संबंधात नेमलेल्या व्यक्ती; यांना लागू करताना निश्चितपणे त्यांच्या कर्तव्यांचे योग्यप्रकारे पालन व्हावे व त्यांच्यामध्ये शिस्त राखली जावी यासाठी ते हक्क कोणत्या व्याप्तीपर्यंत निर्बंधित किंवा निराकृत करण्यात यावे, हे संसदेच्या कायद्याद्वारे निर्धारित करता येईल.

अनुच्छेद ३४ : एखाद्या क्षेत्रात लष्करी कायदा अमलात असताना या भागात प्रदान केलेल्या हक्कांवर निर्बंध : या भागात पूर्वगामी तरतुदींमध्ये काहीही असले तरी, भारताच्या राज्यक्षेत्रामध्ये जेथे लष्करी कायदा अमलात होता अशा कोणत्याही क्षेत्रात सुव्यवस्था राखणे किंवा ती पूर्ववत प्रस्थापित करणे या संबंधात संघराज्याच्या किंवा राज्याच्या सेवेतील कोणत्याही व्यक्तीने किंवा अन्य कोणत्याही व्यक्तीने केलेल्या कोणत्याही कृतीबद्दल संसद कायद्याद्वारे तिचे निरक्षण करू शकेल अथवा अशा क्षेत्रातील लष्करी कायद्याखाली दिलेला शिक्षादेश, केलेली शिक्षा, आदेशित समपहरण किंवा केलेली अन्य कृती विधिग्राह्य ठरू शकेल.

[५२] **अनुच्छेद ३५ : या भागाच्या तरतुदीची अंमलबजावणी करण्याकरता विधिविधान :** या विधानात काहीही असले तरी...

(क) (एक) अनुच्छेद १६ चा खंड (३), अनुच्छेद ३२ चा खंड (३), अनुच्छेद ३३ व अनुच्छेद ३४ खाली संसदेने केलेल्या कायद्याद्वारे ज्या बाबींची तरतूद करता येईल, त्यांपैकी कोणत्याही बाबतीत; आणि

(दोन) या भागासाठी जी कृत्ये अपराध म्हणून घोषित केलेली आहेत, त्याबद्दल शिक्षा विहित करण्याकरता.

कायदे करण्याचा अधिकार संसदेस असेल, राज्याच्या विधिमंडळास असणार नाही आणि संसद, या संविधानांच्या प्रारंभानंतर होईल तितक्या लवकर उपखंड (दोन) मध्ये निर्देशिल्या कृत्यांबद्दल शिक्षा विहित करण्यासाठी कायदा करील;

(ख) खंड (क) चा उपखंड (एक) यामध्ये निर्देशिलेल्या कोणत्याही बाबींच्या संबंधात या संविधानाच्या प्रारंभाच्या लगतपूर्वी भारताच्या राज्यक्षेत्रात अमलात असलेला अथवा त्या खंडाच्या उपखंड (दोन) मध्ये निर्देशिलेल्या कोणत्याही कृत्याबद्दल शिक्षेची तरतूद करणारा कोणताही कायदा त्यातील अटींच्या आणि अनुच्छेद ३७२ खाली त्यात जी अनुकूलने व फेरबदल केले जातील त्यांना अधीन राहून, संसदेकडून त्या कायद्यात फेरफार केला जाईपर्यंत किंवा तो निरसित केला जाईपर्यंत व त्यात सुधारणा केली जाईपर्यंत, तसाच अमलात येईल.

स्पष्टीकरण : या अनुच्छेदात 'अमलात आलेला कायदा' या शब्दप्रयोगात अनुच्छेद ३७२ मध्ये असलेलाच अर्थ आहे. [५३]

आतापर्यंत भारतातल्या ज्या मूलभूत हक्कांवर चर्चा केली ते सर्व मूलभूत हक्क भारताच्या संविधानातील उद्देशिकेवर आधारित आहेत. भारतीय राज्यघटनेत नमूद केलेल्या हक्कांचा विचार करता ते हक्क पुढील त्रिसूत्रीवर आधारलेले आहेत.

- सामाजिक, आर्थिक व राजनैतिक **न्याय**.
- विचार, अभिव्यक्ती, विश्वास, श्रद्धा व उपासना यांचे **स्वातंत्र्य**.
- दर्जाची व संधीची **समानता**.

या साहाय्याने भारताच्या संविधानात खालील आठ प्रकारच्या मानवी हक्कांचा समावेश करण्यात आला असून त्यावर आपण सखोल चर्चा त्यांतील काही सुधारणांसह केली असून त्या हक्कांचा केवळ नामोल्लेख या ठिकाणी आपण करणार आहोत. हे मूलभूत हक्क पुढीलप्रमाणे-

१) सर्वसाधारण हक्क

२) समानतेचा हक्क

३) स्वातंत्र्याचा हक्क

४) शोषणाविरुद्धचे हक्क

५) धर्मस्वातंत्र्याचा हक्क

६) सांस्कृतिक व शैक्षणिक हक्क

७) विवक्षित कायद्याच्या व्यावृत्तीचा हक्क

८) सांविधानिक उपाय योजण्याचा हक्क

वरील सर्व हक्कांचा विचार करताना भारतात राहणाऱ्या नागरिकांना त्यांचे नागरिकत्वाचे हक्क कसे प्राप्त होतात यावर विवेचन केले गेले नाही. भारतात राहणाऱ्या प्रत्येक भारतीयाला नागरिकत्वाचे हक्क कसे प्राप्त होतात याचे सविस्तर विवेचन भारतीय संविधानाच्या दुसऱ्या भागात केलेले आहे. त्याचा आपण आढावा घेऊ.

नागरिकत्वाचे हक्क : घटनेतील काही तरतुदी

अनुच्छेद ५ : संविधानाच्या प्रारंभीचे नागरिकत्व : या संविधानाच्या प्रारंभी भारताच्या राज्यक्षेत्रात ज्या व्यक्तींचा अधिवास आहे आणि...

(क) जी भारताच्या राज्यक्षेत्रात जन्मली होती;

(ख) किंवा जिच्या मातापित्यांपैकी कोणीही एक भारताच्या राज्यक्षेत्रात जन्मले होते; किंवा

(ग) जी अशा प्रारंभाच्या लगतपासून किमान पाच वर्षे इतका काळ भारताच्या राज्यक्षेत्रात सामान्यत: निवासी आहे-

अशी प्रत्येक व्यक्ती भारताची नागरिक असेल.

अनुच्छेद ६ : पाकिस्तानातून स्थलांतर करून भारतात आलेल्या विवक्षित व्यक्तींचे नागरिकत्वाचे हक्क : अनुच्छेद ५ मध्ये काहीही असले तरी, जी व्यक्ती आता पाकिस्तानात समाविष्ट असलेल्या राज्यक्षेत्रातून स्थलांतर करून भारताच्या राज्यक्षेत्रात आलेली आहे...

(क) तिचा अथवा तिच्या माता-पित्यांपैकी किंवा तिच्या आजा-आजींपैकी कोणाही एकाचा 'गव्हर्नमेंट ऑफ इंडिया ॲक्ट, १९३५' (मुळात अधिनियमित केल्याप्रमाणे) यात व्याख्या केलेल्या भारतात जन्म झाला असेल; आणि

(ख) (एक) अशा व्यक्तीने १९ जुलै १९४८ या दिवसापूर्वी याप्रमाणे स्थलांतर

केले असेल त्याबाबतीत आपल्या स्थलांतराच्या दिवसापासून ती भारताच्या राज्यक्षेत्रात सामान्यत: निवासी असेल तर; किंवा

(दोन) अशा व्यक्तीने १९ जुलै १९४८ या दिवशी किंवा त्यानंतर स्थलांतर केलेले असेल त्याबाबतीत तिने नागरिकत्वासाठी डोमिनिअन ऑफ इंडियाच्या सरकारने नोंदणीसंबंधात नियुक्त केलेल्या अधिकाऱ्याकडे, त्या सरकारने विहित केलेल्या नमुन्यात व रीतीने या संविधानाच्या प्रारंभापूर्वी केलेल्या अर्जावरून, अशा अधिकाऱ्याने तिची भारताची नागरिक म्हणून नोंदणी केलेली असेल तर; ती व्यक्ती संविधानाच्या प्रारंभी भारताचा नागरिक असल्याचे मानले जाईल; परंतु कोणतीही आपल्या अर्जाच्या दिनांकाच्या लगतपूर्वी निदान सहा महिने भारताच्या राज्यक्षेत्रात निवासी असल्याशिवाय याप्रमाणे तिची नोंदणी केली जाणार नाही.

अनुच्छेद ७ : स्थलांतर करून पाकिस्तानात गेलेल्या विवक्षित व्यक्तींचे नागरिकत्व : अनुच्छेद ५ व ६ मध्ये काहीही असले तरी, जी व्यक्ती १ मार्च १९४७[१] या दिवसानंतर भारताच्या राज्यक्षेत्रातून स्थलांतर करून सध्या पाकिस्तानात समाविष्ट असलेल्या राज्यक्षेत्रात गेलेली आहे, ती व्यक्ती भारताची नागरिक आहे असे मानले जाणार नाही.

परंतु जी व्यक्ती आता पाकिस्तानात समाविष्ट असलेल्या राज्यक्षेत्रात याप्रमाणे स्थलांतर केल्यानंतर पुन्हा स्थायिक होण्यासाठी किंवा कायमचे परत येण्यासाठी कोणत्याही कायद्याच्या प्राधिकरणाद्वारे किंवा तदन्वये दिलेल्या परवान्याखाली भारताच्या राज्यक्षेत्रात परतलेली आहे, तिला या अनुच्छेदातील कोणतीही गोष्ट लागू असणार नाही. अनुच्छेद ६ खंड (ख) प्रायोजनाकरता, अशी प्रत्येक व्यक्ती १९ जुलै १९४८ या दिवसानंतर स्थलांतर करून भारताच्या राज्यक्षेत्रात आलेली व्यक्ती असल्याचे मानण्यात येईल[२].

अनुच्छेद ८ : मूळच्या भारतीय असलेल्या पण भारताबाहेर राहणाऱ्या विवक्षित व्यक्तीचे नागरिकत्वाचे हक्क : अनुच्छेद ५ मध्ये काहीही असले तरी, जी व्यक्ती किंवा जिच्या मातापित्यांपैकी किंवा आजा-आजींपैकी कोणीही एक 'गव्हर्नमेंट ऑफ इंडिया ॲक्ट, १९३५' (मूळात अधिनियम केल्याप्रमाणे) यात व्याख्या केलेल्या भारतात जन्मले होते आणि जी त्याप्रमाणे व्याख्या केलेल्या भारताच्या बाहेरील कोणत्याही देशात सामान्यत: निवास करत आहे अशी कोणतीही व्यक्ती, जर तिचे त्या त्या काळी ज्या देशात ती राहत असेल त्या देशातील भारताच्या राजदौतिक किंवा वाणिज्यदौतिक प्रतिनिधीकडे डोमेनिअन ऑफ इंडियाच्या सरकारने किंवा भारत सरकारने विहित केलेल्या नमुन्यात व रीतीने या संविधानाच्या प्रारंभापूर्वी वा नंतर नागरिकत्वासाठी केलेल्या

अर्जावरून अशा राजदौतिक किंवा वाणिज्यदौतिक प्रतिनिधीने तिची भारताची नागरिक म्हणून नोंदणी केलेली असेल तर, भारताचे नागरिक असल्याचे मानले जाईल.

अनुच्छेद ९ : परकीय देशाचे नागरिकत्व स्वेच्छेने संपादणाऱ्या व्यक्ती नागरिक नसणे : कोणत्याही व्यक्तीने कोणत्याही परकीय देशाचे नागरिकत्व स्वेच्छेने संपादिले असेल तर ती व्यक्ती अनुच्छेद ५ च्या आधारे भारताची नागरिक असणार नाही. अथवा अनुच्छेद ६ किंवा अनुच्छेद ८ च्या आधारे भारताची नागरिक आहे असे मानले जाणार नाही.

अनुच्छेद १० : नागरिकत्वाचे हक्क चालू राहणे : या भागातील पूर्वगामी तरतुदींपैकी कोणत्याही तरतुदीखाली जी भारताची नागरिक आहे किंवा असल्याचे मानले जाते अशा प्रत्येक व्यक्तीचे नागरिकत्व, संसद जो कोणताही कायदा करील त्याच्या तरतुदीच्या अधीनतेने चालू राहील.

अनुच्छेद ११ : संसदेने नागरिकत्वाच्या हक्काचे कायद्याद्वारे विनियमन करणे : या भागाच्या पूर्वगामी तरतुदीतील कोणत्याही गोष्टीमुळे नागरिकत्वाचे संपादन व समाप्ती आणि नागरिकत्वविषयक अन्य सर्व बाबी यांच्यासंबंधी कोणतीही तरतूद करण्याच्या संसदेच्या अधिकाराचे न्यूनीकरण होणार नाही.

भारतातील मानवी हक्क व नागरिकत्वाचे हक्क यासंबंधी घटनेतील किंवा संविधानातील तरतुदींवर सविस्तर चर्चा केल्यानंतर भारतातील राष्ट्रीय मानवी हक्क आयोग व त्याची कार्ये यावर सविस्तर चर्चा या ठिकाणी आपण करणार आहोत.

राष्ट्रीय मानवी हक्क आयोग (National Human Rights Commission)

भारतातील राष्ट्रीय मानवी हक्क आयोगावर चर्चा करण्यापूर्वी त्यासंबंधीची पार्श्वभूमी जाणून घेणे गरजेचे आहे. जागतिक पातळीवर मानवी हक्कांचे संरक्षण व्हावे म्हणून 'आंतरराष्ट्रीय नागरी आणि राजकीय हक्क करारनाम्यानुसार' १९७६ साली 'मानवी हक्क आयोगा'ची स्थापना करण्यात आली. जागतिक स्तरावरील या आयोगाचे एकूण १८ राष्ट्रांची सदस्य म्हणून निवड करण्यात आली होती. या आयोगाचा उद्देश, आंतरराष्ट्रीय नागरी व राजकीय कराराची अंमलबजावणी करणे व त्यावर नियंत्रण ठेवणे हा होता. हा 'मानवी हक्क आयोग' खालील कार्ये पार पाडीत असे-

अ) विविध राष्ट्रांनी त्यांच्या राष्ट्रातील सरकारांनी नागरी व राजकीय हक्कांची अंमलबजावणी करण्यासाठी जे उपाय योजले होते, त्यासंबंधी त्या त्या राष्ट्रांकडील अहवालांचे अध्ययन करून संबंधित राष्ट्रांना त्यासंबंधात सूचना व शिफारशी करणे.

ब) काही विशिष्ट परिस्थितीत एखादे राष्ट्र जर आंतरराष्ट्रीय नागरी व राजकीय हक्क करारनाम्याचे पालन करीत नाही, अशी तक्रार किंवा पत्र आयोगाकडे आल्यास त्यासंबंधीची दखल घेऊन हक्कांचे पालन न करणाऱ्या राष्ट्रास योग्य समज देणे.

क) जर राष्ट्राराष्ट्रांत काही कलह किंवा मतभेद निर्माण झाल्यास हा आयोग तो कलह सोडविण्यासाठी व मतभेद दूर करण्यासाठी व त्यावर सन्माननीय तोडगा काढण्यासाठी एका 'सल्लागार आयोगा'ची नेमणूक करील.

ड) जर एखाद्या संयुक्त राष्ट्रसंघाच्या सभासद राष्ट्रातील व्यक्तीने, की जी नागरी व राजकीय हक्कांच्या उल्लंघनाचा बळी ठरली असल्यावर 'मानवी हक्क आयोगा'कडे तक्रार केली असेल तर आयोग त्यांच्या मतासहित ती तक्रार संबंधित राष्ट्रप्रमुखाकडे योग्य त्या कारवाईसाठी पाठवेल.

या पार्श्वभूमीवर १९९० सालच्या प्रारंभी भारत सरकारला भारतात मानवी हक्क आयोगाच्या निर्मितीची आवश्यकता भासू लागली. कारण या सुमारास काही परदेशी सरकारांनी, त्या काळात पंजाब, जम्मू-काश्मीर, उत्तर-पूर्व भारत आणि आंध्र प्रदेश इत्यादी ठिकाणी झालेल्या हिंसाचारावर जी टीका केली, त्याला प्रत्युत्तर म्हणून व काही प्रमाणात आंतरराष्ट्रीय दबावापुढे झुकून भारत सरकारने राष्ट्रीय मानवी हक्क आयोग स्थापन करण्याचा निर्णय घेतला.

मानवी हक्क संरक्षण कायदा, १९९३ (Protection of Human Rights Act, 1993)

भारत सरकारने १४ मे १९९२ रोजी मानवी हक्क आयोग कायद्याचा मसुदा लोकसभेत सादर केला. लोकसभेने सदरहू कायद्याचा मसुदा संसदेच्या गृह खात्याच्या स्थायी समितीकडे (Standing Committee) विचारार्थ पाठविला; परंतु आंतरराष्ट्रीय आणि राष्ट्रीय दबावापुढे भारत सरकारला नमावे लागले व या विषयाची निकड लक्षात घेऊन भारताच्या राष्ट्रपतींनी २७ सप्टेंबर १९९३ रोजी 'राष्ट्रीय मानवी हक्क आयोग व राज्य मानवी हक्क आयोग' स्थापन करण्यासाठी एक वटहुकूम काढला. त्यानुसार १२ ऑक्टोबर १९९३ रोजी राष्ट्रीय मानवी हक्क आयोगाची स्थापना करण्यात आली व दरवर्षी १२ ऑक्टोबर हा दिवस 'आयोगाचा स्थापना दिवस' म्हणून साजरा केला जातो. कालांतराने या वटहुकुमाचे, काही दुरुस्त्या करून, कायद्यात रूपांतर करण्यात आले. मानवी हक्क संरक्षण कायदा, दोन्ही सभागृहांत मंजूर झाल्यानंतर व ८ जानेवारी १९९४ रोजी या कायद्यास राष्ट्रपतींची संमतीची सही प्राप्त झाल्यानंतर प्रत्यक्ष अमलात आणण्यात आला.

या कायद्याचा उद्देश मानवी हक्कांचे संरक्षण करण्याची तरतूद म्हणून राष्ट्रीय पातळीवर राष्ट्रीय व राज्यपातळीवर राज्य मानवी हक्क आयोगाची आणि त्यासंबंधीचे खटले चालविण्यासाठी मानवी हक्क न्यायालयांची स्थापना करण्यात आली.

• राष्ट्रीय मानवी हक्क आयोगाचे स्वरूप
(Nature of National Human Rights Commission)

मानवी हक्क संरक्षण कायद्याच्या प्रकरण दोनमध्ये राष्ट्रीय मानवी हक्क आयोगाच्या स्थापनेची तरतूद असून या प्रकरणाच्या तिसऱ्या विभागात (Section 3 of Chapter II) आयोगाच्या सदस्यसंख्येचे व नेमणुकीचे (पदांचे) काही निकष प्रतिपादन केले असून त्याचे स्वरूप खालीलप्रमाणे-

अध्यक्ष : सर्वोच्च न्यायालयाचा प्रमुख

सभासद : न्यायाधीश

- सर्वोच्च न्यायालयाचा न्यायमूर्ती असलेला किंवा असणारा एक सभासद.
- उच्च न्यायालयाचा प्रमुख न्यायाधीश पदावर कार्यरत असणारा किंवा असलेला एक सभासद
- मानवी हक्कांचे ज्ञान असणारे किंवा त्यासंबंधी व्यावहारिक अनुभव असणाऱ्या आणखी कोणत्याही दोन तज्ज्ञ सभासदांची नेमणूक सरकार करेल.
- अल्पसंख्याकांच्या राष्ट्रीय आयोगाचे अध्यक्ष, अनुसूचित जाती व अनुसूचित जमातीच्या राष्ट्रीय आयोगाचे अध्यक्ष आणि स्त्रियांच्या राष्ट्रीय आयोगाचे अध्यक्ष हेही या आयोगाचे पदसिद्ध सदस्य असतील.

सचिव : या राष्ट्रीय मानवी हक्क आयोगाचा एक प्रमुख सचिव असणार असून तो या आयोगाचा प्रमुख कार्यकारी अधिकारी म्हणून कार्यरत असेल व आयोग त्याच्याकडे जे कार्य वा अधिकार सुपूर्द केले असतील त्याप्रमाणे तो त्याची कर्तव्ये पार पाडील.

आयोगाचे कार्यालय : या राष्ट्रीय मानवी हक्क आयोगाचे प्रमुख कार्यालय नवी दिल्ली येथेच असेल; परंतु अपवादात्मक स्थितीत केंद्र सरकारच्या पूर्वपरवानगीने आयोग त्याचे कार्यालय दिल्ली व्यतिरिक्त अन्य ठिकाणी स्थापन करू शकतात.

आयोगाची स्वायत्तता : हे राष्ट्रीय मानवी आयोग त्याच्या सभासदांची नेमणूक, कार्यकाल निश्चिती, वैधानिक खात्री, आर्थिक स्वायत्तता, स्वातंत्र्य व

एकात्मता याबाबतीत स्वायत्त असेल तरी आयोगाचे सर्व सदस्य हे सार्वजनिक सेवकच मानले जातील.

• आयोगाचे अध्यक्ष आणि अन्य सभासदांची नेमणूक वैधानिक तरतुदी

आयोगाचे अध्यक्ष आणि अन्य सभासद यांची नेमणूक राष्ट्रपतींच्या सही, शिक्का व हमी याद्वारेच केली जात असली तरी त्यासाठी संबंधितांच्या शिफारशींची आवश्यकता आहे. कोणत्या पदासाठी शिफारस करण्याचा अधिकार कोणाला आहे हे खाली नमूद केले आहे.

१) अध्यक्ष : पंतप्रधान

२) सभासद : लोकसभेचा सभापती

३) सभासद : भारत सरकारच्या गृह मंत्रालयाचा त्यावेळी कार्यरत असलेला गृहमंत्री

४) सभासद : लोकसभेतील विरोधी पक्षनेता

५) सभासद : राज्यसभेतील विरोधी पक्षनेता

६) सभासद : राज्यसभेचा उपसभापती

राष्ट्रीय मानवी हक्काच्या अध्यक्षपदी सध्या कार्यरत असलेला सर्वोच्च न्यायालयाचा प्रमुख न्यायाधीश, सर्वोच्च न्यायालयातील कार्यरत अन्य न्यायाधीश किंवा उच्च न्यायालयाचा कार्यरत मुख्य न्यायाधीश यांची नेमणूक केली जाणार नाही; परंतु अपवादात्मक परिस्थितीत मात्र सर्वोच्च न्यायालयाच्या प्रमुख न्यायाधीशांच्या मान्यतेनंतरच कार्यरत न्यायाधीशाची अध्यक्ष म्हणून राष्ट्रपती नेमणूक करू शकतात.

आयोगाचा कार्यकाळ

आयोगाचे अध्यक्ष आणि अन्य सभासद यांचा कार्यकाळ सर्वसाधारणपणे ५ वर्षांचा आहे; परंतु अध्यक्षासहित सर्व सभासद वयाच्या ७० वर्षांपर्यंतच आयोगाचे कार्य करू शकतो. त्यामुळे एखाद्या सभासदाचे वय ५ वर्षे पूर्ण होण्यापूर्वीच ७० वर्षांचे झाले तर मग मात्र तो ५ वर्षांपूर्वीच निवृत्त होऊ शकतो.

आयोगाची कार्ये (Functions of the Commission)

भारताचा राष्ट्रीय मानवी हक्क आयोग खालील सर्व किंवा त्यापैकी कोणतेही कार्य पार पाडतो.

- मानवी हक्काच्या उल्लंघनाचे कोणतेही प्रकरण एखाद्या न्यायालयात प्रलंबित असेल तर सदरहू न्यायालयाच्या मान्यतेनंतर आयोग या प्रकारच्या प्रकरणात हस्तक्षेप करून त्या प्रकरणाची चौकशी करू शकते.

- राज्य सरकारला सूचना देऊन राष्ट्रीय मानवी हक्क आयोग त्या राज्यातील कोणत्याही तुरुंगाला किंवा राज्याच्या नियंत्रणाखाली असलेल्या कोणत्याही (सुधार) संस्थेला भेट देऊन तेथे निवास करणाऱ्या किंवा कैदेत असणाऱ्या कैद्याची राहण्याची, जेवणाची व अन्य परिस्थिती कशी आहे याची पाहणी करून संबंधित राज्य सरकारला त्या संदर्भात काही सूचना व शिफारशी, तुरुंगात योग्य सुधारणा होऊन कैद्यांचे योग्य संरक्षण व्हावे म्हणून करू शकतात.

- मानवी हक्कांचे संरक्षण करण्याच्या संदर्भात प्रचलित असलेल्या सुरक्षा मार्गदर्शक तरतुदी किंवा संविधानातील (राज्य घटनेतील) तरतुदी किंवा तद्संबंधी प्रचलित असलेल्या कोणत्याही कायद्यातील तरतुदींचा आढावा घेऊन संबंधित तरतुदींची परिणामकारक अंमलबजावणी कशी करावयाची याबाबत सरकारला योग्य शिफारशी करू शकते.

- मानवी हक्कांच्या उपभोगाच्या आनंदात जर आतंकवादी किंवा दहशतवादी अथवा अन्य कोणत्याही घटकांमुळे अटकाव होत असेल तर अशा घटकांचा आढावा आयोग घेऊ शकते व त्या संदर्भात संबंधित सरकारला योग्य प्रतिबंधात्मक उपाय योजण्याबाबत आवश्यक त्या शिफारशी आयोग करू शकते.

- मानवी हक्कांसंबंधीच्या विविध प्रबंधांचा आणि तद्संबंधी अन्य आंतरराष्ट्रीय दस्तऐवजांचा अभ्यास करून मानवी हक्कांच्या परिणामकारक अंमलबजावणीच्या संदर्भात सरकारला योग्य त्या शिफारशी करू शकते.

- मानवी हक्कांच्या क्षेत्रात संशोधन करण्यास प्रोत्साहन देण्याचे कार्य आयोग करू शकते.

- समाजातील विविध विभागात मानवी हक्क साक्षरता कार्यक्रमाचा विस्तार करणे आणि या हक्कांचे संरक्षण करणारे विविध सुरक्षा उपाय काय आहेत यासंबंधीची जाणीवजागृती जनतेत निर्माण करण्यासाठी प्रसारमाध्यमे,

परिसंवाद, वृत्तपत्रातील बातम्या व लेख आणि अन्य उपलब्ध साधने यांचा वापर हा आयोग करू शकते.

○ मानवी हक्कांच्या क्षेत्रात कार्य करणाऱ्या स्वयंसेवी संघटना आणि संस्था यांच्या या क्षेत्रातील प्रयत्नांना प्रोत्साहन देण्याचे कार्य आयोग करते.

○ मानवी हक्कांना प्रोत्साहन देण्यासाठी आवश्यक ते कोणतेही अन्य कार्य आयोग आवश्यकता वाटल्यास करू शकते.

भारताच्या राष्ट्रीय मानवी हक्क आयोगाने कोणती कार्ये पार पाडावीत याबाबत सविस्तर चर्चा केल्यानंतर आयोगाने कोणत्या प्रकारच्या तक्रारींची दखल घेण्याचे टाळावे ते खालीलप्रमाणे–

○ तक्रारदाराने तक्रार करण्यापूर्वी १ वर्ष अगोदर जर मानवी हक्काच्या उल्लंघनाचा प्रसंग घडून गेला असेल तर अशा तक्रारीची दखल आयोगाने घेऊ नये.

○ एखाद्या न्यायालयाकडे एखादे प्रकरण जर प्रलंबित असेल तर अशा प्रकरणाच्या संदर्भात केलेल्या तक्रारीची दखल आयोगाने घेऊ नये.

○ संदिग्ध स्वरूपाच्या, निनावी स्वरूपाच्या आणि खोट्या नावाने केलेल्या तक्रारींची दखल आयोगाने घेऊ नये.

○ तक्रारदाराची तक्रार ही क्षुल्लक स्वरूपाची असेल तर त्याची दखल आयोगाने घेऊ नये.

○ आयोगाच्या कार्यकक्षेबाहेरची जर एखादी तक्रार असेल तर अशाही तक्रारीकडे आयोगाने दुर्लक्ष करावे.

भारतातील राष्ट्रीय पातळीवर नेमण्यात येणाऱ्या 'राष्ट्रीय मानवी हक्क आयोगा'च्या एकूण स्वरूपावर, संरचनेवर आणि कार्यावर आपण प्रकाशझोत टाकला. मानवी हक्कांचे जतन करण्याची महत्त्वाची भूमिका हा आयोग पार पाडतो.

राज्य मानवी हक्क आयोग (State Human Rights Commission)

राष्ट्रीय पातळीप्रमाणेच राज्याच्या पातळीवर प्रत्येक राज्य त्यांच्या राज्यापुरता 'राज्य मानवी हक्क आयोग' स्थापन करू शकते. त्या त्या राज्याच्या नावावरून हा आयोग ओळखला जातो. उदा. महाराष्ट्र राज्य (किंवा आंध्र प्रदेश राज्य) मानवी हक्क आयोग इत्यादी.

• राज्य आयोगाचे सभासद व नेमणुकीच्या अटी

राज्य मानवी हक्क आयोगात खालील सभासद असतील व त्याची नेमणूक त्यांच्या पदासमोर दर्शविलेल्या पदावरील व्यक्ती करतील.

१) अध्यक्ष : हा उच्च न्यायालयाचा प्रमुख न्यायाधीश असावा. राज्याच्या मुख्यमंत्र्यांच्या शिफारशीच्या आधारे राज्यपाल अध्यक्षाच्या नेमणुकीचा अध्यादेश काढेल.

२) एक सभासद : उच्च न्यायालयाचा पूर्वाश्रमीचा किंवा सध्या कार्यरत असलेला न्यायाधीश – विधानसभेच्या सभापतीच्या शिफारशीनुसार राज्याचे राज्यपाल नेमणुकीचा अध्यादेश काढेल.

३) एक सभासद : राज्यातील जिल्हा न्यायालयाचा पूर्वाश्रमीचा किंवा सध्या कार्यरत असलेला जिल्हा न्यायाधीश की ज्याची नेमणूक राज्यपाल, त्यावेळी कार्यरत असलेल्या राज्याच्या गृहमंत्र्यांच्या शिफारशीनुसार करेल.

४) दोन सभासद : ज्या व्यक्तींना मानवी हक्कांचे ज्ञान आहे किंवा मानवी क्षेत्रात त्यांनी प्रत्यक्ष कार्य केले असेल अशा तज्ज्ञ व्यक्तींची नेमणूक राज्यपाल पुढील शिफारशीनुसार करतात. या दोन सभासदांपैकी एका सभासदाची शिफारस विधानसभेतील विरोधी पक्षनेता करतो तर दुसऱ्या सभासदाची शिफारस विधान परिषदेतील विरोधी पक्षनेता करतो.

याशिवाय राज्याच्या कायदेमंडळाचा अध्यक्ष, विधानसभेचा विरोधी पक्षनेता हे पण राज्य मानवी हक्क आयोगाचे सभासद असतात.

राज्य आयोगाचे कार्यक्षेत्र ती ती राज्ये असतात. संविधानाच्या सातव्या सूचीतील यादी क्रमांक (II) व (III) मधील विषय राज्य मानवी हक्क आयोग हाताळू शकते. सूची (II) मध्ये राज्याचे विषय आहेत तर सूची (III) मध्ये समवर्ती विषय आहेत. राज्य मानवी हक्क आयोग या दोन्ही सूचींशी निगडित मानवी हक्क उल्लंघन तक्रारींवर चौकशी करू शकते.

राज्य मानवी हक्क आयोगाला आर्थिक मदत, संबंधित कर्मचारी पुरविण्याची जबाबदारी राज्य सरकारचीच आहे. राज्य आयोगाचे मुख्यालय हे प्रामुख्याने त्या त्या राज्याने निर्धारित केलेल्या शहरात असते.

मानवी हक्क न्यायालये (Human Rights Court)

मानवी हक्क विभागातील तक्रारींचे आणि खटल्यांचे झटपट निर्णय लागावेत व ही प्रकरणे लवकरात लवकर हाताबाहेर करता यावी म्हणून राज्य सरकार उच्च

न्यायालयाच्या सल्ल्यानुसार प्रत्येक जिल्ह्यात, सत्र न्यायालयाच्या धर्तीवर विशेष मानवी हक्क न्यायालयाची स्थापना करू शकते. त्यासाठी पुढील तरतुदी करण्यात आल्या आहेत.

अ) सत्र न्यायालय (Court of Session) हे विशेष मानवी हक्क न्यायालय म्हणून विशेषत्वाने नमूद केले आहे.

ब) विशेष न्यायालये यासारख्या काही गुन्ह्यांसाठी यापूर्वीच अन्य काही कायद्यांतर्गत स्थापन करण्यात आली आहेत.

प्रत्येक मानवी हक्क न्यायालयासाठी राज्य सरकारे एका आदेशाद्वारे किंवा सूचना पत्रकाद्वारे स्वतंत्र सरकारी वकिलाची नेमणूक करू शकते. अशी नेमणूक करताना अशा वकिलाने ७ वर्षांपेक्षा जास्त इतक्या मुदतीची वकिलीची सेवा करणे व अशा प्रकारच्या विशेष न्यायालयात काम करण्याचा किंवा वकिली करण्याचा त्यास अनुभव असला पाहिजे. ही विशेष न्यायालये राष्ट्रीय मानवी हक्क आयोग व राज्य मानवी हक्क आयोग यांच्या अंतर्गत व त्यांच्या सल्ल्याने काम करतील.

१९९३ साली मानवी हक्क कायद्याची निर्मिती झाल्यानंतर आणि राष्ट्रीय मानवी हक्क आयोगाची निर्मिती झाल्यानंतर मानवी हक्कभंगाची विविध प्रकरणे किंवा खटले आयोगासमोर निर्णयासाठी येतात. कायदेतज्ज्ञांच्या असे लक्षात आले की, मानवी हक्कभंगाच्या तक्रारी व खटले यांचे प्रमाण दिवसेंदिवस वाढत असून ते एकीकडे मानवी हक्कांसंबंधीच्या जनतेत झालेल्या जागृतीचे प्रतीक आहे तर दुसरीकडे मानवी हक्कांचा भंग करण्याची प्रवृत्ती लोकांत का होते हे जाणून घेण्याचेही प्रतीक होय.

मानवी हक्कांचा भंग करणारी मानवी हक्क आयोगाकडे नोंद करण्यात आलेली प्रकरणे खालील तक्त्यात दर्शविली आहेत.

अ.क्र.	वर्ष	आयोगाकडे दाखल झालेली मानवी हक्कभंगाची प्रकरणे
१)	१९९३-९४	४९६
२)	१९९४-९५	६,९८७
३)	१९९५-९६	१०,१९५
४)	१९९६-९७	२०,५१४
५)	१९९७-९८	३६,७९१
६)	१९९८-९९	४०,७२४
७)	१९९९-२०००	५०,६३४

८)	२०००-२००१	७१,५५५
९)	२००१-२००२	६९,०८३
१०)	२००२-२००३	६८,७७९
११)	२००३-२००४	७२,९९०
१२)	२००४-२००५	७४,४०१
१३)	२००५-२००६	७४,४४४
१४)	२००६-२००७	८२,२२३

मानवी हक्कभंग खटले दाखल होण्याचे प्रमाण सातत्याने काही अपवाद वगळता वाढत आहे परंतु त्या प्रमाणात खटले निकाली निघण्याचे प्रमाण विशेष मानवी हक्क न्यायालयाची स्थापना करूनही अपेक्षेइतके असल्याचे दिसत नाही व ही चिंताजनक बाब आहे. मानवी हक्कभंगाचे खटले निकालात निघण्याचे स्वरूप खालील तक्त्यात दर्शवलेले आहे.

अ.क्र.	वर्ष	मानवी हक्कभंगाची प्रकरणे निकालात निघाल्याची आकडेवारी
१)	१९९७-१९९८	१३,५१२
२)	१९९८-१९९९	७,१७५
३)	१९९९-२०००	१९,५३८
४)	२०००-२००१	१४,६१२
५)	२००१-२००२	११,५८९
६)	२००२-२००३	४३,०१०
७)	२००३-२००४	६०,८०८
८)	२००४-२००५	४९,५४८

या तक्त्यावरून असे लक्षात येते की, २००२ पासून खटले निकाली निघण्याच्या क्रियेला गती प्राप्त होऊन शेवटच्या तीन वर्षांत सुमारे १,५३,३६६ प्रकरणे किंवा खटले आयोगातर्फे निकाली निघाले हे जरी खरे असले; तरी निकाली न निघणाऱ्या प्रकरणाचे प्रमाणही कमी नाही. १९९३-१९९४ ते २००६-२००७ या कालखंडात दाखल झालेली प्रकरणे, निकाली निघालेली प्रकरणे व निकाल न लागल्याने न्यायालयात प्रलंबित असलेली प्रकरणे याचे स्वरूप पुढीलप्रमाणे–

○ १९९३-१९९४ ते २००६-२००७ यात मानवी हक्कभंगाची नोंद करून दाखल झालेली प्रकरणे - ६,७९,८१६.

○ या कालावधीत निकाली निघालेली प्रकरणे - २,१९,७९२.

○ आयोग वा न्यायालय याकडे प्रलंबित असलेली प्रकरणे - ४,६०,०२४.

मानवी हक्कभंगाच्या प्रलंबित प्रकरणांचे प्रमाण काळजी करण्यासारखे असून त्यासाठी विशेष उपाय योजण्याची गरज तज्ज्ञ व्यक्त करतात.

भारतातील सामाजिक न्याय (Social Justice in India)

भारताच्या संविधानातील उद्देशिकेत घटनाकारांनी सामाजिक न्यायाबरोबरच आर्थिक व राजनैतिक न्यायाचा उल्लेख केला असून हे न्याय प्रस्थापित होण्यासाठी भारतीय संविधानाने स्वतंत्र न्यायव्यवस्था स्वायत्ततेच्या आधारावर स्थापन करण्याची तरतूद केली आहे. संसदेने मंजूर केलेला एखादा कायदा घटनाविरोधी वा एखाद्या गटाच्या मूलभूत हक्कांचे उल्लंघन करणारा असेल तर तो कायदा सामाजिक न्याय प्रस्थापित व्हावा म्हणून रद्दबादल करण्याचा खास अधिकार भारतीय न्यायसंस्थेला प्रदान करण्यात आला आहे. एखाद्या महत्त्वाच्या प्रश्नावर भारताचे राष्ट्रपतीसुद्धा सर्वोच्च न्यायालयाचा सल्ला घेऊ शकतात व त्यांचा तो अधिकार आहे. अशा रीतीने भारताची राज्यघटना तयार झाल्यानंतर व २६ जानेवारी १९५० पासून तिची अंमलबजावणी सुरू झाल्यानंतर भारतीय न्यायव्यवस्था एक स्वायत्त यंत्रणा म्हणून कार्यरत नाही. दिल्ली येथील सर्वोच्च न्यायालय सर्वश्रेष्ठ न्यायालय असून त्यांनी दिलेला निर्णय अंतिम असतो. दिवाणी व फौजदारी असे दोन्ही स्वरूपाचे खटले चालविण्याचा अधिकार या न्यायालयाला आहे. भारताच्या सामाजिक न्यायाच्या एकूण स्वरूपाचा अर्थ लक्षात घेऊ.

सामाजिक न्याय : अर्थ आणि स्वरूप

भारतीय राज्यघटनेत राजकीय, आर्थिक आणि सामाजिक न्यायाची कल्पना मांडली असून, आर्थिक न्यायात दर्जाची समानता व जीवन जगण्याची समान संधी या दोन बाबी समाविष्ट आहेत; तसेच समाजाचा व जनतेचा तो मूलभूत हक्क असल्याचे मान्य केले आहे. आर्थिक न्यायाप्रमाणे सामाजिक न्याय हा समाजाचा आणि जनतेचा मूलभूत हक्क आहे. सामाजिक न्याय सामाजिक असंतुलन नष्ट करणारा बहुसमावेशक न्यायाचा प्रकार असून तो कल्याणकारी राज्याची बांधणी करतो. महात्मा गांधी यांनी त्यांच्या स्वप्नातील भारताचे वर्णन करताना असे म्हटले

आहे की, 'भारत जो एक गरीब देश आहे, त्यातील जनतेला देश एक परिणामकारक आवाज देत आहे. भारतात सर्व समुदाय एकोप्याने नांदतील.'

सामाजिक न्याय संकल्पना

१८४० साली सिसिलियन धर्मगुरू ल्युगी तापरिली द अझेग्लिओ (Sicilian Priest, Luigi Taparelli d' Azeglio) यांनी 'सामाजिक न्याय' ही संकल्पना प्रथमतः वापरली आणि अँटोनिओ रॉस्मिनी सर्बती यांनी (Antonio Rosmini Serbati) १८४८ साली या संकल्पनेचे महत्त्व वाढविले. सामाजिक न्यायाचे हे विचार जॉन रावल्स यांचा 'सामाजिक न्यायाचा सिद्धान्त' हे पुस्तक प्रकाशित होईपर्यंत सर्वत्र मान्य केले जात होते. रावल्स यांच्या विचारावर या पुस्तकाच्या पहिल्या व दुसऱ्या प्रकरणात त्या त्या संदर्भात चर्चा जरी केली असली तरी रावल्स यांनी त्यांच्या सामाजिक न्यायाच्या संकल्पनेत नागरिकांच्या स्वातंत्र्याला आणि समानतेला आत्यंतिक महत्त्व दिले होते व त्यांच्या विचाराला आंतरराष्ट्रीय महत्त्व प्राप्त झाले होते. रावल्स यांनी मूलभूत स्वातंत्र्याची सहा तत्त्वे प्रतिपादन केली असून ती खालीलप्रमाणे-

१) विचारस्वातंत्र्य;

२) सद्सद्विवेकबुद्धीचे स्वातंत्र्य ज्याचा परिणाम धार्मिक, तत्त्वज्ञानशास्त्रीय आणि नैतिक सामाजिक संबंधांच्या आधारावर होतो;

३) राजकीय स्वातंत्र्य (उदा. लोकशाही संस्थांचे प्रतिनिधित्व करण्याचे स्वातंत्र्य, भाषण व अभिव्यक्ती स्वातंत्र्य; संघटन स्वातंत्र्य इत्यादी;

४) संघटना तयार करण्याचे स्वातंत्र्य;

५) व्यक्तींच्या स्वातंत्र्यासाठी व एकात्मतेसाठी आवश्यक ते स्वातंत्र्य. (यात गुलामगिरीतून मुक्तता, चळवळीचे स्वातंत्र्य, व्यवसाय निवडण्याचे स्वातंत्र्य इत्यादींचा अंतर्भाव होतो.

६) कायद्याने संरक्षित केलेले हक्क आणि स्वातंत्र्य.

सामाजिक न्याय : धार्मिक परंपरा (Social Justice : Religious Traditions)

१) पद्धतिवाद (Methodism) : ख्रिस्ती सामाजिक न्याय चळवळीचा आधार पद्धतिवाद (Methodism) हा होता. जॉन वेस्लीच्या मार्गदर्शनाखाली त्या काळातील सामाजिक न्यायाचे प्रश्न हाताळण्यात आले होते. सामाजिक न्याय चळवळीत त्यांनी प्रामुख्याने तुरुंग सुधारणा व वाईट प्रथांचे निर्मूलन यावर भर दिला होता. वेस्लींनी स्वतः गुलामांच्या हक्कांवर प्रवचन दिले होते. त्यामुळे त्यांना टीकेला सामोरे जावे लागले.

२) ज्यूंची सामाजिक शिकवण (Jewish Social Thinking) : रॅबाय जोनॅथन सॅक (Rabbi Jonathan Sack) हे ज्यू धर्मगुरू असा दावा करतात की ज्यूवादात सामाजिक न्यायाला मध्यवर्ती स्थान आहे. ज्यूंच्या सामाजिक न्याय या संकल्पनेत नीतिशास्त्रीय जबाबदारीचे प्रतिबिंब पडले असून ते अद्वितीय व आव्हानात्मक आहे. सामाजिक न्यायात आनंदाचा उपभोग, धार्मिक परोपकार बुद्धीप्रमाणे वागण्याचे बंधन, दयाळूवृत्ती आणि जगाची सुधारणा इत्यादी बाबी येतात.

३) कॅथॉलिक सामाजिक शिकवण (Catholic Social Thinking) : कॅथॉलिक सामाजिक शिकवणुकीत मानवतावादाच्या सामूहिक पैलूंवर भर दिला आहे. कॅथॉलिक सामाजिक शिकवणुकीचे अद्वितीय वैशिष्ट्य हे की ते समाजातल्या गरिबातल्या गरिबांकडे लक्ष पुरवितात की जे सामाजिक न्याय प्रस्थापित करण्याच्या दृष्टीने महत्त्वाचे आहे. कॅथॉलिक सामाजिक शिकवणुकीचे दोन महत्त्वाचे पैलू सामाजिक न्यायासाठी महत्त्वाचे आहेत. यांतील पहिला पैलू म्हणजे मानवाच्या जीवनाचे आणि प्रतिष्ठेचे रक्षण करणे होय. मानवी पावित्र्य आणि मानवी प्रतिष्ठा ही या शिकवणुकीनुसार सर्व भौतिकतेच्या पलीकडे असून सामाजिक न्यायासाठी हे घटक गरजेचे आहेत. कॅथॉलिक सामाजिक शिकवणुकीचा दुसरा पैलू म्हणजे प्रत्येकाने गरिबांबद्दल कळवळा व दयाबुद्धी बाळगली पाहिजे. ती प्रत्येकाची नैतिक जबाबदारी असून सामाजिक न्यायासाठी आवश्यक आहे.

सामाजिक न्यायाच्या या प्रारंभिक अर्थानंतर भारतीय जीवनाच्या संदर्भात आपण सामाजिक न्यायाचा विचार करू.

भारताचे संविधान व सामाजिक न्याय
(The Indian Constitution and Social Justice)

भारतीय राज्यघटनेने विधियुक्त असे आश्वासन दिले आहे की ती त्यांच्या नागरिकांना समान सामाजिक, आर्थिक व राजकीय न्याय त्याचप्रमाणे विचारांचे व अभिव्यक्तीचे स्वातंत्र्य; विश्वास, श्रद्धा, पूजा याबाबतचे स्वातंत्र्य आणि दर्जाची व संधीची समानता देऊन सर्व व्यक्तींमध्ये बंधुता आणि प्रतिष्ठा यांची व राष्ट्राच्या एकात्मतेची निर्मिती यांचे जतन करील. याद्वारे सामाजिक आर्थिक समानतेबाबत आणि वैयक्तिक स्वातंत्र्याबाबत असलेल्या संघर्षात्मक दृष्टिकोनात मेळ घालण्याचा प्रयत्न केला आहे. सामाजिक न्याय प्रस्थापित करण्याच्या दृष्टिकोनातून भारतीय राज्यघटनेत केलेल्या तरतुदींचा आपण थोडक्यात आढावा घेऊ.

अनुच्छेद १९ : या अनुच्छेदानुसार भारतीय नागरिकांचे मूलभूत अधिकार जतन

केले गेले आहेत. अनुच्छेद १९ (१) मधील उपखंड (७) द्वारे प्रकारच्या स्वातंत्र्याची हमी प्रदान करण्यात आली असून त्यांना मूलभूत हक्क म्हणून मान्यताही देण्यात आली आहे. अनुच्छेद १९ च्या द्वारे एकूण समग्रतेचा विचार करता व्यक्तींना वैयक्तिक स्वातंत्र्याचा समाधानकारक पुरवठा केला आणि त्यासाठी समायोजनाचा तर्कसंगत आधार शोधल्याचा आणि त्याचे सार्वजनिक भले केल्याचा दावा केला.

अनुच्छेद २३ व २४ : या दोन अनुच्छेदांत शोषणाविरुद्धच्या मूलभूत हक्काची तरतूद करण्यात आली आहे. विशेषत: अनुच्छेद २४ नुसार कोणत्याही कारखान्यात, खाणीत किंवा धोक्याच्या व्यवसायात १४ वयोगटाखालील व्यक्तीस नोकरी देण्यास मालकांना प्रतिबंध करण्यात आला आहे. तसेच याच अनुच्छेदात मालमत्ताविषयक आणि मालमत्ता जबरदस्तीने ताब्यात घेण्यासंबंधीचे जे प्रश्न सर्वसामान्यांना सतावतात त्याबाबतच्या मूलभूत हक्कांचे जतन करण्यासंबंधी विशेष तरतूद करण्यात आली आहे.

अनुच्छेद ३८ : हा अनुच्छेद असे प्रतिपादन करतो की, राज्याने लोकांच्या कल्याणाला प्रोत्साहन देण्यासाठी प्रयत्न करणे गरजेचे आहे; त्याचप्रमाणे राज्याने त्यासाठी राज्यातील सर्व संस्थांना असे कळविले पाहिजे की त्यांनी अशी परिणामकारक समाजव्यवस्था निर्माण करावी की ज्याद्वारे लोकांच्या सामाजिक आर्थिक आणि राजनैतिक न्यायाला संरक्षण मिळेल.

अनुच्छेद ३९ (अ) : या अनुच्छेदात असे प्रतिपादन करण्यात आले आहे की राज्याने अशा कायदेशीर व्यवस्थेला प्रोत्साहन दिले पाहिजे की जी न्यायदानात समान संधीला प्रेरणा देईल आणि कोणताही मार्ग स्वीकारताना लोकांना अशी खात्री दिली पाहिजे की त्यांना न्याय प्राप्त करण्याची समान संधी दिली जाईल व न्यायदानात नागरिकांमध्ये आर्थिक वा अन्य निर्योग्यतेद्वारे भेद केला जाणार नाही.

अनुच्छेद ४१ : हा अनुच्छेद या गोष्टीस मान्यता देतो की, प्रत्येक नागरिकाचा काम करण्याचा हक्क, शिक्षणाचा हक्क मान्य केला जाईल आणि त्याचबरोबर बेरोजगारांना, ज्येष्ठ नागरिकांना, आजारी व्यक्तींना आणि अपंग व्यक्तींना सरकारतर्फे मदत दिली जाईल.

अनुच्छेद ४२ : हा अनुच्छेद या गोष्टीवर भर देतो की कामाच्या ठिकाणची परिस्थिती ही खात्रीलायक व न्याय्य असली पाहिजे व स्त्रियांना बाळंतपणासाठी योग्य त्या सुविधा मिळाल्या पाहिजेत.

अनुच्छेद ४३ : हा अनुच्छेद असा विचार प्रतिपादन करतो की काम करणाऱ्या लोकसंख्येला आदर्श जीवन जगण्याइतके वेतन वा मोबदला मिळाला पाहिजे.

अनुच्छेद ४६ : या अनुच्छेदात या विचारावर भर दिला आहे की अनुसूचित

जाती, अनुसूचित जनजाती व अन्य गरीब वर्ग यांच्या आर्थिक आणि शैक्षणिक हितसंबंधांना प्रोत्साहन देण्याचे महत्त्व सरकारने मान्य करावे.

भारतातील सर्वात महत्त्वाची सामाजिक समस्या म्हणजे जातीवर आधारित विभेदीकरण व त्यातून जन्माला आलेली अस्पृश्यता होय. राज्यघटनेतील अनुच्छेद १५, १६, १७ यांद्वारे कोणत्याही निकषावर आधारित विभेदीकरणाला व विशेषत: अस्पृश्यतेच्या प्रथेला मूठमाती दिली आहे.

न्यायाचे निरसन कशात अंतर्भूत आहे? (Where Does the Solution Lie?)

भारतीय राज्यघटनेने समानता प्रस्थापित करण्यासाठी कोणत्याही भेदभावाशिवाय अनेक हक्क व समान न्यायाचे तत्त्व स्वीकारले असून त्या दृष्टीने अनेक अनुच्छेद संविधानात समाविष्ट करण्यात आले आहेत; परंतु प्रत्यक्ष व्यवहारात मूलभूत हक्कांचा अधिकार व समान न्यायाचे तत्त्व अंमलात येते काय? हा खरा प्रश्न आहे. डॉ. उपेंद्र कुमार सिंग हे त्यांच्या 'भारतातील सामाजिक न्याय' या ग्रंथात म्हणतात की, 'सामाजिक अन्यायाची भावना आमच्या मनातच खोलवर रुजलेली असून ती कशी नष्ट करावयाची हा खरा प्रश्न आहे? यावर उपाय सुचविताना डॉ. उपेंद्र सिंग म्हणतात, आपण आपल्या अभिव्यक्तीतून गरीब, मागासवर्गीय यांच्या सामाजिक न्यायासंबंधीच्या जाणिवा प्रकट केल्या पाहिजेत. आपण पारंपरिक श्रद्धा, प्रथा यांवर अवलंबून राहण्याऐवजी तर्कसंगततेचा आधार घेऊन त्याआधारे गरीब, मागासवर्गीय व अस्पृश्य यांच्या कार्याचे, कृतीचे मूल्यमापन केले पाहिजे. अस्पृश्य, गरीब, मागसवर्गीय लोक समान हक्कांची मागणी करतात म्हणजे, काहीतरी भयंकर करतात, समाजविरोधी कृती करतात असा अनेकांचा (विशेषत: उच्चवर्णीयांचा) समज आहे. ही मंडळी पुढे येतात ते त्यांच्या हुशारीमुळे नाही तर त्यांना मिळणाऱ्या आरक्षणामुळे तसेच शिक्षण, प्रशासन, आरोग्य इत्यादी सार्वजनिक सेवांत जी घसरण होते ती आरक्षणामुळेच, असे मत अनेक उच्चवर्णीय व्यक्त करतात. या दृष्टीने विचार करता समान हक्क व समान न्याय यांची केवळ तरतूद करून चालणार नाही, तर त्याची काटेकोर व कडक अंमलबजावणी करून दुर्बलांना तो कसा प्राप्त होईल हे पाहणे गरजेचे आहे. दुर्दैवाने आपली सामाजिक संरचना सामाजिक हक्क व सामाजिक न्यायाबरोबरच आर्थिक व राजनैतिक न्याय प्रस्थापित करण्यात यशस्वी झाली असे म्हणता येणार नाही. न्यायालयीन पुनर्विलोक करताना या संदर्भातील काही प्रश्न आपण पाहणार आहोतच. पण त्यापूर्वी भारतीय न्यायपद्धतीवर प्रकाशझोत टाकू.

भारतीय न्यायपद्धती (Indian Judiciary)

भारतीय न्यायपद्धती ही 'कायद्याचे अधिराज्य' या संज्ञेने ओळखली जाते. या पद्धतीचा विकास प्रथम इंग्लंडमध्ये झाला आणि भारतात ब्रिटिशांच्या राजवटीत तिचा पुरस्कार करण्यात आला. भारताच्या संविधानातील १४, १९, २०, २१, २२ आणि १४५ या अनुच्छेदांत या पद्धतीतील महत्त्वाच्या तत्त्वांचा उल्लेख आहे. योग्य पद्धतीने न्यायदान व्हावे यासाठी न्यायासनासमोर हजर होणाऱ्या प्रत्येक व्यक्तीला जास्तीतजास्त संरक्षण मिळावे यासाठी पुढील तरतुदी करण्यात आल्या आहेत-

○ सर्वांना कायद्याचे समान संरक्षण दिले जाईल, भेदभाव केला जाणार नाही.

○ कायद्याचा भंग केल्याशिवाय कोणत्याही व्यक्तीस अटक केली जाणार नाही. खुनासारखा गंभीर गुन्हा नसल्यास, आरोपीची जामिनावर सुटका होऊ शकते.

○ अटक केलेल्या व्यक्तीस (काही विशिष्ट कायद्याखाली अटक केलेल्या व्यक्तीचा अपवाद वगळता) २४ तासांच्या आत न्यायालयासमोर हजर केले गेले पाहिजे.

○ पुराव्यानिशी गुन्हा सिद्ध होईपर्यंत आरोपीला गुन्हेगार मानले जाणार नाही.

○ आरोपीला स्वत:ची बाजू न्यायालयासमोर मांडण्यासाठी त्याच्या पसंतीचा वकील देण्याचा अधिकार राहील.

○ कोणत्याही व्यक्तीवर स्वत:च्या विरोधात साक्ष देण्याची सक्ती करण्यात येणार नाही.

○ अपवादात्मक परिस्थिती वगळता सर्व न्यायदानाचे कार्य खुल्या पद्धतीने चालेल. तसेच न्यायालयाचा निर्णयही खुल्या पद्धतीनेच दिला जाईल.

○ गुन्हा सिद्ध झाल्यास कायद्यात नमूद केल्याप्रमाणेच शिक्षा दिली जाईल व गुन्ह्याच्या गंभीरतेनुसार शिक्षेचे प्रमाण राहील.

○ एकाच गुन्ह्याबद्दल दोनदा शिक्षा दिली जाणार नाही.

○ कनिष्ठ न्यायालयाने दिलेल्या निर्णयाविरुद्ध किंवा निकालाविरुद्ध वरिष्ठ न्यायालयाकडे अपील करता येईल.

○ गुन्हा घडण्याच्या वेळी प्रचलित कायद्यात सांगितलेली शिक्षा दिली जाईल. प्रत्यक्ष गुन्हा घडल्यानंतर कायदा बदलून त्यानुसार अधिक शिक्षेची तरतूद जरी झाली असली तरी वाढीव शिक्षा दिली जाणार नाही.

काही तज्ज्ञांच्या मते, व्यक्तिस्वातंत्र्याचे जतन करण्याच्या दृष्टीने या तरतुदी महत्त्वाच्या आहेत आणि देशातील सर्व न्यायालयांत त्यांचे पालन केले जाईल.

न्यायमंडळाचे स्वातंत्र्य

न्यायमंडळाचे स्वातंत्र्य हे अन्य देशातील न्यायमंडळांप्रमाणेच भारतीय न्यायव्यवस्थेचे एक महत्त्वाचे वैशिष्ट्य होय. भारतात उदारमतवादी लोकशाही असून या प्रकारच्या व्यवस्थेमध्ये न्यायमंडळाचे स्वातंत्र्य महत्त्वाचे मानले जाते. कारण त्याशिवाय समानतेवर आधारित नि:पक्षपाती न्यायदान करणे अवघड बनेल. सिजविक या विख्यात राज्यशास्त्रज्ञाने असे म्हटले आहे की, 'स्वतंत्र न्यायमंडळ हे देशाच्या राजकीय संस्कृतीचे महत्त्वाचे लक्षण होय.' समाजातील कोणत्याही प्रभावापासून अथवा दडपणापासून तसेच शासनाच्या इतर विभागांच्या (उदा. विधिमंडळ इ.) आणि कार्यकारी मंडळ यांच्या हस्तक्षेपापासून न्यायमंडळ मुक्त असणे हा न्यायालयीन स्वातंत्र्याचा अर्थ होय; परंतु स्वतंत्र न्यायमंडळ कसे स्थापन करावे, हा एक जटिल प्रश्न आहे. कारण न्यायाधीशांची नेमणूक, त्यांची कार्यपद्धती, कार्यकाळ, निवृत्ती इत्यादी प्रश्नांच्या संदर्भात विचार करावा लागतो.

भारतीय संविधानाने न्यायमंडळाचे स्वातंत्र्य टिकविण्यासाठी खालील तरतुदी केल्या आहेत-

- न्यायाधीशाची नेमणूक करण्यासाठी पात्रतेच्या अटींची स्पष्ट नोंद राज्यघटनेत आहे.
- न्यायाधीशाची एकदा नेमणूक झाली की त्यांना दीर्घकाळ कार्य करता येईल, असे निवृत्तीचे वय निर्धारित करण्यात आले आहे.
- न्यायाधीशांना बडतर्फ करण्याची पद्धती अवघड आहे.
- न्यायाधीशांचे पगार आणि न्यायालयाचा इतर खर्च संचित निधीतून देण्याची तरतूद करण्यात आली आहे.
- संसदेलाही न्यायाधीशांच्या वर्तनावर (बडतर्फीचा ठराव हा अपवाद वगळता) टीका करता येत नाही.
- न्यायमंडळाचे स्वत:च्या अधिकारी वर्गावर पूर्ण नियंत्रण असते.
- सर्वोच्च न्यायालयाच्या न्यायाधीशांना निवृत्तीनंतर देशातील कोणत्याही न्यायालयात किंवा कोणत्याही प्राधिकाऱ्यासमोर वकिली करता येत नाही किंवा इतर काम चालविण्यास प्रतिबंध केला आहे.

उच्च न्यायालयातील न्यायाधीशासही सर्वोच्च न्यायालय व त्याने ज्या उच्च न्यायालयामध्ये न्यायाधीशपद भूषविले नाही अशी उच्च न्यायालये वगळता देशातील कोणत्याही न्यायालयात व कोणत्याही प्राधिकाऱ्यासमोर वकिली करता येत नाही अथवा काम चालविता येत नाही.

- न्यायाधीशाने कोणत्याही आर्थिक प्रलोभनास बळी पडू नये म्हणून त्यांचे पगार व इतर सेवा आकर्षक ठेवण्यात आल्या आहेत.

परंतु प्रत्यक्ष व्यवहारात न्यायमंडळ कितपत स्वतंत्र आहे हेही पाहिले पाहिजे.

न्यायमंडळाच्या स्वातंत्र्याचे व्यावहारिक स्वरूप

काही कायदेतज्ज्ञ व राजनैतिक तज्ज्ञ यांच्या मते, न्यायाधीशांच्या स्वातंत्र्यावर गदा आणणाऱ्या काही व्यावहारिक मुद्द्यांचा आपण या ठिकाणी ऊहापोह करणार आहोत.

नेमणुका : सर्वोच्च आणि उच्च न्यायालयाच्या न्यायाधीशांच्या नेमणुका तांत्रिकदृष्ट्या जरी राष्ट्रपती करीत असले तरी प्रत्यक्ष व्यवहारात या नेमणुकांवर राजकीय प्रभाव पडत असल्याचे दिसून येते. सर्वोच्च न्यायालयाच्या नेमणुकांत केंद्रीय मंत्रिमंडळ रस घेते आणि उच्च न्यायालयांच्या नेमणुकात संबंधित घटकराज्याचे मुख्यमंत्री महत्त्वाचा भाग घेतात. त्यामुळे मुख्य न्यायाधीशांच्या सल्ल्यांना दुय्यम स्थान प्राप्त होते. न्यायमूर्ती रे यांची सर्वोच्च न्यायालयाचे न्यायाधीश म्हणून निवड होताना त्याच सर्वोच्च न्यायालयातील तीन ज्येष्ठ नागरिकांना डावलण्यात आले. त्यावेळी या नेमणुकांच्या राजकीय प्रभावाबद्दल टीका करण्यात आली. कायदा आयोगाने सर्वोच्च न्यायाधीशांच्या नेमणुकात फक्त ज्येष्ठतेचा निकष विचारात घेऊ नये, असे सुचविले होते. या सूचनेनुसार रे यांची नेमणूक करण्यात आली असे त्यावेळचे कायदामंत्री हरिभाऊ गोखले यांनी या नेमणुकीचे समर्थन केले. परंतु न्यायमूर्ती रे हे इतर तीन न्यायाधीशांपेक्षा अधिक श्रेष्ठ आणि पात्र कसे, यांचा खुलासा मात्र त्यांना करता आला नाही.

कायदा आयोगाने आपल्या अहवालात उच्च न्यायालयाच्या न्यायाधीशांच्या नेमणुकांत प्रांतिक, धार्मिक, जातीय आणि राजकीय दडपणे येतात आणि न्यायाधीशपद मिळविण्यासाठी प्रयत्न केला जातो असा स्पष्ट उल्लेख केला आहे. न्यायाधीशांच्या अनेक नेमणुका मुख्य न्यायाधीशांच्या शिफारसी डावलून झाल्याचा उल्लेखही आयोगाने केला आहे. अशा पद्धतीने नेमले गेलेले न्यायाधीश नि:पक्षपाती न्याय देऊ शकतील का? हा खरा प्रश्न आहे.

राजकीय प्रलोभन : निवृत्तीनंतर न्यायाधीशांनी, त्याच पातळीवरच्या न्यायालयात वकिली करू नये असे बंधन आहे; परंतु निवृत्त न्यायाधीशांना राज्यपाल, परदेशी दूत, चौकशी आयोगाचा प्रमुख म्हणून नेमण्याची पद्धती आहे. निवृत्तीनंतर कोठेतरी आपलीही वर्णी लागावी यासाठी शासनास अनुकूल निर्णय देण्याची प्रवृत्ती बळावते आहे व ही प्रवृत्ती न्यायालयाचे स्वातंत्र्य टिकविण्याच्या दृष्टीने घातक आहे.

आर्थिक प्रलोभन : आर्थिक प्रलोभनाच्या दृष्टीने पाहता न्यायाधीशाची जागा ही अत्यंत संवेदनशील व धोक्याची असते. न्यायाधीशांच्या निर्णयावर अनेकांचे भवितव्य अवलंबून असते. खटल्याचा निकाल आपल्या बाजूने लागावा म्हणून न्यायाधीशाला लाच दिली जाण्याची शक्यता नाकारता येत नाही. अलाहाबाद न्यायालयाचा निर्णय आपणास अनुकूल व्हावा म्हणून एका प्रकरणात न्या. सिन्हा यांना सर्वोच्च न्यायालयात बढती आणि ५ लाख रुपयांची लाच देण्याचा एक अयशस्वी प्रयत्न झाल्याचा दावा कुलदीप नायर यांनी त्यांच्या 'दी जजमेंट' (The Judgement) या पुस्तकात केला होता. एवढेच नव्हे तर कायदा आयोगानेही न्यायाधीशांवर आर्थिक व राजकीय दडपणे कशी आणली जातात, याबाबत उल्लेख केलेले आहेत.

निर्णयातून पळवाट : न्यायाधीशांनी दिलेल्या निर्णयातून पळवाट काढण्याचे प्रयत्नही अनेकदा न्यायालयाच्या स्वातंत्र्यास धोका पोहोचवितात. न्यायालयाने प्रतिकूल निर्णय दिल्यानंतर एकतर कार्यकारी अधिकाऱ्याच्या खास अधिकारात (Discretion) त्यातून पळवाट काढण्याचा प्रयत्न केला जातो किंवा ज्या कायद्यातील तरतुदी अवैध घोषित केल्या आहेत त्या तरतुदी घटनादुरुस्तीनुसार बदलल्या जातात.

न्यायालयाचे स्वातंत्र्य अबाधित राहावे म्हणून किंवा ते टिकावे म्हणून खालील सूचना विचारार्ह आहेत-

- न्यायाधीशांच्या नेमणुका करताना राष्ट्रपतींना सल्ला देण्यासाठी विख्यात कायदेतज्ज्ञांचे सल्लागारमंडळ स्थापन करण्यात यावे.
- तात्पुरते न्यायाधीश नेमण्याची पद्धती रद्द करावी.
- सर्वोच्च आणि उच्च न्यायालयाच्या न्यायाधीशांचे निवृत्तीचे वय ७० वर्षे इतके असावे.
- निवृत्त न्यायाधीशांच्या राजकीय स्वरूपाच्या नेमणुका करण्याची प्रद्धत बंद करण्यात यावी.
- न्यायाधीशांची आर्थिक परिस्थिती सुधारण्यासाठी त्यांना अधिक वेतन तसेच निवृत्तिवेतन प्रदान करण्यात यावे.
- कोणत्याही स्वरूपाच्या राजकीय व्यासपीठाशी न्यायाधीशांनी संबंध ठेवू नये.
- उच्च न्यायालयांच्या न्यायाधीशांच्या बदल्यांवर नियंत्रण असावे.

काही वर्षापासून म्हणजे १९७५ पासून उच्च न्यायालयाच्या संदर्भात एक पद्धत केंद्र शासनाने सुरू केली असून, त्यानुसार उच्च न्यायालयातील न्यायमूर्तींची एका राज्यातून दुसऱ्या राज्यात बदली करण्यास सुरुवात केली. अर्थात घटनेच्या अनुच्छेद २२२(१) प्रमाणे भारताच्या राष्ट्रपतींना, सर्वोच्च न्यायालयाचा सल्ला घेऊन उच्च

न्यायालयातील कोणत्याही न्यायमूर्तींची बदली दुसऱ्या उच्च न्यायालयात करण्याचा अधिकार घटनेनेच दिलेला आहे हे खरे; परंतु या बदलीची टांगती तलवार न्यायाधीशांच्या डोक्यावर राहिली तर त्या दडपणाखाली त्यांचे स्वातंत्र्य संपुष्टात येईल. तसेच या बदलीच्या धोक्यामुळे कायदेशास्त्रातील कोणतीही पारंगत वा तज्ज्ञ व्यक्ती वरिष्ठ न्यायालयातील न्यायमूर्तींचे पद स्वीकारण्यास पुढे येणार नाही. हे ओळखून अशा बदल्या क्वचितच कराव्यात अशी व्यवस्था १९७५ सालापर्यंत अस्तित्वात होती; परंतु दुर्दैवाने १९७५ नंतरच्या कालाखंडात ज्या न्यायमूर्तींची बदली करावयाची त्याचे मत विचारात न घेता त्यांना अन्य राज्यात पाठविले जाऊ लागले.

या संदर्भात घडलेल्या एका बदली प्रसंगाचा दाखला देणे या ठिकाणी अप्रस्तुत ठरणार नाही. १९७७ साली भारत सरकार विरुद्ध न्यायमूर्ती सकलचंद यांनी त्यांच्या गुजरातच्या वरिष्ठ न्यायालयातून आंध्र प्रदेशच्या वरिष्ठ न्यायालयात झालेल्या बदलीला, राष्ट्रपतींच्या म्हणजेच पर्यायाने केंद्र सरकारच्या बदली करण्याच्या अधिकाराला सर्वोच्च न्यायालयात आव्हान दिले; परंतु सर्वोच्च न्यायालयाने असा बदली करण्याचा विशेष अधिकार सरकारला आहे हे मान्य करून सकलचंद यांचे आव्हान फेटाळले, त्याचबरोबर हेही स्पष्ट केले की, शक्यतो अशा बदल्या केवळ सार्वजनिक हिताच्या दृष्टीने आवश्यक असल्यासच कराव्यात. तसेच या बदल्या करीत असताना विशिष्ट न्यायमूर्तींविरुद्ध मनामध्ये कोणताही आकस वा पूर्वग्रह ठेवून अशा बदल्या केल्या जाऊ नयेत. त्यानंतर १९७७ साली जेव्हा केंद्रामध्ये जनता पक्षाचे सरकार आले तेव्हा अशा बदल्या करण्याचे धोरण मागे पडले; परंतु १९८० साली केंद्रात काँग्रेस पक्षाचे सरकार अधिकाररूढ झाल्यावर मात्र उच्च न्यायालयाच्या मुख्य न्यायमूर्तींची एका राज्यातून दुसऱ्या राज्यात मुख्य न्यायमूर्ती म्हणून बदली करण्याचा परिपाठ सुरू झाला. या बदल्यांमुळे राष्ट्रीय एकात्मता साधण्याच्या दृष्टीने मदत होते, हे या संदर्भातील केंद्र सरकारचे समर्थन अतिशय लंगडे होते. या बदल्या वस्तुनिष्ठ कारणांनी न होता आत्मनिष्ठ किंवा व्यक्तिनिष्ठ कारणांनी किंवा राजकीय दडपणाखाली केल्या जातात अशी टीका होऊ लागली. काही उच्च न्यायालयाच्या मुख्य न्यायमूर्तींनी बदलीच्या निषेधार्थ त्यांच्या पदाचे राजीनामेही दिले होते. या संदर्भात आणखी एका प्रकरणाचा उल्लेख येथे करता येईल.

ते प्रकरण म्हणजे 'न्यायमूर्ती गुप्ता विरुद्ध भारत शासन'. या प्रकरणी बदल्यांचा हा विषय सर्वोच्च न्यायालयात सात न्यायाधीशांच्या खंडपीठासमोर आला. सर्वोच्च न्यायालयाने चार विरुद्ध तीन अशा बहुमताने निर्णय दिला. त्यात दोन गोष्टी स्पष्ट करण्यात आल्यात.

एक म्हणजे कोणत्याही उच्च न्यायालयाच्या न्यायमूर्तींची बदली त्यांच्या

संमतीवाचून करण्याचा अधिकार राष्ट्रपतींना आहे; आणि दुसरे म्हणजे या बदलीच्या संदर्भात राष्ट्रपती व सर्वोच्च न्यायालयाचे सरन्यायाधीश यांच्यात दुमत झाल्यास किंवा मतभेद झाल्यास सरन्यायाधीशांचा सल्ला राष्ट्रपतींवर बंधनकारक असणार नाही.

वरील निर्णयावर देशातील कायदेपंडितांनी 'भारतीय न्यायालयाच्या स्वातंत्र्यावर झालेले अतिक्रमण' अशा स्वरूपाची कडवट टीका केली होती. या टीकेतील सत्यांश लक्षात घेता, सरकारने संविधानात दुरुस्ती करून कोणत्याही उच्च न्यायालयातील न्यायमूर्तींची बदली किमान सर्वोच्च न्यायालयाच्या सरन्यायाधीशांच्या संमतीविना होऊ शकणार नाही, अशी तरतूद घटनेत करणे न्यायालयाच्या स्वातंत्र्याच्या दृष्टिकोनातून विचार करता आता अत्यावश्यक झाले आहे.

घटनेत जर अशी दुरुस्ती झाली तर न्यायालयाचे स्वातंत्र्य टिकविण्यास मदत होईल. या संदर्भात कितीही खबरदारी घेतली तरी न्यायाधीशांच्या नेमणुकांवर राजकीय प्रभाव पडणे अपरिहार्य असते. इंग्लंड, अमेरिका, कॅनडा, ऑस्ट्रेलिया यांसारख्या प्रगत उदारमतवादी देशांमध्येसुद्धा राजकीय दृष्टिकोनातून न्यायाधीशांच्या नेमणुका झालेल्या आढळतात. मोहन कुमारमंगलम् यांनी त्यांच्या पुस्तिकेत न्यायाधीशांच्या नेमणुकीत झालेल्या राजकीय हस्तक्षेपाची अनेक उदाहरणे दिली आहेत.

सामाजिक न्याय : भारतीय न्यायव्यवस्थेचे स्पष्टीकरण

या प्रकरणात आपण प्रामुख्याने भारतातील 'सामाजिक न्याय' या संकल्पनेवर चर्चा करीत असल्याने भारताच्या सर्वोच्च न्यायालयात दाखल झालेल्या काही खटल्यांत 'सामाजिक न्याय' या संकल्पनेचे केलेले स्पष्टीकरण त्या त्या खटल्याचा धावता आढावा घेऊन करणार आहोत.

१९९५ साली सर्वोच्च न्यायालयात झालेला पहिला खटला होता 'ग्राहक शिक्षण व संशोधन केंद्र विरुद्ध भारत सरकार'. या खटल्यात सर्वोच्च न्यायालय असे म्हणते की सामाजिक न्याय हे असे एक साधन आहे जे मानवाला अर्थपूर्ण आणि मानवी प्रतिष्ठा राखण्यायोग्य जीवन जगण्याची खात्री देते. सामाजिक न्यायाचा विचार करता त्यात राज्याने राज्यातील जनतेला अशा सुविधा पुरविल्या पाहिजेत की ज्यामुळे आरोग्याचे रक्षण, आर्थिक सुरक्षा आणि कामगारांना सुसंस्कृत जीवन जगण्याची संधी उपलब्ध होईल.

१९९७ साली दुसरा खटला होता 'अधीक्षक अभियांत्रिकी, सार्वजनिक आरोग्य, केंद्रशासित प्रदेश, चंदिगड विरुद्ध कुलदीपसिंग' यांच्यातील. या खटल्यात न्यायाधीश असा विचार व्यक्त करतात की अधिकाऱ्याचे हे कर्तव्य आहे की त्याने कर्मचाऱ्यांची

नेमणूक करताना राखीव जागांच्या संदर्भात विशेष दक्षता घेणे जरुरी आहे. एवढेच नव्हे तर ते त्यांचे संविधानात्मक कर्तव्य असून त्याद्वारे समुदायातील आरक्षित वर्गातील जनतेला सामाजिक व आर्थिक न्याय मिळू शकेल. जर अनुसूचित जनजातीचा उमेदवार मिळत नसेल तर ती जागा, बदलत्या पद्धतीनुसार अनुसूचित जातीच्या उमेदवारास देऊन भरली पाहिजे. हा सामाजिक न्याय होय.

या संदर्भातील तिसरा खटला १९९७ साली दाखल झाला होता तो 'अशोककुमार गुप्ता विरुद्ध उत्तर प्रदेशचे राज्य सरकार' यांत. यावेळी आपले विचार व्यक्त करताना सर्वोच्च न्यायालयाने असे वक्तव्य केले की, 'अनुसूचित जाती व जनजाती, दलित यांना सर्व क्षेत्रांत योग्य प्रतिनिधित्व देणे हा सामाजिक न्याय असून तो मागासवर्गीयांचा मूलभूत हक्क आहे आणि त्यामुळे कोणाचा तोटा होत नाही. बढतीत राखीव जागा देणे हे कायद्याच्या दृष्टीने वाईट तर नाहीच; पण असंविधानात्मकही नाही.

२००० साली दाखल झालेल्या, 'बलबीर कौर विरुद्ध भारताचे पोलाद अधिकारी' या चौथ्या खटल्यात सर्वोच्च न्यायालयाने स्पष्टपणे असा निकाल दिला की प्रशासकीय व्यवस्थेतील न्याय मोजण्याची पट्टी म्हणजे सामाजिक न्याय होय. त्यामुळे कंपनीत झालेल्या अपघातात कर्मचाऱ्याच्या पत्नीला नुकसानभरपाई देण्याचा आदेश सर्वोच्च न्यायालयाने देऊन अपीलकर्तीला सामाजिक न्याय दिला होता.

या संदर्भातील पाचवा खटला 'ओरिएन्टल विमा कंपनी विरुद्ध हंसराजबाई व्ही. कोडाला' हा २००१ साली दाखल झाला. या खटल्याचा उद्देश अपघातात सापडलेल्या व्यक्तीच्या वारसाला कोणताही विलंब न होता विम्याची रक्कम त्वरित मिळावी हा होता व तोच एक प्रकारचा सामाजिक न्याय होय. या ठिकाणी आणखी एक प्रश्न हा की बळीच्या वारसाला मिळणारी नुकसानभरपाई कशी निर्धारित करावयाची; कारण त्यासाठी बळीच्या वारसाला आणखी एक खटला दाखल करावा लागतो व त्यामुळे प्रकरणाची गुंतागुंत वाढत जाते. कारण जर दावेदार त्याचा दावा सिद्ध करू शकला नाही, तर प्रश्न गंभीर बनतो म्हणून विधिमंडळाने विशेषकरून अतिरिक्त नुकसानभरपाई देण्याची तरतूद करणारा कायदा करून बळीच्या वारसांना 'सामाजिक न्याय' प्रदान करावा, असे वक्तव्य केले.

या सर्व प्रकारच्या खटल्यात सर्वोच्च न्यायालयाने दिलेल्या निकालाकडे दृष्टिक्षेप टाकल्यास आपल्या असे लक्षात येते की, सर्वोच्च न्यायालयाने नेहमीच भारतीय नागरिकांच्या हितसंबंधांचे रक्षण करण्याची भूमिका घेऊन त्यांना सामाजिक न्याय प्रदान करण्याचा प्रयत्न केला आहे. मग ते प्रकरण ग्राहक संरक्षणाचे असो अथवा विम्याच्या दाव्याच्या संदर्भातील असो किंवा अनुसूचित जाती, अनुसूचित जनजाती,

अन्य मागासवर्गीय जाती यांच्या आरक्षणाच्या द्वारे योग्य प्रतिनिधित्व देण्याचे असो. सर्वोच्च न्यायालयाने 'सामाजिक न्याय' या संकल्पनेचा वापर एखाद्या छत्रीसारखा केला असून दुर्बलांना न्याय देणे हेच सामाजिक न्यायाचे प्रतीक होय.

न्यायालयीन पुनर्विलोकन (Judicial Review)

सैद्धान्तिक दृष्टीने सामाजिक न्यायाचे तत्त्व मान्य करणे आणि प्रत्यक्षात सामाजिक न्याय हा तळागाळातल्या लोकांपर्यंत पोहोचविणे या दोन बाबी वेगळ्या आहेत. भारतासारख्या देशात जन्माधिष्ठित श्रेष्ठ-कनिष्ठत्वाचे निकष, जात्यभिमान व जातिवाद यांमुळे घटनेत किंवा संविधानात नमूद केलेल्या सामाजिक न्यायाच्या तत्त्वांची अंमलबजावणी होऊन तो सर्वांपर्यंत पोहोचतो का हे पाहणे महत्त्वाचे असून त्या दृष्टीने भारतातील न्यायालयाच्या भूमिकेचे पुनर्विलोकन होणे गरजेचे आहे. त्याचा आपण या ठिकाणी विचार करू.

काही कायदेतज्ज्ञांच्या मते मूलभूत हक्कांच्या संरक्षणाच्या दृष्टीने व शासनावर अंकुश ठेवण्याच्या दृष्टीने न्यायालयांना महत्त्वाची भूमिका बजवावी लागते. न्यायालयीन पुनर्विलोकनाचा अधिकार या दृष्टिकोनातून अतिशय महत्त्वाचा ठरतो. न्यायालयीन पुनर्विलोकनाची तात्त्विक पार्श्वभूमी पुढीलप्रमाणे-

१) कायद्याचा अर्थ लावणे हे न्यायालयाचे मूलभूत कार्य होय. राज्यघटना हा भारताचा मूलभूत कायदा होय. त्यामुळे अर्थातच संविधानाचा अर्थ लावण्याचे कार्यही न्यायालयाला करावे लागते.

२) भारताची राज्यघटना ही भारताचा मूलभूत कायदा असून या राज्यघटनेच्या चौकटीत राहूनच सर्वसाधारण कायदा केला जावा, अशी अपेक्षा असते. याचाच अर्थ असा की, सर्वसाधारण कायदा घटनेतील तरतुदींशी सुसंगत असला पाहिजे.

३) न्यायालय घटनेच्या संदर्भात सर्वसाधारण कायद्याचा अर्थ लावून तो घटनेशी सुसंगत आहे की विसंगत आहे, वैध आहे की अवैध आहे हे स्पष्ट करते. संपूर्ण कायदा किंवा त्याचा काही अंश, काही अनुच्छेद अशा प्रकारे सुसंगत किंवा विसंगत दर्शविले जातात आणि विसंगत भाग व अनुच्छेद रद्द केले जातात.

कायद्याप्रमाणेच प्रशासकांनी घेतलेल्या निर्णयाची अथवा केलेल्या कारवाईची संविधानाच्या किंवा सर्वसाधारण कायद्याच्या संदर्भात तपासणी होऊ शकते. सदर निर्णय वा कारवाई, पूर्णत: किंवा अंशत: घटनाबाह्य आहे असे सर्वोच्च न्यायालय

जाहीर करू शकते आणि संबंधित निर्णय रद्द होतो. यालाच न्यायालयीन पुनर्विलोकनाचे तत्त्व म्हणून संबोधतात.

न्यायालयीन पुनर्विलोकनाचा विकास

जगातील सर्व राष्ट्रांमध्ये न्यायालयीन पुनर्विलोकनाचे तत्त्व समान प्रमाणात मान्य झालेले नाही. ज्या राष्ट्रांमध्ये अलिखित घटना आहे, संसदीय पद्धत आणि एकात्म शासनपद्धती आहे तेथे न्यायालयीन पुनर्विलोकनाचे स्वरूप मर्यादित आहे. उदाहरणार्थ इंग्लंडचे संविधान अलिखित आहे व शासन एकात्म आहे आणि तेथे संसदेच्या सार्वभौमत्वाच्या तत्त्वाचा स्वीकार केलेला आहे. इंग्लंडमध्ये संसदेचा कायदा हा सर्वश्रेष्ठ असल्याने इंग्लंडमधील कोणतेही न्यायालय संसदेच्या कायद्याला आव्हान देऊ शकत नाही; संसदेचा कायदा अवैध ठरू शकत नाही. मात्र संसदेने मंजूर केलेल्या कायद्याची अंमलबजावणी होत असताना घेतले गेलेले प्रशासकीय निर्णय किंवा स्थानिक विधिमंडळांनी केलेले कायदे यांची न्यायालये तपासणी करू शकतात व ते संसदेच्या मूलभूत कायद्याशी सुसंगत आहेत की विसंगत, हे ठरवू शकतात.

उलटपक्षी जेथे लिखित घटना आहे, सत्ताविभाजनावर आधारलेली अध्यक्षीय पद्धती आणि संघराज्यात्मक शासन आहे तेथे न्यायालयीन पुनर्विलोकनास अधिक वाव आहे.

संघराज्य पद्धतीमध्ये केंद्र सरकार आणि घटकराज्ये यांच्यातील अधिकाराची विभागणी घटनेत स्पष्ट केलेली असते. या विभागणीनुसार प्रत्यक्ष कारभार होतो की नाही, हे न्यायालये तपासू शकतात. घटनेच्या संदर्भातच केंद्र शासनाने अथवा घटक राज्याच्या शासनाने आपली अधिकारकक्षा ओलांडली आहे किंवा कसे, हे न्यायालयातर्फे ठरविले जाते. एकात्म शासनपद्धतीत केंद्र आणि घटक शासन यांच्यात संघर्ष संभवत नसल्याने असा प्रश्न उद्भवत नाही; त्यामुळे एकात्म पद्धतीमध्ये न्यायालयीन पुनर्विलोकन फार मर्यादित असते.

न्यायालयीन पुनर्विलोकनाच्या पद्धतीचा सर्वाधिक विकास अमेरिकेत झाला असल्याचे कायदेतज्ज्ञ मानतात. सत्ताविभाजनावर आधारलेली अध्यक्षीय पद्धती व संघराज्यपद्धती यांचा स्वीकार करून त्यांच्या मूलतत्त्वांचा संविधानात निश्चित स्वरूपात उल्लेख केल्याने न्यायालयांना हा अधिकार प्राप्त झाला. १८०३ सालापर्यंत अमेरिकेच्या सर्वोच्च न्यायालयाने केवळ घटक राज्याचे कायदेच संविधानाच्या संदर्भात अवैध ठरविले; परंतु १८०३ सालीच मार्बुरी विरुद्ध मॅडिसन या खटल्यात अमेरिकेच्या

सर्वोच्च न्यायालयाचे न्यायाधीश मार्शल यांनी प्रथमच संघराज्याच्या काँग्रेसने केलेला कायदा अवैध ठरविला. तेव्हापासून हे तत्त्व राष्ट्रीय पातळीवर लागू करण्यास प्रारंभ झाला. अमेरिकेच्या राज्यघटनेच्या आजपर्यंतच्या २३० वर्षांच्या इतिहासात संघराज्याचे सुमारे १०० हून अधिक कायदे आणि घटकराज्यांचे सुमारे ३५० हून अधिक कायदे सर्वोच्च न्यायालयाने अवैध ठरविले असून ते सर्व रद्दबादल करण्यात आले आहेत. राष्ट्राच्या सर्वोच्च संसदेचा म्हणजे काँग्रेसचा कायदा अवैध ठरवून तो रद्द ठरविण्याचे सामर्थ्य न्यायसंस्थेला प्राप्त झाल्याने तेथे एक प्रकारे न्यायालयीन वर्चस्व (Supremacy) प्रस्थापित झाले. परिणामत: त्यामुळे अमेरिकेच्या न्यायसंस्थेच्या सार्वभौमत्वाचे रक्षण होण्यास मदत झाली. भारतानेसुद्धा संघराज्यपद्धती स्वीकारली; मूलभूत हक्क लिखित स्वरूपात भारतीय संविधानात नोंदविले; परंतु त्याचबरोबर भारताने अध्यक्षीयपद्धती ऐवजी संसदीय शासनपद्धतीचा स्वीकार केला. त्यामुळे भारताने इंग्लंडमधील संसदीय सार्वभौमत्व आणि अमेरिकेतील न्यायालयीन सार्वभौमत्व यांच्यात योग्य तो समन्वय साधून राजकीय क्षेत्रात मध्यम मार्गाचा स्वीकार केला आहे.

भारतातील न्यायालयीन पुनर्विलोकन

भारतातील न्यायालयीन पुनर्विलोकनाची सुरुवात ब्रिटिशांच्या आमदानीत झाली. गव्हर्नर जनरलने जाहीर केलेले वटहुकूम ब्रिटिश संसदेच्या कायद्याशी विसंगत आहेत असे काही निर्णय उच्च न्यायालयांनी दिले होते. १८३५ सालच्या कायद्यान्वये भारतासाठी संघराज्यपद्धतीचा स्वीकार केला गेला; व संघराज्याचे न्यायालय स्थापन करण्यात आले. या न्यायालयाने मध्यवर्ती आणि प्रांतिक विधिमंडळाने केलेल्या जवळ जवळ पन्नास कायद्यांची घटनात्मक वैधता तपासली व जवळपास १२ कायदे अवैध घोषित केले होते. विशेष म्हणजे दुसऱ्या महायुद्धाच्या काळात गव्हर्नर जनरलने जाहीर केलेले आणीबाणीचे वटहुकूम या न्यायालयाने अवैध ठरविले होते. आपल्या १० वर्षांच्या आयुष्यात स्वायत्त न्यायालयाने (Federal Court) त्यांच्या निर्णयात स्पृहणीय तटस्थता दर्शविली होती. प्रांतांच्या हक्कांचे रक्षण करताना त्यांनी उदारमतवादी दृष्टिकोन स्वीकारला आणि सामाजिक सुधारणा करणारे प्रांतांचे कायदे उचलून धरले होते. १९३५ सालच्या कायद्यात मूलभूत हक्कांचा समावेश नव्हता. त्यामुळे त्या क्षेत्रातील न्यायालयीन पुनर्विलोकन मर्यादित होते.

विद्यमान भारतीय संविधानानुसार मूलभूत हक्क, संघराज्यातील अधिकारविभागणी आणि न्यायालयाचा सल्ला देण्याचा हक्क या तीन बाबतींत न्यायालयीन पुनर्विलोकनाचे स्वरूप आपण अभ्यासणार आहोत.

मूलभूत हक्कविषयक पुनर्विलोकन

मूलभूत हक्कांच्या संदर्भात न्यायालयीन पुनर्विलोकनाचा विचार करीत असताना भारतीय संविधानकारांनी मूलभूत हक्कांच्या संदर्भात स्वीकारलेला लवचीक दृष्टिकोन लक्षात घ्यावा लागेल. याचा अर्थ असा की, संविधाननिर्मात्यांना जरी भारतातील प्रत्येक व्यक्तीस पूर्णार्थाने मूलभूत हक्कांचा उपयोग करू देण्याची इच्छा होती तरी ते अवलंबत असताना समाजहिताचा विसर व्यक्तीला पडू नये, असेही त्यांना वाटत होते. या जाणिवेपोटीच व्यापक सार्वजनिक हिताच्या दृष्टिकोनातून व्यक्तीचे मूलभूत हक्क कायद्याने सीमित करण्याचा हक्कदेखील संसदेस प्रदान केला गेला आहे. एवढेच नव्हे तर या मूलभूत हक्कांच्या संदर्भात घटनादुरुस्ती करून मूलभूत हक्कांचे स्वरूप आमूलाग्र बदलण्याचा हक्कदेखील संसदेस बहाल केल्याचे दिसून येते. संविधानकारांच्या या दृष्टिकोनास, संविधान अमलात आल्यानंतरच्या सुरुवातीच्या काळातच सर्वोच्च न्यायालयाने आपला पूर्ण पाठिंबा काही न्यायालयीन निर्णयांतून व्यक्त केल्याचे दिसून येते.

उदाहरणार्थ, १९५२ सालच्या सुप्रसिद्ध 'शंकरी प्रसादसिंग विरुद्ध भारत सरकार' या प्रकरणात सर्वोच्च न्यायालयाने स्पष्ट केले होते की, भारताच्या संसदेला संविधानाच्या कोणत्याही अनुच्छेदात (ज्यात मूलभूत हक्कांशी संबंधित अनुच्छेदाचाही अंतर्भाव आहे) दुरुस्ती करण्याचा अधिकार आहे.

त्यानंतर १९६५ साली 'सज्जनसिंग विरुद्ध राजस्थान सरकार' या प्रकरणातही सर्वोच्च न्यायालयाने घटनेतील सर्व प्रकारच्या अनुच्छेदांत (यात मूलभूत हक्कांशी निगडित अनुच्छेदांचाही अंतर्भाव होतो) दुरुस्ती करण्याचा हक्क बहुमताने मान्य केला होता.

भारतीय संसदेत निवडून आलेल्या सर्वपक्षीय लोकप्रतिनिधींचे सुरुवातीपासूनच असे मत होते की संविधानात उल्लेख केलेल्या सर्व राजकीय, सामाजिक व आर्थिक उद्दिष्टांच्या पूर्ततेसाठी आवश्यक वाटल्यास मूलभूत हक्कात योग्य तो बदल करण्याचा अधिकार संसदेस असला पाहिजे.

१९५० साली सामाजिक व शैक्षणिक दृष्टीने मागासलेल्या वर्गातील विद्यार्थ्यांना, राज्यातील अभियांत्रिकी व वैद्यकीय क्षेत्रातील महाविद्यालयात राखीव जागा निर्माण करण्याचा मद्रास शासनाचा ठराव सर्वोच्च न्यायालयाने फेटाळल्यानंतर संसदेने १९५१ साली पहिली संविधानदुरुस्ती मंजूर करवून घेतली. सर्वोच्च न्यायालयाने मद्रास शासनाचा प्रस्ताव हा संविधानातील मूलभूत हक्कांमधील समानतेच्या हक्काशी विसंगत असल्याचे कारण देऊन तो संविधानबाह्य ठरविला होता. सर्वोच्च न्यायालयाच्या या भूमिकेकडे

जर त्यावेळी शासनाने दुर्लक्ष केले असते तर त्या पुढील काळात मागासलेल्या जाती-जमातींच्या मुलांच्या शैक्षणिक उद्धाराकडेदेखील दुर्लक्ष करावे लागले असते. आणि हे सर्व टाळण्यासाठी भारतीय संसदेने पहिली संविधानदुरुस्ती करून शिक्षणसंस्थात राखीव जागा निर्माण करण्याची तरतूद केली व तशी मुभा शासनास प्रदान करण्यात आली. ही संविधानातील दुरुस्ती त्यानंतरच्या कोणत्याही निर्णयात अवैध म्हणून घोषित केल्याचे दिसून येत नाही.

त्याचप्रमाणे १९५० साली 'रोमेश थापर विरुद्ध दिल्ली राज्य' या प्रकरणात सर्वोच्च न्यायालयाने मूलभूत हक्कातील अभिव्यक्तीस्वातंत्र्याच्या हक्काविषयी अशी भूमिका घेतली की, जोपर्यंत एखादे वक्तव्य अथवा लिखित मजकूर राज्याच्या सुरक्षिततेला व राज्याच्या सार्वभौमत्वाला धोका उत्पन्न करीत नाही तोपर्यंत केवळ अशा वक्तव्याने वा लिखित मजकुराने सार्वजनिक सुरक्षिततेला आणि शांततेला धोका उत्पन्न होतो आहे या कारणास्तव शासनास व्यक्तीचे अभिव्यक्तीस्वातंत्र्य हिरावून घेता येणार नाही. त्यामुळे या स्वातंत्र्याचा दुरुपयोग करून व्यक्तीने सामाजिक शांतता व सुव्यवस्था यांना धोका निर्माण करू नये किंवा अप्रत्यक्षरीत्या कोणत्याही गुन्ह्यास चिथावणी देऊ नये यासाठी भारताच्या संसदेने संविधानदुरुस्ती करून अभिव्यक्तीस्वातंत्र्यावर काही बंधने आणली. १९५१ सालच्या या पहिल्याच घटनादुरुस्तीने नव्याने आणलेली बंधने सर्वोच्च न्यायालयाने, आपल्या पुढील निर्णयात, कधीही संविधानबाह्य अथवा घटनाबाह्य म्हणून घोषित केली नाहीत हे लक्षात ठेवणे गरजेचे आहे.

वरील घटनादुरुस्त्यांमुळे हे स्पष्ट होते की, जेव्हा जेव्हा न्यायालयीन निर्णयामुळे राज्याने आखलेल्या एखाद्या सामाजिक व आर्थिक धोरणास खीळ बसत असेल किंवा समाज अथवा राष्ट्रहिताच्या व्यापक दृष्टिकोनातून शासन योजू इच्छीत असलेले उपाय निष्प्रभ ठरत असतील तर घटनादुरुस्ती करून असे अडथळे दूर करण्याचा संसदेस पूर्ण हक्क आहे.

स्वातंत्र्यप्राप्तीपूर्वी भारतीय नेत्यांनी असे आश्वासन दिले होते की भारतातील जमीनदारी पद्धती नष्ट केली जाईल. याचे कारण म्हणजे एकीकडे जमीनदारी पद्धती कायदेबाह्य झाली होती तर दुसरीकडे संविधानाने स्वीकारलेल्या आर्थिक समानतेच्या तत्त्वाशी ती पूर्णपणे विसंगत अशी पद्धती होती. स्वातंत्र्यानंतर या वचनाच्या पूर्ततेसाठी भारतातील अनेक प्रांतिक सरकारांनी जमीनदारी पद्धतीचे निर्मूलन करणारे कायदे, त्यांच्या त्यांच्या विधानसभेत करण्यास सुरुवात केली. परंतु अनेक उच्च न्यायालयांनी जमीनदारांकडील अतिरिक्त जमीन काढून घेत असताना, जमीनदार व्यक्तीच्या खासगी

मालमत्ता संपादनाच्या मूलभूत हक्कांवर अतिक्रमण होत असल्याने, संबंधित व्यक्तीस काढून घेतलेल्या जमिनीबद्दल जी नुकसानभरपाई द्यावयाची ती बाजारभावाप्रमाणे दिली पाहिजे असे निर्णय दिले होते.

आर्थिक दृष्टिकोनातून विचार करता हे निर्णय प्रतिगामी स्वरूपाचे असल्यामुळे त्या काळात जमीनदारी पद्धतीचे निर्मूलन करणे ही गोष्ट कोणत्याही प्रांतिक वा राज्य सरकारांना अशक्यप्राय झाली असती; कारण जर काढून घेतलेल्या अतिरिक्त शेतजमिनींबद्दल जी नुकसानभरपाई द्यावयाची ती बाजारभावाप्रमाणे देणे राज्यांना भाग पाडले असते तर त्यांच्या तिजोरीवर ताण पडला असता. यावर उपाय म्हणून केंद्र शासनाने १९५१ मधील पहिल्या दुरुस्ती अन्वये संपत्तीच्या मूलभूत हक्काशी संबंधित असलेल्या कलम ३१ मध्ये आवश्यक ते बदल घडवून आणले. या कलमाच्या खंड ३१ (अ) आणि खंड ३१ (ब) यानुसार अशी तरतूद केली गेली की राज्याने जर एखाद्याची जमीन वा संपत्ती सार्वजनिक हितासाठी ताब्यात घेतली तर त्या व्यक्तीस खासगी संपत्ती धारण करण्याच्या मूलभूत हक्काचे जे संरक्षण अनुच्छेद ३१ ने दिले होते, ते आता काढून टाकले जाईल. तसेच अनुच्छेद ३१ खंड (ख) अन्वये घटनेत नवे परिशिष्ट समाविष्ट करून ज्या ज्या घटकराज्यांनी जमीनदारीनिर्मूलनाच्या दृष्टिकोनातून जे जमीन सुधारणाकायदे वेळोवेळी केले (२६ सप्टेंबर २००६ पर्यंत नवव्या अनुसूचीत समाविष्ट करण्यात येणाऱ्या विविध राज्यांच्या जमीन सुधारणा कायद्यांची संख्या २८४ एवढी होती). ही नववी अनुसूची पूर्णपणे न्यायालयीन पुनर्विलोकनापासून अलिप्त ठेवण्यात आली आहे. यामागे हेतू मात्र एकच होता की, जमीनदारी निर्मूलनासारख्या आर्थिक दृष्टीने पुरोगामी योजना राज्याने राबवाव्यात अशी जी संविधानकर्त्यांची इच्छा होती ती सफल व्हावी. यामध्ये जो न्यायालयीन निर्णयाचा अडसर निर्माण झाला होता तो या घटनादुरुस्तीमुळे दूर केला गेला.

याहीपुढे जाऊन भारतीय संसदेद्वारे केंद्र शासनाने चौथी घटनादुरुस्ती मान्य करून घेतली. या दुरुस्तीने संपत्तीच्या मूलभूत हक्कांशी संबंधित अनुच्छेद ३१ मध्ये आणखी एक महत्त्वाचा बदल घडवून आणला; तो म्हणजे सार्वजनिक हितासाठी जेव्हा एखाद्याची खासगी संपत्ती राज्य काढून घेत असेल तेव्हा त्याबद्दल संबंधित व्यक्तीस देण्यात येणारी नुकसानभरपाई पुरेशी आहे की नाही; हे ठरविण्याचा हक्कच न्यायालयांना असणार नाही.

'गुजरात राज्य विरुद्ध शांतिलाल मंगलदास' या प्रकरणात चौथी घटनादुरुस्ती जेव्हा न्यायालयासमोर आली तेव्हा सर्वोच्च न्यायालयाने ही चौथी घटनादुरुस्ती वैध मानून, 'या घटनादुरुस्तीने व्यक्तीस दिलेली नुकसानभरपाई योग्य वा अयोग्य आहे हे

ठरविण्याचे अधिकार सर्वोच्च न्यायालयाला नाहीत' असे प्रतिपादन करून अशा प्रकरणासाठी न्यायालयाचे दरवाजे पूर्णपणे बंद केले आहेत, ही वस्तुस्थिती मान्य केली. हे प्रकरण १९६३ साली घडले होते.

आतापर्यंत उल्लेखिलेल्या संविधानातील दुरुस्त्या आणि न्यायालयीन निर्णय यांद्वारे एक गोष्ट सिद्ध होते की आर्थिक व सामाजिक क्षेत्रात पुरोगामी सुधारणा घडविण्याच्या मार्गात अडथळा येत असेल तर ते दूर करण्यासाठी संसदेसमोर संविधानात योग्य त्या सुधारणा करण्याशिवाय दुसरा पर्याय नाही. अशा प्रकारच्या घटनादुरुस्त्या करून व्यक्तीच्या मूलभूत हक्कांचा संकोच करण्याचाही अधिकार संसदेस आहे, हेही यामुळे स्पष्ट झाले आहे. जर ही वर वर्णन केलेली परिस्थिती भारताचे न्यायालय व भारताची संसद या उभयतांनी स्वीकारली तर या दोन शासन व्यवस्थांमध्ये उघड उघड संघर्ष होण्याची शक्यता नसते; परंतु जर एकाएकी सर्वोच्च न्यायालयाने त्यांच्यावरील भूमिकेकडे पाठ वळविली आणि मूलभूत हक्कांच्या संदर्भात व्यक्तिवादी स्वरूपाचे मत मांडले तर त्यातून संसद व न्यायालय यांच्यात संघर्ष उभा राहू शकतो. असा संघर्ष माजी पंतप्रधान श्रीमती इंदिरा गांधी यांच्या कार्यकाळात भारताची संसद एका बाजूला तर भारताचे सर्वोच्च न्यायालय दुसऱ्या बाजूला अशा स्वरूपात उभा ठाकला होता.

भारतीय संसद व सर्वोच्च न्यायालय यांच्यातील संघर्ष

वरील परिच्छेदात उल्लेखलेला संघर्ष निर्माण होण्याचे कारण होते संपत्तीच्या मूलभूत हक्काच्या संदर्भात सर्वोच्च न्यायालयाने १९६७ साली 'गोलकनाथ विरुद्ध पंजाब सरकार' या प्रकरणी बहुमताने दिलेला निर्णय होय. या निर्णयात सर्वोच्च न्यायालयाने असे म्हटले होते की, संसदेस यापुढील काळात मूलभूत हक्कांच्या संदर्भात कोणतीही घटनादुरुस्ती करता येणार नाही; कारण खुद्द संविधानाने घटनेतील अनुच्छेद १३ (२) मध्ये 'मूलभूत हक्कांविरुद्ध केलेला कोणताही कायदा घटनाबाह्य व अवैध समजला जाईल' अशी जी शब्दरचना केली आहे तिच्या व्याप्तीत संसदेचा नुसता सर्वसाधारण कायदा येत नसून त्यात संसदेने मान्य केलेले सुधारणाविधेयकही येते; कारण असे विधेयक म्हणजेही कायदाच होय. सर्वोच्च न्यायालयाचा हा निर्णय जर संसदेने स्वीकारायचा असे ठरविले असते तर यापुढील काळात सामाजिक जीवनातील कोणत्याही क्षेत्रात पुरोगामी सुधारणा करणे शासनास सर्वथैव अशक्य झाले असते; कारण प्रत्यक्ष अथवा अप्रत्यक्षरीत्या जर अशी पुरोगामी धोरणे अमलात आणू इच्छिणाऱ्या विधेयकांनी मूलभूत हक्कांना धक्का दिला असता तर त्यापुढील काळात सर्वोच्च न्यायालयाने अशी सर्व विधेयके संविधानबाह्य किंवा घटनाबाह्य ठरविली असती.

अशाप्रकारे सर्वोच्च न्यायालयाने मूलभूत हक्क अपरिवर्तनीय आहेत, असा निर्णय घेऊन आपल्या मूलभूत भूमिकेकडे पाठ तर फिरवलीच; पण वर उल्लेखिलेल्या 'गुजरात राज्य विरुद्ध शांतिलाल मंगलदास' या प्रकरणी जी वस्तुस्थिती न्यायालयाने मान्य केली होती त्याकडेही पुढे पूर्णपणे दुर्लक्ष केले. उदारहरणार्थ १९७० साली 'बँकांचे राष्ट्रीयीकरण' प्रकरणात 'आर. सी. कूपर विरुद्ध भारत सरकार' प्रकरणी सर्वोच्च न्यायालयाने बँकेच्या भूतपूर्व भागधारकांच्या नुकसानभरपाईसाठी विहित करण्यात आलेली तत्त्वे योग्य पद्धतीने बनविली नाहीत म्हणून हा राष्ट्रीयीकरणाचा कायदा घटनाबाह्य व अवैध ठरविला. म्हणजे 'गुजरात राज्य विरुद्ध शांतिलाल मंगलदास' या प्रकरणी नुकसानभरपाईबद्दल न्यायालयात चर्चाच होऊ शकणार नाही असा जो निर्णय सर्वोच्च न्यायालयाने दिला होता; त्याच्या अगदी उलट निर्णय 'आर. सी. कूपर विरुद्ध भारत सरकार' या प्रकरणी दिला.

शासन व संसदेचा प्रतिसाद :

वरील प्रकरणात सर्वोच्च न्यायालयाने दिलेल्या निकालाने त्या वेळचे इंदिरा गांधींचे सरकार चांगलेच अडचणीत आले. सर्वोच्च न्यायालयाचे निर्णय जर जसेच्या तसे स्वीकृत करून शासनाने काहीच हालचाल केली नसती तर एक प्रकारचा प्रतिगामित्वाचा शिक्का इंदिरा गांधींच्या शासनावर बसला असता आणि म्हणूनच घटनादुरुस्त्या करून सर्वोच्च न्यायालयाच्या निर्णयांना प्रभावी उत्तर देण्याचे शासनाने ठरविले होते. या दुरुस्त्यांमागे सरकारची दोन उद्दिष्टे होती. एक म्हणजे गोलकनाथ प्रकरणात सर्वोच्च न्यायालयाने मूलभूत हक्कांच्या संदर्भात संसदेच्या संविधानदुरुस्ती हक्काला जो बांध घातला होता तो केंद्र शासनास दूर करायचा होता आणि दुसरे म्हणजे खासगी संपत्तीच्या मूलभूत हक्काबाबत व नुकसानभरपाईबाबत सर्वोच्च न्यायालयाने वारंवार जी व्यक्तिवादी भूमिका घेतली होती त्यामुळे पुरोगामी आर्थिक व सामाजिक योजना राबविण्याच्या मार्गात जे अडथळे निर्माण झाले होते तेही त्यांना दूर करायचे होते.

ही दोन उद्दिष्टे डोळ्यासमोर ठेवून इंदिरा गांधींच्या सरकारने संविधानात २४ वी आणि २५ वी दुरुस्ती संसदेत मंजूर करून घेतली.

घटनेतील २४ व्या सुधारणेनुसार, भारतीय संसदेला मूलभूत हक्कांसह भारतीय राज्यघटनेतील कोणताही अनुच्छेद दुरुस्ती करून बदलण्याचा अधिकार राहील हे स्पष्ट करण्यात आले होते. तर राज्यघटनेतील २५ व्या दुरुस्तीनुसार सार्वजनिक उद्दिष्टांसाठी जर एखाद्याची खासगी संपत्ती हिरावून घेतली तर त्यास त्याबद्दल नुकसानभरपाई

देण्यात येईल, अशी जी शब्दरचना होती, ती बदलून त्या ठिकाणी केवळ 'रक्कम' हा शब्द अंतर्भूत करण्यात आला. काढून घेतलेल्या खासगी संपत्तीबद्दल कोणती रक्कम द्यावयाची, तिचे प्रमाण काय असावे हे ठरविण्याचा अधिकार हा संसदेला देण्यात आला व अशा प्रकारच्या निर्णयास न्यायालयात आव्हान देता येणार नाही, हेही स्पष्ट करण्यात आले होते.

सर्वोच्च न्यायालयाचा प्रतिसाद

भारतीय संसदेच्या माध्यमातून इंदिरा गांधी यांच्या सरकारने २४ वी आणि २५ वी घटनादुरुस्ती संमत करून घेतली होती. त्यास 'स्वामी केशवानंद भारती विरुद्ध केरळ सरकार' या प्रकरणाद्वारे सर्वोच्च न्यायालयात आव्हान देण्यात आले होते. या प्रकरणी सर्वोच्च न्यायालयाच्या १३ न्यायमूर्तींच्या खंडपीठाने या संदर्भात २३ एप्रिल १९७३ रोजी दिलेला निर्णय ऐतिहासिक मानला जातो.

सर्वोच्च न्यायालयाच्या वरील निर्णयात एक गोष्ट स्पष्टपणे मान्य करण्यात आली की, संसदेला संविधानातील कोणत्याही अनुच्छेदात दुरुस्ती करता येईल आणि म्हणून संसदेत केलेली २४ वी दुरुस्ती योग्य आहे. तसेच आर्थिक विषमता दूर करण्याच्या दृष्टिकोनातून संसदेस निश्चित उपाययोजना करता येतील व त्यास पूरक असे कायदेपण करता येतील, ही गोष्टही सर्वोच्च न्यायालयाने मान्य केली. परंतु अशा प्रकारचे कायदे २५ व्या संविधानदुरुस्तीने उल्लेखिलेल्या समतेचा हक्क, स्वातंत्र्याचा हक्क, खासगी संपत्ती धारण करण्याचा हक्क यांना बाधा आणीत असतील तर त्याची योग्यायोग्यता ठरविण्याचा अधिकार न्यायालयास राहील, हेही सर्वोच्च न्यायालयाने स्पष्ट केले. पुरोगामी आर्थिक धोरणाच्या पूर्ततेसाठी संसदेने केलेले वरील प्रकारचे कायदे खरोखरच, उद्दिष्ट सफल होण्याच्या दृष्टीने परिणामकारक आहेत अथवा नाहीत हे ठरविण्याचा अधिकारही सर्वोच्च न्यायालयास राहील हेही या प्रकरणी स्पष्ट करण्यात आले.

आता या ठिकाणी असा प्रश्न उपस्थित होतो की, घटनेची मूलभूत चौकट अथवा ही मूलभूत चौकट निश्चित करणारी पायाभूत तत्त्वे कोणती? या प्रश्नाचेही स्पष्टीकरण सर्वोच्च न्यायालयाने त्यांच्या निर्णयात दिले असून त्यात पुढील तत्त्वे समाविष्ट होतात-

- संविधानाचे व घटनेचे श्रेष्ठत्व.
- प्रजासत्ताक व लोकशाही शासनपद्धती आणि देशाचे सार्वभौमत्त्व.
- संविधानाचे धर्मनिरपेक्ष व संघराज्यात्मक स्वरूप.
- विधिमंडळे व न्यायालये यांच्या अधिकारांची विभागणी.

○ व्यक्तीची प्रतिष्ठा.

○ राष्ट्राची एकता व एकात्मता.

सर्वोच्च न्यायालयाने दिलेल्या वरील निर्णयामुळे घटनात्मक दृष्टिकोनातून संसदेस असलेल्या अधिकारांचा प्रश्न सोपा होण्याऐवजी अधिकच जटिल बनला; कारण या निर्णयामुळे घटनेतील कोणत्याही तरतुदी बदलण्यास योग्य नाहीत, हे ठरविण्याचे अंतिम स्वातंत्र्य सर्वोच्च न्यायालयासच राहिले. साहजिकच केंद्र शासनास घटना दुरुस्त्याविषयीची अनिश्चितता दूर करणे आवश्यक वाटले.

ही अनिश्चितता दूर करण्याच्या दृष्टीने १९७६ साली इंदिरा गांधी यांच्या शासनाने घटनेत ४२ वी दुरुस्ती संमत करून घेतली. या दुरुस्तीमधील ५५ व्या कलमान्वये घटनेच्या कलम ३६८ मध्ये दोन तरतुदी करण्यात आल्या होत्या की, घटनेच्या ४२ व्या दुरुस्तीपूर्वी वा नंतर करण्यात आलेल्या कोणत्याही घटनादुरुस्तीस कोणत्याही कारणास्तव न्यायालयात आक्षेप घेता येणार नाही. आणि संविधानाच्या कोणत्याही तरतुदीमध्ये दुरुस्ती करणे, सुधारणा करणे, ती तरतूद रद्द करणे किंवा तत्सम बदल करणे, या संसदेच्या अधिकारावर कोणतेही बंधन असणार नाही.

ही घटनादुरुस्ती १९८० साली सर्वोच्च न्यायालयासमोर 'मिनर्व्हा मिल कंपनी विरुद्ध भारत सरकार' या प्रकरणी विचारार्थ आली. सर्वोच्च न्यायालयाने मूलभूत रचनेचा मुद्दा पुन्हा मांडला आणि आपल्या या संदर्भातील निर्णयात असे स्पष्ट म्हटले की, 'या ४२ व्या घटनादुरुस्तीने घटनेतील कोणत्याही तरतुदी रद्दबादल करण्याचा व वगळण्याचा अधिकार भारतीय संसदेला दिला आहे; परंतु सर्वोच्च न्यायालयाच्या मते हे संविधान संसदेस घटनादुरुस्तीच्या बाबतीत मर्यादित सत्ता बहाल करते. घटनादुरुस्तीच्या नावाखाली घटना नष्ट करण्याचा अधिकार संसदेला पोहोचत नाही.'

म्हणून ४२ व्या घटनादुरुस्तीतील वर नमूद केलेला ५५ वा अनुच्छेद न्यायालयाने व्यर्थ व घटनाबाह्य ठरविला; साहजिकच या अनुच्छेदाद्वारे घटनेच्या ३६८ व्या अनुच्छेदात केल्या गेलेल्या वरील दोन्हीही तरतुदी या घटनाबाह्य ठरविण्यात आल्या.

यावरून हे समोर येते की, आजपर्यंत तरी भारतीय शासनव्यवस्थेत अंतिम सार्वभौमत्व हे संसदेचे नसून ते भारतीय राज्यघटनेचे आहे आणि घटनेतील कोणते अनुच्छेद चिरंतन स्वरूपाचे आहेत हे ठरविण्याचा अधिकार आपला आहे असे सर्वोच्च न्यायालय मानत असल्यामुळे या देशातील सर्वोच्च न्यायालय हीच जणू अंतिम सार्वभौम शक्ती बनली आहे. एखादा कायदा तयार करण्याचा अधिकार संसदेलाच आहे यात शंका नाही; पण तो कायदा न्यायसंगत आहे की नाही हे ठरविण्याचा अधिकार मात्र केवळ सर्वोच्च न्यायालयालाच आहे.

संघराज्याच्या संदर्भात सर्वोच्च न्यायालयाचे पुनर्विलोकन

राज्यघटनेतील अनुच्छेद १३१ प्रमाणे संघराज्यातील सत्ताविभागणीच्या संदर्भात व कार्यक्षेत्राच्या संदर्भात केंद्र शासन व घटकराज्ये यांत आपापसात कोणताही कायदेशीर संघर्ष उभा राहिल्यास त्याची प्रथम सुनावणी करण्याचा व त्याचा अंतिम निर्णय देण्याचा अधिकार सर्वोच्च न्यायालयास आहे; परंतु या कलमाच्या अनुरोधाने विचार करता संविधान अमलात आल्यापासून ते आजपर्यंत सर्वोच्च न्यायालयाने केलेल्या पुनर्विलोकनाचा विचार करता त्याची व्याप्ती अत्यंत मर्यादित असल्याचे आपणास आढळून येते. याची दोन कारणे तज्ज्ञ प्रतिपादन करतात. एक म्हणजे, खुद्द संविधानाची रचना करणाऱ्यांनी केंद्र शासन व घटकराज्ये यांच्यातील अधिकार किंवा सत्ताविभागणी अत्यंत तपशिलात व असंदिग्ध शब्दात केली असल्यामुळे न्यायालयीन हस्तक्षेपाला फारसा वावच मिळाला नाही. दुसरे कारण हे या देशाच्या एकूण राजकीय परिस्थितीत आपल्याला आढळते. ते म्हणजे १९५० पासून ते १९६७ पर्यंत केंद्रात व घटकराज्यात काँग्रेस या एकाच पक्षाची सत्ता होती; त्यामुळे त्यांच्यामध्ये या कालखंडात, संघर्षाचे मुद्दे एकतर उपस्थित झाले नाहीत किंवा जे उपस्थित झाले ते राजकीय पातळीवरूनच सोडविण्याचा एक तर प्रयत्न करण्यात आला किंवा ते मुद्दे कोणताही निर्णय न देता वर्षानुवर्षे रेंगाळत ठेवण्यात आले. थोडक्यात, केंद्र व राज्य सरकार यांच्यात काही वाद निर्माण झाल्यास हा वाद न्यायालयाकडे न नेता तो वाद (संबंधित पक्षाच्या वा सरकारच्या) पक्षश्रेष्ठींनीच सोडवावयाचा ही जणू परंपराच आपल्या देशात निर्माण झाली होती व आजही ती आहे.

परिणामत: १९६२ पर्यंत 'केंद्र शासन विरुद्ध घटकराज्य' या संदर्भातील एकही विवादास्पद प्रकरण सर्वोच्च न्यायालयापुढे आले नाही. १९६२ नंतर सर्वोच्च न्यायालयाकडे गेलेले विवादास्पद प्रकरणे खालीलप्रमाणे-

१) पश्चिम बंगाल विरुद्ध भारत सरकार

(West Bengal Versus Indian Government)

या संदर्भातील पहिला विवाद; 'पश्चिम बंगाल विरुद्ध भारत सरकार' याप्रकरणी सर्वोच्च न्यायालयाने आपल्या निकालाने १९६४ साली सोडविला. केंद्र शासनाने ज्या भूमीवर दगडी कोळसा सापडण्याची शक्यता आहे, त्या जमिनी संपादन करण्याचा कायदा १९५० साली संसदेमार्फत मान्य करवून घेतला होता. अशा कोळसा असलेल्या जमिनी व खाणी मूलत: पश्चिम बंगाल शासनाच्या मालकीच्या होत्या व केंद्र सरकारने, वरील कायद्याचा आधार घेत, या जमिनी व खाणी आपल्या ताब्यात घेण्याची इच्छा

व्यक्त केली होती. या पार्श्वभूमीवर पश्चिम बंगाल सरकारने हा १९५० कायदा अवैध आहे असे प्रतिपादन करून त्यास सर्वोच्च न्यायालयात आव्हान दिले. पश्चिम बंगालच्या सरकारच्या मतानुसार घटकराज्याच्या मालकीच्या जमिनी व इतर मालमत्ता संपादन करण्याचा अधिकार संविधानाप्रमाणे केंद्र शासन व संसदेस पोहचत नव्हता; परंतु सर्वोच्च न्यायालयाने आपल्या निर्णयात संसदेच्या अधिकारक्षेत्रात घटकराज्याची मालमत्ता संपादन करण्याचा अधिकार पोहोचतो, असा निर्णय देऊन पश्चिम बंगाल सरकारचा आक्षेप व दावा फेटाळून लावला. एवढेच नव्हे तर ''ज्या संसदेस साध्या बहुमताने कायदा करून घटक राज्याचे अस्तित्व संपविण्याचा अधिकार घटनेने प्रदान केला आहे, त्या संसदेस घटकराज्याची मालमत्ता केंद्राच्या ताब्यात घेण्याचा अधिकार नाही, हा युक्तिवादच आपणास मान्य नाही,'' असे उद्गार काढले.

२) राजस्थान सरकार विरुद्ध भारत सरकार
(Rajasthan Government Versus Indian Government)

वरील खटल्यानंतर १९७७ साली राजस्थान सरकारने केंद्र सरकारच्या एका निर्णयाविरुद्ध सर्वोच्च न्यायालयाकडे धाव घेतली. १८ एप्रिल १९७७ रोजी केंद्रीय गृहमंत्र्यांनी राजस्थान, मध्यप्रदेश, बिहार, पंजाब, ओरिसा व हिमाचलप्रदेश यांच्या शासनास त्यांनी त्यांच्या राज्यपालांना विनंती करून आपापल्या राज्यांमधील विधानसभांचे मुदतपूर्व विसर्जन मागावे, असा आदेशवजा सल्ला दिला होता. त्या आदेशाचे पालन संबंधित राज्याकडून न झाल्याने संविधानातील अनुच्छेद ३५६ चा उपयोग करून वरील सर्व राज्यांच्या विधानसभा राष्ट्रपतींनी त्यांच्या अधिकारात विसर्जित केल्या. तेव्हा वरील आदेशास आणि विधानसभा विसर्जनाच्या केंद्र शासनाच्या कृतीस राज्य शासनाने सर्वोच्च न्यायालयात आव्हान दिले. सर्वोच्च न्यायालयाने ते आव्हान फेटाळत असताना एक गोष्ट मात्र स्पष्ट केली की, राष्ट्रपतींनी संविधानात्मक तरतुदींचा भंग केला आहे किंवा त्यांच्याकडून एखाद्या घटनात्मक अथवा संविधानात्मक तरतुदींचा भंग होत आहे असे जोपर्यंत निदर्शनास आणून दिले जात नाही तोपर्यंत न्यायालये घटनेच्या ३५६ च्या अनुच्छेदाच्या संदर्भात हस्तक्षेप करू शकत नाहीत.

३) कर्नाटक राज्य विरुद्ध भारत सरकार
(Karnatak State Versus Indian Government) :

१९७८ साली सर्वोच्च न्यायालयासमोर आलेला तिसरा महत्त्वाचा विवाद म्हणजे 'कर्नाटक राज्य विरुद्ध भारत सरकार' हा होय. त्यावेळचे कर्नाटकचे मुख्यमंत्री देवराज

अरस यांच्याविरुद्धच्या भ्रष्टाचाराची चौकशी करण्यासाठी केंद्र सरकारने एक आयोग नियुक्त केला होता. कर्नाटक शासनानेही या संदर्भात स्वत:चा आयोग नेमला होता. या संदर्भात कर्नाटक राज्याचे म्हणणे असे की, ज्या बाबी केवळ घटकराज्यांच्या अधिकारक्षेत्रात मोडतात त्यांवर चौकशी करण्याचा हक्क वा अधिकार केंद्र शासनास किंवा केंद्र सरकारला नाही. शिवाय घटकराज्यात जबाबदार शासनपद्धती असल्यामुळे तेथील मुख्यमंत्री व मंत्रिमंडळ हे केवळ विधानसभेला जबाबदार आहेत, केंद्रास म्हणजे केंद्र सरकारला नाहीत. कर्नाटक शासनाचा हा आरोप किंवा आक्षेप सर्वोच्च न्यायालयाने फेटाळून लावला व केंद्राने नेमलेला हा आयोग पूर्णपणे संविधानात्मक व योग्य आहे, असा निर्णय देऊन कर्नाटक सरकारचा दावा खर्चासकट फेटाळून लावला.

अधिकार व हक्कांच्या संदर्भात वरील तीन खटल्यांमध्ये हक्कांचा संघर्ष होता तो संबंधित राज्य सरकारे व केंद्र सरकार यांत. या तिन्हीही प्रकरणात सर्वोच्च न्यायालयाने केंद्र शासनाचीच सत्ता वा अधिकार श्रेष्ठ असल्याचे मान्य करून त्या अधिकारास आव्हान देणाऱ्या तिन्ही राज्यांच्या याचिका फेटाळून लावल्या. याचा अर्थ असा की घटकराज्यासहित सर्व भारतीय क्षेत्रावर केंद्र शासनाची सत्ता, अधिकार व हक्क अबाधित असून कोणतेही राज्य त्यास आव्हान देऊ शकत नाही.

समजा भारताच्या राष्ट्रपतींना असे वाटले की, एखादा कायद्याचा प्रश्न निर्माण झाला आहे अथवा येत्या काही दिवसात होण्याची शक्यता आहे व त्याबाबत सर्वोच्च न्यायालयाचा सल्ला घेणे गरजेचे आहे, अशा वेळी राष्ट्रपती अनुच्छेद १४३ अन्वये संबंधित कायदेशीर प्रश्नावर सर्वोच्च न्यायालयाचा सल्ला घेऊ शकतात. हा सल्ला देताना साहजिकच सर्वोच्च न्यायालयाकडून न्यायालयीन पुनर्विलोकन केले जाते. त्यानुसार राष्ट्रपतींनी सर्वोच्च न्यायालयाचा सल्ला मागितलेली काही प्रकरणे आपण पाहणार आहोत.

• **प्रतिदत्त विधिनियमांबाबत (१९५१) :** सर्वोच्च न्यायालयासमोर सल्ल्यासाठी आलेल्या पहिल्या प्रकरणात येथील कायदेमंडळाची प्रतिदत्त विधिनियमांची सत्ता सुपूर्द करण्याची व्याप्ती किती आहे हा महत्त्वाचा प्रश्न निर्माण झालेला होता. या अनुषंगाने १९१२ चा दिल्ली प्रशासनाचा कायदा, १९४७ चा अजमेर-मेवाडचा कायदा व संघराज्यात 'क' दर्जाची राज्ये निर्माण करणारा १९५० चा कायदा यांच्या वैधतेबद्दल भारताच्या राष्ट्रपतींनी सर्वोच्च न्यायालयाचे मत विचारले होते. सर्वोच्च न्यायालयाने आपल्या सल्ल्यात 'प्रतिदत्त विधिनियम' करण्याबाबत शासकीय अधिकाऱ्यांची ही अधिकार देणारी विधिमंडळाची सत्ता जरी अमान्य केली नसली तरीदेखील ही विधिनियम निर्मितीची सत्ता देताना कायद्याचे मूलभूत स्वरूप व उद्दिष्टे ही विधिमंडळासच ठरवावी

लागतील, असे आपले मत नोंदविले. सर्वोच्च न्यायालयाचा हा सल्ला अजूनही प्रतिदत्त विधिनियमांच्या अधिकारक्षेत्रासंबंधी महत्त्वाचे मार्गदर्शन करणारा म्हणून ओळखला जातो.

• **केरळ सरकारचे शिक्षणविषयक विधेयक (१९५७) :** या विधेयकात केरळ राज्यात शिक्षणविषयक सुधारणा सुचविणाऱ्या अनेक गोष्टींचा समावेश करण्यात आला होता, त्याला अनुसरून खासगी शिक्षणसंस्थांनी शासकीय आदेशांचे पालन केले नाही तर त्या शिक्षणसंस्था त्यांच्या मालमत्तेसकट ताब्यात घेण्याचा अधिकार केरळच्या सरकारने आपल्याकडे घेतला होता. यात मालमत्ता ताब्यात घेण्यासंबंधीची तरतूद असल्याने ते विधेयक अंतिम मान्यतेसाठी भारताच्या राष्ट्रपतींकडे आले. या विधेयकात अप्रत्यक्षपणे शिक्षणसंस्थांचे राष्ट्रीयीकरण करण्याबाबत ज्या तरतुदी होत्या, त्यांस केरळ प्रांतातील अल्पसंख्याक ख्रिश्चन मिशनरी शिक्षणसंस्थांच्या चालकांचा सक्त विरोध होता. हे विधेयक घटनेच्या अनुच्छेद ३० नुसार भाषिक आणि धार्मिक अल्पसंख्याकांना दिलेल्या सांस्कृतिक व शिक्षणविषयक हक्कांवर आक्रमण करणारे आहे, असा त्यांचा आक्षेप होता. तेव्हा या विधेयकावर सही करण्यापूर्वी विधेयकाची घटनात्मकता तपासण्यासाठी राष्ट्रपतींनी हे विधेयक सर्वोच्च न्यायालयाकडे सल्ल्यासाठी पाठविले. सर्वोच्च न्यायालयाने अनुच्छेद ३० खाली दिलेला हक्क काळजीपूर्वक प्रदान केलेला असल्यामुळे त्यात हस्तक्षेप करण्याचा शासनास अधिकार नाही व आपल्या शिक्षणसंस्थामध्ये अल्पसंख्याकांचा हक्क हा सुरक्षित आहे असे मत दिले. तसेच केरळ शासनाच्या विधेयकातील शिक्षणसंस्था व मालमत्ता सरकारच्या ताब्यात घेण्यातील तरतूद अवैध असल्याचे स्पष्ट करताना शिक्षणाच्या संदर्भात शैक्षणिक गुणवत्ता सुधारण्याच्या दृष्टिकोनातून शासनास, म्हणजे शिक्षणखात्यास, खासगी शिक्षणसंस्थांना आदेश देण्याचा पूर्ण अधिकार आहे, असेही सर्वोच्च न्यायालयाने त्यांच्या सल्ल्यात प्रतिपादन केले.

• **बेरूबारी प्रकरण :** १९५८ साली हे प्रकरण घडले. या खटल्याची पार्श्वभूमी अशी की भारत सरकार व पाकिस्तान सरकार यांच्या पंतप्रधानांमध्ये एक करार होऊन त्यानुसार भारताने पश्चिम बंगालनजीक असलेला बेरूबारी कुचबिहारपट्टीतील भाग पूर्व पाकिस्तानला (सध्याच्या बांगलादेशाला) देऊन टाकावा व त्या भागावरचे आपले स्वामित्व व सार्वभौमत्व सोडावे असे करारात ठरले होते. या ठिकाणी प्रश्न असा होता की अशा प्रकारे परकीय राष्ट्राला करण्यात येणारे भूमीचे दान हे संसदेच्या केवळ सर्वसाधारण बहुमताने म्हणजे संविधान अनुच्छेद तीनप्रमाणे होऊ शकेल का? का त्यासाठी भारतास संविधानदुरुस्ती करावी लागेल? या ठिकाणी सर्वोच्च न्यायालयाने,

परकीय राष्ट्रास भूमी देऊन टाकावयाची झाल्यास घटनेतील अनुच्छेद ३६८ खाली संविधानात खास दुरुस्ती करून असा बदल करता येईल, असे मत व्यक्त केले. संसदेने, सर्वोच्च न्यायालयाच्या सल्ल्यानुसार, या कराराची अंमलबजावणी करण्यासाठी घटनेत ९ वी दुरुस्ती केली व त्या दुरुस्तीद्वारा वरील भाग हा त्यावेळच्या पूर्व पाकिस्तानला (सध्याच्या बांगलादेशाला) देण्यात आला.

• **विशेषाधिकार भंग प्रकरण :** सर्वोच्च न्यायालयाकडे सल्ला मागण्यासाठी आलेले चौथे प्रकरण होते उत्तर प्रदेश विधानसभेने विशेषाधिकाराचा भंग झाल्याबद्दल विधिमंडळाचा सदस्य नसलेल्या व्यक्तीला दिलेल्या शिक्षेसंबंधीचे. हे प्रकरण त्या काळात अत्यंत वादग्रस्त स्वरूपाचे बनल्यामुळे ते सल्ल्यासाठी राष्ट्रपतींनी सर्वोच्च न्यायालयाकडे पाठवून दिले. सर्वोच्च न्यायालयाने आपल्या अभिप्रायात तीन महत्त्वाच्या गोष्टी स्पष्ट केल्या. एक म्हणजे विधिमंडळाचा सदस्य नसणाऱ्या व्यक्तीस विधानसभेने जर विशेषाधिकाराचा भंग झाल्याबद्दल शिक्षा केली आणि जर त्या व्यक्तीला त्या शिक्षेच्या वैधतेबद्दल शंका असेल तर त्या व्यक्तीला उच्च न्यायालयाकडे धाव घेण्याचा पूर्ण अधिकार आहे. दुसरी म्हणजे अशा व्यक्तीची याचिका दाखल करून घेणारे न्यायाधीश व उच्च न्यायालय हे या कृतीमुळे विधानसभेच्या विशेषाधिकाराचा कोणताही भंग करीत नसल्यामुळे ते विधिमंडळाला जबाबदार नाहीत. तिसरी गोष्ट म्हणजे विधिमंडळाला असलेली विशेषाधिकाराची सत्ताही न्यायालयांच्या पुनर्विलोकनातून मुक्त नाही.

• **राष्ट्रपती निवडणूक :** हे प्रकरण १९७४ साली घडले. माननीय राष्ट्रपती व्ही. व्ही. गिरी निवृत्त झाल्यामुळे सहा महिन्यांच्या आत राष्ट्रपतींच्या पदासाठी निवडणूक घेणे अपरिहार्य झाले; परंतु त्याच वेळी गुजरात विधानसभा विसर्जित झाली असल्यामुळे तिच्या निर्वाचित सदस्यांना निवडणुकीत भाग घेता येणार नव्हता. त्यामुळे विरोधकांनी असा प्रश्न उपस्थित केला होता की अशा प्रकारे विधानसभा बरखास्त असताना राष्ट्रपतींच्या पदाची निवडणूक घेता येते काय? हे प्रकरण विवाद्य वाटल्यामुळे प्रभारी राष्ट्रपतींनी हे प्रकरण सर्वोच्च न्यायालयाकडे सल्ल्यासाठी पाठविले. या संदर्भात सर्वोच्च न्यायालयाने राष्ट्रपतीचे पद रिकामे झाल्यानंतर सहा महिन्याच्या आत या पदाची निवडणूक घेतली पाहिजे, असे संविधानात्मक बंधन असल्याचे नमूद केले आणि गुजरात विधानसभा जरी विसर्जित झालेली असली तरी संविधान अनुच्छेद ७१ (४) प्रमाणे राष्ट्रपती निवडणुकीच्या संदर्भात विसर्जित विधानसभेतील काही रिक्त जागांमुळे अपूर्णता आली असली तरी त्या आधारावर राष्ट्रपतीच्या निवडणुकीला आव्हान देता येणार नाही, असे मत व्यक्त केले होते.

● **स्वतंत्र न्यायालये निर्माण करण्याचा अधिकार :** सर्वोच्च न्यायालयाकडे सल्ल्यासाठी आलेले आणखी एक महत्त्वाचे प्रकरण म्हणजे, जनता पक्ष शासन काळात त्यांनी राष्ट्रीय आणीबाणीच्या कालखंडातील गुन्ह्यांची चौकशी करण्यासाठी व अपराध्यांना शासन सुनावण्यासाठी स्वतंत्र न्यायालये निर्माण करण्याचा निर्णय घेतला होता. अशा प्रकारची न्यायालये निर्माण करण्याचा अधिकार संसदेस आहे किंवा कसे या मुद्द्यावर राष्ट्रपतींनी सर्वोच्च न्यायालयाचे मत मागविले होते. सर्वोच्च न्यायालयाने अशा प्रकारची स्वतंत्र न्यायालये निर्माण करण्याचा अधिकार भारतीय संसदेला असल्याचे मत दिले होते; परंतु अशा न्यायालयांनी दिलेल्या निकालावर सर्वोच्च न्यायालयाकडे अपील करण्याचा अधिकार आरोपीस असला पाहिजे असेही बजावले. या शेवटच्या सल्ल्याचे एक अतिशय महत्त्वाचे वैशिष्ट्य म्हणजे हा सल्ला देत असताना पहिल्याप्रथम सर्वोच्च न्यायालयाने हे स्पष्ट केले होते की, संविधान अनुच्छेद १४३ अन्वये सर्वोच्च न्यायालयाने दिलेला सल्ला हा भारताच्या सर्व कनिष्ठ न्यायालयांवर बंधनकारक असेल.

देशाचा कारभार संविधानातील तरतुदीनुसार चालावा, संविधानात नमूद केलेले नागरिकांचे हक्क भारतातील प्रत्येक नागरिकाला उपभोगावयास मिळाले पाहिजेत, अशी प्रत्येकाची व्यावहारिक आशा असते. संविधानाचा योग्य अर्थ लावून त्या संदर्भात देशातील साधारण कायद्यांची व शासकीय निर्णयांची तपासणी करून त्या अनुषंगाने संविधानबाह्य व्यवहार टाळणे आवश्यक आहे. आणि म्हणूनच न्यायालयीन व्यवस्थेला पुनर्विलोकनाचा अधिकार असणे हे अत्यंत गरजेचे आहे. न्यायालयीन पुनर्विलोकनामुळे शासनावरील घटनात्मक मर्यादांचे पालन होते; मूलभूत हक्कांचे संरक्षण होते आणि त्यामुळे संविधानाला खरा अर्थ प्राप्त होतो.

समारोप

या प्रकरणाचा पहिला भाग हा प्रामुख्याने भारतीय राज्यघटनेत मूलभूत हक्कांच्या ज्या तरतुदी केल्या आहेत त्यांवर संविधानकर्त्यांच्या भाषेतच विवेचन केलेले आहे. मूलभूत हक्कांचा विचार करता भारतीय संविधानाने भारतीय जनतेला खालील प्रकारचे मूलभूत हक्क त्यासमोर दर्शविलेल्या अनुच्छेदानुसार बहाल केले आहेत.

- ○ सर्वसाधारण हक्क – अनुच्छेद १२, १३
- ○ समानतेचा हक्क – अनुच्छेद १४ ते १८
- ○ स्वातंत्र्याचा हक्क – अनुच्छेद १८ ते २२
- ○ शोषणाविरुद्धचा हक्क – अनुच्छेद १८ ते २२

- धार्मिक स्वातंत्र्याचा हक्क - अनुच्छेद २५ ते २८
- सांस्कृतिक व शैक्षणिक स्वातंत्र्याचा हक्क - अनुच्छेद २९ ते ३१
- घटनात्मक उपाय योजण्याचा हक्क - अनुच्छेद ३२ ते ३५

या संदर्भातील सुधारणा, हक्कांचे क्षेत्र, मर्यादा यासंबंधीचा खुलासा अनुसूची - १ मध्ये केला आहे. परिस्थितीच्या बदलत्या स्वरूपानुसार संपूर्ण अनुच्छेद किंवा अनुच्छेदातील काही खंड गाळले असून तसेच काही नवीन अनुच्छेद व काही खंड नव्याने संविधानात समाविष्ट करण्यात आले असून त्याचाही खुलासा अनुसूचीत करण्यात आला आहे.

याशिवाय भारतीय संविधानाच्या अनुच्छेद ५ ते १० यांत नागरिकत्वाच्या हक्कांसंबंधी विवेचन आहे, ते जसेच्या तसे येथे दिले आहे. मानवी हक्कांचा एक भाग म्हणून नागरिकत्वाच्या हक्कांकडे पाहिले जात असल्याने त्यावर या ठिकाणी विवेचन केले आहे.

या प्रकरणाचा दुसरा मोठा भाग हा भारतातील सामाजिक न्यायावर विवेचन करण्यात खर्च केला आहे. यात प्रामुख्याने सामाजिक न्यायाचा अर्थ, स्वरूप, संकल्पना यावर विचार करताना युरोप खंडातील धार्मिक न्यायपरंपरांचा आढावा घेतला आहे. त्यानंतर भारतीय संविधानात सामाजिक न्यायासंबंधी असलेल्या तरतुदींचा आढावा घेताना न्यायाचे निरसन, भारतीय न्यायपद्धती, न्यायमंडळाचे स्वातंत्र्य, न्यायमंडळाच्या स्वातंत्र्याचे व्यावहारिक स्वरूप बघताना न्यायाधीशांना सामोरे जाव्या लागणाऱ्या विविध प्रलोभनांचा ऊहापोहही या प्रकरणात केला आहे. सामाजिक न्यायाच्या दृष्टिकोनातून भारतीय न्यायव्यवस्थेचे स्पष्टीकरण करण्याचाही प्रयत्न केला आहे.

या प्रकरणाचा अंतिम भाग हा भारतातील न्यायालयीन पुनर्विलोकनावर विवेचन करण्यात खर्च केला आहे. याअंतर्गत भारतातील न्यायालयीन पुनर्विलोकनाचा विकास, मूलभूत हक्कांच्या संदर्भातील पुनर्विलोकन सोदाहरण केले आहे.

पुनर्विलोकनाचा दुसरा भाग हा संसद आणि सर्वोच्च न्यायालय यांच्या संबंधावर चर्चा करण्यात व्यतीत केला असून त्यात शासन व संसदेचा प्रतिसाद, सर्वोच्च न्यायालयाचा प्रतिसाद यावर चर्चा केली आहे. पुनर्विलोकनाच्या तिसऱ्या भागात संघराज्याच्या संदर्भात न्यायालयाचे पुनर्विलोकन काय आहे यावर विवेचन करताना न्यायालयासमोर आलेली काही प्रकरणे आपण तपासून पाहिली. या सर्व प्रकरणांत, सर्वोच्च न्यायालयाने केंद्राचे हक्क व अधिकार हे संघराज्याच्या अधिकारांपेक्षा नेहमीच श्रेष्ठ असतात, असा निष्कर्ष काढला.

सर्वोच्च न्यायालय राष्ट्रपतींनी विचारल्यास त्यांनाही योग्य तो सल्ला प्रदान करते. आतापर्यंत भारताच्या राष्ट्रपतींनी ज्या प्रकरणात सर्वोच्च न्यायालयाचा सल्ला मागितला होता. त्या प्रकरणांचा सविस्तर आढावा आपण घेतला.

न्यायालयीन पुनर्विलोकनाचा विचार करता त्यामुळे संविधानात्मक मर्यादांचे पालन होते, मूलभूत हक्कांचे संरक्षण होते, परिणामत: संविधानाला खरा अर्थ प्राप्त होतो असे कायदेतज्ज्ञांचे मत आहे.

सामाजिक न्यायाची तरतूद असणे व तो प्रत्यक्ष मिळणे यांत भेद आहे. तसेच मानवी हक्क प्राप्त होणे व ते प्रत्यक्ष उपभोगता येणे यामध्येही भेद आहे. यासंबंधीच्या वास्तवतेवर आपण पुढील प्रकरणात प्रकाशझोत टाकणार आहोत.

संदर्भ

१) जम्मू-काश्मीर राज्याला लागू करताना, या अनुच्छेदामध्ये या संविधानाच्या प्रारंभासंबंधीच्या निर्देशाचा अर्थ, संविधान (जम्मू-काश्मीरला लागू करणे) आदेश १९५४ यांच्या प्रारंभासंबंधीचे म्हणजे १४ मे १९५४ या दिनांकासंबंधीचे निर्देश म्हणून लावण्यात येईल.

२) संविधान (२४ वी सुधारणा) अधिनियम १९७१ – अनुच्छेद २ द्वारे घातले.

३) संविधान (१ ली सुधारणा) अधिनियम १९५१ – अनुच्छेद २ द्वारे घातले.

४) संविधान (९३ वी सुधारणा) अधिनियम २००६ – अनुच्छेद २ द्वारे हा खंड दाखल झाला (२० जानेवारी २००६ रोजी व तेव्हापासून).

५) या अनुच्छेदाचा खंड (३) यामध्ये 'राज्य' या निर्देशात जम्मू व काश्मीर राज्याच्या निर्देशाचा समावेश नाही असा त्याचा अर्थ लावला जाईल.

६) संविधान (७ वी सुधारणा) अधिनियम १९५६ – अनुच्छेद २९ व अनुसूची याद्वारे 'पहिल्या अनुसूचीत विनिर्दिष्ट केलेल्या कोणत्याही राज्याच्या किंवा त्याच्या राज्यक्षेत्रातील कोणत्याही स्थानिक किंवा अन्य प्राधिकरणाच्या नियंत्रणाखालील एखाद्या प्रकारचे किंवा अनेक प्रकारचे सेवायोजन किंवा पदनियुक्ती यांच्यासंबंधात अशा सेवायोजनांच्या किंवा नियुक्तीपूर्वी त्या राज्यातील निवासाविषयी कोणतीही आवश्यकता विहित करणारा' याच्याऐवजी हा मजकूर घातला.

७) संविधान (७७ वी सुधारणा) अधिनियम १९९५ – अनुच्छेद २ द्वारे हा खंड (क) घातला. संविधान (८५ वी सुधारणा) अधिनियम २००१ – अनुच्छेद २ द्वारे घातले (१७ जून १९९५ रोजी व तेव्हापासून अमलात येईल).

८) संविधान (८१ वी सुधारणा) अधिनियम २००० – अनुच्छेद २ द्वारे हा खंड ४ (ख) समाविष्ट केला.

९) जम्मू-काश्मीर राज्याला लागू करताना १४ मे १९५४ पासून २० वर्षांच्या कालावधीपर्यंत हा अनुच्छेद पुढील फेरबदलाच्या अधीन असेल...

(एक) खंड (३) व (४) मध्ये 'ज्या कायद्याद्वारे' या शब्दांच्यानंतर 'राज्याची सुरक्षितता किंवा' हे शब्द घातले जातील.

(दोन) खंड (५) मध्ये 'किंवा कोणत्याही अनुसूचित जनजातीच्या हितसंबंधांच्या संरक्षणांसाठी' या शब्दांच्याऐवजी 'किंवा राज्याच्या सुरक्षिततेच्या हितासाठी' हे शब्द घातले जातील.

(तीन) पुढील नवीन खंडाची भर घातली जाईल. तो खंड असा –

(७) खंड (२), (३), (४) व (५) यांमध्ये येणाऱ्या 'वाजवी निर्बंध' या शब्दाचा अर्थ 'समुचित विधानमंडळाला वाजवी वाटतील असे निर्बंध' असा लावला जाईल.

१०) संविधान (४४ वी सुधारणा) अधिनियम १९७८ – अनुच्छेद २ अन्वये घातले (२० जून १९७९ रोजी व तेव्हापासून).

११) जम्मू-काश्मीर राज्याला लागू करताना उपखंड (ड) अखेरीस असलेला 'आणि' गाळला जाईल.

१२) जम्मू-काश्मीर राज्याला लागू करताना उपखंड (ड) नंतर पुढील उपखंड घातला जाईल जो वर 'च' उपखंडासमोर लिहिला आहे.

१३) वरील अधिनियमाच्या (४४ वी सुधारणा) (अधिनियम १८७८) अनुच्छेद २ अन्वये खंड (च) गाळला व 'च' समोर नवीन उपखंड घातला. (२० जून १९७९ रोजी व तेव्हापासून).

१४) संविधान (१ ली सुधारणा) अधिनियम १९५१ – अनुच्छेद ३ द्वारे मूळ खंड (२) ऐवजी घातला (भूतलक्षी प्रभावासह).

१५) संविधान (१६ वी सुधारणा) अधिनियम १९६३ – अनुच्छेद २ द्वारे घातले.

१६) संविधान (१६ वी सुधारणा) अधिनियम १९६३ – अनुच्छेद २ द्वारे घातले.

१७) संविधान (४४ वी सुधारणा) अधिनियम १९७८, अनुच्छेद २ द्वारे 'उपखंड (घ), (ड) व (च)' या मजकुराऐवजी घातले (२० जून १९७९ रोजी व तेव्हापासून).

१८) जम्मू-काश्मीर राज्यांना लागू करताना 'उपखंड (घ), (ड) व (च)' हा मजकूर घातला जाईल.

१९) संविधान (१ ली सुधारणा) अधिनियम १९५१ – अनुच्छेद ३ द्वारे विवक्षित मूळ शब्दाऐवजी घातले.

२०) संविधान (८६ वी सुधारणा) अधिनियम २००३. अनुच्छेद २ द्वारे घातला (१२ डिसेंबर २००३ रोजी व तेव्हापासून).

२१) संविधान (४४ वी सुधारणा) अधिनियम १९७८ – अनुच्छेद ३ अमलात आल्यावर या अधिनियमांच्या अनुच्छेद ३ मध्ये निर्देशित केल्याप्रमाणे अनुच्छेद २२ मध्ये याप्रमाणे सुधारणा होईल.

२२) संविधान (४४ वी सुधारणा) अधिनियम १९७८ - अनुच्छेद ३ अंमलात आल्यावर त्याद्वारे मूळ खंड (४) ऐवजी हा खंड दाखल केला जाईल.

२३) जम्मू व काश्मीर राज्याला लागू करताना या खंड (४) मध्ये 'संसद' याऐवजी 'राज्याचे विधानमंडळ' हा शब्दोल्लेख घातला जाईल.

२४) जम्मू व काश्मीर राज्याला लागू करताना, या अनुच्छेदाचा खंड (७) यामध्ये 'संसद' याऐवजी 'राज्य विधानमंडळ' हा शब्दोल्लेख घातला जाईल.

२५) संविधान (४४ वी सुधारणा) अधिनियम १९७८ - अनुच्छेद ३ अमलात आल्यावर त्याद्वारे उपखंड (क) गाळण्यात येईल आणि उपखंड (ख) व (ग) यांना अनुक्रमे (क) व (ख) असे नवीन क्रमांक दिले जातील.

२६) वरील अधिनियम अनुच्छेद ३ अमलात आल्यावर त्याद्वारे मूळ मजकुराऐवजी हा मजकूर घालण्यात येईल.

२७) संविधान (४४ वी सुधारणा) अधिनियम १९७८ - अनुच्छेद ४ द्वारे खंड (१ क) घातला (२० जून १९७९ रोजी व तेव्हापासून).

२८) वरील अधिनियमाच्या अनुच्छेद ५ द्वारे 'मालमत्तेचा हक्क' हे उपशीर्षक गाळले (२० जून १९७९ व तेव्हापासून).

२९) संविधान (४४ वी सुधारणा) अधिनियम १९७८ - अनुच्छेद ६ द्वारे अनुच्छेद ३१ निरसित केला.

३०) संविधान (४२ वी सुधारणा) अधिनियम १९७६ - कलम ३ द्वारे घातले. (३ जानेवारी १९७७ रोजी व तेव्हापासून).

३१) जम्मू-काश्मीर राज्याला लागू करताना 'विवक्षित कायद्याची व्यावृत्ती' हे उपशीर्षक गाळले जाईल.

३२) संविधान (१ ली सुधारणा) अधिनियम १९५१ - अनुच्छेद ४ द्वारे घातले (भूतलक्षी प्रभावासह).

३३) संविधान (४ थी सुधारणा) अधिनियम १९५५ - अनुच्छेद ३ द्वारे मूळ खंड (१) ऐवजी घातला (भूतलक्षी प्रभावासह).

३४) संविधान (४४ वी सुधारणा) अधिनियम १९७८ - अनुच्छेद ७ द्वारे मूळ मजकुराऐवजी घातले (२० जून १९७९ रोजी व तेव्हापासून).

३५) जम्मू व काश्मीर राज्याला लागू करताना 'अनुच्छेद १४ किंवा अनुच्छेद १९' या ऐवजी 'अनुच्छेद १४, अनुच्छेद १९ किंवा अनुच्छेद ३१' हा मजकूर घातला जाईल.

३६) जम्मू व काश्मीर राज्याला लागू करताना हे परंतुक गाळले जाईल व तद्नंतरच्या परंतुकातील 'आणखी असे की' हा मजकूर वगळण्यात येईल.

३७) 'संविधान (१७ वी सुधारणा) अधिनियम १९६४ - अनुच्छेद २ द्वारे घातले.

३८) संविधान (१७ वी सुधारणा) अधिनियम १९६४ - अनुच्छेद २ द्वारे उपखंड (क) ऐवजी घातला (भूतलक्षी प्रभावासह).

३९) जम्मू व काश्मीर राज्याला लागू करताना ३१ (क) या अनुच्छेदाचा खंड (२) याचा उपखंड (क) याऐवजी पुढील उपखंड घातला जाईल तो असा...

(क) 'संपदा' याचा अर्थ कृषी-प्रायोजनाकरता अथवा कृषीला साधनभूत असलेल्या प्रायोजनाकरता अथवा गुरे चरण्याकरता कब्जात ठेवलेली अथवा पट्ट्याने दिली गेलेली अशी जमीन असा असेल आणि त्यात...

(एक) इमारतीच्या जागा आणि जमिनीवरील अन्य बांधकामे;

(दोन) अशा जमिनीवर उभी असलेली झाडे;

(तीन) रानजमीन व झाडे असलेली पडीक जमीन;

(चार) जलाच्छादित क्षेत्र अथवा पाण्यावरील तरती शेते;

(पाच) जंडेर व घरात यांच्या जागा;

(सहा) कोणतीही जहागीर, इनाम, मुआफी अथवा मुकर्ररी किंवा यांसारखी अन्य देणगी; यांचा समावेश आहे, पण त्यात पुढील गोष्टींचा समावेश नाही.

(एक) कोणत्याही नगर अथवा नगरक्षेत्र अथवा ग्राम आबादी यामधील कोणत्याही इमारतीची जागा अथवा अशा कोणत्याही इमारतीस अथवा जागेस लागून असलेली कोणतीही जमीन;

(दोन) नगर अथवा ग्राम यांची जागा म्हणून कब्जात ठेवली गेलेली कोणतीही जमीन; किंवा

(तीन) नगरपालिका किंवा अधिसूचित क्षेत्र कटक अथवा नगरक्षेत्र अथवा ज्याकरता नगर नियोजन योजना मंजूर झाली आहे असे कोणतेही क्षेत्र यातील बांधकामाच्या प्रयोजनाकरता राखून ठेवलेली कोणतीही जमीन.

४०) मद्रास राज्य (नामांतर) अधिनियम १८६८ (१९६८ चा ५३) - अनुच्छेद ४ द्वारे 'मद्रास' याऐवजी घातले (१४ जानेवारी १९६६ रोजी व तेव्हापासून).

४१) संविधान (४ थी सुधारणा) अधिनियम १९५५ – अनुच्छेद ३ द्वारे घातले (भूतलक्षी प्रभावासह).

४२) संविधान (१ ली सुधारणा) अधिनियम १९५१ - अनुच्छेद ५ द्वारे घातले.

४३) संविधान (२५ वी सुधारणा) अधिनियम १९७१ - अनुच्छेद ३ द्वारे घातले (२० एप्रिल १९७२ रोजी व तेव्हापासून).

४४) जम्मू व काश्मीर राज्याला लागू नाही.

४५) संविधान (४२ वी सुधारणा) अधिनियम १९७६ - अनुच्छेद ४ द्वारे विवक्षित मजकुराऐवजी घातले.

४६) संविधान (४४ वी सुधारणा) अधिनियम १९७८ – अनुच्छेद ८ द्वारे मूळ मजकुराऐवजी घातले (२० जून १९७९ रोजी व तेव्हापासून).

४७) केशवानंद भारती विरुद्ध केरळ राज्य (१९७३) एस.सी.आर. १, या प्रकरणात ही तरतूद विधिग्राह्य असल्याचा निर्णय दिला होता.

४८) संविधान (४२ वी सुधारणा) अधिनियम १९७६ – अनुच्छेद ५ द्वारे घातलेला अनुच्छेद ३१६ हा संविधान (४३ वी सुधारणा) अधिनियम १९७७ – अनुच्छेद २ द्वारे निरसित करण्यात आला (१३ एप्रिल १९७८ रोजी व तेव्हापासून).

४९) जम्मू व काश्मीर राज्याला लागू करताना या अनुच्छेदाचा खंड (३) गाळला जाईल आणि खंड (२) नंतर पुढील नवीन खंड घातला जाईल तो असा –

२ (क) खंड (१) व (२) द्वारे प्रदान केलेल्या अधिकारास बाधा न येता, या भागाने प्रदान केलेल्या अधिकारांपैकी कोणत्याही अधिकाराच्या बजावणीकरता उच्च न्यायालयास, ज्यांच्या संबंधात ते अधिकारितेचा वापर करीत आहे त्या राज्यक्षेत्रात सर्वत्र, त्या राज्यक्षेत्रातील कोणत्याही व्यक्तीला या समुचित बाबतीत कोणतेही शासन धरून कोणत्याही प्राधिकरणाला निदेश अथवा आदेश अथवा हेबियस कॉर्पस, मॅडॅमस, प्रोहिबिशन, को–वारंटो व सर्शिओररी या स्वरूपाचे प्राधिलेख अथवा यापैकी कोणत्याही प्राधिलेखासह प्राधिलेख काढण्याचा अधिकार असेल.

५०) संविधान (४० वी सुधारणा) अधिनियम १९७६ – अनुच्छेद ६ द्वारे घातलेला अनुच्छेद ३२ (क), संविधान (४३ वी सुधारणा) अधिनियम १९७७ – अनुच्छेद ३ द्वारे निरसित केला.

५१) संविधान (५० वी सुधारणा) अधिनियम १९८४ – अनुच्छेद २ द्वारे मूळ अनुच्छेद ३३ ऐवजी घातला (११ सप्टेंबर १८८४ रोजी व तेव्हापासून).

५२) जम्मू व काश्मीर राज्याला लागू करताना या अनुच्छेदामध्ये –

(एक) या संविधानाच्या प्रारंभासंबंधीच्या निर्देशनाचा अर्थ 'संविधान जम्मू व काश्मीरला लागू करणे) आदेश १९५४' याच्या प्रारंभासंबंधीचे १४ मे १९५४ चे निर्देश म्हणून लावला जाईल.

(दोन) खंड (क) (एक) मधील 'अनुच्छेद १६ चा खंड (३), अनुच्छेद ३२ चा खंड (३)' हा मजकूर गाळला जाईल; आणि

(तीन) खंड (ख) नंतर पुढील खंडाची भर घातली जाईल तो खंड असा –

(ग) जम्मू व काश्मीर राज्याच्या विधानमंडळाने प्रतिबंधक स्थानबद्धतेबाबत केलेला कोणताही कायदा ... मग तो 'संविधान (जम्मू व काश्मीरला लागू करणे) आदेश १९५४' यांच्या प्रारंभापूर्वीचा असो वा नंतरचा असो, तो या भागातील तरतुदींपैकी कोणत्याही तरतुदींशी विसंगत आहे, या कारणावरून शून्यवत असणार नाही. पण असा कोणताही कायदा अशा विसंगतीच्या व्याप्तीपुरता उक्त आदेशाच्या प्रारंभापासून पंचवीस वर्षाच्या समाप्तीनंतर, त्या कालावधीच्या समाप्तीपूर्वी केलेल्या वा करण्याचे वर्जिलेल्या गोष्टीखेरीज इतर बाबतींत प्रभावी राहणार नाही.

५३) जम्मू व काश्मीर राज्याला लागू करताना या अनुच्छेदानंतर पुढील नवीन अनुच्छेदाची भर घातली जाईल तो अनुच्छेद असा...

अनुच्छेद ३५ (क) – कायम निवासी व त्यांचे हक्क यांच्या बाबतीतील कायद्याची व्यावृत्ती – या संविधानात काहीही अंतर्भूत असले तरी–

(क) जम्मू व काश्मीर राज्याचे कोण कायम निवासी आहेत वा होतील त्या व्यक्तीच्या वर्गांची व्याख्या करणारा किंवा

(ख) अशा कायम निवासी व्यक्तींना

(एक)   राज्यशासनाच्या नियंत्रणाखालील नोकरी

(दोन)   राज्यात स्थावर मालमत्तेचे संपादन

(तीन)   राज्यातील स्थायित्व किंवा

(चार)   शिष्यवृत्त्या आणि राज्य सरकार तरतूद अशा इतर स्वरूपात साहाय्य
        मिळण्याचा अधिकार

यांच्याबाबत कोणतेही खास अधिकार व विशेषाधिकार प्रदान करणारा अथवा इतर व्यक्तींवर कोणतेही निर्बंध घालणारा जम्मू व काश्मीर राज्यात असलेला कोणताही विद्यमान कायदा आणि त्या राज्याच्या विधानमंडळाकडून यापुढे अधिनियमित केला जाणारा कोणताही कायदा या भागातील कोणत्याही तरतुदींनी भारताच्या इतर नागरिकांना प्रदान केलेल्या कोणत्याही हक्कांशी विसंगत आहे अथवा ते हिरावून घेतो वा त्यांचा संकोच करतो या कारणावरून तो शून्यवत असणार नाही.

प्रकरण चार

सामाजिक न्याय : प्रश्न व पैलू

अध्ययनाची उद्दिष्टे

- भारतातील सामाजिक न्यायसंबंधीच्या विविध प्रश्नांचे आणि पैलूंचे आकलन होण्यासाठी.
- भारतीय राज्यघटनेने न्यायसंस्थेसमोर सर्व समान हे तत्त्व सैद्धान्तिक दृष्टीने स्वीकारले गेले असले तर प्रत्यक्षात समाजातील दमित, दलित, आदिवासी व अल्पसंख्याक यांना प्रत्यक्ष सामाजिक न्याय मिळतो का? हे जाणून घेण्यासाठी.
- गेल्या काही वर्षांत विकसित झालेले नवीन मानवी हक्क आणि त्यांचे स्वरूप व प्रकार याविषयी जाणून घेण्यासाठी.

प्रस्तावना

न्याय व सामाजिक न्याय या संकल्पनेवर मागील प्रकरणात सविस्तर चर्चा केलेली आहेच. भारतीय राज्यघटनेत न्यायसंस्थेसमोर सर्व नागरिक समान हे तत्त्व एकीकडे स्वीकारले गेले असले तरी व्यवहारात मात्र भारतातील वर्गभेद, लिंगभेद, वंशभेद, धर्मभेद, भाषाभेद यांतून निर्माण होणाऱ्या समस्यांवर प्रभावी उपाय सापडलेला नाही ही वास्तवता आहे. राजकारणात, समाजकारणात, शैक्षणिक क्षेत्रात समानतेचा जप करणारे राजकीय नेते, समाजसुधारक, शिक्षणतज्ज्ञ, शास्त्रज्ञ, विधितज्ज्ञ आदी मंडळी प्रत्यक्ष जीवनात मात्र या समानतेच्या तत्त्वाला मूठमाती देताना दिसतात. जातीवर आधारित शिक्षणसंस्था, सहकारी वा व्यापारी पतपेढ्या (बँका), जातीवर

आधारित संघटना, स्वत:च्या हक्कांचे जतन करताना इतरांच्या हक्कांची पायमल्ली होत आहे या विचाराकडे पूर्णपणे दुर्लक्ष करतात.

या प्रकरणात आपण सामाजिक न्याय व मानवी हक्क या संदर्भात सामाजातील दमित*, दलित, आदिवासी, अल्पसंख्याक यांच्या सामाजिक न्यायाच्या प्रश्नांवर व त्यांच्या विविध पैलूंवर चर्चा करणार आहोत. (* या ठिकाणी दमित म्हणजे प्रामुख्याने स्त्रिया असा अर्थ). या सर्व मागास घटकांना सामाजिक न्याय मिळतो का, हा खरा प्रश्न आहे. एका कायदेतज्ज्ञाने सामाजिक न्यायावर भाष्य करताना असे म्हटले आहे की, '(सामाजिक) न्यायाला उशीर होणे (करणे) म्हणजे न्याय नाकारणे होय.' दलितांवर अन्याय करणारा हा बऱ्याच वेळा राजकीय, आर्थिक, सामाजिक दृष्टीने ताकदवान असतो, तर अन्यायाला बळी पडणारे गट सर्वच दृष्टींनी दुर्बल असतात. ही ताकदवान माणसे स्वसामर्थ्यावर न्यायालयीन प्रक्रियेला विलंब करतात व शेवटी दुर्बलाला न्याय नाकारला जातो.

सामाजिक न्यायातील समानतेच्या तत्त्वावर भाष्य करताना समाजशास्त्रज्ञ असे विधान करतात की, सामाजिकदृष्ट्या सर्व नागरिक समान आहेत; पण त्यांतील काही अधिक समान आहेत. सामाजिक न्यायाचा विचार करता आर्थिक, सामाजिक, राजकीय क्षेत्रांतील प्रतिष्ठित व्यक्तींचा, स्थानांचा न्यायावर परिणाम होण्याची शक्यता नाकारता येत नाही. न्यायालयीन निर्णय हे न्यायालयासमोर येणाऱ्या पुराव्यावर आधारित असतात. पुरावे सादर करण्याची, वेळेवर खटले दाखल करण्याची जबाबदारी पोलीस यंत्रणेची असते. त्यात उणिवा राहिल्या तर अन्यायाला बळी पडणारा न्यायापासून वंचित राहतो. विशेषत: समाजातील दुर्बल समजले जाणारे गट बऱ्याच वेळा त्यांच्या हक्कांच्या संदर्भात न्याय मागावयास गेल्यास त्या न्यायापासून वंचित राहतात. अशा समाजातील दुर्बळ, दुर्लक्षित व दमित गटांत प्रामुख्याने स्त्रिया, दलित, आदिवासी, अल्पसंख्याक आणि मुले यांना समान हक्कांच्या वा अन्य हक्कांच्या संदर्भात मिळणाऱ्या न्यायापासून वंचित राहावे लागते. त्यासंबंधीचा ऊहापोह आपण या प्रकरणात करणार आहोत.

गेल्या काही दशकात मानवी हक्कांसंबंधी नवीन जाणिवा निर्माण व्हावयास लागल्या आहेत. या प्रकारच्या हक्कांच्या जाणिवांत पर्यावरणासंबंधी हक्क, शिक्षणासंबंधी हक्क, स्त्रिया व मुले यासंबंधीचे हक्क, आरोग्याशी संबंधित हक्क आणि संघटनात्मक हक्क, याशिवाय माहिती अधिकाराचा हक्क आणि सामाजिक न्याय या संदर्भातही या प्रकरणात आपण चर्चा करणार आहोत.

स्त्रियांचे मानवी हक्क (Human Rights of Women)

स्त्रियांसंबंधीच्या हक्कांचे जतन करणाऱ्या अनेक तरतुदी भारतीय राज्यघटनेत केल्या असल्या तरी त्यांचा प्रत्यक्ष फायदा स्त्रियांना वास्तवतेत किती प्रमाणात मिळतो हे पाहणे महत्त्वाचे आहे. सुरुवातीला स्त्रियांच्या हक्कांसंबंधी भारतीय राज्यघटनेत कोणकोणत्या तरतुदी आहेत ते आपण पाहू.

१) स्त्रियांचे हक्क : भारतीय संविधान (Human Rights : Indian Constitution)

भारतीय घटनेने स्त्री-पुरुषांना समान हक्कांची खात्री दिली आहे. तसेच स्त्रियांच्या शोषणाला आळा घालण्याचा प्रयत्न केला आहे. स्त्रियांच्या प्रतिष्ठेचे जतन करणाऱ्या घटनात्मक तरतुदी खालीलप्रमाणे-

कलम १४ : संविधानाचे हे कलम या गोष्टींवर भर देते की घटकराज्याने कायद्यासमोर सर्व समान या तत्त्वाला मूठमाती देऊ नये. कायद्याने समानतेच्या संरक्षणाची हमी द्यावी. लिंगभेदावर आधारित भेदभाव मान्य करू नये.

कलम १५ : या कलमान्वये असे मांडले गेले आहे की, घटकराज्याने त्यांच्या नागरिकांत धर्म, वंश, जात, लिंग व जन्मस्थान याआधारे भेद करू नये.

कलम १६ (१) व १६ (२) : या दोन्ही कलमांनुसार कोणत्याही घटकराज्यातील वा कामाच्या ठिकाणी कोणत्याही स्वरूपाच्या व विशेषत: लिंगभावावर आधारित विभेदीकरणास थारा देऊ नये, असे सूचित केले आहे.

कलम ३९ (अ) : भारतीय संविधान या विचारावर भर देते की घटकराज्याने अशी धोरणे आखावीत की ज्यामुळे स्त्री-पुरुष नागरिकांना जीवनावश्यक साधनांचा योग्य व समान पुरवठा केला जाईल.

कलम ३९ (ब) : हे कलम 'समान कामासाठी समान वेतन' या तत्त्वाची खात्री देते; परंतु काही क्षेत्रात या कलमाचे उल्लंघन केले जाते आणि एकाच कामासाठी स्त्रियांपेक्षा पुरुषांना जास्त मोबदला वा मजुरी दिली जाते. बांधकामक्षेत्र, शेतीक्षेत्र अशा ठिकाणी हे विभेदीकरण वा भेदभावाचे वर्तन आढळते.

कलम ३९ (क) : या कलमाच्या माध्यमातून घटनेत अशी तरतूद केली गेली आहे की, घटकराज्यांनी स्त्री-पुरुष अशा दोन्हीही कामगारांच्या आरोग्याचे संरक्षण करावे. तसेच मुलांना शिवीगाळ होणार नाही हे पाहावे. तसेच नागरिकांना त्यांच्या वयानुसार आर्थिक गरज म्हणून व्यवसाय करण्यास मान्यता द्यावी व कोणत्याही नागरिकावर विशिष्ट व्यवसाय करण्याची जबरदस्ती करू नये.

कलम ५१ अ (क) : या कलमान्वये भारतीय संविधान या विचारावर भर देते

की कोणत्याही भारतीय नागरिकाने स्त्रियांची अप्रतिष्ठा, अपमान होईल असे वर्तन करू नये.

अशा रीतीने भारतीय राज्यघटनेने स्त्रियांना अनेक हक्क प्रदान केले असले तरी अनेक स्त्रियांना त्या हक्कांची माहिती व जाणीव नाही. या संदर्भात एम. जे. अँन्टनी (M. J. Antony) असे मत व्यक्त करतात की, 'पाश्चिमात्य जगातील स्त्रियांना काही मूलभूत हक्क (उदा. मतदानाचा हक्क) प्राप्त करण्यासाठी शेकडो वर्षे लढा द्यावा लागला; ते हक्क भारतीय स्त्रियांना पुरुषांबरोबर घटनेच्या प्रारंभापासूनच देण्यात आले होते.'

स्त्रियांचे हक्क व कारखाना कायदा, १९४८
(Women's Rights and the Factory Act, 1948)

१९४८ सालच्या कारखाना कायद्यात कामाच्या ठिकाणी स्त्रियांना मिळणाऱ्या संरक्षणाची तरतूद करण्यात आली आहे. या कायद्याने कामाच्या परिस्थितीत सुधारणा करण्यासंबंधी मार्गदर्शन करण्यात आले आहे. या कायद्याच्या खंड २७ मध्ये असे नमूद करण्यात आले आहे की कापसाच्या कारखान्यात स्त्रिया व मुले यांच्या नेमणुकीवर बंदी आहे. परंतु जर त्यांची नेमणूक करणे भाग पडले तर मात्र स्त्रिया व मुले यांच्या संरक्षणाची पुरेपूर काळजी संबंधित कारखान्याने घ्यावी. या कायद्याच्या खंड ४८ मध्ये असे नमूद करण्यात आले आहे की जर एखाद्या कारखान्यात ३० किंवा ३० पेक्षा जास्त स्त्रियांना नोकरी दिली असेल तर तेथे स्वतंत्र पाळणाघराची व्यवस्था केली पाहिजे. कोणत्याही स्त्रीला ९ तासांपेक्षा जास्त काम देऊ नये. ही तरतूद खंड ६६ मध्ये आहे. तसेच सकाळी ९ ते सायंकाळी ७ याच काळात स्त्रियांना काम द्यावे.

स्त्रिया व जीवन जगण्याचा हक्क (Women and Right to Survive)

पुरुषांप्रमाणेच स्त्रियांना घटनेने समान हक्क प्रदान केले असले तरी समाजाची अथवा धर्माची मानसिकता मात्र या हक्काच्या विरोधात आहे. काही धार्मिक प्रथा व परंपरा या अनेकदा स्त्री-पुरुष समानतेच्या हक्काची पायमल्ली करताना दिसतात. जगातील बहुसंख्य धर्मांनी स्त्री-पुरुष संबंधात पुरुषांना श्रेष्ठ तर स्त्रियांना कनिष्ठ दर्जा प्रदान केला आहे. याचा परिणाम म्हणजे स्त्रीवर पुरुषाकडून अनेक अत्याचार केले जातात. गेल्या सुमारे १० वर्षात स्त्रियांवर झालेल्या अत्याचाराचे स्वरूप खालील तक्त्यावरून लक्षात येईल.

स्त्रियांवरील अत्याचाराचे स्वरूप								
अ. क्र.	वर्ष	बलात्कार	अपहरण	हुंडाबळी	विनय-भंग	लैंगिक अत्याचार	नवऱ्या-कडून क्रूर वागणूक	अनैतिक व्यापार
१)	१९९८	१५१५१	२३५२०	६९७५	३०९५९	८०५३	४१३७५	*
२)	१९९९	१५४६८	२३२३६	६६९९	३२३११	८८५८	४३८२३	१
३)	२०००	१६४९६	२२८७१	६९९५	३२९४०	११०२४	४५७७८	६४
४)	२००१	१६०७५	२२४८७	६८५१	३४१२४	९७४६	४९१७०	११४
५)	२००२	१६३७३	२१८५०	६८२२	३३९४३	१०१५५	४९२३७	७६
६)	२००३	१५८४७	१९९९२	६२०८	३२९३९	१२३२५	५०७०३	४६
७)	२००४	१८२३३	२३३२७	७०२६	३४५६७	१०००१	५८१२१	८९
८)	२००५	१८३५९	१५७५०	६७८७	३४१७५	९९८४	५८३१९	१४९
९)	२००६	१९३४८	२३९९१	७६१८	३६६१७	९९६६६	६३१२८	६७
१०)	२००७	२०७३७	२७५६१	८०९३	३८७३४	१०९५०	७५९३०	६१
११)	२००८	२१४६७	३०२६१	८१७२	४०४१३	१२२१४	८१३४४	६७

वरील तक्त्यावरून हे लक्षात येते की, स्त्रियांविषयक दोन मूलभूत हक्कांचे उल्लंघन सर्रास होतेय आणि ते दोन मूलभूत हक्क म्हणजे समानतेचा हक्क व जीवन जगण्याचा हक्क. भारताने एकीकडे २१ व्या शतकात प्रवेश करून एक दशक लोटले आहे तरी स्त्रियांवर होणाऱ्या अत्याचाराचे प्रमाण सातत्याने वाढतच आहे व ही चिंताजनक बाब आहे. या संदर्भात करण्यात आलेल्या कायदेशीर तरतुदींचा आपण थोडक्यात आढावा घेऊ.

अ) हुंडापद्धती व हुंडाबळी : हुंडापद्धती ही दुष्ट प्रथा भारतीय समाजात अनेक काळापासून अस्तित्वात आहे. पुरुष हुंडा मागतात आणि याप्रकारे ते स्त्रियांना एक वस्तू किंवा उद्देशपूर्तीचे साधन मानतात. त्यामुळे स्त्रियांचे हक्क व प्रतिष्ठा यांना तडा जातो. १९६१ साली हुंडा प्रतिबंधक कायदा मंजूर करून त्यानुसार हुंडा घेणे व देणे या दोन्ही प्रथांवर बंदी घालण्यात आली. १९८४ साली हुंडाबंदी कायद्यात

---

* त्यावर्षी ही माहिती गोळा करण्यात आली नव्हती.

उगमस्रोत – 'भारतातील गुन्हे' (Crime in India, 2009).

सुधारणा करून हुंडा घेण्याची प्रथा हा दखलपात्र गुन्हा ठरविण्यात आला. हुंडा या संकल्पनेची व्याख्या या कायद्यात पुढील शब्दांत करण्यात आली- 'हुंडा म्हणजे विवाहप्रसंगी एका पक्षाने (वधूपक्षाने) दुसऱ्या पक्षाला (वरपक्षाला) दिलेली मालमत्ता वा मौल्यवान वस्तू होत की ज्यामुळे विवाहाची सुरक्षितता टिकेल.' पण त्याबरोबर विवाहप्रसंगी वधुवरांना, त्यांच्या नातेवाइकांकडून किंवा मित्रमंडळींकडून आहेर स्वीकारण्यास हा कायदा मान्यता देतो. हुंडा मागण्याचा गुन्हा करणाऱ्यांना कमीतकमी ६ महिन्यांची किंवा जास्तीतजास्त २ वर्षांची सक्तमजुरीची शिक्षा किंवा/आणि रु. १०,०००/- दंड करण्याची तरतूद या कायद्यात आहे.

परंतु इथे प्रश्न आहे तक्रार करण्याचा. हुंडाबंदी कायद्याचा विचार करता कायदा गुंडाळून ठेवून हुंडा देण्या-घेण्याची प्रथा सर्रास चालू आहे. या संदर्भात असे म्हणता येईल की, कायदा तयार करणारे, कायद्याची अंमलबजावणी करणारे व कायदा मोडला म्हणून शिक्षा देणाऱ्यांसहित सर्व व्यक्ती विवाहप्रसंगी हुंडा घेतात आणि देतात. हा सगळा व्यवहार बिनदिक्कत चालू असतो; यात आपण स्त्रियांच्या हक्कांची पायमल्ली करतो हे कोणाच्याच लक्षात येत नाही वा त्याकडे जाणून-बुजून दुर्लक्ष केले जाते.

ब) बलात्कार : स्त्रियांवर होणारा दुसरा अत्याचार म्हणजे बलात्कार होय. बलात्काराची या संदर्भातील व्याख्या पी. डी. मॅथ्यू यांनी पुढील शब्दांत केली आहे- 'बलात्कार म्हणजे मानवी हक्कांचे उल्लंघन होय आणि स्त्रियांच्या प्रतिष्ठेला आव्हान होय.' 'स्त्री' हे उपभोगाचे साधन आहे या भावनेतून पुरुष बलात्कार करतात. भारतीय दंडविधानाच्या (Indian Penal Code) ३७५ खंडानुसार जेव्हा पुरुष स्त्रीशी संभोग करतो तेव्हा पुढील परिस्थितीत तो बलात्कार ठरतो- (i) स्त्रीच्या इच्छेविरुद्ध संभोग करणे (ii) संमतीविना संभोग करणे (iii) स्त्रीला ठार मारण्याची भीती दाखवून किंवा तिला इजा करून बळजबरीने तिच्या मनाविरुद्ध संभोग करणे (iv) स्त्रीला फसवून, आमिष दाखवून तिच्या संमतीने तिच्याशी संभोग करणे (v) विकृत मनोवृत्तीच्या किंवा मादक पदार्थांचे सेवन केल्यामुळे नशेच्या अवस्थेत असलेल्या स्त्रीची संमती घेऊन (जेव्हा स्त्रीला त्याच्या परिणामाची जाणीव नसेल) संभोग करणे (vi) १६ वर्षांपेक्षा कमी वयाच्या मुलीवर तिच्या संमतीने किंवा संमतीविना संभोग करणे.

बलात्कार हा एक अत्यंत गंभीर गुन्हा असून पोलीस अधिकारी कोर्टाचे लेखी अधिकारपत्र नसतानाही (Warrant) बलात्कारी व्यक्तीला किंवा आरोपीला अटक करू शकतात. बलात्काराच्या गुन्ह्यासाठी ७ ते १० वर्षे सक्तमजुरी किंवा आजन्म कारावास किंवा जन्मठेप आणि दंड, अशी शिक्षेची तरतूद आहे. बलात्काराला

बळी पडलेल्या स्त्रिया स्वतःची, स्वतःच्या कुटुंबाची बदनामी टाळण्यासाठी पोलिसांत तक्रार करीत नाहीत. परिणामतः गुन्हा करूनही हे गुन्हेगार मोकाट सुटतात.

क) अपहरण किंवा पळवून नेणे : अपहरण किंवा पळवून नेणे हे मुलांच्या व स्त्रियांच्या मूलभूत हक्कांचे धडधडीत उल्लंघन होय. '१८ वर्षांखालील मुलींना आणि १६ वर्षांखालील मुलांना किंवा विकृत मनोवृत्तीच्या व्यक्तींना चोरून नेणे किंवा कोणाच्याही नकळत पळविणे म्हणजे अपहरण होय. सर्वसाधारणपणे पळवून नेणे (Kidnapping) या संज्ञेत अज्ञान मुलाचा समावेश होतो. अपहरण (Abduction) या संज्ञेत धाक दाखवून किंवा दमदाटी करून प्रौढ स्त्रीला जबरदस्तीने स्वतःबरोबर नेणे होय. या संदर्भात एम. जे. अॅन्टनी असे मत व्यक्त करतात की, 'अपहरण म्हणजे स्त्रीला तिच्या मर्जीविरुद्ध एखाद्या पुरुषाशी विवाह करण्यास भाग पाडणे किंवा त्यांच्याशी अनैतिक शारीरिक संबंध ठेवण्यास भाग पाडणे होय. त्यांच्या मते या प्रकारचा गुन्हा करणाऱ्या आरोपीला १० वर्षांची सक्तमजुरीची शिक्षा होऊ शकते. लहान मुलांचा छळ करणे व त्यांना बळजबरीने लैंगिक क्रिया करण्यास भाग पाडणे हासुद्धा गंभीर गुन्हा आहे. तसेच स्त्रियांचा अपमान करणे हादेखील गंभीर गुन्हा समजला जातो. भारतीय दंडविधानाच्या (Indian Penal Code) ५०९ खंडानुसार स्त्रियांचा अपमान करणे, त्यांच्यासाठी अपशब्दाचा उपयोग करणे, त्यांच्याकडे पाहून अश्लील हावभाव करणे, शरीराच्या एखाद्या भागाचे विकृत प्रदर्शन करणे हे सर्व गंभीर गुन्हे असून ते सर्व शिक्षापात्र आहेत.

गेल्या काही वर्षात लैंगिक कामगार (Sex Workers) त्यांच्या हक्कांच्या संदर्भात मागणी करू लागले आहेत. वेश्या व्यवसाय ही दुष्ट प्रवृत्ती आहे; परंतु ही प्रवृत्ती का विकसित झाली त्यामागचे संदर्भ लक्षात घेतले पाहिजेत. वेश्या व्यवसायाची वाढ होण्यात अनेक सामाजिक, आर्थिक कारणे दडलेली आहेत. वेश्या व्यवसायाशी संबंधित महत्त्वाची समस्या म्हणजे लोकांची गरिबी होय. स्त्रिया व मुली यांचा अनैतिक व्यापार दडपणे कायदा, १९५६ [(Suppression of Immoral Traffic in Women and Girls Act, 1956 (SITA)] या कायद्यात १९८६ साली सुधारणा करून त्याऐवजी केंद्र सरकारने 'व्यक्तीचा अनैतिक व्यापार प्रतिबंधक कायदा, १९८६ (Immoral Traffic in Person Prevention Act, 1986) मंजूर केलेला आहे.

समाजशास्त्रज्ञ, स्त्रीवादी अभ्यासक प्रामुख्याने व सातत्याने असे प्रतिपादन करतात की स्त्रियांवर होणाऱ्या अत्याचारास समाजातील पितृसत्ताक कुटुंबव्यवस्था जबाबदार आहे. जीन डी'कुन्हा (Jean D'Cunha) यांनी पितृसत्ताक कुटुंब व्यवस्थेची व्याख्या

पुढील शब्दांत केली आहे. 'पितृसत्ताक म्हणजे पुरुषांचे स्त्रियांवर, स्त्रीची लैंगिकता, जननक्षमता, जन्मक्षमता आणि श्रमशक्ती, या संबंधात असलेले वर्चस्व होय.' पुरुषी वर्चस्वाची दुसरी बाजू म्हणजे वेश्या व्यवसाय आणि त्याद्वारे होणारे स्त्रियांचे दमन होय. सध्या भारतातील सर्वच प्रांतात स्त्री-पुरुष प्रमाण घसरते आहे, त्याचे कारण मोठ्या प्रमाणात होणारी स्त्री-भ्रूणहत्या हे होय. स्त्री-भ्रूणहत्या हा स्त्रियांच्या जीवन जगण्याच्या हक्कांवर घातलेला घाला होय. त्यासाठी कठोर उपायाची गरज आहे. काही तज्ज्ञांच्या मते वेश्या व्यवसायाची प्रथा ही स्त्री हक्कावर एक प्रकारची गदा होय.

जीन डी'कुन्हा (Jean D'Cunha) या संदर्भात भाष्य करताना म्हणतात की, लहान मुलांना व विशेषत: मुलींचे अपहरण करून त्यांना कुंटणखान्यात विकले जाते हेसुद्धा स्त्री हक्काचे उल्लंघनच होय. व्यक्तींचा अनैतिक व्यापार प्रतिबंधक कायदा, १९८६ (Immoral Traffic in Persons Prevention Act, 1988 - ITPA) या कायद्यात स्त्री व पुरुष अशा दोघांचाही अंतर्भाव होतो. या कायद्यात वेश्या म्हणजे कोणत्याही प्रकारची लैंगिक सेवा पुरवण्यासाठी व्यापारी उद्देशाने स्त्रियांचा वापर करणे होय. वेश्यांनीसुद्धा त्यांच्या हक्कांचे संरक्षण होण्यासाठी वेश्या संघटना स्थापन केली असून ती संघटना पोलीस अत्याचारापासून त्यांचे संरक्षण करते. या संघटनेने वेश्या व्यवसायाला कायदेशीर मान्यता द्यावी व त्यांना परवानेपण द्यावेत अशी मागणी केली आहे. वेश्यांच्या हक्कांचे जतन करण्यासाठी ज्या ऐच्छिक संघटना निर्माण झाल्या आहेत त्या पुढीलप्रमाणे-

- भारतीय पतिता उद्धार संघ
- आशय तिरस्कृत नारी संघ
- पुणे देवदासी संघटना

याशिवाय वेश्यांच्या हक्कांची आंतरराष्ट्रीय समितीने या संदर्भात एक जागतिक सनद तयार केली असून ते वेश्यांना, इतर नागरिकांप्रमाणे सर्व मानवी हक्क आणि स्वातंत्र्य मिळवून देण्याची खात्री देतात. यांत भाषणस्वातंत्र्य, संचारस्वातंत्र्य, स्थलांतर/देशांतर, काम व विवाह, मातृत्व, बेरोजगार भत्ता, आरोग्य विमा आणि घर हे प्राप्त होण्याच्या हक्कांचा समावेश होतो.

पुणे हे विद्येचे माहेरघर व विद्वानांचे, कलाकारांचे, रसिकांचे शहर म्हणून ओळखले जाते; पण या शहराचे स्वरूप दिवसेंदिवस बकाल होत आहे. स्त्रियांवर होणाऱ्या अत्याचारात मोठी वाढ होत आहे. माहिती-तंत्रज्ञान क्षेत्रात अग्रेसर म्हणून या शहराची नवीन ओळख निर्माण होत असतानाच तेथे स्त्री सहकाऱ्यांवर अत्याचार करून त्यांचा खून करण्याच्या अनेक घटना या शहरात घडत आहेत. स्त्री हक्काचे हे सरळ सरळ उल्लंघन

होय. पुणे शहरात गेल्या तीन वर्षांत झालेल्या बलात्कार व विनयभंग यांसारख्या घटनांचे स्वरूप खालीलप्रमाणे-

अ. क्र.	गुन्ह्याचा प्रकार	२०१०		२०११		२०१२ (३१ मे पर्यंत)	
		दाखल गुन्हे	उघड झालेले गुन्हे	दाखल गुन्हे	उघड झालेले गुन्हे	दाखल गुन्हे	उघड झालेले गुन्हे
१)	बलात्कार	८९	८७	७८	७७	४१	३९
२)	विनयभंग	७६	७३	११६	११३	५१	४९

स्त्रियांच्या मानवी हक्कांचे जतन करणारे अनेक कायदे भारत सरकारने मंजूर केले असून ते खालीलप्रमाणे-
- विशेष विवाह कायदा, १९५४.
- हिंदू विवाह कायदा, १९५५.
- हिंदू वरसाहक्क कायदा, १९५६.

या तिन्ही कायद्यांचा अंतर्भाव हिंदू वैयक्तिक कायद्यात होतो. याशिवाय अन्य कायदे पुढीलप्रमाणे-
- मुस्लिम वैयक्तिक कायदा, १९३७ : हा कायदा शरिअत कायदा म्हणून संबोधला जातो व भारतातील सर्व मुस्लिमांना तो लागू आहे.
- पारशी वैयक्तिक कायदा : या कायद्यात १९३६ साली मंजूर झालेल्या पारशी विवाह व घटस्फोट कायद्याचा समावेश होतो. हा कायदा भारतातील पारशी धर्मातील लोकांना लागू आहे.
- ख्रिस्ती वैयक्तिक कायदा : यात भारतीय ख्रिश्चन विवाह कायदा, १८७२ याचा समावेश होतो.

स्त्रियांचे हक्क : कायदे व सामाजिक न्याय

भारतात स्त्रियांच्या मानवी हक्कांचे जतन करणारे अनेक कायदे भारतीय संसदेने मंजूर केले आहेत. त्यात वैयक्तिक कायद्याशिवाय (ज्यांचा उल्लेख आपण पूर्वी केला आहेच.) अनेक प्रगतीशील कायदेही ७० व्या दशकापासून आजपर्यंत करण्यात आले आहेत. ते खालीलप्रमाणे-
- समान मोबदला अधिनियम, १९७६ (Equal Remuneration Act, 1976).

- कुटुंब न्यायालय अधिनियम, १९८४ (The Family Court Act, 1984).
- स्त्रियांचे बीभत्स सादरीकरण अधिनियम १९८६ (The Indecent Representation of Women's Act, 1986).
- (स्त्रियांचा व बालकांचा) अनैतिक व्यापार (प्रतिबंधक) अधिनियम, १९८६ (The Immoral Traffic of Women and Children) Prevention Act, 1986).
- बालगुन्हेगार न्याय अधिनियम, १९८६ (The Juvenile Justice Act, 1986).
- स्त्रियांच्या आयोगावरचा अधिनियम, १९९३ (The Act of Women's Commission, 1993).
- प्रसूतिपूर्व किंवा जन्मपूर्व रोगलक्षण निदान अधिनियम, १९९४ (The Pre-natal Diagnostic Act, 1994).
- घरगुती हिंसा अधिनियम, २००२ (The Domestic Violence Act, 2002).

ओनोरा ओ'नील (Onora O'Neill) यांनी स्त्री हक्कभंग कायद्याच्या अंमलबजावणीच्या संदर्भात अनेक बाबींवर सविस्तर विवेचन केले आहे. या संदर्भात ओ'नील (O'Neill) म्हणतात की पुरुषप्रधान व्यवस्थेने स्त्रियांना भिकेस लावले किंवा तशी तजवीज केली. बऱ्याच वेळा स्त्रिया या जरी सत्ताहीन असल्या तरी त्या केव्हाही पुरुषाच्या संरक्षणावर अवलंबून राहण्यापेक्षा त्यांच्यावर परतवार करण्यास तयार असतात. ओ'नील (O'Neill) यांनी असे निदर्शनास आणून दिले की तिसऱ्या जगातील स्त्रिया व मुली यांना अल्पवयात मृत्यू होणे, खराब आरोग्य, कुटुंबातील पुरुषांच्या तुलनेने अल्प आहार, कमी उत्पन्न आणि शाळेतील अल्प संख्या असा विविध स्वरूपाच्या भेदभावाला सामोरे जावे लागते.

भारतातील स्त्रिया त्यांच्यावर होणाऱ्या अन्यायाविरुद्ध न्यायालयाचा आश्रय क्वचितच घेतात. न्यायालयाचा आश्रय न घेण्याच्या मागे भौगोलिक, आर्थिक, सामाजिक आणि राजकीय कारणे आहेत. भारतातील लाखो स्त्रिया या बेरोजगार, अशिक्षित आणि गरीब असल्यामुळे त्या त्यांच्या हक्कांबाबत अज्ञानी असून त्यांच्या समस्या सोडविणाऱ्यासमोरही अनेक प्रश्न आहेत. त्याचप्रमाणे न्यायालयातसुद्धा पुरुषांचेच वर्चस्व असल्याने तेथे त्यांच्याविरोधी प्रतिकूल भावनाच दिसून येते व त्यांनी न्यायालयाची पायरी चढू नये म्हणून त्यांच्यावर दडपण आणले जाते. याचा परिणाम म्हणजे न्यायालयातही स्त्रियांना न्याय मिळण्यापासून वंचित राहावे लागते.

भारतातील स्त्रिया त्यांच्याविरुद्ध घडलेल्या गुन्ह्याच्या संदर्भात न्यायालयात जाण्यास

घाबरतात याचे कारण पोलिसांचा त्यांच्याकडे पाहण्याचा नकारात्मक दृष्टिकोन होय. बऱ्याच वेळा स्त्रियांविरोधी घडलेले गुन्हे हे दुष्कृत्य करणारा गुन्हेगार प्रभावी असेल तर झाकून टाकले जातात. २००२ साली झालेल्या गुजरातमधील दंगलीत, मुस्लिम स्त्रियांना, भयंकर अशा लैंगिक हिंसेचा आणि सामूहिक बलात्काराचा सामना करावा लागला, तर पोलिसांनीसुद्धा बळी स्त्रियांचे गुन्हे दाखल करण्यास नकार दिला.

भारतीय संसदेने ६ मे २००३ साली मांडलेले एकतृतीयांश जागा (किंवा ३३ टक्के जागा) स्त्रियांसाठी राखून ठेवण्याचे आरक्षण विधेयक नामंजूर केले. संसदेतील पुरुष सभासदांनी या विधेयकाच्या संदर्भात चिथावणी देऊन गोंधळ घातल्यामुळे विधेयक लांबणीवर टाकावे लागले व आज (म्हणजे जून २०१२) पर्यंतही हे विधेयक, पुरुष संसद सभासदांच्या हट्टामुळे, संसदेत अजूनही पडून आहे. डॉ. बाबासाहेब आंबेडकर यांनीसुद्धा जातीने दृढ केलेल्या पितृसत्ताक व्यवस्थेतून स्त्रियांची मुक्तता करावी यासाठी भावनिक आवाहन केले होते. १९४२ साली नागपूर येथे दमित वर्गाच्या स्त्रियांच्या अधिवेशनात भाषण करताना असे म्हटले होते की, प्रत्येक मुलीने विवाहसमयी असा दावा करावा की ती तिच्या नवऱ्याची मित्र व समान दर्जा असणारी आहे व नवऱ्याचे गुलाम बनणे तिने नाकारावे.

हिंदू वारसा हक्क कायद्यानुसार कुटुंबातील मुलींना (अगदी विवाहितसुद्धा) वडिलांच्या मृत्यूनंतर त्यांच्या मालमत्तेत समान वाटा मिळण्याची तरतूद असली तरी सामाजिक मानसिकता त्याविरुद्ध असल्यामुळे कोणतीही भारतीय स्त्री बहीण (काही अपवाद वगळता) भावाविरुद्ध मालमत्तेत वाटा मिळण्यासाठी न्यायालयाकडे धाव घेणार नाही. या सर्व चर्चेचा मथितार्थ असा की कायद्याने स्त्रियांना जरी समान हक्क वा अधिकार प्रदान केले असले तरी धार्मिक सामाजिक परंपरा, पितृसत्ताक कुटुंब पद्धतीमुळे स्त्रियांचा दर्जा हा सर्वत्र (काही मातृसत्ताक आदिवासी कुटुंबांचा अपवाद वगळता) पुरुषांपेक्षा कनिष्ठ आहे. ही वास्तवता २१ व्या शतकाच्या दुसऱ्या दशकाच्या प्रारंभापर्यंत तरी नाकारता येत नाही. स्त्रियांच्या मानवी हक्कांच्या उल्लंघनाची यादी खालीलप्रमाणे करता येईल–

- कुटुंबातील सभासदांचा पारंपरिक दृष्टिकोन.
- बळजबरीचा विवाह (मुलीच्या इच्छेविरुद्ध).
- आंतरजातीय, आंतरवर्गीय आणि आंतरधर्मीय विवाहास विरोध.
- पतीचा व्यभिचार, बहुपत्नित्व, घटस्फोट, मुलांचा ताबा ठेवण्याचा प्रश्न, मालमत्ताकलह.

गेल्या काही वर्षांत स्त्री संघटना, स्त्री-मानवी हक्क संरक्षण संघटना, स्त्री-मुक्ती संघटना या पुरुषअत्याचाराविरुद्ध आवाज उठवत आहेत.

राष्ट्रीय महिला आयोग (National Women Commission)

राष्ट्रीय मानवी हक्क अधिकाराची स्थापना सप्टेंबर १९९३ साली झाली. त्यापूर्वी सुमारे एक वर्ष अगोदर भारत सरकारने स्त्रियांच्या हक्कांचे जतन करणे, महिला अत्याचाराविरुद्ध आवाज उठविणे इत्यादींसाठी १९९२ साली 'राष्ट्रीय महिला आयोगा'ची स्थापना केली. सर्वसामान्यपणे महिलांच्या प्रश्नांचा अभ्यास करून त्यांना त्यांचे न्याय्य हक्क मिळवून देणे हा उद्देश 'राष्ट्रीय महिला आयोग' स्थापन करण्यामागे भारत सरकारचा होता. या आयोगाच्या एकूण स्वरूपाचा व त्यांनी पार पाडावयाच्या कार्याचा धावता आढावा या ठिकाणी आपण घेऊ.

'राष्ट्रीय महिला आयोगा'वर चर्चा करण्यापूर्वी हा आयोग स्थापन करण्यामागची पार्श्वभूमी आपण थोडक्यात समजावून घेऊ.

• स्त्रियांकरता धोरणे व कार्यक्रम (Women's Policies and Programmes)

भारतापुरता विचार करता असे लक्षात येते की पाचव्या पंचवार्षिक योजनेनंतर स्त्रियांच्या प्रश्नांकडे पाहण्याच्या सरकारच्या दृष्टिकोनात आमूलाग्र बदल झाला आणि त्याचे स्वरूप हे कल्याणात्मकतेच्या कार्यक्रमाकडून विकासात्मक कार्यक्रमाकडे प्रवाहित झाल्याचे दिसून येते. यानुसार भारतीय स्त्रियांची वाटचाल समतेच्या दिशेने होण्याची गरज तज्ज्ञांनी प्रतिपादन केली होती. यानुसार स्त्रियांना त्यांच्या समतेसाठी योग्य वातावरण निर्माण करणे, त्यांना पुरुषांइतक्या पायाभूत सुविधांचा पुरवठा करणे व या दोहोंच्या निर्मितीसाठी समाजातील सर्व व्यक्तींचे स्वभाव (स्त्री-पुरुष दोघांचेही) वर्तणूक, कायदा यात जाणीवपूर्वक बदल घडवून आणण्यासाठी विशेष अशा संस्थांच्या स्थापनेची आवश्यकता सरकारला भासू लागली. त्यावर विचार करण्यासाठी सरकारने 'भारतातील स्त्रियांच्या दर्जाविषयक अहवाल समिती' (Committee for Status of Women in India - CSWI) नेमली. या समितीच्या अहवालानुसार भारत सरकारने स्त्रीविषयक धोरणात काही विकासात्मक बदल केले. त्याचे स्वरूप पुढीलप्रमाणे-

अ) स्त्रिया आणि विकास (Women and Development) : यात प्रामुख्याने स्त्रियांच्या वाट्याला पुन्हा पुन्हा येणारे गरोदरपण, त्या काळात त्यांना शारीरिक कष्टात न मिळणारी सूट, औपचारिक व अनौपचारिक शिक्षणाचा अभाव, आर्थिक स्वातंत्र्याचा, स्वावलंबनाचा व स्व-हक्काची मालमत्ता धारण करण्याचा अभाव व

समाजातील पूर्वग्रह हे स्त्री विकासातील प्रमुख अडथळे म्हणून निर्देशित करण्यात आले होते. यावर उपाय म्हणून ६ व्या पंचवार्षिक योजनेत स्त्रियांचे शिक्षण, त्यांचा रोजगार आणि त्यांचे आरोग्य या त्रिसूत्रीय कार्यक्रमाची आखणी करण्यात आली होती. यानुसार 'कुटुंब' हे विकासाचे प्रमुख केंद्र मानण्यात आले. स्त्रियांना पत्नी किंवा आई या कोटिक्रमात अडकविल्यामुळे त्या त्या राज्याच्या स्त्री प्रश्नांच्या चौकटींचे ते एक वैशिष्ट्य बनले.

ब) राष्ट्रीय आरोग्य धोरणांची निर्मिती, १९८३ (Creation of National Health Policies, 1983) : भारत सरकारने १९८३ साली जरी राष्ट्रीय आरोग्य धोरणाचे निर्धारण केले असले तरी त्यात स्त्रियांच्या आरोग्याच्या संदर्भातील प्रश्नांचे वेगळेपण नोंदविलेले नव्हते. तसेच स्त्रियांसाठी वेगळ्या व विशिष्ट कार्यक्रमांची मांडणी करण्यात आली नव्हती. स्त्री आरोग्याकडे अनेक आरोग्य घटकांपैकी एक घटक म्हणूनच पाहिले गेले होते. त्यानंतर स्त्रियांसाठीच्या वेगळ्या आरोग्य धोरणांची जोरदार मागणी करण्यात आली. राष्ट्रीय आरोग्य धोरण १९८३ अनुसार बाळंतपणातील व अन्य प्रसंगी घडून येणारे मातामृत्यूदर रोखण्याचे ध्येय ठरविण्यात आले होते; पण त्यातही सरकारला अपयश येऊन ते भ्रामक ठरले.

क) राष्ट्रीय आहार योजना, १९९३ (National Diet or Food Scheme 1993) : या योजनेनुसार पौगंडावस्थेतील मुली, गरोदर महिला, इत्यादी संदर्भात ही योजना स्त्रियांपर्यंत पोहोचण्यासाठी कमीतकमी हस्तक्षेपाची आवश्यकता आहे. कुटुंबाच्या उत्पन्नाचे व क्रयशक्तीचे हस्तांतरण सत्ताहीन गटाकडे होण्यासाठी दूरगामी अशी आहार योजना आणि परिणामकारक अशी सार्वजनिक वितरणव्यवस्था इत्यादी योजना राबविण्याविषयी सरकारला सूचना करण्यात आली होती. या ठिकाणी हे लक्षात ठेवणे गरजेचे आहे की 'लक्ष्यकेंद्री सार्वजनिक वितरणव्यवस्था' (Targetted Public Distribution Scheme) जेव्हापासून सुरू झाली तेव्हापासून गरिबातील गरीब स्त्रियांवर त्याचा विपरीत परिणाम झालेला दिसतो. या सार्वजनिक वितरणव्यवस्थेचा लाभ घेण्यासाठी 'दारिद्र्यरेषेखालील रेशनपुस्तकाच्या (Below Poverty Line Ration Card) सक्तीमुळे गरिबातील गरिबाला यातून वगळले जातेय व ज्यांचा गरिबांच्या आरोग्यावर, प्रामुख्याने जीवनसत्त्वाच्या सेवनावर विपरीत परिणाम झाला असल्याचे सरकारच्या लक्षात आले.

ड) राष्ट्रीय कुटुंबनियोजन कार्यक्रम (National Family Planning Programme) : १९५२ साली भारत सरकारने राष्ट्रीय कुटुंबनियोजन कार्यक्रमाचा स्वीकार करून त्यास प्रारंभ केला. या कार्यक्रमात स्त्रियांच्या जननक्षमतेवर लक्ष

केंद्रित करण्यात आले होते. गर्भनिरोधकाची संपूर्ण जबाबदारी स्त्रियांवर टाकण्यात आली, ज्याचा स्त्रियांच्या आरोग्यावर विपरित परिणाम झाला.

ई) शिक्षणविषयक राष्ट्रीय धोरण, १९८६ (National Policies for Education, 1986) : भारतीय शिक्षणविषयक धोरणात आमूलाग्र बदल घडवून आणताना या धोरणानुसार औपचारिक शिक्षणाबरोबरच अनौपचारिक शिक्षणालाही प्राधान्य देण्यात आले. याअंतर्गत राष्ट्रीय प्रौढ शिक्षण व विस्तार कार्यक्रम, जनशिक्षण नियमन आणि निरंतर शिक्षण इत्यादींना प्राधान्य देण्यात आले. देशातील साक्षरतेत वाढ करण्यासाठी १९८८ साली 'राष्ट्रीय साक्षरता मोहीम' (National Literacy Programme) असे एक सामाजिक अभियान सुरू करण्यात आले. या अंतर्गत 'एका साक्षर प्रौढाने एका निरक्षराला साक्षर करावे' (Each one teach one) असे ठरले. महाविद्यालयीन पातळीवर 'राष्ट्रीय सेवा योजने'च्या (National Service Scheme) तसेच राष्ट्रीय छात्र सेनेच्या (National Cadet Corps) विद्यार्थ्यांना या कार्यात मोठ्या प्रमाणात सहभागी होण्याचे आवाहन करण्यात आले होते. यातही 'स्त्री' साक्षरतेवर भर देण्याचे ठरले होते.

फ) स्त्रियांसाठी राष्ट्रीय परिप्रेक्ष्य योजना (National Perspective Plan for Women) : ही योजना १९८८ ते २००० या काळात राबविण्याचे निर्धारित करण्यात आले होते. ही योजना म्हणजे स्त्रिया आणि बालविकास, आरोग्य आणि कुटुंब कल्याण, शिक्षण, युवा (युवक/युवती) विकास, रोजगार आणि नियोजन इत्यादी क्षेत्रांशी संबंधित शास्त्रज्ञ, शिक्षणतज्ज्ञ आणि वरिष्ठ अधिकारी अशा महत्त्वाच्या विशेषज्ञांचा गट होता. यापैकी एका गटाने स्त्रियांच्या संदर्भातील योजना आणि कार्यक्रमांचे परीक्षण केले होते. ते करताना त्यांच्या असे निदर्शनास आले की, विकासाचे फायदे समाजातील सर्व घटकांपर्यंत समानतेने पोहोचलेले नाहीत. विशेषत: ग्रामीण समुदाय. या तज्ज्ञांच्या गटाला असेही आढळून आले की स्त्रियांचा एक सर्वात मोठा 'मागास नागरिकांचा गट' बनलेला आहे. म्हणून त्यांच्यासाठी वेगळ्या पातळीवरील विकास कार्यक्रमात संसाधनांपेक्षा नव्या गोष्टींवर भर देण्याची आणि अधिक जबाबदारीने त्याची अंमलबजावणी करण्याची गरज आहे. स्त्रियांसाठीच्या राष्ट्रीय परिप्रेक्ष्य योजनेने मानव विकास, कृषी, रोजगार, कायदा आणि राजकीय सहभागिता इत्यादी क्षेत्रासंबंधी व्यापक शिफारशी सुचविल्या होत्या.

उद्योग, वन, कृषी, विज्ञान आणि तंत्रज्ञान इत्यादी क्षेत्रांशी संबंधित अनेक धोरणांचा संबंध स्त्रियांच्या जगण्याशी असतो. या धोरणात स्त्रियांच्या हितासाठीच्या कार्यक्रमांचा जरी समावेश करण्यात आला असला तरी स्त्रियांसंबंधीच्या मुद्द्यांकडे जेवढे लक्ष देणे गरजेचे होते तेवढे दिले गेल्याचे दिसत नाही. यापैकी काही धोरणे

पुढीलप्रमाणे- अ) राष्ट्रीय वनीकरण धोरण, १९८८ (National Forest Policy, 1988) ब) नवीन औद्योगिक धोरण, १९९१ (New Industrial Policy, 1991) क) राष्ट्रीय गृहनिर्माण धोरण, १९९४ (National Housing Policy, 1994) ड) राष्ट्रीय कृषी धोरण, २००० (National Agriculture Policy, 2000).

यानंतर स्त्रियांच्या संदर्भातील सर्व प्रश्नांचा सर्वांगीण विचार करणारे व स्त्रियांच्या क्षमतेला पूर्ण वाव देऊन पुरुषांवरचे त्यांचे अवलंबन कमी करणारे 'राष्ट्रीय महिला सक्षमीकरण किंवा सबलीकरण धोरण' (National Policy for Women Empowerment) भारत सरकारने २००१ साली जाहीर करून नवसहस्राची स्त्रियांना एक अभिनव भेट दिली असे म्हणता येईल. स्त्रियांसाठीच्या या सबलीकरण अथवा सक्षमीकरण धोरण २००१ विषयी आपण या ठिकाणी सखोल चर्चा करू.

राष्ट्रीय महिला सक्षमीकरण अथवा सबलीकरण धोरण, २००१

(National Policy for Women Empowerment, 2001)

स्त्रियांना पुरुषांइतका दर्जा प्राप्त व्हावा या दृष्टीने आखलेले हे धोरण भारतीय स्त्रियांचा विचार करता, भारत सरकारने टाकलेले एक क्रांतिकारी पाऊल होय. स्त्रियांची प्रगती, त्यांचा विकास आणि त्याचे सक्षमीकरण हे घटक या धोरणाच्या ध्येयात समाविष्ट झाले होते. या सक्षमीकरणाच्या सर्व प्रक्रियेत समाविष्ट असलेल्या सर्व भागीदारांचे सहभागीत्व कसे असेल याविषयी मांडणी केली आहे. त्यासाठी 'सक्षमीकरण किंवा सबलीकरण' (Empowerment) ही संकल्पना या संदर्भात समजून घेणे गरजेचे आहे.

सक्षमीकरण किंवा सबलीकरण या संकल्पनेचा अर्थ, विविध अभ्यासकांनी वेगवेगळ्या पद्धतीने व्याख्यित केली असून त्यातील काही व्याख्या खालीलप्रमाणे-

१) प्रा. मीनाक्षी मल्होत्रा (Prof. Meenakshi Malhotra) : *सर्वसामान्यपणे असे म्हणता येईल की सक्षमीकरण ही अशी एक प्रक्रिया आहे की ज्याद्वारे स्त्रिया त्यांच्या स्वावलंबनात वाढ होण्याच्या दृष्टीने स्वतः संघटित होऊ शकतात. संधीची निवड करण्याच्या हक्कासंदर्भात ठासून त्यांचे विचार मांडू शकतात. त्यांच्या दुय्यम स्थानाला आव्हान देतात व ते नष्ट करण्याचा स्वतः प्रयत्न करतात.*

२) मोसर (Moser) : *सक्षमीकरण म्हणजे स्त्रियांनी त्यांच्यातील आत्मविश्वास आणि अंतर्गत शक्ती यात वाढ करण्याची गरज होय.*

३) कबीर (Kabeer) : *सक्षमीकरण ही अशी प्रक्रिया आहे की ज्याद्वारे ज्यांना जीवन जगण्याच्या संधी नाकारण्यात आल्या होत्या त्या त्यांना परत प्रदान करणे होय.*

स्त्रियांना पूर्वी जे हक्क नाकारण्यात आले होते ते त्यांना घटनेच्या किंवा कायद्याच्याद्वारे प्रदान करणे सक्षमीकरणाच्या प्रक्रियेत येते. समाजशास्त्रांच्या मते 'सदोष सामाजीकीकरण' (False Socialization) हे सक्षमीकरणाच्या प्रक्रियेतील महत्त्वाचा अडथळा असून तो टाळला पाहिजे. तू मुलगी आहे, तू बाई आहे, बाईच्या जातीला असे वागणे शोभत नाही इत्यादी बाबी पूर्वी व आजही (विशेषत: ग्रामीण परिसरात) मुलींच्या मनावर बिंबविण्याची प्रक्रिया हे सदोष सामाजिकीकरणाचे प्रतीक होय. विविध प्रसारमाध्यमे, दूरदर्शनवरच्या विविध मालिका, चित्रपट इत्यादीतून 'स्त्री'चे जे सदोष प्रदर्शन केले जाते त्याचाही परिणाम समाजमनावर होतो.

सारांशरूपात असे म्हणता येईल की स्त्रियांमधील अंतर्गत सुप्तशक्तीच्या विकासाला वाव देऊन त्यांच्यातील आत्मविश्वास, स्वावलंबन वाढविणे म्हणजे एक प्रकारे सबलीकरण वा सक्षमीकरण होय.

भारताच्या 'राष्ट्रीय महिला सक्षमीकरण धोरण २००१'मध्ये स्त्रियांची प्रगती, विकास व सबलीकरण या ध्येयांना प्राधान्य देण्यात आले याचा उल्लेख आपण पूर्वी केला होता. भारताच्या महिला सक्षमीकरणाच्या धोरणात स्त्रियांच्या केवळ सहभागाला महत्त्व दिले जात नाही तर विकासाच्या प्रक्रियेत निर्णय निर्धारणाच्या भूमिकेला महत्त्व दिले जाते. तज्ज्ञांच्या मतानुसार सक्षमीकरणाच्या प्रक्रियेत आर्थिक, सामाजिक, राजकीय, सांस्कृतिक सक्षमीकरणाचा समावेश होतो. उदाहरणार्थ, राष्ट्रीय महिला सक्षमीकरण धोरणातून अनुक्रमे असे सांगितले आहे की, स्त्रियांची सत्तेतील समानता, निर्णय निर्धारणातील सक्रिय सहभाग, राजकीय प्रक्रियेतील सर्व स्तरांवर महिला सक्षमीकरण धोरणाच्या उद्दिष्टांची पूर्तता करण्यासाठी आवश्यक उपाययोजना आणि सर्व स्तरातील निर्णय निर्धारण प्रक्रियेत स्त्रियांचा सहभाग आवश्यक आहे. ज्यामध्ये कायदेविषयक कार्यकारी न्यायिक मंडळे (Judicial Corporates), वैधानिक समित्या (Statutory Committees) तसेच सल्लागार आयोग, समित्या, मंडळे, विश्वस्त इत्यादींचा समावेश होतो. तसेच राखीव आरक्षण (Reservation Quota) की ज्यामध्ये कायद्याच्या वरिष्ठ विभागाचा समावेश होतो यासारखे सकारात्मक धोरण हे सक्षमीकरण प्रक्रियेचा एक भाग होय. काही तज्ज्ञांच्या मते यासाठी निश्चित कालावधीचा समावेश करून, तसा उल्लेख केला पाहिजे. स्त्रियांच्या सक्षमीकरणरूपी विकासाच्या प्रकियेत स्त्रियांना परिणामकारकपणे सहभागी करून घेण्यासाठी स्त्रीकेंद्री व्यक्तिगत धोरणांची आखणी केली पाहिजे.

महिला सक्षमीकरण धोरणाची उद्दिष्टे पुढीलप्रमाणे आहेत–

- स्त्रियांना त्यांच्या क्षमतेचा पूर्ण उपयोग करण्यासाठी आर्थिक आणि सामाजिक धोरणांद्वारे सकारात्मक वातावरणनिर्मिती करणे.

- राजकीय, आर्थिक, सामाजिक, सांस्कृतिक आणि नागरी क्षेत्रांमध्ये स्त्री-पुरुषांना समानतेने सर्व मानवी अधिकार आणि मूलभूत स्वातंत्र्ये मिळवून देणे.
- राष्ट्राच्या सामाजिक, राजकीय आणि आर्थिक जीवनातील निर्णय प्रक्रियेमध्ये स्त्रियांना समान सहभाग मिळवून देणे.
- स्त्रियांना आरोग्य, सर्व स्तरावर गुणात्मक शिक्षण, कारकीर्द आणि व्यावसायिक मार्गदर्शन, रोजगार, समान वेतन, व्यावसायिक आरोग्य आणि सुरक्षितता, सामाजिक सुरक्षा आणि सार्वजनिक कार्यालय यामध्ये प्रवेशाची समान संधीही मिळाली पाहिजे.
- स्त्रियांविरुद्धच्या सर्व प्रकारच्या विषमतांच्या निर्मूलनासाठी न्यायव्यवस्थेचे बळकटीकरण करणे.
- स्त्री आणि पुरुषांचा कृतिशील सहभाग, सामाजिक दृष्टिकोन आणि सामाजिक प्रथांमध्ये परिवर्तन करणे.
- लिंगभाव परिप्रेक्षाचे विकासप्रक्रियेत प्रमुख प्रवाहीकरण करणे.
- स्त्रिया आणि बालकांविरुद्धच्या सर्व प्रकारच्या हिंसाचार आणि विषमतांचे निर्मूलन करणे.
- नागरी समुदायाने, विशेषतः स्त्री संघटनांना सोबत घेऊन संघटित आघाडी उभारणे.

स्त्रियांविषयीच्या या धोरणातून स्त्रियांच्या आर्थिक सक्षमीकरणापासून ते त्यांच्या सामाजिक सक्षमीकरणापर्यंत अनेक घटकांचा समावेश यात करण्यात आला आहे. यामध्ये खालील क्षेत्रात परिवर्तन सुचवले असून त्यात विधीव्यवस्था, निर्णयप्रक्रिया, बचतगट, दारिद्र्यनिर्मूलन, पोषण, जागतिकीकरण, घर आणि निवारा, पर्यावरण इत्यादींचा समावेश होतो.

महिला सक्षमीकरण व लिंगभाव संवेदनशील अर्थसंकल्प
(Women Empowerment and Gender Sensitive Budget)

काही स्त्रीवादी अभ्यासकांच्या मते महिला सबलीकरणासाठी वा सक्षमीकरणासाठी लिंगभाव संवेदनशील अर्थसंकल्प सादर करण्याची आवश्यकता आहे. या तज्ज्ञांच्या मते 'लिंगभाव संवेदनशील अर्थसंकल्प' ही संकल्पना म्हणजे शासनाच्या अर्थसंकल्पनांचे विभाजन करणे होय. या प्रकारच्या अर्थसंकल्पांमध्ये लिंगभेदानुसार होणारा फरक आणि लिंगभाव संदर्भातील रचनांचे अर्थसंकल्पीय तरतुदीत रूपांतर करणे होय वा तसे रूपांतर करण्याचे उद्दिष्ट डोळ्यासमोर ठेवणे होय. अर्थसंकल्पाच्या लिंगभाव संवेदनशील

परिप्रेक्षातून हा अर्थसंकल्प स्त्रियांच्या आरोग्य, शिक्षण, रोजगार इत्यादी गरजांवर काय प्रभाव टाकीत आहे, यांची योग्य मांडणी केली जाते. लिंगभावाची तपासणी लिंगभाव संवेदनशील अर्थसंकल्पात परिवर्तीत झाली पाहिजे. गरोदरपण, बाळंतपण, बालसंगोपन, बालसंवर्धन ही लिंगभावाचा विचार करता निसर्गाने स्त्रियांवर सोपविलेली जबाबदारी होय. त्यासाठी या प्रकारच्या अर्थसंकल्पात केवळ स्वतंत्र आर्थिक तरतूद करून चालणार नाही; तर ते फायदे स्त्रियांपर्यंत पोहोचवून त्यांना सक्षम करणे गरजेचे आहे.

राष्ट्रीय महिला आयोग, १९९२ (National Commission for Women, 1992)

भारतातील स्त्रियांच्या विकासासाठी, सबलीकरणासाठी संख्यात्मक पाठबळाचा विकास करणे हा लिंगभाव समता प्रस्थापित करण्याचा अविभाज्य भाग होय. लिंगभाव न्यायतेची जाणीव आणि स्त्रियांच्या प्रगतीकरिता सक्षम भूमिका वठविण्याच्या उद्देशाने व वातावरणनिर्मिती करण्याच्याही उद्देशाने भारत सरकारने दोन आयोग स्थापन करण्याचा निर्णय घेतला. त्यातील पहिला आयोग आहे 'राष्ट्रीय महिला आयोग' (National Commission for Women - NCW) आणि दुसरा आयोग आहे– 'राष्ट्रीय मानवी हक्क आयोग' (National Human Right Commission - NHRC). राष्ट्रीय महिला आयोगाची स्थापना १९९२ साली झाली तर 'राष्ट्रीय मानवी हक्क आयोगा'ची स्थापना १९९३ साली झाली. यापैकी 'राष्ट्रीय मानवी हक्क आयोगा'वर आपण यापूर्वी चर्चा केली असल्याने या ठिकाणी आपण 'राष्ट्रीय महिला आयोगावर' चर्चा करणार आहोत.

भारत सरकारने राष्ट्रीय महिला आयोगाची वैधानिक स्थापना १९९२ साली केली. महिला अत्याचारांविरुद्धच्या कायद्याचे पुनर्मूल्यांकन करून विशिष्ट वैयक्तिक तक्रारींमध्ये हस्तक्षेप करणे हे महिला आयोगाचे मूलभूत कार्य मानण्यात आले. तसेच स्त्रियांमध्ये कायदेविषयक जाणीवजागृती करण्यासाठी प्रशिक्षण कार्यक्रमांचे आयोजन या आयोगामार्फत केले जाते. त्याचसोबत 'कौटुंबिक महिला लोक अदालती'चे आयोजन या आयोगामार्फत केले जाते आणि त्यात कौटुंबिक तक्रारींबाबत समुपदेशन केले जाते. स्त्रियांचे अधिकार, त्यांची वंचितता यासंबंधातील तक्रारींचे परीक्षण करताना कायद्यामध्ये तरतूद केलेल्या सुरक्षाकवचाचे उल्लंघन केल्याचे किंवा झाल्याचे आढळल्यास, त्या संदर्भात आयोगाला दिवाणी न्यायालयाचे अधिकार मिळतात. एखाद्या व्यक्तीच्या सत्यतेचे परीक्षण करण्याचा व त्याची शपथेवर साक्ष घेण्याचा अधिकारही आयोगाला असतो. त्याचप्रमाणे एखाद्या दस्तऐवजाची आणि प्रतिज्ञापत्राची मागणी आयोगाला संबंधितांकडे करता येते. स्त्रियांच्या संदर्भातील सर्व प्रश्नांच्या बाबतीत भारत सरकारला राष्ट्रीय महिला आयोगाशी सल्ला– मसलत करणे बंधनकारक असते. राष्ट्रीय महिला आयोगाप्रमाणेच प्रत्येक प्रांत सरकारने

(State Government) त्यांच्या त्यांच्या प्रांतात स्वतंत्र महिला आयोग स्थापन करण्याचा सल्ला केंद्र सरकारने सर्व प्रांतिक सरकारांना दिला होता. त्यानुसार, उपलब्ध माहितीनुसार २००२ पर्यंत भारतातील केवळ १३ राज्यांमध्ये स्वतंत्र 'राज्य महिला आयोगा'ची स्थापना करण्यात आली होती.

• राष्ट्रीय महिला आयोगाची कार्ये
(Functions of the National Commission for Women)

१९९२ साली राष्ट्रीय महिला आयोगाची स्थापना झाल्यानंतर भारत सरकारने 'राष्ट्रीय महिला आयोगा'ने पुढील विशिष्ट कार्ये पार पाडावीत, असा सल्ला आयोगाला दिला होता. ही कार्ये खालीलप्रमाणे-

i) संविधान आणि इतर कायद्यांमध्ये स्त्रियांसाठी केलेल्या सुरक्षा तरतुदीसंदर्भातील बाबींचा शोध घेऊन त्याचे परीक्षण करण्याचे कार्य आयोगाचे आहे.

ii) स्त्रियांसंबंधीच्या सुरक्षाकवचाची परिणामकारक अंमलबजावणी करून स्त्रियांची स्थिती सुधारण्यासाठी आवश्यक त्या योग्य शिफारशी करणे.

iii) स्त्रियांना त्यांच्या अधिकारांपासून वंचित ठेवणे, कायद्याची अंमलबजावणी न करणे, धोरणात्मक निर्णयांना संमती न देणे याबाबतच्या तक्रारींची स्वत:हून दखल घेण्याचे कार्य आयोगाचे आहे.

iv) विषमतेतून निर्माण होणाऱ्या समस्या किंवा स्त्रियांविरुद्धचे अत्याचार यांचे विशेष अध्ययन करणे किंवा त्या संदर्भात चौकशी करणे आणि त्यातील अडचणी अधोरेखित करून त्यांच्या निर्मूलनासाठी बंधनकारक डावपेचात्मक शिफारशी करणे.

v) स्त्रियांचे प्रतिनिधित्व सर्व क्षेत्रात वाढविण्यासाठी योग्य मार्ग सुचविणारे सूचनात्मक आणि शैक्षणिक संशोधन करणे की ज्यामुळे स्त्रियांच्या प्रगतीत अडथळा आणणारे किंवा त्यास जबाबदार घटक ओळखण्याचे कार्यही आयोगाला करावे लागते.

vi) सर्वसाधारणपणे स्त्रियांवर अन्याय होईल अशा घटनेच्या विरोधातील खटले चालविण्यासाठी आवश्यक तेवढा निधी संबंधितांना उपलब्ध करून देण्याचेही कार्य आयोगाला करावे लागते.

vii) तुरुंग, सुधारगृह, स्त्रियांच्या संस्था किंवा इतर जागा की जेथे स्त्रियांना बंदिस्त करून ठेवले जाते, अशा ठिकाणचे परीक्षण करणे आणि अत्यावश्यक असेल तर संबंधित अधिकाऱ्यांबरोबर उपाययोजनात्मक कृती करण्यास सांगण्याचे कार्यही महिला आयोगाला पार पाडावे लागते.

या महिला आयोगाने स्त्रियांवर विपरित परिणाम करणाऱ्या विविध कायद्याचे मूल्यमापन केले आणि देशभरातील स्त्रियांच्या सामाजिक-आर्थिक स्थितीच्या पाहणीसाठी, अध्ययनासाठी अनुदानही दिले. त्याचबरोबर या राष्ट्रीय महिला आयोगाने भारत सरकारला अनेक शिफारशीही केल्या आहेत. अर्थात, आयोगाच्या या विविध शिफारशी भारत सरकारने स्वीकारल्याच पाहिजे असे कोणतेही बंधन सरकारवर नाही, याचीही नोंद स्त्री-अभ्यास क्षेत्रातील अभ्यासकांनी व तज्ज्ञांनी घेणे आवश्यक आहे. महिला आयोगाकडे फक्त सल्ला देण्याचीच क्षमता असली तरी सरकारकडे पाठपुरावा करण्याची प्रचंड ताकद आयोगाकडे असल्यामुळे आयोगाच्या शिफारशी सहजपणे झिडकारणे वा नाकारणे सरकारला सहज शक्य नाही.

● महिला आयोगाने भारत सरकारकडे केलेल्या शिफारशी

आयोगाची १९९२ साली स्थापना झाल्यानंतर गेल्या सुमारे २० वर्षांच्या कालखंडात आयोगाने भारत सरकारला काही महत्त्वाच्या शिफारशी केल्या आहेत. त्या पुढीलप्रमाणे-

○ हिंदू विवाह कायदा, १९५५ मध्ये काही दुरुस्त्या करण्याची शिफारस केली. त्यानुसार आता प्रत्येक हिंदू विवाहाची नोंद, विवाह नोंदणी अधिकाऱ्याकडे करणे बंधनकारक करण्यात आले. विवाहाच्या प्रसंगी उपस्थित असलेल्या नातेवाईक किंवा मित्रांनी दिलेल्या भेटवस्तूंची यादी करून त्याचीही नोंद करणे आवश्यक आहे.

○ एखाद्या तुरुंगात एखाद्या स्त्री कैद्यावर जर बलात्कार झाला व त्याची तक्रार तिने संबंधित अधिकाऱ्याकडे दाखल केली असेल तर बलात्कारपीडितांकडून नोंदविलेली माहिती खोटी आहे, हे सिद्ध करण्याची जबाबदारी संबंधित आरोपीकडे सोपविणे.

○ भारताची संसद आणि राज्यातील विधिमंडळे यात स्त्रियांसाठी १/३ किंवा ३३% जागा आरक्षित ठेवण्याच्या दृष्टीने केंद्र व राज्य सरकारने योग्य ती पावले उचलावीत म्हणून आयोगाने प्रयत्न करावेत.

○ केंद्र सरकार, अर्थ मंत्रालय, श्रम आणि नियोजन आयोगाने आर्थिक पुनर्रचना कार्यक्रमाचा स्त्रियातील गरीब घटकांवर कोणता परिणाम होतो याचे सर्वेक्षण महिला आयोगाने करून त्यावर आधारित कृती करणे, तसेच स्त्रियांवर विपरीत परिणाम करणाऱ्या घटकांना आळा घालण्यासाठी विशेष धोरणांची अंमलबजावणी करण्यासाठी आयोगातर्फे योग्य प्रयत्न करण्याची गरज आहे.

राष्ट्रीय महिला आयोग : कार्यपद्धती
(National Commission for Women : Activities)

राष्ट्रीय महिला आयोगाच्या कार्यपद्धतीविषयी वेगवेगळे दृष्टिकोन आहेत ते खालीलप्रमाणे-

- काही अभ्यासकांना असे वाटते की, राष्ट्रीय महिला आयोगाची निर्मिती स्त्री चळवळीच्या वाटचालीचा प्रभावी वेग कमी करण्यासाठी राज्यांकडून करण्यात आली.

- अन्य काहींच्या मते या महिला आयोगाकडे खूप कमी सत्ता असून अनेक वेळेला हे आयोग त्या त्या राज्यांचे मुखपत्र म्हणून कार्य करतात.

- तिसऱ्या एका अभ्यासकाच्या गटाला असे वाटते की हा महिला आयोग जरी संविधानात्मक मंडळ असला तरी त्याचा जाहीरनामा हा सत्ता उलथवून टाकणारा किंवा क्रांतिकारी नाही; परंतु इतर बिगर सरकारी स्त्री चळवळीचा आहे.

- या महिला आयोगाला फक्त शिफारस करण्याचे अधिकार आहेत त्यांची अंमलबजावणी करण्याचे नाही. तरीही काही तज्ज्ञांना आजही असा काहीसा विश्वास वाटतो की हा 'राष्ट्रीय महिला आयोग' महिला सक्षमीकरणाचे एक महत्त्वाचे साधन बनू शकतो. या तज्ज्ञांच्या मताने विविध कार्यशाळा, परिसंवाद, परिषदा, वादविवाद सत्र, बैठका आणि वेळोवेळी सरकारला केलेल्या शिफारशी यातून हा महिला आयोग स्वत:चे अस्तित्व जिवंत ठेवू शकतो.

ग्रामीण स्त्रियांचे सक्षमीकरण अथवा सबलीकरण
(Empowerment of Rural Women)

भारतीय समाजाचा हानिकारक विभाग म्हणून आजही ग्रामीण स्त्रियांचा उल्लेख केला जातो. ग्रामीण स्त्रियांच्या संदर्भात जी आकडेवारी जारी करण्यात आली आहे त्यानुसार आज ग्रामीण भारतातील ८६.१% स्त्रिया या कृषी व्यवसायात गुंतलेल्या आहेत. कृषी क्षेत्रात कार्यरत असलेल्या पुरुषांचे प्रमाण मात्र ७४% एवढे आहे. असे असले तरी ग्रामीण स्त्रियांचे कृषी व्यवसायविषयक कौशल्य वाढावे म्हणून सरकारकडे कोणताच विशेष (Special) कार्यक्रम नाही. या उलट, कारखाना क्षेत्रात कार्यरत असलेल्या ग्रामीण स्त्रियांचे प्रमाण केवळ ७.१% तर ग्रामीण पुरुषांचे प्रमाण ७%

एवढेच आहे. सरकारतर्फे जे विविध प्रशिक्षण कार्यक्रम आयोजित केले जातात त्यात ग्रामीण स्त्रियांचा सहभाग हा नगण्य असतो.

बांधकाम, व्यापार, वाहतूक, संग्रहालये आणि नोकरी या क्षेत्रांत काम करण्याची संधी ग्रामीण विभागातील पुरुषांना जरी मिळत असली तरी ग्रामीण स्त्रियांना या संधी नाकारल्या जातात. अर्थात ग्रामीण स्त्रियांना या नवोदित व्यवसायात योग्य संधी मिळण्यासाठी त्यांना संबंधित व्यवसायाशी निगडित कौशल्यवृद्धी प्रशिक्षणाची संधी उपलब्ध करून दिली पाहिजे. ग्रामीण क्षेत्रातील प्राथमिक शिक्षणव्यवस्थेत आमूलाग्र बदल होण्याची गरज आहे. कारण सध्याची ग्रामीण परिसरातील शिक्षणव्यवस्था ही केंद्रीभूत अभ्यासक्रम, अवजड पाठ्यपुस्तके, केंद्रीभूत पद्धतीने शिक्षकांची निवड, कर्मठ अभ्यासक्रम, शाळांचे आणि सुट्यांचे अयोग्य वेळापत्रक, जटिल व अविश्वसनीय पर्यवेक्षण आणि प्रशासन यामुळे कठीणतम बनलेली आहे. ग्रामीण जनतेच्या व विशेषत: मुलींच्या शिक्षणातील हे प्रमुख अडथळे होत.

शिवाय प्राथमिक शिक्षण हे परंपरेने माध्यमिक सर्वसाधारण शिक्षणाशी जोडले गेल्यामुळे सुरुवातीला उत्पादनावर आधारित कौशल्य आणि शिक्षणाचा सांस्कृतिक संदर्भ याकडे दुर्लक्ष झाले. भारतीय शिक्षण विचारवंतांनी यावर उपाय शोधून काढला असून त्यानुसार शिक्षणव्यवस्थेचे उदारीकरण करून प्रौढ साक्षरता, औपचारिक नसलेले शिक्षण (Non-formal) हे पर्यायी शिक्षणव्यवस्थेसाठी निर्माण करण्यात आले. यामुळे ग्रामीण व आदिवासी मुलाची व विशेषत: मुलींची शिक्षणाची गरज पूर्ण होण्यास मदत होईल.

शिक्षणाचे भावी उगवते घटक म्हणून विज्ञान व तंत्रज्ञान या मूलभूत शैक्षणिक अंगभूत घटकांची कल्पना करण्यात आली असून त्यासाठी पर्यायी शिक्षणप्रक्रियेद्वारे आयुष्यभर शिक्षणावर भर देण्यात आला आहे. या पर्यायी शिक्षण योजनेंतर्गत व्यक्तीच्या आणि गटाच्या विभिन्न गरजा लक्षात घेऊन 'निरंतर शिक्षण' ही पर्यायी शिक्षण योजना भारतीय शिक्षण सुधारकांनी सूचविली असून त्याला प्रारंभही झाला आहे. या पर्यायी शिक्षण प्रदान करणाऱ्या शिक्षणसंस्था ग्रामीण महिलांच्या सबलीकरणासाठी किंवा सक्षमीकरणासाठी वेगळे सुधारणात्मक डावपेच आखताना, शिक्षणप्रक्रिया आयुष्यभर चालणारी प्रक्रिया असून त्यात बदलत्या काळानुसार योग्य ते बदल करतात.

या पर्यायी शिक्षणसंस्था ग्रामीण महिलांच्या परावलंबनाच्या मानसिकतेत बदल करण्याचा प्रयत्न करतात. ग्रामीण महिलांत ते त्यांच्यातील क्षमतेची जाणीव करून देताना त्यांच्या कुटुंबात, त्यांच्या समुदायात त्या आमूलाग्र बदल घडवू शकतात

याचीही जाणीव ग्रामीण स्त्रियांत निर्माण केली जाते. ग्रामीण स्त्रियांचे सबलीकरण या परिसरातील महिलात आत्मविश्वास, स्वावलंबन इत्यादींची निर्मिती करतात. ग्रामीण महिला मंडळे, बचत गट, ग्रामपंचायतीचे सभासदत्व या माध्यमातून ग्रामीण कुप्रथांविरुद्ध ज्या चळवळी केल्या त्या त्यांच्या सबलीकरणाचे प्रतीक.

या क्षेत्रांत कार्य करणाऱ्या संस्थांनी जे संशोधनप्रकल्प हातात घेतले होते त्यातून ग्रामीण महिलांत खालील बदल घडून आल्याचे दिसून येते-

- औपचारिक नसलेले प्राथमिक शिक्षण ग्रामीण मुलींसाठी सुरू करण्यात आले. यात शाळेचे तास मुलींच्या सोयीनुसार निश्चित होतात.
- ग्रामीण स्त्रियांसाठी विज्ञान आणि तंत्रज्ञानाचा वापर करणे.
- ग्रामीण स्त्रियांवर व मुलींवर प्रकाशझोत टाकणाऱ्या ग्रामीण आरोग्य, कुटुंबकल्याण आणि समुदाय विकास योजनांना प्रोत्साहन आणि प्राधान्य देणे.
- ग्रामीण स्त्रियांच्या सक्षमीकरणासाठी आणि समुदाय विकासासाठी स्त्रियांना प्रेरणादायी ठरेल असे प्रशिक्षण ग्रामीण महिलांना प्रदान करणे इत्यादी.

या संदर्भात १९७९ साली पुणे जिल्ह्यातील सुमारे २०० खेड्यांचा अभ्यास वा सर्वेक्षण करण्यात आले. यासाठी खेड्याची निवड करताना कृषी हवामान क्षेत्राचे विविध निकष लावण्यात आले होते. त्यातील काही निकष हे पुढीलप्रमाणे- १) आदिवासी क्षेत्र २) भरपूर पाऊस पडणारा डोंगराळ प्रदेश ३) दुष्काळप्रवण क्षेत्र ४) पुरेसा पाऊस पडणारे क्षेत्र ५) पाटबंधारेप्रवण क्षेत्र इत्यादी.

या अंतर्गत येणाऱ्या निकषांपैकी 'पुरेसा पाऊस पडणारे क्षेत्र' (Rain Fed area) म्हणून शिवापूर या खेड्याची निवड केली गेली. शिवापूर गावचा प्रकल्प १९९४ मध्ये सुरू झाला. शिवापूर किंवा त्यासारख्या खेड्यांचे सर्वेक्षण 'ग्रामीण महिलांचे शिक्षण व विकास केंद्र' (ग्रामशिविक) (Centre for Education and Development of Rural Women - CEDRW) या ग्रामीण महिलांच्या सक्षमीकरणासाठी कार्य करणाऱ्या संस्थेतर्फे करण्यात आले होते. ग्रामीण महिलांच्या सबलीकरणासाठी ग्रामीण महिलांचे शिक्षण आणि विकास केंद्र (ग्रामशिविक) हे खालील प्रमुख कार्यक्रम राबवितात-

- ग्रामीण महिलांसाठी स्व-मदत आणि बचत गट निर्माण करणे.
- लिंगभावाधारित भेदाशिवाय ग्रामीण स्थानिक शेतकरी, कारागीर यांना सुधारित तांदूळ (भात), गहू, पशुखाद्य आणि भाजीपाला उत्पादनासाठी आधुनिक तंत्रज्ञान आत्मसात करण्याच्या उद्देशाने योग्य प्रशिक्षण देणे, त्याची क्षमता वाढविणे इत्यादी. वर म्हटल्याप्रमाणे लिंगभावाचा भेद न करता या प्रकारचे प्रशिक्षण स्त्री व पुरुष या दोघांनाही दिले जाते.

- स्त्रियांच्या कार्यक्रमातील विज्ञान आणि तंत्रज्ञान यांचा शोध हा 'विज्ञान आश्रम' आणि ग्रामीण शिक्षण आणि विकासासाठीचे सार्वजनिक मंडळ (Vigyan Ashram or Science Hermitage and Forum for Science and Technology for Rural Education & Development - FOSTERED) यातर्फे घेतला जातो.
- पौगंडावस्थेतील मुली व ज्येष्ठ स्त्रिया यांसाठी, भारत सरकारच्या मानव संसाधन विकास मंत्रालयाच्या सहकार्याने शोधात्मक व्यावसायिक शिक्षण कार्यक्रमाचे आयोजन करताना त्यात सहभागी स्त्रियांचा वयोगट १५-४५ असण्याची दक्षता घेतली जाते.
- शिबिरे, नाट्यशिबिरे, वाचन मंडळे, योगासने, आरोग्यविषयक माहिती संज्ञापित करणारे कार्यक्रम वैद्यकीय क्षेत्रातील व्यक्तींच्या मार्गदर्शनाखाली पौगंडावस्थेतील मुली आणि प्रौढ स्त्रिया यांच्या आरोग्य आणि व्यक्तिमत्त्व विकासासाठी आयोजित करावे. या शिबिरांना मार्गदर्शन करण्यासाठी स्त्रियांनी चालविलेल्या रोगनिदान केंद्रांच्या संचालिका, लोकसंख्या अभ्यासकेंद्राचा प्रमुख, स्त्रियांच्या खेळांना प्रेरणा देणारे स्त्री (अथवा पुरुष) क्रीडा शिक्षक, विविध कला निर्माण करणारे कलाकार यांना आमंत्रित करावे.
- ३ ते ५ वयोगटांसाठी चालविल्या जाणाऱ्या बालक करमणूक केंद्राच्या माध्यमातून बालकांच्या माता-पित्यांना सकस आहार आणि बाल विकास यासंबंधीचे प्रशिक्षण प्रदान करावे. यासाठी पाकविद्याशास्त्र आणि अन्नप्रक्रिया प्रदर्शन बालकांच्या माता-पित्यासाठी आयोजित करावे व त्यात त्यांना योग्य मार्गदर्शन करावे.
- ग्रामीण परिसरातील महिलांच्या इंधनाच्या, पाणीपुरवठ्याच्या, स्वच्छतेच्या, कृषी कार्यक्रमाच्या, बागाईत शेतीच्या, वैद्यकीय किंवा औषधी वनस्पतींच्या संदर्भातील गरजा जाणून घेऊन त्याबाबतची प्रात्यक्षिके व प्रशिक्षण कार्यक्रमाचे आयोजन करावे. त्याचबरोबर अपारंपरिक ऊर्जास्रोताला प्रोत्साहन व त्यासंबंधीची माहिती या प्रशिक्षण कार्यक्रमातून ग्रामीण स्त्रियांना द्यावी.
- स्वदेशी ज्ञानव्यवस्था, सांस्कृतिक प्रथा, कला आणि हस्तकला यांचा शोध घेऊन त्यास प्रोत्साहन देण्याचे कार्य करणे गरजेचे आहे. यामुळे स्त्रियांच्या (विशेषत: ग्रामीण) सबलीकरणाच्या बांधणीचा पाया भक्कम होऊन प्रसंगानुरूप ग्रामीण स्त्रिया त्यांच्याजवळ असलेल्या ज्ञानसाठ्याचा आणि तंत्रशास्त्राचा योग्य वापर करण्यास सक्षम बनतील.

ग्रामीण स्त्रियांच्या शिक्षणाचे आणि विकासाचे केंद्र (ग्रास्त्रिशिविके) (Centre for Education and Development of Rural Women - CEDRW) हे शिक्षण बदलाशी संबंधित सामाजिक संशोधनसंस्थेने स्वीकारलेला आंतरशाखीय दृष्टिकोन असून त्याकडे ग्रामस्त्रिशिविके (CEDRW) सामाजिक-सांस्कृतिक क्रियेच्या पैलूंचा प्रारंभिक तयारीचा घटक म्हणून पाहते. काही तज्ज्ञांच्या मते हा दृष्टिकोन बुद्धिवादी आणि सर्वसामान्य जनता यांच्यातील अडथळ्यांचा भंग करण्यास मदत करतो आणि भारताच्या ग्रामीण जीवनातील सामाजिक-आर्थिक बदलांसाठी लोकांच्या सहभागाची ती आवश्यक अट होय. विशेषत: हा दृष्टिकोन ग्रामीण स्त्रियांना 'ग्रास्त्रिशिविके' (CEDRW) कडे जाण्यास एक विधी म्हणून भाग पाडेल आणि ग्रामीण स्त्रियांच्या मनात हा बदल खोलवर रुजवेल.

सारांशरूपात बोलावयाचे झाल्यास ग्रामीण स्त्रियांच्या शिक्षणाचे आणि विकासाचे केंद्र (ग्रास्त्रिशिविके) हे ग्रामीण स्त्रियांच्या सबलीकरणात किंवा सक्षमीकरणात महत्त्वाची भूमिका बजावतात हे तुमच्या लक्षात येईल.

दलित आणि मानवी हक्क (Dalit and Human Rights)

दलित हा शब्द 'दल्' या संस्कृत शब्दापासून बनला आहे. 'दल्' या मूळ संस्कृत शब्दाचा अर्थ आहे, चिरडून टाकणे किंवा दाबून टाकणे. ज्या गटाला, समाजातील वरिष्ठ किंवा उच्चभ्रू गटातील लोक चिरडून टाकतात किंवा दाबून टाकतात, त्यांना 'दलित' ही संज्ञा लावतात. रेव्ह. एम. स्टिफेन (Rev. M. Stephen) यांच्या मते, दलित हा भारतातील एतद्देशीय (Indigenous) गट असून भारतीय लोकसंख्येत ते बहुसंख्य असले तरी त्यांना अनेक प्रकारच्या अत्याचाराचा व विषमतेचा सामना करावा लागतो. दलितांच्या श्रमशक्तीचे शोषण केले जाते. तसेच त्यांना प्रतिष्ठा असल्याचे मान्य केले जात नाही. सामाजिक दृष्टीने दलितांना दूर ठेवले जाते. आर्थिक दृष्टीने त्यांना वंचित ठेवले जाते आणि राजकीय दृष्टीने ते सत्ताहीन असतात. त्यांचे अनेक हक्क नाकारण्यात आलेले दिसून येते. अनेक विशेषाधिकारांपासूनही त्यांना वंचित करण्यात आलेले दिसते. दलित स्त्री-पुरुष हे अनेक उच्च जातींच्या अत्याचाराचे भक्ष्य बनल्याचे दिसून येते. बहुसंख्य दलित हे भूमिहीन, श्रमिक म्हणून कनिष्ठ दर्जाचे जीवन जगत आहेत.

दलित या संकल्पनेत जरी सामाजिक, सांस्कृतिक, आर्थिक दृष्टीने मागासलेल्या लोकांचा समावेश होत असला तरी भारतात दलित ही संज्ञा प्रामुख्याने अस्पृश्य समजल्या जाणाऱ्या जातीतील लोकांसाठी वापरली जाते.

भारतातील काही खेड्यांत दलितांना (म्हणजे प्रामुख्याने अस्पृश्यांना) स्पृश्यांच्या विहिरीवर पाणी भरण्यास मान्यता नाही. काही खेड्यांत तर अस्पृश्यांना पादत्राण घालण्यासही परवानगी नाही. अस्पृश्यता किंवा अशुद्धता दलितांच्या प्रतिष्ठेला आणि हक्कांना आव्हान देते. एवढेच नाही तर अस्पृश्यता दलितातील मानवी गुणधर्म किंवा मानवता नष्ट करते. काही पाश्चिमात्य तज्ज्ञांच्या मते (रेव्ह. एम. स्टिफेन) भारतातील जातिव्यवस्था हीच एक अत्याचाराला प्रोत्साहन देणारी व्यवस्था आहे. विल्फ्रेड फेलिक्स (Wilfred Felix) अशी माहिती देतात की १९८० साली तमिळनाडूतील कुझापडी (Kuzapadi) खेड्यात चार दलित मुलांना विजेचा झटका देऊन ठार केले गेले. कारण काय तर त्यांनी उच्च वर्णीयांच्या विहिरीत आंघोळ केली. अस्पृश्यांच्या संदर्भात मानवी हक्कांचे उल्लंघन सातत्याने होत असून तो अस्पृश्यांवर होणारा अमानवी स्वरूपाचा अन्याय होय.

ग्रामीण परिसरात दलित हे समाजाच्या पारंपरिक संरचनेचे बळी असून ही संरचना तथाकथित सवर्ण जातींकडून नियंत्रित केली जाते. काही मंदिरांमध्ये दलितांना अजूनही प्रवेश नाही, तर काही देवळे फक्त सवर्णांसाठी राखीव आहेत. भारतीय संविधानाने सर्व भारतीय नागरिकांच्या प्रतिष्ठेचे आणि समानतेचे तत्त्व जरी स्वीकारले असले तरी त्या तत्त्वाला आजही सर्वत्र मूठमाती दिल्याचे दिसून येते. उत्तर कर्नाटकात १९८७ साली घडलेला एक प्रसंग मानवतेला काळिमा फासणारा आहे. या प्रसंगात हिंदूंनी दलितांना मानवी विष्ठा सेवन करण्यास जबरदस्तीने भाग पाडले होते.

भारतीय राज्यघटनेच्या कलम १७ नुसार जरी अस्पृश्यता नष्ट करण्याचा प्रयत्न केला गेला असला तरी भारताच्या विविध प्रांतांत अस्पृश्यतेचे पालन आजही केले जाते. घटनेने प्रदान केलेल्या समानतेच्या तत्त्वांची ही सरळ सरळ पायमल्ली म्हणावी लागेल. यानंतर भारत सरकारने १९५५ साली अस्पृश्यता (अपराध) अधिनियम मंजूर केला. १९७६ साली या अधिनियमात सुधारणा करून या कायद्याचे शीर्षक बदलून ते नागरी हक्क संरक्षण अधिनियम, १९५५ (Protection of Civil Right Act, 1955) असे केले. अनुसूचित जातींवर वा अस्पृश्य समजल्या जाणाऱ्या जातींवर अशुद्धतेचा शिक्का मारून त्यांना तथाकथित स्पृश्यांनी हिंदूंची देवळे, उपाहारगृहे आणि शिक्षणसंस्था इत्यादी ठिकाणी प्रवेश करण्यावर बंदी केली. भारतीय संविधानाने या अमानवी प्रथांवर बंदी घालून असे प्रतिपादन केले की, ऐतिहासिक आणि तत्त्वज्ञानशास्त्रीय आधारावर कोणतीही व्यक्ती जातिव्यवस्थेचे समर्थन करणार नाही व जातिव्यवस्थेचे समर्थन करणे हा शिक्षापात्र गुन्हा आहे.

अस्पृश्यता, मानवी हक्क आणि संविधानात्मक तरतुदी

भारतीय राज्यघटनेत अस्पृश्यता, अस्पृश्यांचे मानवी हक्क यांचे जतन करण्यासाठी अनेक तरतुदी विविध कलमांमार्फत करण्यात आल्या आहेत, त्या खालीलप्रमाणे-

१) कलम : १५(१) : धर्म, वंश, जात, लिंग, जन्मस्थान हे किंवा यांपैकी कोणत्याही घटकाच्या आधारे घटकराज्याने त्याच्या नागरिकांत भेदभाव करण्यास या कलमाद्वारे बंदी घालण्यात आली आहे. त्याचप्रमाणे या कलमानुसार नागरिक या संदर्भात राज्याविरुद्ध उभे राहू शकतात.

२) कलम १५(२) : या कलमानुसार अशी तरतूद करण्यात आली आहे की, कोणत्याही नागरिकाला वंश, धर्म, जात, जन्मस्थान, लिंग यांपैकी कोणत्याही घटकाच्या आधारे सार्वजनिक ठिकाणांचा वापर करण्यास प्रतिबंध केला जाणार नाही.

३) कलम १६(१) : या कलमानुसार सार्वजनिक नोकऱ्या व नेमणुका यांत सर्व नागरिकांना समान संधी मिळण्याची तरतूद केली गेली आहे.

४) कलम १६(२) : या कलमानुसार केवळ धर्म, वंश जात इत्यादी आधारावर राज्यातील रोजगाराच्या ठिकाणी व कार्यालयात भेदभाव करणाच्या क्रियेस प्रतिबंध करण्यात आला आहे.

५) कलम १७ : हे कलम असे प्रतिपादन करते की, अस्पृश्यता नष्ट झाली असून, त्यासंबंधीच्या कोणत्याही प्रकारच्या पालनाला प्रतिबंध करण्यात आला आहे. अस्पृश्यतेचा आधार घेऊन कोणावरही निर्योग्यता (Disability) लादणे हा कायद्यानुसार शिक्षापात्र गुन्हा ठरविण्यात आला आहे.

६) कलम २३(१) : या कलमाद्वारे मानवाच्या प्रतिष्ठेच्या मान्यतेसाठी आणि तिचे पुनरुज्जीवन करण्याच्या उद्देशाने मानवी व्यापार व श्रमाची जबरदस्ती करण्यावर प्रतिबंध लादण्यात आला आहे.

७) कलम २५(१) : या कलमाद्वारे राष्ट्रातील सर्व नागरिकांना स्वत:च्या धार्मिक हक्कांचे जतन करण्याची खात्री देण्यात आली आहे. या प्रकारच्या हक्कात सदसद्विवेकबुद्धीचे स्वातंत्र्य आणि स्व-रोजगाराचे स्वातंत्र्य, धर्माचे पालन व प्रसार करण्याचे स्वातंत्र्य इत्यादींचा समावेश आहे. परंतु धर्माच्या स्वातंत्र्याच्या आधारावर कोणताही धर्म, कोणतीही व्यक्ती कायद्याचा आधार घेऊन अस्पृश्यतेचे समर्थन करणार नाही.

८) कलम २५(२) : या कलमाद्वारे अस्पृश्यतानिर्मूलनात जे अडथळे होते ते दूर करण्यात आले आहेत. यांत सामाजिक सुधारणा वा सामाजिक कल्याण कार्यक्रमात येणारा अडथळा, सर्व वर्गांच्या किंवा विभागाच्या सार्वजनिक वैशिष्ट्यांनी युक्त अशा

हिंदूंच्या उघड धार्मिक संघटना नष्ट करण्यातील अडथळा, यांचा समावेश होतो. सवर्ण जातीतील हिंदूंप्रमाणेच अनुसूचित जातीतील (अस्पृश्यांतील) हिंदूंनाही कोणत्याही मंदिरात जाऊन पूजा करण्याचा हक्क प्रदान करण्यात आला आहे.

९) कलम २९ (२) : या कलमान्वये असे प्रतिपादन करण्यात आले आहे की, धर्म, वंश, जात, भाषा वा यांपैकी कोणत्याही एका कारणाने कोणत्याही नागरिकाला राज्याकडून अनुदान प्राप्त होत असलेल्या शिक्षणसंस्थेत प्रवेश नाकारला जाणार नाही.

१०) कलम ३२ : भारताच्या संविधानाने प्रदान केलल्या कोणत्याही मूलभूत हक्कांचे की ज्यात कलम १७ तील अस्पृश्यताविरोधी हक्कांचा भंग झाल्याचे निदर्शनास आल्यास हक्कभंग करणाऱ्या व्यक्तीच्या विरोधात सर्वोच्च न्यायालयात लेखी दावा दाखल करता येतो. सार्वजनिक ध्येयाने प्रेरित व्यक्ती, वकील, सामाजिक कार्यकर्ता, पत्रकार, अथवा एखादी स्वयंसेवी संघटना अनुसूचित जातीच्या प्रतिनिधीच्या स्वरूपात असा दावा दाखल करू शकतात. या प्रकारचा लेखी दावा संविधानाच्या ३२ व्या कलमानुसार सर्वोच्च न्यायालयात किंवा संविधानाच्या २२६ व्या कलमानुसार उच्च न्यायालयात दाखल केला जातो. अनुसूचित जातीच्या सार्वजनिक हितसंबंधांचे रक्षण करण्यासाठी व त्यांच्या हक्काचे जतन करण्यासाठी हे दावे दाखल केले जातात.

अनुसूचित जातींच्या विकासासाठी घटकराज्यांच्या धोरणाची मार्गदर्शक तत्त्वे

घटकराज्याने अनुसूचित जातींच्या विकासासाठी जी तत्त्वे स्वीकारली त्या संदर्भात भारतीय राज्यघटनेत खालील तरतुदी केल्याचे आढळते-

१) कलम ३८ (१) : या कलमानुसार राज्याने जनतेच्या कल्याणाच्या योजना आखताना तिच्या सुरक्षेसाठी आणि संरक्षणासाठी प्रयत्न केला पाहिजे. ज्यामुळे सामाजिक व्यवस्थेत परिणामकारकरीत्या सामाजिक, आर्थिक आणि राजकीय न्याय प्रस्थापित करता येईल व तशी माहिती राज्याने सर्व संस्थांना प्रदान करावी.

२) कलम ३८ (२) : या कलमान्वये अशी तरतूद करण्यात आली आहे की, घटकराज्याने; इतर सर्व बाबींसमवेत दर्जा, सुविधा आणि स्पर्धा यांतील असमानता नष्ट करण्यासाठीचे स्पष्ट आदेश दिले पाहिजेत.

३) कलम ३९ (अ) : या कलमात घटनेच्या ४२ व्या दुरुस्ती अधिनियम १९७६च्या अनुसार असे प्रतिपादन करण्यात आले आहे की, घटकराज्याने त्यांच्या राज्यातील कायदेशीर व्यवस्थेला अशा रीतीने प्रोत्साहन द्यावे जेणेकरून जनतेचा

न्याय सुरक्षित राहील. तसेच समान संधीच्या आधारावर राज्याने मोफत कायदेशीर मदत देण्याची विशेष तरतूद केली पाहिजे व त्यासाठी योग्य कायदा किंवा व्यवस्था किंवा अन्य कोणताही मार्ग अनुसरावा की ज्यामुळे न्यायाच्या सुरक्षेच्या संधी आर्थिक किंवा निर्योग्यतेच्या कारणासाठी कोणासही नाकारल्या जाणार नाहीत. ही तरतूद म्हणजे अनुसूचित जातींना त्यांच्या आर्थिक आणि सामाजिक निर्योग्यतेपासून बाहेर काढण्यासाठी आणि त्यांना समान संधीच्या हक्कांपासून वंचित करण्याच्या क्रियेपासून संरक्षण देऊन न्याय व सुरक्षा प्रदान करण्याचा अनुग्रह प्रदान करते.

४) कलम ४६ : कलम ४६ हे घटकराज्यांना असे निर्देश देते की त्यांनी समाजातील दलित गटांच्या हितसंबंधाची विशेष काळजी घ्यावी. या दलित किंवा दुर्बळ गटात प्रामुख्याने अनुसूचित जाती व अनुसूचित जनजातींचा समावेश होतो. त्यांचे सामाजिक अन्यायापासून व शोषणापासून संरक्षण करावे.

अनुसूचित जातींच्या हितसंबंधांचे संरक्षण करणाऱ्या अन्य घटनात्मक तरतुदी

भारतीय राज्यघटनेत अनुसूचित जातींच्या हितसंबंधांचे संरक्षण करणाऱ्या अन्य तरतुदींत खालील कलमांचा समावेश होतो-

१) कलम १६४ : या कलमानुसार आदिवासी कल्याणाचा कारभार पाहण्यासाठी स्वतंत्र मंत्र्यांची नेमणूक करण्याची तरतूद करण्यात आली. बिहार, मध्य प्रदेश, ओरिसा इत्यादी राज्यांत आदिवासी कल्याणमंत्र्यांकडेच अनुसूचित जाती व मागासवर्गीयांच्या कल्याणाची जबाबदारी टाकण्यात आली.

२) कलम ३३० व ३३२ : या दोन कलमांद्वारे अनुसूचित जातींना, ज्या न्यायापासून (हक्कांपासून) जाणीवपूर्वक वंचित करण्यात आले होते, त्यांना राजकीय न्याय देण्याची खात्री देण्यात आली आहे. या कलमान्वये अनुसूचित जाती व अनुसूचित जमातीच्या लोकांना लोकसभेत आणि विधानसभेत राखीव जागा ठेवण्याची तरतूद करण्यात आली.

३) कलम ३३८ : या कलमातील तरतुदीनुसार भारताचे राष्ट्रपती अनुसूचित जाती व जमाती यासाठी विशेष अधिकाऱ्याची नेमणूक करतील व त्याच्याकडून त्यांच्या सर्व प्रश्नांचा शोध घेतील.

४) कलम ३४१ : या कलमान्वये भारताच्या राष्ट्रपतींना असा अधिकार प्रदान केला गेला आहे की, ते विशिष्ट जाती, वंश किंवा आदिवासी यांना अनुसूचित जाती व अनुसूचित जमाती म्हणून जाहीर करू शकतात.

दलित ख्रिश्चन आणि मानवी हक्क

भारतात दलित ख्रिश्चन यांच्यासाठी वेगळ्या स्वरूपाचे सामाजिक दडपण अनुभवास येते. चर्च आणि (ख्रिस्ती) समाज यांच्या दलितांबाबतच्या प्रतिकूल आणि अन्याय्य वागणुकीला भारतीय संविधानाने पाठिंबा दिला आहे. भारतीय संविधानाने अनेक पूर्वग्रहदूषित दृष्टिकोन बाळगल्याचे रेव्ह. एम. स्टिफेन (Rev. M. Stephen) यांचे म्हणणे आहे. जर बिगरख्रिस्ती दलितांना विशेषाधिकाराची सवलत धार्मिक परंपरेनुसार मिळत असेल तर मग दलित ख्रिश्चनांना ती का मिळू नये, असा प्रश्न निर्माण केला जातो. जातिव्यवस्थेवर आधारित पूर्वग्रहापेक्षा धर्मावर आधारित पूर्वग्रह हे अधिक तीव्र आहेत.

भारतातील अस्पृश्य, सीमेवरील अस्पृश्य आणि दुर्बल लोकांसाठी दलित ही संज्ञा वापरतात. व्यापक दृष्टीने विचार करावयाचा झाल्यास ज्याचे शोषण होते, जो दडपला जातो तो दलित. तथाकथित कनिष्ठ जातीतील लोकांना अत्यंत निर्दयपणे प्रभावी उच्चजातीकडून दडपले जाते अशा लोकांसाठी दलित ही संज्ञा वापरतात.

भारतातील एकूण दलित लोकसंख्येपैकी सुमारे १५% लोकसंख्या दलित ख्रिश्चनांची आहे. तसेच असेही निरीक्षणात येते की भारतातील एकूण ख्रिश्चन धर्मीयांपैकी सुमारे तीन चतुर्थांश लोकसंख्या दलितांची आहे. रेव्ह. एम. स्टिफेन यांच्या मते दलित ख्रिश्चनांचे इतर दलितांच्या तुलनेने तिप्पट शोषण होते. त्यांचे शोषण करणाऱ्यात समाज, चर्च आणि सरकार हे तीन घटक कारणीभूत आहेत. १९२७ साली भारतात आलेल्या सायमन आयोगाने दलितांच्या मागण्यांचे तीन घटकात विभाजन केले ते असे– १) स्थानिक, प्रांतिक व केंद्रीय पातळीवर तेथील राजकीय सत्तेत दलितांना योग्य प्रतिनिधित्व मिळाले पाहिजे. २) दलितांना मतदानाचा अधिकार मिळाला पाहिजे. ३) दलितांच्या शिक्षण व नागरी हक्कांचे संरक्षण झाले पाहिजे.

डॉ. बाबासाहेब आंबेडकर यांच्या मते, हिंदू समाजापासून वेगळा असा दलित समुदाय आहे. सायमन आयोगासमोरचा महत्त्वाचा प्रश्न होता की, दलित ख्रिश्चनांना वेगळे समजावे की नाही. अखिल भारतीय आदी द्रविड जन सभा असा दावा करते की ख्रिश्चन धर्माचा स्वीकार केल्यावरही दलितांचे दमन व शोषण थांबले नाही. अनेक तज्ज्ञांच्या असे निदर्शनास आले की दलित हे हिंदू असोत की ख्रिश्चन त्यांचे दमन एकसारखेच होते. म्हणून दलित-निर्धारणासाठी धर्म हा अडथळा असू नये. त्यांना धर्माचा विचार न करता 'अनुसूचित जाती' हा दर्जा प्रदान करावा. स्टिफन यांच्या मते, भारतीय संविधानातच आपणास भेदभाव आढळतो तो संविधानाच्या उद्दिशिकेच्या

दृष्टिकोनाच्या विरोधी असून त्यातील समानता, स्वातंत्र्य व न्याय या तत्त्वांमध्येही विरोधाभास आढळतो. घटनेच्या कलम १४ व १५ नुसार धर्म, वंश, जात, लिंग व जन्मस्थळ यांवर आधारित भेदभाव स्वीकारला जाणार नाही किंवा मान्य केला जाणार नाही.

आणखी आश्चर्याची बाब ही की भारत सरकारचा १९३५ सालचा अधिनियम असे विशद करतो की कोणताही भारतीय ख्रिश्चन अनुसूचित जातीत समाविष्ट होणार नाही व तसे जाहीरदेखील केले जाणार नाही. भारतीय संविधानात अनुसूचित जातीच्या व्याख्या करणाऱ्या अनेक दुरुस्त्या करण्यात आल्या आहेत. १९५० साली संविधानात (कलम ३४१ नुसार भारताच्या राष्ट्रपतींना अनुसूचित जातींची यादी करण्याचा अधिकार प्रदान केला होता.) सुद्धा फक्त हिंदू अनुसूचित जातीत असतील, अन्य कोणी नाही असा स्पष्ट उल्लेख केला गेला आहे. त्यानंतर १९६० साली असे जाहीर करण्यात आले की शीख, जैन आणि बौद्ध यांनाही हिंदू मानण्यात यावे व त्यांच्यातील काही जातींना अनुसूचित जातीत समाविष्ट करावे. या ठिकाणी हे नमूद करणे गरजेचे आहे की भारताची राज्यघटना धर्मांतरित दलितांना अनुसूचित जातीत समाविष्ट करते तर धर्मांतरित ख्रिश्चनांना का नाही? रेव्ह. एम. स्टिफेन यांच्या मते, हा भेद भारतीय राज्यघटनेतील धर्मनिरपेक्षतेच्या तत्त्वाला बाधा आणणारा आहे.

प्रत्येक जण आपल्या समाजाला फायदा होईल या दृष्टीने घटनेचा अर्थ लावतो. शीख, जैन व बौद्ध धर्म हे हिंदू धर्मातून आकाराला आलेले धर्म आहेत. त्यांचे तत्त्वज्ञान, विचार-आचार हिंदू धर्म परंपरांशी मिळते-जुळते आहेत; पण ख्रिस्ती धर्मपरंपरा कोणत्याही प्रकारे भारतीय परंपरांशी जुळणारी नाही. ख्रिस्ती धर्मात जाती नाहीतच तर अनुसूचित जाती कशा येतील, हा प्रश्न महत्त्वाचा असून त्याचे उत्तर रेव्ह. एम. स्टिफन यांनी चतुराईने टाळले आहे. दलित ख्रिश्चनांना राखीव कोटा देताना तो हिंदू दलितांच्या कोट्यातून द्यावा लागेल मग ते हिंदू दलितांच्या हक्कांचा भंग करणारे ठरणार नाही का? दलित ख्रिश्चनांना अनुसूचित जातीत समाविष्ट केले तर आपल्या हक्कांवर गदा येईल याची जाणीव हिंदू दलितांना वा त्यांच्या नेत्यांना असल्याने ते दलित ख्रिश्चनांचा समावेश अनुसूचित जातीत करण्यास विरोध करीत असावेत.

आज जग एकीकडे जागतिकीकरणाच्या प्रभावाने प्रभावित झाले असले, तरी दुसरीकडे (जागतिकीकरणाचा प्रभाव भारतात दिसत असला तरी) आजही अस्पृश्यांचे किंवा दलितांचे अनेक हक्क पायदळी तुडविले जात आहेत हेही सत्य आहे. महाराष्ट्राबरोबरच बिहार, उत्तर प्रदेश, पंजाब, हरियाना, राजस्थान, मध्य प्रदेश इत्यादी प्रांतांत अस्पृश्यांच्या संदर्भातील हक्कभंगाचे प्रमाण लक्षणीय आहे हे निश्चित.

मानवी हक्कांचा भंग करणारी अस्पृश्यांवरची काही बंधने

अस्पृश्यांच्या किंवा दलितांच्या मानवी हक्कांचे उल्लंघन करणारी काही बंधने डॉ. राम अहुजा यांनी त्यांच्या 'भारतीय समाजव्यवस्था' (Indian Social System) या पुस्तकात विशद केली असून ती पुढीलप्रमाणे-

- आदी द्रविड म्हणजे अस्पृश्य जातीतील लोकांनी सोन्या-चांदीचे दागिने घालू नयेत.
- अस्पृश्य जातीतील पुरुषांनी कमरेच्या वर व गुढघ्याच्या खाली कपडे घालू नयेत.
- त्याचप्रमाणे अस्पृश्य व आदिवासी पुरुषांनी कोट, शर्ट आणि बनियन घालू नये.
- अस्पृश्य जातीतील व्यक्तींनी डोक्यावरचे केस कापू नयेत.
- अस्पृश्य जातीतील लोकांनी मातीच्या भांड्याशिवाय अन्य भांड्यांचा (तांबे, पितळ, स्टील इत्यादींचा) वापर करू नये.
- अस्पृश्य जातीतील स्त्रियांनी त्यांच्या शरीराचा वरचा भाग झाकू नये.
- अस्पृश्य जातीतील स्त्रियांनी त्यांच्या केसात फुले घालू नयेत तसेच त्यांनी मेंदीचा वापर करू नये.
- अस्पृश्य जातीतील पुरुषांनी उन्हा-पावसापासून रक्षण होण्यासाठी छत्रीचा वापर करू नये, पायात चप्पल घालू नये.

शहरी वा नागरी विभागात ही बंधने दिसत नसली तरी ग्रामीण परिसरात व शहरापासून दूरवर असणाऱ्या खेड्यात ही बंधने आजही आढळतात. ही बंधने म्हणजे अस्पृश्यांच्या वैयक्तिक स्वातंत्र्यावर एक प्रकारची गदा आणणे होय. त्यावर कडक निर्बंध घालण्याची आवश्यकता आहे.

मानवी हक्क व अस्पृश्यांची सद्य:स्थिती

संविधानाने मानवी हक्क नुसते प्रदान करून चालत नाही तर त्याचे रक्षण करणे ही जबाबदारी प्रशासनाची आहे. अस्पृश्यता हा हिंदू समाजाला लागलेला कलंक आहे व हिंदू समाजाच्या दृष्टीने ती एक लाजीरवाणी गोष्ट आहे आणि ती नष्ट झाली पाहिजे, अशा वल्गना करणारी नेतेमंडळी प्रत्यक्षात अस्पृश्यता नष्ट करण्याच्या प्रयत्नात अपुरी पडताना दिसतात. मानवी हक्कांसंबंधीच्या संविधानातील विविध तरतुदी, तसेच त्यासंबंधीचे अन्य कायदे आणि यांच्या अंमलबजावणीतील प्रशासकीय अधिकारी, राजकीय नेते यांचा उदासीन दृष्टिकोन यामुळे अस्पृश्यांवर होणाऱ्या अत्याचारात वाढ

होत आहे. याद्वारे त्यांच्या जीवन जगण्याच्या हक्कांचे व त्यांच्या संरक्षणाचे उल्लंघन होत आहे. एवढेच नव्हे तर आजच्या अस्पृश्यांच्या नेत्यांतही मानवी हक्कांचे जतन झाले पाहिजे या विचाराची, डॉ. बाबासाहेब आंबेडकर यांच्या इतकी तीव्र तळमळ व भावना, आढळत नाही. उलट, त्यांनी या प्रश्नांचा, स्वत:चा राजकीय स्वार्थ साधण्यासाठी वापर केल्याचे दिसते. संविधानाच्या अंमलबजावणीनंतर त्यातील तरतुदींना हरताळ फासून, अस्पृश्यांविरुद्धच्या हक्कभंगाच्या गुन्ह्यात सातत्याने वाढ होत आहे, हे निश्चित. (खालील तक्ता पाहा.)

अ.क्र.	वर्ष	अस्पृश्यांविरुद्ध घडणारे हक्कभंगाचे गुन्हे
१)	१९५५	१८०
२)	१९६०	५०९
३)	१९७२	१५१५
४)	१९७९	१३८८४
५)	१९८७	१९३४२
६)	१९९१	२४९२२
७)	१९९२	२४९७३
८)	१९९४	३३९०८
९)	१९९५	३२९९०
१०)	२००६	२७०७०
११)	२००७	३००३१
१२)	२००८	३३६१५
१३)	२००९	३३५९४
१४)	२०१०	३२९९०

वरील तक्त्यातील आकडेवारीवरून हे लक्षात येईल की स्पृश्यांच्या मनात अस्पृश्यांबद्दल कशी भेदभावाची भावना आहे व त्याचा परिणाम अस्पृश्यांच्या हक्कांचा भंग होण्यात होतो. अस्पृश्यांविरुद्ध हक्कभंगांसंबंधी जे गुन्हे पोलिसांकडे नोंदविले गेले त्याचीच फक्त ही आकडेवारी आहे. हक्कभंगाच्या गुन्ह्यांची नोंद नसलेले अनेक गुन्हे घडत असतात. स्पृश्यांचे वा त्यांच्या नेत्यांचे राजकीय दडपण, बहिष्काराची भीती, यामुळे हक्कभंगाचे गुन्हे घडूनही त्यांची पोलिसांकडे नोंद होत नाही.

अस्पृश्य किंवा अनुसूचित जातीविरुद्ध होणाऱ्या हक्कभंग गुन्ह्याचे स्वरूप

(Violation Crime against Untouchables or Scheduled Tribes)

अस्पृश्यांविरुद्धच्या हक्कभंगाच्या दुष्ट हेतूंचा हेतू मनात बाळगून होणाऱ्या गुन्ह्यात सातत्याने वाढ होत आहे. अस्पृश्यांविरुद्ध होणाऱ्या हक्कभंग- गुन्ह्याच्या संदर्भात जे संशोधन झाले, त्याची दखल घेता असे लक्षात येते की-

- प्रत्येक दोन तासांना एका दलितावर स्पृश्यांकडून हल्ला केला जातो.
- प्रत्येक दिवशी तीन दलित स्त्रियांवर बलात्कार केला जातो.
- प्रत्येक दिवशी दोन दलितांचा स्पृश्यांकडून खून होतो.
- प्रत्येक दिवशी दोन दलित कुटुंबांची घरे ही स्पृश्यांकडून जाळण्याची क्रिया केली जाते.

यावरून स्पृश्य मंडळी आजही दलितांचा जीवन जगण्याचा हक्क, स्त्रियांचा प्रतिष्ठित जीवन जगण्याचा हक्क यावर कशाप्रकारे हल्ला करतात हे लक्षात येईल.

स्पृश्यांच्या दलितविरोधी संघटना

दलितांचे शोषण करण्यासाठी, दलितांच्या विरोधात जातिसंघर्ष करण्यासाठी, दलितांचे मूलभूत व अन्य हक्क डावलण्यासाठी उत्तर भारतातील अनेक घटकराज्यांत व विशेषत: बिहार प्रांतात उच्च जातीयांकडून जातीवर आधारित अनेक संघटना स्थापन करण्यात आल्या असून त्यांपैकी काही संघटना खालीलप्रमाणे-

- कुर्मी जातीची भूमीसेना.
- यादव जातीची लौरिकसेना.
- भूमीहार जातीची ब्रह्मश्री आणि रणवीरसेना.
- ब्राह्मण जातीची गंगासेना.
- रजपूत जातीची कुनवरसेना

या सर्व सेनांचे वर्चस्व केवळ बिहार प्रांतातील अनेक जिल्ह्यांतच नव्हे तर झारखंड, मध्य प्रदेश, महाराष्ट्र इत्यादी राज्यांत स्थापित झाले आहे. या प्रांतात व आंध्र प्रदेश, ओरिसा इत्यादी प्रांतांत हातपाय पसरणाऱ्या नक्षलवादी गटांतही प्रामुख्याने कोरीज, यादव आणि पासवान या जातींचे लोक समाविष्ट आहेत. या सर्व सेना जातिविभेदीकरण, जातिविद्वेष यांनाच प्रोत्साहन देत नाहीत तर जातिसंघर्षासही प्रेरणा देतात. या सर्व सेना दलित किंवा कनिष्ठ विरुद्ध उच्चभ्रू किंवा उच्च जाती यातील संघर्षाला कारणीभूत ठरतात. परिणामत: संविधानाने दिलेल्या समानता, स्वातंत्र्य या दलितांच्या हक्कांना त्या प्राधान्य देतात.

आदिवासी आणि मानवी हक्क (Tribals and Human Rights)

जनजाती हा एतद्देशीय लोकांचा एक गट असून ते आदिवासी म्हणून ओळखले जातात. महात्मा गांधी यांनी त्यांचा उल्लेख 'गिरिजन' असा केला होता. १९६२ साली आदिवासी समितीच्या सल्लागार मंडळाच्या प्रतिनिधींची शिलाँग येथे जी बैठक झाली त्यात त्यांनी आदिवासी हे स्वदेशी किंवा एतद्देशीय गट असून त्यांची पुढील वैशिष्ट्ये प्रतिपादन केली आहेत-

१) एकजिनसी एकक. २) समान भाषा बोलतात. ३) आपला पूर्वज समान असल्याचा दावा करतात. ४) विशिष्ट भूप्रदेशीय क्षेत्रावर वास्तव्य करतात. ५) तंत्रशास्त्रात मागासलेले असतात. ६) शिक्षणपूर्व काळात ते सामाजिक व राजकीय प्रथांचे निष्ठेने पालन करतात की ज्याचा आधार आत्मसंबंध हा असतो. ७) प्रत्येक आदिवासी जमातीची स्वत:ची अशी स्वतंत्र संस्कृती व जीवनपद्धती असते.

आदिवासी जनजातीची ही वैशिष्ट्ये एम. एम. थॉमस आणि रिचर्ड डब्ल्यू. टेलर (M. M. Thomas and Richard W. Taylor) यांनी त्यांच्या 'आदिवासी जागृती' (Tribal Awakening) या पुस्तकात विशद केली आहेत.

भारतातल्या आदिवासींचा विचार करता या जनजाती किंवा जमाती तीन भौगोलिक क्षेत्रांत विभागल्या गेल्या आहेत-

अ) उत्तर भारत, पूर्वोत्तर भारत येथील डोंगरांत, दऱ्याखोऱ्यांत व भारताच्या पूर्वेच्या सरहद्दीवर वास्तव्य करणारे आदिवासी.

ब) भारताच्या मध्य भूप्रदेशात असलेल्या प्राचीन टेकड्यांत म्हणजे गंगेचे खोरे आणि दक्षिणेचे द्वीपकल्प यांना विभागणाऱ्या सीमान्त प्रदेशात वास्तव्य करणारे आदिवासी.

क) दक्षिण-पश्चिम-नैर्ऋत्य भारतातील टेकड्या आणि पश्चिम घाट यांना एकत्र जोडणाऱ्या प्रदेशात राहणारे आदिवासी.

आदिवासी जमातींचे सामाजिक, आर्थिक स्तरांवर सातत्याने दमन होते. ॲन्टोनिओ ग्रामसी (Antonio Gramsei) यांनी यासाठी 'शोषित वर्ग' (Subalterns) ही संज्ञा वापरली होती. डॉ. वॉल्टर फर्नांडिस (Dr. Walter Fernandes) असे नमूद करतात की जेव्हा भारताचे संविधान पूर्ण झाले तेव्हा डॉ. बाबासाहेब आंबेडकर अतिशय आनंदित झाले कारण त्यांनी राजकीय लोकशाहीची दिलेली खात्री पूर्ण झाली. यात एक व्यक्ती एक मत हे तत्त्व सामावलेले आहे; परंतु लगेच पुढे ते असे म्हणतात की, सामाजिक, आर्थिक आणि सांस्कृतिक स्वातंत्र्याशिवाय राजकीय समानतेला काहीच अर्थ नाही. गेल्या सुमारे ६५ वर्षांच्या लोकशाहीचा जो अनुभव

आपण घेतला त्यावरून स्वातंत्र्यानंतरच्या या काळात समानता प्रस्थापित करण्यात आपण अपयशी ठरलो. सामाजिक, आर्थिक, राजकीय आणि सांस्कृतिक संरचना व त्या सर्वांच्या विकासाचा एकत्र अनुबंध हा सबलांना अधिक सबळ करणारा आणि दुर्बलांना सत्ताहीन करणारा ठरला आहे.

डॉ. पी. डी. माथुर (Dr. P. D. Mathur) असे प्रतिपादन करतात की, अनुसूचित जाती किंवा अनुसूचित जमाती यांमध्ये समाविष्ट नसलेल्या व्यक्तींनी जर खाली नमूद केलेल्या कृती केल्या तर त्या अनुसूचित जाती व अनुसूचित जमाती (छळवणूक प्रतिबंधक) अधिनियम, १९८९ नुसार गुन्हा व या कायद्यानुसार संबंधितांवर कारवाई होईल. या कृती खालीलप्रमाणे-

○ अनुसूचित जाती व अनुसूचित जमातीतील व्यक्तींना अखाद्य (नासलेले, कुजलेले, आंबलेले पदार्थ) किंवा अपायकारक खाद्यपदार्थ बळजबरीने खाऊ घालणारे वर्तन.

○ मानवी विष्ठा, कचरा, जनावरांची प्रेते, आणि अपायकारक पदार्थ अनुसूचित जाती व अनुसूचित जमातीच्या लोकांच्या घरांच्या परिसरात किंवा शेजारच्या परिसरात टाकून त्यांचा अपमान वा बेअब्रू होईल, असे कोणतेही वर्तन.

○ अनुसूचित जातीतील व जमातीतील व्यक्तींच्या अंगावरचे कपडे बळजबरीने उतरवून त्यांना नग्न करणे व त्या अवस्थेत त्यांची धिंड काढणे किंवा त्यांच्या चेहऱ्याला किंवा शरीराच्या कोणत्याही अवयवाला रंग फासून त्यांची बेअब्रू होईल असे वर्तन.

○ अनुसूचित जाती व जमातीच्या व्यक्तीच्या स्वत:च्या मालकीच्या शेतजमिनीचा बळजबरीने ताबा घेणे किंवा त्यांच्या मालकीच्या जमिनीत बळजबरीने घुसून शेतजमीन नांगरणे इत्यादी क्रिया किंवा वर्तन.

○ अनुसूचित जाती व अनुसूचित जमाती यांना सरकारने दिलेल्या जमिनी बेकायदेशीरपणे दुसऱ्याच कोणाच्या नावावर हस्तांतरित करण्याचे कृत्य.

○ अनुसूचित जाती व अनुसूचित जमाती यांच्या ताब्यातील जमिनीवरून त्यांची बेकायदेशीर मार्गाने हकालपट्टी करण्याचे वर्तन.

○ अनुसूचित जाती व जमातीतील व्यक्तीला जबरदस्तीने भिकारी बनण्यास (गुलाम बनण्यास) भाग पाडणे किंवा त्यांना जबरदस्तीने वेठबिगार बनण्यास भाग पाडणे (जरी या दोन्हींना कायद्याने बंदी आहे).

○ अनुसूचित जाती व अनुसूचित जमाती यांतील व्यक्तीला निवडणूक काळात मतदान करण्यास प्रतिबंध करणे किंवा तिला विशिष्ट उमेदवारालाच मतदान

करण्यासाठी दमदाटी करणे किंवा बेकायदेशीर मार्गाने मतदान करण्याची जबरदस्ती करणे.

○ अनुसूचित जातीतील व जमातीतील व्यक्तीविरुद्ध खोटी फिर्याद किंवा खोटा फौजदारी गुन्हा दाखल करणे.

○ सरकारी नोकरांना चुकीची माहिती देऊन त्यांना, अनुसूचित जाती व जमातीतील लोकांना दुखापत होईल किंवा त्यांचे नुकसान अथवा छळ होईल, असे वर्तन करण्यास प्रवृत्त करणे.

○ अनुसूचित जातीतील व जमातीतील व्यक्तींचा अपमान होईल, त्यांना दहशत वाटेल असे वर्तन, त्यांची मानखंडना करण्याच्या उद्देशाने करणे.

○ अनुसूचित जातीतील व जमातीतील स्त्रियांना फसवणूक किंवा विनयभंगाच्या द्वारे त्यांची मर्यादा किंवा त्यांनी विनम्रता यांना ठेच पोहोचविणे.

○ अनुसूचित जातीतील व जमातीतील ज्या स्त्रिया पोलिसांच्या ताब्यात किंवा तुरुंगात असताना अधिकाराचा गैरवापर करून त्यांचे लैंगिक शोषण करणे.

○ अनुसूचित जातीतील व जमातीतील लोक वापरत असलेल्या पाणवठ्याच्या जागा विहिरी, झरे, हौद व तलाव इ. मध्ये घाण टाकून ते पाणी पिण्यास अयोग्य बनविणे.

○ अनुसूचित जातीतील व जमातीतील व्यक्तीला सार्वजनिक जागा वापरण्याचा पारंपरिक किंवा रूढीत्मक हक्क जाणीवपूर्वक नाकारणे.

○ अनुसूचित जातीतील व अनुसूचित जमातीतील व्यक्तीला तिचे राहते घर व तिचे गाव सोडण्यास जबरदस्तीने भाग पाडणे.

वरीलपैकी गुन्हे करणाऱ्या व्यक्तींना गुन्हा सिद्ध झाला तर कमीतकमी ६ महिन्याची व जास्तीतजास्त ५ वर्षांची तुरुंगवासाची व योग्य त्या दंडाची शिक्षा होऊ शकते. अनुसूचित जाती व अनुसूचित जमाती (छळवणूक प्रतिबंधक) अधिनियम १९८९ अस्तित्वात आहे, पण त्याची अंमलबजावणी मात्र प्रामाणिकपणे होताना दिसत नाही.

अनुसूचित जमातीतील किंवा आदिवासी जमातीतील लोक आजही मुख्य प्रवाहापासून दूर आहेत. त्यांच्या जीवनावश्यक नैसर्गिक संसाधनांवर सरकारी वा अन्य ठेकेदारांनी ताबा मिळवून त्यांना निर्वासित करताना त्यांचे मानवी हक्क पायदळी तुडवले आहेत. सरकारने विकासाच्या नावाखाली त्यांच्या जागा, जमिनी जबरदस्तीने ताब्यात घेतल्या आणि या जबरदस्तीला जर त्यांनी विरोध केला तर त्यांच्यावर

राष्ट्रद्रोहाचा शिक्का मारला जातो. नर्मदा धरण प्रकल्पामुळे नर्मदा खोऱ्यातील सुमारे १० लाख आदिवासींना त्यांच्या गावांतून विस्थापित व्हावे लागले. झारखंड प्रांतातदेखील आदिवासी त्यांच्या स्वायत्ततेसाठी संघर्ष करीत आहेत. प्रादेशिक एकात्मता आणि स्वायत्तता हे आदिवासींचे हक्क असूनही ते त्यांना नाकारले जात आहेत. काही तज्ज्ञांच्या मते आदिवसींचे, ते ज्या प्रदेशात वास्तव्य करतात तेथून विस्थापन करणे हे आदिवासींच्या मूलभूत हक्कांचे उल्लंघन होय. हे उल्लंघन ज्यांनी संरक्षण करावयाचे त्या सरकारकडूनच केले जाते हे आदिवासींचे दुर्दैव होय. यावर भाष्य करताना वॉल्टर फर्नांडिस (Walter Fernandes) असे म्हणतात की, विपुल नैसर्गिक साधनसंपत्ती असलेल्या आदिवासी क्षेत्रातून त्यांची बळजबरीने हकालपट्टी करून त्यांना विविध कारणांनी विस्थापित करणे हा आदिवासी व त्यांचे नेते यांच्यासमोरचा मूलभूत प्रश्न आहे. एका खासगी संशोधनसंस्थेच्या अहवालानुसार १९५१ ते १९९० या सुमारे ४० वर्षांच्या कालखंडात कमीतकमी २१३ लाख आदिवासींवर विस्थापन करण्याची वेळ येऊन त्यांना त्यांच्या नैसर्गिक संसाधनांपासून वंचित करण्यात आले होते, हे सर्व विकासाच्या नावाखाली होते. एकाच्या विकासासाठी दुसऱ्यांना त्यांच्या संसाधनांपासून वंचित करणे हा कुठला न्याय? संविधानाच्या समान हक्कांचे हे सरळसरळ उल्लंघन असून ते सरकारी यंत्रणेतर्फे होते हे दुर्दैव आहे.

आदिवासींना त्यांच्या वस्तीस्थानावरून हुसकावून देणे ही क्रिया त्यांच्या मानवी हक्कांचा भंग करणारी आहे. एकीकडे त्यांचे प्रचंड आर्थिक शोषण होत आहे; तर दुसरीकडे त्यांच्या स्त्रियांचे लैंगिक शोषणदेखील बिगर आदिवासी पुरुषांकडून केले जाते. आदिवासींना आज सामाजिक, सांस्कृतिक, आर्थिक संकटांचा सामना करावा लागत आहे. म्हणून आदिवासींना राजकीय संरचनेत महत्त्वाचे स्थान मिळणे गरजेचे असून केवळ 'मतदान पतपेढी' (Vote Bank) म्हणून त्यांच्याकडे पाहता उपयोगी नाही. आदिवासी समाजाच्या अभ्यासाचे तज्ज्ञ व मानवशास्त्रज्ञ वॅटी लाँचर (Wati Longchar) असे म्हणतात की आदिवासींना पुढील तीन गोष्टींसाठी संघर्ष करावा लागतो– अ) स्वत:ची अस्मिता ब) न्याय क) राजकारणात सहभाग. लाँचर पुढे म्हणतात की, आदिवासींचा इतिहास म्हणजे पूर्ण दमनाचा, वंशहत्येचा, शोषणाचा, विभेदीकरणाचा, विस्थापनाचा आणि दूरीकरणाचा इतिहास होय. त्यांची पूर्वीपासूनच फसवणूक करण्यात आली, त्यांना अमानुष वागणूक देण्यात आली, त्यांच्याच जमिनीवर त्यांना वेठबिगार बनविण्यात आले. आर. जे. के. कूटूम (R. J. K. Kootoom) असे लिहितात की, अनेक आदिवासींना जगातून निरोप देण्यात आला. त्यांच्या संस्कृतीला

चिरडून टाकण्यात आले. उर्वरित आदिवासी जमाती एकतर नष्ट होण्याच्या मार्गावर आहेत किंवा त्यांच्यावर गुलामगिरी लादली जाते आहे. काही आदिवासींचे असे म्हणणे आहे की, त्यांचे मोठे भाऊ (म्हणजे तथाकथित सुशिक्षित समाज) आम्हाला त्यांचे हमाल बनवू इच्छितात व जर आम्ही त्यास नकार दिला तर ते आम्हाला नष्ट करण्याच्या योजना आखतात. मानवी हक्कांचे निर्दयी शोषण करून आमच्याच जमिनीपासून आम्हास दूर करतात, आमची वांशिक अस्मिता दाबून टाकतात, आणि आमची संस्कृती, आमच्या परंपरा याची सतत मानहानी करतात.

जगन्नाथ पथी (Jagannath Pathy) यांच्या मते, मानवी हक्कांचे उल्लंघन करणे हे आदिवासींच्या संदर्भात सहज शक्य आहे. याशिवाय त्यांना शारीरिक हल्ल्यांचे बळी बनविणे, त्यांचा छळ करणे, त्यांच्यावर पाशवी दडपण आणणे आणि त्यांना हिन वागणूक देणे, असे अनेक अत्याचार आदिवासींवर केले जातात. जे मानवी हक्कांना पायदळी तुडवतात. जगनाथ पथी असे प्रतिपादन करतात की आदिवासींना प्राचीन, गुलाम, असंस्कृत म्हणून संबोधले जाते व त्यांच्या मानवी हक्कांच्या संदर्भात प्रश्न निर्माण केले जातात. 'स्वदेशी लोकांचा कार्यात्मक गट' (The Working Group on Indigenous People - WIGIP) याची स्थापना करून त्यांनी संयुक्त राष्ट्रसंघाकडे असा ठराव पाठविला की संयुक्त राष्ट्रसंघाने स्वदेशी लोकांच्या हक्कांसंबंधी एक जाहीरनामा तयार करावा. त्यानुसार १९८८ साली पहिला मसुदा तयार झाला व त्यामध्ये असे म्हटले गेले की, स्वदेशी समाज, संस्कृती आणि परंपरा यांना लोकविकास आणि बहुसमावेशक सहभागित्व यांद्वारे प्रोत्साहन देऊन त्यांचे अदेय हक्क मान्य करून त्यांना त्यांच्या स्वत:च्या विकासासंबंधीचा निर्णय घेऊ द्यावा.

आदिवासींनी त्यांच्या जमीन हक्कांची मागणी केली. त्याचप्रमाणे त्यांनी स्वायत्तता, समता यांचीही मागणी करताना जगातील नैसर्गिक संसाधनांवर त्यांचा हक्क मान्य करावा असे सामूहिकपणे सांगितले. सी. आर. बिजय (C. R. Bijay) यांनी या संदर्भात केलेल्या संशोधनातून आदिवासींच्या या मागण्या पुढे आल्या आहेत. बसू मलिक (Basu Mullick) या संदर्भात झारखंड प्रांतातील आदिवासींच्या अभ्यासाच्या माध्यमातून अशी मागणी करतात की स्व-निर्धारणाचा त्यांचा हक्क त्यांना परत मिळाला पाहिजे. मलिक असे निदर्शनास आणून देतात की उत्पादनसाधनांवरचा सामुदायिक हक्क आदिवासींना सोडावा लागला आहे. तसेच सामूहिक नेतृत्व, निर्णयप्रक्रियेतील मतैक्याचे तत्त्व, स्त्री-पुरुषांना समान दर्जा इत्यादींची पुनर्स्थापना करण्याची विनंती मलिक यांनी प्रांतिक (झारखंड) सरकारला केली होती.

केरळ प्रांतातील आदिवासींचा जमिनीसाठीचा लढा हा एक ऐतिहासिक लढा

आहे, असे तज्ज्ञ व अभ्यासक मानतात. केरळमध्ये आदिवासींची लोकसंख्या २००१ च्या जनगणना अहवालानुसार सुमारे ३ लाख ६४ हजार एवढी असून ती एकूण लोकसंख्येत १.१४ टक्के एवढी आहे. केरळ अनुसूचित जमाती (जमिनीच्या हस्तांतरणावर निर्बंध आणि जमिनीची पुनर्स्थापना) अधिनियम, १९७५ अंतर्गत अधिनियम ३१ ची रचना करून त्यात ९ वी अनुसूची समाविष्ट करून त्यानुसार या कायद्याला न्यायालयात आव्हान देता येणार नाही याची केरळ सरकारतर्फे तरतूद केली गेली होती. प्रत्यक्ष हा अधिनियम १९८६ साली मंजूर करण्यात आला. या अधिनियमानुसार १९६० ते १९८२ या कालखंडात झालेले आदिवासींच्या जमिनीसंबंधीचे सर्व व्यवहार रद्द करण्यात येऊन मूळ आदिवासी मालकाला योग्य त्या नुकसानभरपाईसहित जमिनी परत करण्याचे आदेश केरळ सरकारने काढले. नुकसानभरपाईची रक्कम संबंधित अधिकारी ठरवतील व या रकमेचा वापर हा जमीनसुधार कार्यक्रमासाठी केला जाईल, असेही त्या आदेशात नमूद केले गेले. केरळ सरकार आदिवासींच्या फायद्यासाठी त्यांना कर्ज देईल व त्याची परतफेड त्यांनी २० वर्षांत करावी, यासंबंधीही आदेशात मांडण्यात आले. तसेच या अधिनियमानुसार १९८२ पासून आदिवासींच्या जमिनी बिगर-आदिवासींना, सरकारच्या परवानगीशिवाय हस्तांतरित करता येणार नाहीत, असाही उल्लेख कायद्यात केला गेला. केरळ सरकारने आदिवासींच्या जमिनीवरचे व अन्य हक्कांचे संरक्षण करणारे स्वतंत्र कायदे केले असले तरी त्याचा प्रत्यक्ष फायदा किती आदिवासींना झाला याचेही अध्ययन होण्याची गरज आहे.

अल्पसंख्याकांचे अधिकार किंवा हक्क (Right to Minorities)

भारतात दोन प्रकारच्या अल्पसंख्याकांचा उल्लेख केला जातो. एक म्हणजे भाषिक अल्पसंख्याक (Linguistic Minorities) व दुसरा म्हणजे धार्मिक अल्पसंख्याक (Religious Minorities).

भारतीय राज्यघटनेने सर्व भारतीय नागरिकांना समान हक्कांची खात्री प्रदान केली आहे. घटनेतील कलम १५ नुसार धर्म, वंश आणि जात यांवर आधारित विभेदीकरण नाकारले आहे. सर्व अल्पसंख्याकांना (ख्रिश्चन, मुस्लिम, पारशी, सीख, बौद्ध) स्वातंत्र्याचा हक्क, धार्मिक व्यवसाय, धार्मिक प्रथा व धर्मप्रसाराचा हक्क भारतीय घटनेने प्रदान केला आहे. धार्मिक आणि भाषिक अल्पसंख्याकांना त्यांच्या इच्छेनुसार शैक्षणिक संस्था स्थापन करण्याचा व प्रशासित करण्याचा हक्कही संविधानाने दिला आहे. अल्पसंख्याकांनी शैक्षणिक संस्था स्थापन केल्या तर त्या द्वारे ते त्यांचा धर्म, त्यांची भाषा, त्यांची संस्कृती यांचे संवर्धन व संरक्षण करू शकतील, असा हेतू

यामागे आहे. त्याचप्रमाणे या शाळा विद्यार्थ्यांना त्यांच्या मातृभाषेतूनही शिक्षण देऊ शकतील. भारतीय राज्यघटनेच्या कलम ३० (२) अनुसार संघराज्याने शिक्षणसंस्थांना अनुदान देताना अल्पसंख्याक व बहुसंख्याक असा भेद न करता सर्वांना समान तत्त्वानुसार अनुदान प्रदान करावे, असे म्हटले आहे. भारतीय राज्यघटनेने सर्व अल्पसंख्याकांचे हक्क, त्यांची भाषा, लिपी व संस्कृती यांच्या संरक्षणाची खात्री दिली आहे.

अल्पसंख्याकांच्या सर्व प्रकारच्या हक्कांचे जतन व्हावे म्हणून भारत सरकारने २ जानेवारी १९७८ रोजी अल्पसंख्य आयोगाची स्थापना केली. त्यानुसार भारतातील अनेक संघराज्यांनी त्यांच्या त्यांच्या राज्यात अल्पसंख्य आयोगांची स्थापना केली.

काही तज्ज्ञांच्या मते, भारताच्या संदर्भात बोलावयाचे झाल्यास धार्मिक अल्पसंख्याकांना गंभीर संघर्षाला सामोरे जावे लागते आहे. हिंदुत्वाची विचारप्रणाली ही बळकट बनत असून ती धर्माच्या नावाखाली धार्मिक अल्पसंख्याकांच्या भावना दडपून टाकत आहे. भारतीय राज्यघटनेने ख्रिश्चन आणि मुस्लिम धर्मीयांच्या हक्कांच्या सुरक्षिततेची खात्री दिली असली तरी धार्मिक मूलतत्त्ववादी शक्ती धर्मनिरपेक्ष शक्तींपुढे हतबल झाल्या आहेत. तज्ज्ञांच्या मते, हिंदू धर्मातील मूलतत्त्ववादी शक्ती राष्ट्रीय स्वयंसेवक संघाचा कार्यक्रम अल्पसंख्याकांवर लादून प्रामुख्याने (ख्रिश्चन आणि मुस्लिम) या देशाच्या धर्मनिरपेक्ष तत्त्वावर घाला घालत आहेत. हे विचार रेव्ह. एम. स्टिफेन यांनी 'मानवी हक्क : संकल्पना आणि दृष्टिकोन' (Human Rights : Concepts and Perspectives) या पुस्तकात प्रतिपादन केले आहेत. याच पुस्तकात ते पुढे म्हणतात की, भारतातल्या विविध प्रांतांत हिंदू मूलतत्त्ववाद्यांकडून ख्रिश्चन आणि मुस्लिम अल्पसंख्याकांचा छळ होतो. भारतात अन्य धर्म किंवा विचारप्रणालींच्या अनुयायांना त्यांच्या धर्म वा विचारप्रणाली यावर श्रद्धा ठेवण्याचा जो हक्क आहे त्या संबंधात हिंदू मूलतत्त्ववाद्यांनी प्रश्नचिन्ह निर्माण केले असून त्यामुळे हिंदूशिवाय इतर धर्मीयांचे हक्क डावलले जातात. हिंदू धार्मिकतावादी लोकांचा एकच उद्देश आहे तो म्हणजे भारतीय (किंवा हिंदू) समाजाचे आर्यनीकरण आणि भगवीकरण (Aryanization and Saffronization) करणे होय. हिंदू धार्मिकतावादी असा दावा करतात की, हिंदू संस्कृती आणि हिंदू धर्म यांचे ते रक्षक आहेत. त्यांचा असा विश्वास आहे की, भारतीय संस्कृती म्हणजे आर्यांची संस्कृती आहे. स्वत:च्या धर्माचा प्रचार करण्याच्या हक्काला व धर्मस्वातंत्र्याच्या हक्काला आज आव्हान दिले जात आहे. हे हिंदू मूलतत्त्ववादी भारताच्या धर्मनिरपेक्षतेच्या तत्त्वालाही आव्हान देत आहेत. भारत हे बहुधर्मवादी असण्यापेक्षा एक धर्मवादी (म्हणजे हिंदुत्ववादी) राष्ट्र असावे असा त्यांचा प्रयत्न आहे.

धर्मानुसार भारतीय लोकसंख्येचे विभाजन

अ.क्र.	धर्माचे नाव	जनगणनेनुसार प्रत्येक धर्माचे शेकडा प्रमाण			
		१९७१	१९८१	१९९१	२००१
१)	हिंदू	८२.७	८२.६	८२.४१	८०.४४
२)	मुस्लिम	११.२	११.४	११.६७	१३.४२
३)	ख्रिश्चन	२.६	२.४	२.३२	२.३३
४)	शीख	१.९	२.०	१.९९	१.८४
५)	बौद्ध	०.७	०.७	०.७७	०.६८
६)	जैन	०.५	०.५	०.४१	०.३८
७)	इतर	०.४	०.४	०.४३	०.६५

भारतात हिंदू बहुसंख्येने आहेत हे सत्य, पण प्रत्येक हिंदू हा हिंदुत्ववादीच असतो हे गृहीत मात्र एकदम चुकीचे. अगदी आकडेवारीच सांगावयाची झाल्यास केवळ ५ ते ७ टक्के हिंदूच केवळ हिंदुत्ववादी असतील. बाकी हिंदू हे धर्माने हिंदू असून हिंदुत्ववादी नाहीत. हिंदूतील बौद्ध, अस्पृश्य, मागासवर्गीय, आदिवासी हिंदू असले तरी हिंदुत्ववादी नाहीत ही वास्तवता रेव्ह. एम. स्टिफेन यांनी लक्षात घेतली नाही. रेव्ह. एम. स्टिफेन म्हणतात तसे आर. एस. एस. (राष्ट्रीय स्वयंसेवक संघ) चा प्रभाव मर्यादित असून भा.ज.प. वगळता इतर राजकीय पक्षांचा विरोधच या संघटनेला आहे. अल्पसंख्याकांच्या हक्कांचा विचार होणे हे जसे महत्त्वाचे आहे, त्यांच्या हक्कांचे जतन होणे हे जसे गरजेचे आहे; त्याचप्रमाणे बहुसंख्याकांच्या हक्कांचेपण संरक्षण व जतन तितकेच गरजेचे आहे. मी स्वत: हिंदू धर्माचा अनुयायी असून हिंदुत्ववादी नाही. हिंदू धर्माच्या अनुयायांत इतर धर्मीयांसारखी अस्मिता तर नाहीच; पण तो धर्म अनेक जातींत, पंथांत विभागला गेला असून प्रत्येक जातीचे व पंथाचे संबंध विळ्या-भोपळ्यासारखे आहेत. जर भारतात हिंदुत्वाचा प्रभाव मोठा असता तर भारत कधीच हिंदू राष्ट्र झाले असते; पण तसे झाले नाही व होणे नाही. तेव्हा रेव्ह. स्टिफेन्स यांचे हिंदू धर्मासंबंधी वा हिंदुत्वासंबंधी जे भाष्य आहे ते पूर्वग्रहदूषित असे आहे. स्टिफेन यांना हेही माहिती असेल की भारतात बळजबरीने धर्मांतरे कोणी केलीत? रेव्ह. स्टिफेन यांनी त्यांच्या याच पुस्तकात 'दलित ख्रिश्चनांचा' उल्लेख केला आहे. ख्रिस्ती धर्मात जाती नाहीत, अस्पृश्य नाहीत, ज्या अस्पृश्यांना त्यांनी ख्रिस्ती धर्माचा स्वीकार करावयास लावला, त्यांना त्यांनी का नाही ख्रिस्ती

धर्माच्या मूळ प्रवाहात सामील करून घेतले. का ते दलितच राहिले? इत्यादी प्रश्नांची उत्तरे त्यांनी अनुत्तरितच ठेवलीत. स्वातंत्र्यानंतर व भारताची फाळणी झाल्यानंतर सुरुवातीच्या काही काळात हिंदू-मुसलमान यांत दंगली झाल्यात हे सत्य नाकारता येत नाही; पण कालांतराने दोन्ही धर्मांच्या अनुयायांना यातील फोलपणा पटला व गेल्या काही वर्षांत त्यांचे प्रमाण खूपच कमी झाले आहे. अगदी अयोध्येतील बाबरी मस्जिद प्रसंगातही काही अपवादात्मक प्रसंग वगळल्यास हिंदू-मुसलमान यांच्यात दंगली उसळल्या नाहीत. हिंदू-ख्रिश्चन धर्मीयांत तर अपवादानेच आढळतात. पाकिस्तान, इस्राईल, आखाती राष्ट्रे यांच्या तुलनेने भारतात धार्मिक समानता व धर्मनिरपेक्षता ही तत्त्वे अधिक काटेकोरपणे पाळली जातात. भारतात ख्रिस्ती मिशन शिक्षणसंस्था, मदरसा या अल्पसंख्याकांच्या संस्था सुखेनैव चालतात ही वास्तवता नाकारता येत नाही.

राष्ट्रीय अल्पसंख्याक आयोग (National Commission for Minorities)

तसे पाहता 'अल्पसंख्याक' ही संकल्पना सापेक्ष आहे. स्थळ, काळ, परिस्थितीनुरूप अल्पसंख्याक गटांचे स्वरूप वेगवेगळे असते. नागरी आणि राजकीय हक्कांच्या आंतरराष्ट्रीय कराराच्या कलम २७ नुसार फक्त तीन प्रकारच्या अल्पसंख्याक गटांचा उल्लेख जागतिक पातळीवर करण्यात आला आहे.

अ) वांशिक अल्पसंख्याक (Ethnic Minorities)

ब) धार्मिक अल्पसंख्याक (Religious Minorities)

क) भाषिक अल्पसंख्याक (Linguistic Minorities)

या करारानुसार अल्पसंख्याकांचे हे तीन गट जागतिक पातळीवर अस्तित्वात असले तरी राष्ट्रीय पातळीवर मात्र अल्पसंख्याकांचे तीन पेक्षा जास्त गट पडू शकतात. युरोप परिषदेच्या संसदीय विधिमंडळाने (Parliamentary Assembly of the Council of Europe) राष्ट्रीय अल्पसंख्याकांचे पुढील पाच गटांत विभाजन केले होते.

राष्ट्रीय अल्पसंख्य गटात त्या त्या राज्यातील व्यक्तींच्या खालील गटांचा समावेश होतो-

१) राज्याच्या भूभागावर राहणारे आणि त्या राज्याचे नागरिकत्व स्वीकारलेले परदेशीय राज्याचे लोक वा नागरिक. उदा. अमेरिकेत वा इंग्लंडमध्ये कायमचे स्थायिक होऊन त्या देशाचे नागरिकत्व स्वीकारलेले भारतीय.

२) परकीय राज्यात प्रदीर्घ काळापासून चालत आलेला व्यवसाय, कारखाना व त्या राज्याशी संबंध प्रस्थापित केलेले परकीय नागरिक.

३) स्वतःचे वेगळे वांशिक, सांस्कृतिक, धार्मिक आणि भाषिक गुणवैशिष्ट्ये परक्या देशात टिकवून ठेवणारा लोकांचा गट.

४) राज्यांच्या किंवा प्रांतांच्या एकूण लोकसंख्येत स्वतःचे वेगळेपण टिकविणाऱ्या लोकांचा प्रातिनिधिक गट.

५) परक्या देशात आपली स्वतःची वेगळी अस्मिता जतन करणाऱ्या, स्वतःची संस्कृती, परंपरा, भाषा आणि धर्म जपणाऱ्या लोकांचा गट.

या सर्व चर्चेचा मथितार्थ असा की, परक्या देशात आपले, आपल्या गटाचे विविध प्रकारचे वेगळेपण टिकविणारे गट हे 'अल्पसंख्य गट' या संज्ञेला पात्र ठरतात व त्या देशात या परकीय नागरिकांच्या विविध हक्कांचे जतन करणे त्या त्या राष्ट्रांची जबाबदारी मानली जाते व त्यासाठी संयुक्त राष्ट्राच्या सभासद राष्ट्रांनी त्यांच्या राज्यातील अल्पसंख्य नागरिकांच्या हक्कांचे जतन होते की नाही यावर लक्ष ठेवण्यासाठी 'अल्पसंख्य आयोगाची स्थापना' करण्याचा सल्ला संयुक्त राष्ट्राने दिला होता.

● राष्ट्रीय अल्पसंख्याक आयोग : भारतीय स्वरूप
(National Commission for Minorities : Indian Nature)

मागील प्रकरण तीनमध्ये सांस्कृतिक व शैक्षणिक स्वातंत्र्याचा हक्क या अंतर्गत अनुच्छेद २९ ते ३१ अनुसार अल्पसंख्य गटाच्या संदर्भात संविधानाने केलेल्या तरतुदींचा आढावा घेतला आहे; परंतु घटनेच्या अनुच्छेद ३३८ नुसार अनुसूचित जाती राष्ट्रीय आयोग स्थापन करण्याची; तसेच अनुच्छेद ३३८ (क) नुसार अनुसूचित जनजाती आयोग स्थापन करण्याची जशी तरतूद आहे तशी तरतूद घटनेत अल्पसंख्याक आयोग स्थापन करण्याच्या संदर्भात नाही. असे असले तरी अल्पसंख्याकांच्या हक्कांच्या घटनेतील तरतुदींची अंमलबजावणी योग्य प्रकारे होते की यावर देखरेख ठेवण्यासाठी एखादा आयोग नेमावा अशी मागणी भारतातील अल्पसंख्याक जनतेकडून सातत्याने होती. या मागणीचा दबाव सातत्याने वाढत असल्याने भारत सरकारने 'मागासवर्गीयांसाठीच्या राष्ट्रीय आयोगा'ची (National Commission for Minorities) स्थापना करण्याचा निर्णय घेतला. या निर्णयानुसार भारतातील अल्पसंख्याक जनतेला तिच्या हक्कांचे संरक्षण, पालन योग्य प्रकारे होते की नाही यावर लक्ष ठेवण्यासाठी भारत सरकारने १९७८ साली अल्पसंख्याकांसाठी एक स्वतंत्र आयोग राष्ट्रीय पातळीवर स्थापन करण्याचा आदेश काढला. हा आयोग 'राष्ट्रीय मागासवर्गीय आयोग' या पदाने ओळखला जाईल; परंतु या आयोगाला वैधानिक दर्जा मात्र १९९२ साली म्हणजे तब्बल १४ वर्षांनी प्रदान करण्यात आला.

• अल्पसंख्याकांसाठीच्या राष्ट्रीय आयोगाची कार्ये

(Functions of National Commission for Minorities)

अ) अन्य आयोगाप्रमाणे या आयोगाने प्रामुख्याने संविधानात्मक आणि वैधानिक सुरक्षा यांच्यावर देखरेख ठेवताना त्यासंबंधीच्या तरतुदींचे योग्य पालन होते की नाही हे पाहावे. तसे होत नसल्यास त्यासंबंधी वार्षिक अहवाल व शिफारशी सरकारला सादर कराव्यात.

ब) अल्पसंख्याकांच्या अहवालाचे मूल्यमापन करणे.

क) अल्पसंख्याकांच्या हक्कांचे उल्लंघन झाले आहे अशा विशिष्ट स्वरूपाच्या तक्रारी आल्यास त्यांचा तपास आयोगाने करावा यासाठी या आयोगाला दिवाणी न्यायाधीशाच्या समकक्ष अधिकार प्रदान करण्यात आले आहेत.

१९९३ साली 'राष्ट्रीय मानवी हक्क आयोगा'ची स्थापना झाल्यानंतर, आपोआपच अल्पसंख्याकांच्या राष्ट्रीय आयोगाच्या अधिकाराला मर्यादा पडल्यात. कारण अल्पसंख्याक, मागासवर्गीय, अनुसूचित जाती व जमाती यासंबंधीच्या आयोगाला काही मर्यादा पडल्यात. कारण 'राष्ट्रीय मानवी हक्क आयोगा'च्या कार्यकक्षेत सर्व प्रकारच्या मानवी हक्कभंग प्रकरणांचा तपास करण्याची क्रिया अंतर्भूत आहे. त्यामुळे मागासवर्गीयांसाठीच्या राष्ट्रीय आयोगाचे महत्त्व कमी झाल्याचे काही तज्ज्ञ मानतात.

अल्पसंख्याकांसाठीच्या राष्ट्रीय आयोगाच्या कार्यक्षमतेबद्दल शंका घेतली जाते. या आयोगाने दरवर्षी संयुक्त राष्ट्रसंघाला कार्याचा वार्षिक अहवाल सादर करावयाचा असतो. हा अहवाल अत्यंत उशिरा पाठविल्याचे तज्ज्ञांच्या निरीक्षणास आले. याबाबतच्या नोंदी खालीलप्रमाणे-

- १९८० च्या अखेरीस पाठवावयाचा अल्पसंख्याकांसंबंधीचा पहिला अहवाल तब्बल तीन वर्षे उशिरा म्हणजे जुलै १९८३ रोजी पाठविण्यात आला.
- अल्पसंख्याक आयोगाने पाठवावयाचा दुसरा अहवाल हा १९८५ च्या अखेरीस पाठविणे अपेक्षित होते. प्रत्यक्षात मात्र हा अहवाल आयोगाने १२ जुलै १९८९ रोजी म्हणजे तब्बल ४ वर्षे उशिरा पाठविला होता.
- अल्पसंख्याक आयोगाने पाठवावयाचा तिसरा अहवाल ३१ मार्च १९९२ रोजी पाठविणे अपेक्षित होते; परंतु प्रत्यक्षात हा अहवाल २९ नोव्हेंबर १९९५ रोजी पाठविण्यात आला.
- अल्पसंख्याक आयोगाने पाठवावयाचा चौथा अहवाल ३१ मार्च २००१ ला पाठविणे अपेक्षित होते; पण प्रत्यक्षात २००३ च्या अखेरीपर्यंत हा अहवाल पाठविण्यातच आला नव्हता.

यावरून या आयोगाचा कारभार कसा ढिला होता हे तुमच्या लक्षात येईल.

अनुसूचित जाती व अनुसूचित जमातीचा राष्ट्रीय आयोग

(National Commission for Scheduled Caste and Scheduled Tribe)

भारतीय संविधानाच्या ३३८ कलमानुसार भारतातील अनुसूचित जातींसाठी एक राष्ट्रीय आयोग असण्याची तर ३३८ (क) कलमानुसार अनुसूचित जनजातींसाठीही राष्ट्रीय आयोग असण्याची वा निर्माण करण्याची तरतूद करण्यात आली होती.

भारतीय संविधनकारांनी जरी अनुसूचित जाती व अनुसूचित जनजातींसाठी स्वतंत्र राष्ट्रीय आयोग स्थापन करण्याची तरतूद केली असली तरी भारतीय संसदेने मात्र या तरतुदींच्या नंतर सुमारे ४२ वर्षांनंतर म्हणजे १९९० साली 'अनुसूचित जाती व अनुसूचित जनजातींसाठी राष्ट्रीय आयोगाची (National Commission for Scheduled Castes and Scheduled Tribes) स्थापना केली होती.

या राष्ट्रीय आयोगाचा एक अध्यक्ष, एक उपाध्यक्ष आणि तीन सदस्य (सभासद) मिळून हा आयोग असेल. आयोगाच्या सर्व सभासदांच्या नेमणुका ज्याप्रमाणे राष्ट्रपतींच्या सही-शिक्क्याद्वारे काढलेल्या अध्यादेशाद्वारे केल्या जातील; त्याचप्रमाणे अध्यक्ष, उपाध्यक्ष व तीन सदस्य यांच्या सेवाशर्ती, पदाचा कालावधी हाही राष्ट्रपती त्यांच्या नियमाद्वारे निर्धारित करतील. आयोगाला त्यांच्या कार्यपद्धतीचे विनियमन किंवा निर्धारण करण्याचा अधिकार असेल.

- **अनुसूचित जाती व अनुसूचित जनजाती राष्ट्रीय आयोगाची कर्तव्ये**

  (Duties of National Commission for Scheduled Castes and Scheduled Tribes)

संविधानात नमूद केलेल्या तरतुदींनुसार या आयोगाने खालील कर्तव्यांचे पालन करावे अशी अपेक्षा आहे.

i) अनुसूचित जाती व अनुसूचित जमाती यांसाठी या संविधानाखाली किंवा त्या त्या काळी अमलात असलेल्या इतर कोणत्याही कायद्याखाली किंवा शासनाच्या कोणत्याही आदेशाखाली तरतूद करण्यात आलेल्या संरक्षक उपाययोजनेसंबंधीच्या सर्व बाबींचे अन्वेषण आणि नियंत्रण करणे व त्यांचे मूल्यमापन करणे आयोगाच्या कर्तव्यात येते.

ii) अनुसूचित जाती व अनुसूचित जमाती यांना त्यांच्या हक्कांपासून आणि संरक्षक उपाययोजनांपासून वंचित केल्यासंबंधींच्या तक्रारींची चौकशी करणे.

iii) अनुसूचित जाती व अनुसूचित जमाती यांच्या सामाजिक-आर्थिक

विकासाच्या नियोजन प्रक्रियेमध्ये सहभागी होणे व सल्ला देणे आणि राज्याच्या नियंत्रणाखालील त्यांच्या विकासाचे मूल्यमापन करणे.

iv) त्या संरक्षण उपाययोजनेच्या कार्यवाहीवरील अहवाल, दरवर्षी व आयोगाला योग्य वाटेल अशा वेळी राष्ट्रपतीला सादर करणे.

v) अशा प्रकारच्या अहवालामध्ये, राज्याने त्या संरक्षक उपाययोजनांची प्रभावी अशी अंमलबजावणी करण्याकरता योजावयाचे उपाय आणि अनुसूचित जाती व अनुसूचित जमाती यांचे संरक्षण, कल्याण, सामाजिक व आर्थिक विकास यांकरिता करावयाचे इतर उपाय याबाबत शिफारशी करणे.

vi) अनुसूचित जाती व अनुसूचित जमाती यांचे संरक्षण, कल्याण, विकास आणि अभिवृद्धी यासंबंधात संसदेने केलेल्या कोणत्याही कायद्याच्या तरतुदींना अधीन राहून, राष्ट्रपती नियमाद्वारे विनिर्दिष्ट करतील, अशी इतर कर्तव्ये पार पाडणे.

दिवाणी न्यायालयाचे अधिकार (Authority of Civil Court)

संविधानातील तरतुदींनुसार (खंरड ५, उपखंड क व ख) अनुसूचित जाती व अनुसूचित जमातीच्या या राष्ट्रीय आयोगाला दिवाणी न्यायालयाचे अधिकार प्रदान करण्यात आले असून त्यानुसार आयोग खालील बाबींची न्यायालयीन चौकशी करेल-

१) भारतातील कोणत्याही भागातील व्यक्तीला समन्स पाठवून बोलावणे व उपस्थित राहण्यास भाग पाडणे व तिची शपथेवर चौकशी करण्याचा अधिकार आयोगाला आहे.

२) कोणत्याही दस्तऐवजाचा शोध घेण्यास व तो सादर करण्यास भाग पाडणे.

३) शपथपत्रावर पुरावा स्वीकारणे.

४) कोणत्याही न्यायालयाकडून किंवा कार्यालयाकडून कोणत्याही सार्वजनिक अभिलेखाची किंवा त्यांच्या प्रतींची मागणी करणे.

५) साक्षीदार व दस्तऐवज यांची तपासणी करण्यासाठी आयोगपत्र (आयोगाचे आदेशपत्र) काढणे.

६) नियमाद्वारे राष्ट्रपती निश्चित करतील अशी इतर कोणतीही कार्ये आयोग पार पाडील.

काही कायदेतज्ज्ञांच्या मते, अनुसूचित जाती व अनुसूचित जमाती यांच्या विरुद्ध होणाऱ्या छळांची प्रकरणे हाताळण्यासाठी आयोगाला प्रदान करण्यात आलेले

अधिकार कमजोर किंवा दुर्बल असल्यामुळे अशी प्रकरणे हाताळण्यात आयोग असमर्थ ठरतो. अनुसूचित जाती व अनुसूचित जमाती यांच्या तक्रारींची दखल घेण्यासाठी व त्या तक्रारींचे निरसन करण्यासाठी आयोगाची स्थापना तर झाली, पण त्यांना न्याय मिळाला का याचे उत्तर मात्र नकारार्थींच येईल.

परिसर हक्क (The Eco Rights)

परिसरशास्त्राच्या (Ecology) दृष्टिकोनातूनही मानवी हक्कांचे महत्त्व नाकारता येत नाही. जगाच्या आणि विशेषत: भारताच्या परिसराचा विचार करता आपले पर्यावरण बदलत आहे व त्यातून अनेक प्रश्न निर्माण होत आहेत. पर्यावरणात्मक परिस्थितीचा विचार करता पाणी, जमीन आणि वायू प्रदूषणाचा प्रश्न अत्यंत गंभीर रूप धारण करीत आहे. या पर्यावरण प्रदूषणाचे प्रमुख कारण म्हणजे विज्ञान व तंत्रज्ञान यांचा अविचाराने केलेला वापर होय. वाढते औद्योगिकीकरण हे पर्यावरण प्रदूषणाचे महत्त्वाचे कारण होय. औद्योगिकीकरणातून आकाराला आलेला रासायनिक कचरा, रसायनयुक्त सांडपाणी आणि कारखाने व विविध वाहनांच्या धुरातून वातावरणात सोडले जाणारे कार्बो-फ्लूरो ऑक्साइड्स (Carbo-Fluro Oxides) आणि कार्बन मोनोक्साइड (Carbon Monoxide) हे विषारी वायू, वायू प्रदूषणास कारणीभूत ठरतात. सांडपाणी व विषारी द्रव्ये यांतून नद्या व समुद्र यांचे पाणी प्रदूषित होऊन मानवी जीवन व जलचर प्राण्यांचे जीवन धोक्यात येते. या प्रदूषणातून (जमीन, वायू, पाणी इत्यादी) मानवतेला, वनस्पती जगताला आणि प्राणी जगताला धोका निर्माण होऊन पर्यावरणात्मक किंवा परिसर सामाजिक नियमनांचे उल्लंघन देखील होते. पर्यावरण प्रदूषणामुळे मानवी जीवनावर तसेच वनस्पती व प्राणी जीवनावर जो घाला घातला जातो तो त्यांच्या 'जीवन जगण्याच्या हक्कांचे' सरळ सरळ उल्लंघन होय.

अविचारी विकास हा संसाधनांच्या नाशाला एकीकडे कारणीभूत ठरतो तर दुसरीकडे मानवी जीवनाला धोका निर्माण करतो. काही तज्ज्ञांच्या मते, विकासाच्या नावाखाली दलितांचे व आदिवासींचे हक्क डावलले जातात. दलित आणि आदिवासींचा विचार करता जंगलतोडीमुळे एकीकडे पर्यावरणाचा समतोल बिघडतो तर दुसरीकडे मानवी हक्कांचे उल्लंघन होते. विनिन परेरा (Winin Pereira) हे त्यांच्या 'अमानवी हक्क' (Inhuman Rights) या पुस्तकात असे प्रतिपादन करतात की मानवी हक्कांच्या संरक्षणाचा विचार करता नैसर्गिक संसाधनांची उपलब्धता व स्वच्छ व शुद्ध (प्रदूषणविरहित) पर्यावरण आपोआप प्राप्त होणे हा प्रत्येकाचा नैसर्गिक हक्क आहे. जर आज अगोदरच जन्माला आलेले व यानंतर जन्माला येणारे यांना जन्मत: समान हक्क

प्रदान करण्यात आले असतील तर जगातील संसाधनांचा समान उपभोग घेण्याचा प्रत्येक मानवाला हक्क आहे. हे जरी खरे असले तरी संसाधनांचे असमान वाटप पर्यावरण हक्कांच्या उल्लंघनास कारणीभूत ठरते. परेरा पुढे म्हणतात की, कोणत्याही गोष्टीचा अति उपभोग (Hyper Consumption) हासुद्धा मानवी हक्कांचा भंग होय. जगातील एकूण लोकसंख्येतील छोटा वर्ग (उच्चभ्रू व श्रीमंत वर्ग) जेव्हा संसाधनांचा अतिवापर करतो तेव्हा नकळतच तो बहुसंख्याकांना (मध्यम व गरीब वर्ग) त्यांच्या हक्कांपासून वंचित करतो.

पर्यावरणवादी स्त्रीवादी अभ्यासक वंदना शिवा (Vandana Shiva) त्यांच्या 'मानवी चुका'[२] (Human Wrongs) या पुस्तकात असे मांडतात की, 'पाश्चिमात्य विज्ञान आणि तंत्रज्ञान यांचे पर्यावरणीय परिणाम म्हणजे मानवी हक्कांच्या संसाधनांच्या वापरासंबंधीच्या हक्कांचे उल्लंघन होय. बहुराष्ट्रीय उद्योगांनी तिसऱ्या जगातल्या शेतकऱ्यांच्या मानवी हक्कांचे उल्लंघन किंवा अपहरण केले आहे.' याबाबत त्या असे मत व्यक्त करतात की, तिसऱ्या जगातील संसाधनांचा, पाश्चिमात्य पद्धतीच्या तंत्रशास्त्रीय विकासामुळे होणारा विनाश पर्यावरण धोक्यात आणतो आहे व मानवी हक्कांचेही उल्लंघन करतो आहे. नर्मदा खोऱ्यातील धरणविरोधी चळवळ असो, तेहरी धरण प्रकल्पविरोधी चळवळ असो, की कोळंबी माशांची शेती असो, खोल समुद्रात जाऊन मासेमारी करण्याची प्रथा असो की बियाणांसंबंधी सत्याग्रह असो, या सर्व चळवळी भारतीय शेतकरी, आदिवासी आणि मासेमारी व्यावसायिक या सर्वांनी त्यांच्या जमिनी, समुद्र, झाडे, बियाणे यांचे संरक्षण करण्यासाठी व त्यांच्या हक्कांचे जतन करण्यासाठी उभारल्या होत्या.

याशिवाय ग्रीनहाउस (Greenhouse) वायूचे परिणाम, आम्लपदार्थयुक्त पावसाचे (Acid Rain) परिणाम गंभीर परिसरशास्त्रीय समस्या निर्माण करतात. पर्यावरणाला धोका निर्माण करणारा घटक म्हणजे अणुशक्ती होय. ए. पुष्पराजन (A. Pushparajan) असे म्हणतात की, जगात सर्वत्र गंभीर ऊर्जा समस्या निर्माण होण्याच्या संदर्भात काही पाश्चिमात्य राष्ट्रे असा दावा करतात की अणुंचे एकीकरण व विभाजन हे ऊर्जेच्या निर्मितीसाठी आवश्यक असून जीवन जगण्यासाठी त्याची गरज आहे. लोकांना याची जाणीव होणे गरजेचे आहे की अणुऊर्जा निर्मितिप्रक्रियेत अनेक अडचणी आहेत. यामध्ये सर्वात मोठी अडचण म्हणजे, क्ष-किरण विसर्जनातून निर्माण होणारा कचरा किंवा राख याचे काय करावयाचे ही होय. हा कचरा साठविण्यासाठी योग्य अशी उपाययोजना करणे आज तरी शक्य नाही. आज तज्ज्ञांना याची जाणीव झाली आहे की प्लुटोनियमच्या विभाजनातून निर्माण होणारा विषारी घटक हा, नागाच्या विषापेक्षा किंवा पोटॅशिअम साईअनाइड

(Potassium Cyanide - अत्यंत विषारी पांढऱ्या रंगाचा धातू) याच्यापेक्षा, २०,००० पट विषारी असतो व तो कर्करोगास कारणीभूत होतो. हे सर्व घटक या विश्वात अर्थपूर्ण जीवन जगण्याच्या मानवाच्या इच्छेचे व हक्कांचे उल्लंघन करतात.

आपण जेव्हा परिसरशास्त्रीय संघर्षाबद्दल बोलतो तेव्हा त्याच्या घातक परिणामांना अधिक तोंड द्यावे लागते ते स्त्रियांना. पाणीटंचाई, पाणीप्रदूषण, संसाधनांचा विनाश, जंगलतोड, विस्थापन अथवा स्थलांतर आणि स्त्रियांविरुद्ध होणारी हिंसा या आणि यासारख्या अनेक गोष्टींचा सामना स्त्रियांना करावा लागतो. यावर भाष्य करताना अरुणा गौनाडासन (Aruna Gaunadasan) असे म्हणतात की, जेव्हा स्वच्छ पाणी, इंधन आणि आरोग्यदायक स्वच्छ परिसर उपलब्ध नसतो तेव्हा त्याचा अधिक त्रास स्त्रियांना होतो. त्यांच्या मते, पर्यावरणाच्या हक्कांचे उल्लंघन म्हणजेच स्त्री हक्कांचे उल्लंघन होय. याबाबत पर्यावरणवादी स्त्रीवादींची भूमिका महत्त्वपूर्ण ठरलेली आहे. सुंदरलाल बहुगुणा यांनी प्रेरित केलेले 'चिपको आंदोलन' (Chipco Movement) हे हिमालयाच्या कुशीत वसलेल्या उत्तराखंड प्रांतातील आदिवासी स्त्रियांनी चालविलेले आंदोलन होते. परंतु या आंदोलनात स्त्रियांबरोबर मुले व पुरुषही सहभागी झाले होते. जंगलातील झाडांची ठेकेदारांकडून होणारी तोड रोखण्यासाठी आदिवासी स्त्रिया, पुरुष व मुले झाडाच्या खोडांना मिठ्या मारून ठेकेदारांना झाड तोडण्यापासून परावृत्त करत. डोंगरी विभागात खाण ठेकेदारांविरुद्धही आदिवासींनी आंदोलन केले होते.

भारतातील पर्यावरण संरक्षणविषयक कायदेशीर तरतुदी

भारतात पर्यावरणीय समस्यांना प्रतिबंध करण्यासाठी काही कायदेशीर तरतुदी करण्यात आल्या आहेत, त्या खालीलप्रमाणे–

i) जल (प्रदूषण व प्रतिबंध) कर अधिनियम, १९७७. (Water (Pollution & Prevention) Less Act, 1977).

ii) पर्यावरण (संरक्षण) अधिनियम, १९८६. (Environment (Protection) Act, 1986).

या कायद्यात पर्यावरण प्रदूषण या संकल्पनेची व्याख्या पुढील शब्दांत केली आहे– 'पर्यावरण प्रदूषण म्हणजे कोणताही घन, द्रव किंवा वायूमय पदार्थ की जो पर्यावरणाला धोका निर्माण करू शकतो.' पर्यावरण प्रदूषणाविषयी आणखी असे म्हणता येईल की यात अशा धोकादायक पदार्थांचा समावेश होतो जे मानवाला धोका निर्माण करतात, अन्य सजीवांना, वनस्पतींना, सूक्ष्म सेंद्रिय जीवांना, मालमत्तेला किंवा पर्यावरणाला धोका निर्माण करतात.

भारतीय दंडविधान अधिनियमातील भाग २६८ ते २९० कलमानुसार सार्वजनिक उपद्रव निर्माण करणाऱ्या वस्तू, ज्या वस्तू कोणत्याही कार्यक्रमाला धोका निर्माण करतात, हानी पोहचवितात, कार्यक्रमात अडथळा आणतात, सार्वजनिक अन्य कोणत्याही क्षेत्रात अतिधनवादी घटकाद्वारे पर्यावरणाला धोका निर्माण करणाऱ्या बाबींचा किंवा वस्तूंचा समावेश पर्यावरण प्रदूषणात होतो.

वरील तरतुदींशिवाय पर्यावरणाचे व पर्यायाने मानवी हक्कांचे संरक्षण करणारे विविध कायदे भारत सरकारने मंजूर केले असून ते पुढीलप्रमाणे-

- **वन्यजीव संरक्षण कायदा, १९७२ :** भारतातील विविध वन्यजीवांचे संरक्षण व्हावे म्हणून भारत सरकारने हा कायदा मंजूर केला. या कायद्यानुसार जंगलातील सर्व वन्यजीवांचे संरक्षण व संवर्धन व्हावे म्हणून वन्यप्राणी व पक्ष्यांच्या शिकारीवर, त्यांच्या व्यापारावर बंदी घालण्याची तरतूद या कायद्यात असून संकटग्रस्त प्राणिजाती व प्रजाती यांच्या संरक्षणासंबंधीची तरतूदही करण्यात आली आहे.

- **जल-प्रदूषण व नियंत्रण कायदा, १९७४ :** हा कायदा १९७४ साली मंजूर करण्यात आला. यासाठी मध्यवर्ती व राज्यस्तरीय जलप्रदूषण मंडळाची स्थापना करण्यात आली. या कायद्यांतर्गत जलप्रतिबंधक व जलप्रदूषण नियंत्रणासंबंधी सल्ला देण्यात येतो.

- **वन संवर्धन कायदा, १९८० :** भारतामध्ये वन संवर्धन कायदा १९८० साली मंजूर करण्यात आला. जंगलतोडीवर नियंत्रण, जंगलाचे संरक्षण व संवर्धन या संदर्भात हा कायदा आहे.

- **वायूप्रदूषण प्रतिबंधक आणि वायूनियंत्रण कायदा, १९८१ :** भारतात स्वातंत्र्योत्तर कालखंडात औद्योगिकीकरणाचा आणि नागरीकरणाचा वेग वाढल्यामुळे प्रदूषणविषयक समस्या निर्माण झाल्या. त्यामुळे १९८१ साली हवेचे प्रदूषण नियंत्रित करण्यासाठी व हवेची गुणवत्ता राखण्यासाठी हा कायदा सरकारने मंजूर केला.

- **पर्यावरण (संरक्षण) अधिनियम, १९८६ :** पर्यावरणाचे संरक्षण व संवर्धन करण्यासाठी सरकारने हा कायदा निर्मिला असून त्यामध्ये ज्या व्यक्ती पर्यावरण प्रदूषण करून पर्यावरणाला धोका निर्माण करतील त्यांना ७ वर्षे तुरुंगवासाची शिक्षा व १ लाख रुपये दंड भरावा लागेल, अशी तरतूद केली आहे.

केंद्र सरकारने आणि संघराज्य सरकारांनी वेळोवेळी पर्यावरणाचे संरक्षण व्हावे या उद्देशाने जवळपास २०० कायदे तयार केले आहेत; परंतु त्यांच्या अंमलबजावणीत ढिसाळपणा असल्याने पर्यावरणाचे संरक्षण करण्यात सरकारला म्हणावे तितके यश मिळाल्याचे दिसत नाही. चोरट्या पद्धतीने वाघ, मोर, इतर पक्षी, हरणे यांची शिकार होताना दिसते. वन्य प्राण्यांना संरक्षण देण्यात सरकारला येणाऱ्या अपयशाचे हे प्रतीक होय.

२००४ साली भारतातील नदी प्रदूषणाचा अभ्यास करणाऱ्या संशोधकांच्या पथकाने जो अहवाल प्रकाशित केला त्यामध्ये असे म्हटले गेले आहे की, भारतातील गंगा, यमुना, नर्मदा, गोदावरी, ब्रह्मपुत्रा याबरोबरच सुमारे ७२; नद्या तर महाराष्ट्रातील १६ नद्या प्रदूषणाने गुदमरल्या आहेत.

या सगळ्याचा मथितार्थ असा की पर्यावरण संरक्षणाचे हक्क व मानवाचा जीवन जगण्याचा हक्क हे परस्परांवर अवलंबून आहेत. या दोन्ही हक्कांचे रक्षण होणे आवश्यक आहे.

बालकांचे हक्क (Children's Rights)

प्रौढ व्यक्तीप्रमाणेच लहान मुलांना वा बालकांनाही जीवन जगण्याचा आणि त्यासंबंधी विविध हक्क प्राप्त होण्याचा अधिकार आहे. यावर चर्चा करण्यापूर्वी बालक कोण, हा प्रश्न महत्त्वाचा आहे.

बालक म्हणजे काय?

बालक म्हणजे काय? याविषयी तज्ज्ञ म्हणतात की, बालक म्हणजे शिशू (Infant), अज्ञानवयी (Minor), पौगंड (Adolescent) होय. अनेक समाजांत मूल किंवा बालक म्हणजे कुटुंबाची मालमत्ता होय असे समजले जाते. बालपणाच्या कालखंडात त्या बालकाचे कुटुंब असे मानते की त्याचे भरणपोषण करणे, त्याचे संगोपन करणे व त्याची काळजी घेणे, शिस्त लावणे, ही जबाबदारी आपल्यावर (म्हणजे) कुटुंबावर आहे. नंतर मात्र बालकाला त्याच्या विविध भूमिकांचे आकलन होते. यात शाळेत जाणे, घरात मोठ्यांना मदत करणे इत्यादींचा समावेश होतो. काही समाजांत पौगंडावस्थेतील मुलांना प्रौढ म्हणून वागविले जाते आणि इतर प्रौढांप्रमाणेच त्यांनीही काम करावे अशी अपेक्षा केली जाते. असे असले तरी बालके ही स्वावलंबी नाहीत याची जाणीव समाजाला आहे आणि जोपर्यंत ती सज्ञान होऊन समाजाचे पूर्ण सभासदत्व स्वीकारत नाहीत तोपर्यंत त्यांच्या पालनपोषणाची जबाबदारी कुटुंबाची मानली जाते.

बाल न्याय कायदा, १९८६ (Juvenile Justice Act, 1986) अनुसार १६ वर्षांचा किंवा त्यापेक्षा कमी वयाचा मुलगा आणि १८ वर्षांची किंवा त्यापेक्षा कमी वयाची मुलगी बालक म्हणून समजली जाते. अगदी अलीकडेपर्यंत कोणत्याही राष्ट्रीय कायद्यात बालक या संकल्पनेची कायदेशीर व्याख्या करण्यात आली नव्हती. सर्वसामान्यपणे बालक म्हणजे अशा सर्व व्यक्ती की ज्यांना संपूर्ण कायदेशीर क्षमता प्राप्त झालेली नाही.

बालकांच्या हक्कांविषयीचा करार

२० नोव्हेंबर १९८९ रोजी संयुक्त राष्ट्रसंघाच्या आमसभेने ४४/२५ या ठरावानुसार बालकांच्या हक्कांचा करार स्वीकारला. ३१ मे १९९९ रोजी या करारात १९१ राज्यांनी सहभाग नोंदविला होता. प्रत्येक मानवाच्या जीवनात बालकत्वाचा सर्वाधिक संवेदनात्मक कालखंड असतो. हा जो बालकाच्या जीवनातील संवेदनात्मक कालखंड असतो, याच कालखंडात प्रत्येक व्यक्तीचे पालनपोषण होते, तिला शिक्षण प्राप्त होते तसेच याच कालखंडात व्यक्तीला जीवनातील वास्तवतेची माहिती होते. आणि बालकाच्या मनात स्व-जाणीव किंवा स्वतःची ओळख निर्माण होते. काही तज्ज्ञांच्या मते, जगातील बालकांच्या एकूण लोकसंख्येपैकी सुमारे ५०% बालकांना त्यांच्या कुटुंबाशी समायोजन साधावे लागते आणि त्यामुळेच बालकांना भेद्य (Vulnerable) समजले जाते. त्याचप्रमाणे बालकांना भावी समाजाचा पाया समजला जातो. असे म्हणतात की येणाऱ्या पिढीच्या गुणवत्तेचा प्रभाव हा त्याच्या बालकत्वातून प्रतिबिंबित होतो. त्यामुळे बालकांचे हक्क म्हणजेच भावी पिढीचे हक्क होत.

राष्ट्रसंघाद्वारे (League of Nations) प्रथमतः १९२४ साली बालकांच्या हक्कांसंबंधी जाहीरनामा घोषित केला गेला. राष्ट्रांच्या संयुक्त संघाची म्हणजे राष्ट्रसंघाची स्थापना १९१९ साली झाली व त्याच्या विसर्जनानंतर स्थापन झालेल्या संयुक्त राष्ट्रसंघाने (United Nations) १९५९ साली बालकांच्या हक्कांचा जाहीरनामा प्रसिद्ध केला. मानवी हक्कांच्या संदर्भात उचललेले महत्त्वाचे पाऊल होय.

या जाहीरनाम्यात खालील मुद्दे समाविष्ट होते–

१) या जाहीरनाम्यात नमूद केले गेलेले सर्व हक्क सर्व मुलांना वा बालकांना लागू आहेत. सर्व मुले वा बालके वंश, वर्ण, लिंग, भाषा, धर्म, राजकीयता किंवा अन्य मतप्रणाली, राष्ट्रीयता, संपत्ती, जन्म किंवा अन्य दर्जा याबाबतच्या भेदभावाशिवाय जाहीरनाम्यातील हक्क प्राप्त होण्यास पात्र आहेत.

२) बालकाला विशेष संरक्षण मिळणे आवश्यक आहे. त्याचप्रमाणे त्याचा

शारीरिक, मानसिक, नैतिक, अध्यात्मिक आणि सामाजिक विकास होण्याकरिता त्याला सर्वतोपरी संधी व सुविधा कायदेशीर तसेच इतर मार्गाने मिळाल्या पाहिजेत.

३) प्रत्येक बालक हे त्याच्या जन्मापासूनच नाव व राष्ट्रीयत्व मिळण्यास पात्र समजले गेले पाहिजे.

४) प्रत्येक बालकाला सामाजिक सुरक्षेचे लाभ मिळाले पाहिजेत.

५) शारीरिक-मानसिक-सामाजिकदृष्ट्या विकलांग बालकाला खास वागणूक व शिक्षण दिले गेले पाहिजे व त्याची विशेष काळजी घेतली गेली पाहिजे.

६) बालकाच्या व्यक्तिमत्त्वाच्या विकासाकरिता त्याला प्रेम मिळणे व समजावून घेणे गरजेचे असते. त्यासाठी त्याचे पालक व समाज या दोन्हींनी ही जबाबदारी स्वीकारली पाहिजे.

७) बालकाला सक्तीचे व मोफत शिक्षण मिळाले पाहिजे.

८) कोणत्याही परिस्थितीत संरक्षण व साहाय्य यांचा सर्वात प्रथम लाभ बालकाला दिला पाहिजे.

९) दुर्लभ, क्रूरपणा व शोषण यांपासून बालकाचे रक्षण केले गेले पाहिजे.

१०) सर्व पद्धतीच्या भेदभावापासून बालकाचे रक्षण केले गेले पाहिजे.

प्रत्येक बालकाला जीवन जगण्याचा एक मान व व्यक्ती म्हणून स्वाभाविक हक्क आहे. या ठिकाणी (प्रौढांच्या तुलनेत) फरक इतकाच की जीवन जगण्यासाठी संघर्ष करण्याची ताकद फारच कमी बालकांत असते त्यामुळे त्यांना त्यांच्या हक्कांपासून सहजपणे वंचित करता येते. जिवंत राहणे म्हणजे केवळ शरीराचे अस्तित्व टिकविणे नव्हे. समाजातील एक व्यक्ती म्हणून बालकाचा योग्य विकास होणे हा त्याचा केवळ हक्क नाही तर नैसर्गिक हक्क आहे. म्हणून बालक हक्क कराराच्या कलम ६ प्रमाणे राज्याची ही जबाबदारी आहे की त्यांनी बालकांच्या जीवितासाठी व त्यांच्या विकासासाठी जास्तीतजास्त प्रयत्न करावेत.

बालक हक्क कराराच्या कलम ७ प्रमाणे बालकाच्या जन्मानंतर त्याचे ताबडतोब नामकरण करून जन्माची नोंदणी करणे हा बालकाचा हक्क असून ती जबाबदारी पालकाची आहे. बालकाच्या जन्माची नोंदणी करणाऱ्या अनेक व्यवस्था अस्तित्वात आहेत- १) वैद्यकीय व्यवस्थेनुसार ज्या प्रसूतिगृहात बालकाचा जन्म झाला असेल त्या ठिकाणी बालकाच्या कुटुंबनावासह बालकाच्या नावाची नोंदणी केली जाते. २) ख्रिस्ती धर्माच्या दीक्षाविधी व्यवस्थेनुसार जन्मानंतर प्रत्येक बालकाला ख्रिस्ती धर्माची दीक्षा देताना चर्चच्या नोंदणीपुस्तिकेत बालकाला नाव देऊन त्याची नोंदणी

केली जाते. ३) भारतासारख्या धर्मनिरपेक्ष देशात प्रसूतिगृहे, इस्पितळे, ग्रामपंचायत, नगरपालिका किंवा महानगरपालिका यांत बालकाच्या जन्माची नोंदणी केली जाते. व्यवस्था काहीही असो जन्मानंतर बालकाचे नामकरण करून त्याचे स्वतंत्र अस्तित्व निर्माण करणे आवश्यक आहे व तो त्याचा हक्क आहे.

त्याचप्रमाणे बालकांचा आणखी एक महत्त्वाचा नैसर्गिक हक्क म्हणजे राष्ट्रीयत्व प्राप्त करणे होय. राज्यविरहित (म्हणजे कोणत्याही राष्ट्राचा नागरिक नसलेली) व्यक्ती कोणत्याही प्रकारच्या राष्ट्रीय किंवा परराष्ट्रीय संरक्षणास पात्र नसते. अशा राष्ट्रविरहित व्यक्ती ज्या देशात राहतात त्या देशात व त्यांच्या स्वतःच्या देशात परक्या समजल्या जातात. १९५४ च्या करारानुसार 'राज्यविरहित व्यक्तीचा दर्जा' स्वीकारण्यात आला आहे; परंतु केवळ ४६ राज्येच या करारास पाठिंबा देणारी होती. उर्वरित १४६ राष्ट्रे या ठरावास विरोध करणारी होती.

कलम ७ प्रमाणेच प्रत्येक बालकाला त्याच्या पालकांची ओळख होण्याचा पूर्ण हक्क आहे; पण यात असा प्रश्न उत्पन्न होतो की, मातापित्यांनी टाकलेल्या मुलांना किंवा विवाहबाह्य संबंधातून जन्मलेल्या मुलांना किंवा घटस्फोटित मातापित्यांच्या मुलांना त्यांच्या मातापित्यांची खरी ओळख कशी होणार?

कलम ८ नुसार बालकांची अस्मिता किंवा ओळख, त्याचे राष्ट्रीयत्व, त्याचे नाव व कौटुंबिक संबंध यांना परस्परांच्या जवळ आणण्याची तरतूद केली गेली आहे. तसेच कलम ९ नुसार कौटुंबिक संबंध जपण्याचा व जर माता-पिता घटस्फोटित असतील तर एकाशी किंवा दोघांशीही सामाजिक संबंध प्रस्थापित करण्याचा बालकाला हक्क आहे. बालकांच्या हितसंबंधांच्या रक्षणासाठी या हक्काचे जतन करण्याची राज्याने खात्री दिली पाहिजे.

कठीण परिस्थितीत बालकांच्या हक्कांचे संरक्षण

अनेक बालकांना त्यांच्या जीवनकाळात विविध स्वरूपाच्या कठीण परिस्थितींचा सामना करावा लागतो. संयुक्त राष्ट्रसंघाच्या १९५९ सालच्या बाल हक्क जाहीरनाम्याच्या कलमांमध्ये बालकांना सामोरे जावे लागणाऱ्या कठीण परिस्थितीचे वर्णन करण्यात आले आहे. ती कलमे खालीलप्रमाणे-

१) **कलम ९** : विवाहविच्छेद घेतलेल्या मातापित्यांची मुले.
२) **कलम ११** : मुलांचा अनैतिक व्यापार व त्यातून बाहेर पडण्याची असमर्थता असलेली मुले.
३) **कलम १९** : शिवीगाळीचा सामना करावी लागणारी व दुर्लक्षित मुले.

४) **कलम २२ :** निर्वासित मुले.

५) **कलम २३ :** अपंग मुले.

६) **कलम ३० :** अल्पसंख्याकांची व एतद्देशीय लोकसंख्येतील गरीब मुले.

७) **कलम ३५ :** विक्री, व्यापार व अपहरण केलेली मुले.

८) **कलम ३७ :** स्वातंत्र्यापासून वंचित केलेली मुले.

९) **कलम ३८ :** युद्धसदृश परिस्थितीशी झगडणारी मुले.

मुलांच्या व बालकांच्या हक्कांचा विचार करता पालकांतर्फे घेतली जाणारी काळजी आणि त्यांचे मार्गदर्शन मुलाच्या जीवनात अत्यंत महत्त्वाचे आहे. त्यामुळे मातापित्यांपासून मुलांना वेगळे करण्याची क्रिया हा शेवटचा पर्याय म्हणून मुलाच्या अस्तित्वासाठी स्वीकारावा असे तज्ज्ञ मानतात. मुलांना पालकांपासून वेगळे केले जाते ते मुलांच्या हितसंबंधांचे चांगल्या प्रकारे जतन व्हावे म्हणून. परंतु या सर्व परिस्थितीत आपल्या पालकांबरोबर संबंध ठेवण्याचा व ते जतन करण्याचा हक्क मुलाला प्रदान करण्यात आला आहे. ज्या मुलांना त्यांच्या कुटुंबापासून वंचित करण्यात आले असेल त्यांच्या संगोपनाची व संरक्षणाची जबाबदारी संबंधित राष्ट्राच्या सरकारची आहे. खालील गटात मोडणाऱ्या मुलांना शासनाने विशेष स्वरूपाची वागणूक दिली पाहिजे—

○ निर्वासित मुले.

○ मानसिक व शारीरिकदृष्ट्या अपंग मुले.

○ वांशिक, धार्मिक, भाषिक अल्पसंख्याकांची मुले.

○ अनैतिक व अन्य कामासाठी वापर करण्यात येणारी मुले.

○ बालगुन्हेगार.

या मुलांच्या सर्वोतोपरी संरक्षणाची, संवर्धनाची व त्यांच्या हक्कांचे जतन करण्याची जबाबदारी संबंधित सरकारांची आहे. बालकांच्या हक्कांचे जतन व संरक्षण करण्याची जबाबदारी जरी करारानुसार स्थानिक स्वराज्य संस्थांकडे असली तरी फारच थोड्या वा मोजक्या संस्था ती योग्य प्रकारे पार पाडतात.

बालकांच्या हक्कांचे जतन करणारी समिती

बालक हक्क जाहीरनाम्यातील कलम ४३ व ४५ नुसार असे सूचित केले आहे की, बालकांच्या हक्कांचे जतन व संरक्षण होते आहे की नाही हे पाहण्यासाठी किंवा त्याचे परीक्षण करण्यासाठी एक स्वतंत्र समिती प्रत्येक सभासदराष्ट्राने स्थापन करावी.

या समितीत संबंधित क्षेत्रातील १० तज्ज्ञांची निवड करावी. राज्य सरकारच्या नियुक्त सभासदांनी निवडणुकीच्या माध्यमातून ही निवड करावी. समितीत एक अध्यक्ष, तीन उपाध्यक्ष आणि सचिव किंवा अहवाल लेखक (Secretary or Rapporteur) असावा. तसेच या समितीत बहुशाखीय तज्ज्ञांची निवड केली जावी. या तज्ज्ञांमध्ये कायदा, वैद्यकीय, अर्थशास्त्र, समाजशास्त्र, शिक्षण व आंतरराष्ट्रीय कायदे या क्षेत्रातील तज्ज्ञ समाविष्ट करावेत.

बालकांच्या विविध हक्कांचे जतन, संरक्षण करण्यासाठी, त्यांच्या प्रश्नांचा अभ्यास करून त्यावर तोडगा काढण्यासाठी समितीने वर्षातून कमीतकमी तीनदा सभा घेणे आवश्यक आहे. परंतु राष्ट्राच्या परिस्थितीनुसार यात बदल होऊ शकतो.

बालकांसाठी जागतिक शिखर परिषद (World Summit for Children)

बालकांसाठीची जागतिक शिखर परिषद अमेरिकेतील न्यूयॉर्क शहरात २९ व ३० सप्टेंबर १९९० रोजी संपन्न झाली. परिषदेचा उद्देश, जगातल्या सर्व राष्ट्रातील व मानवी समाजातील जनतेचे लक्ष बालकांच्या समस्येकडे वेधून त्यांच्यात या समस्या सोडविण्याची वचनबद्धता निर्माण करणे हा होता. त्यासाठी सर्वोच्च राजकीय पातळीवर, बालकांचे अस्तित्व टिकविण्यासाठी, त्यांना संरक्षण मिळावे म्हणून, त्यांचा विकास व्हावा म्हणून ध्येय व डावपेच याबाबत निश्चिती करणे अत्यावश्यक होते. या शिखर परिषदेने बालकांच्या अस्तित्वासाठी, संरक्षणासाठी आणि विकासासाठी जागतिक जाहीरनामा; तसेच त्याच्या अंमलबजावणीचे नियोजन करणारा जाहीरनामा स्वीकारला.

बालकांसाठीचा हा जाहीरनामा म्हणजे एक प्रकारची नैतिक व संयुक्त वचनबद्धता, तसेच कार्यक्रमाचे नियोजन असून ते राष्ट्रीय सरकारे, राष्ट्रीय व आंतरराष्ट्रीय स्वयंसेवी संघटना यांच्यासाठी मार्गदर्शक तत्त्व असून त्यांनी या जाहीरनाम्यातील विशेष तत्त्वांची अंमलबजावणी करण्याचा प्रयत्न करावा. असा त्यामागील हेतू आहे. या जाहीरनाम्यातील काही ध्येये पुढीलप्रमाणे असून त्याची पूर्तता ही १९९० ते २००० या दशकात व्हावी अशी अपेक्षा व्यक्त करण्यात आली होती.

जाहीरनाम्याची ध्येये (The Goals of Declaration)

१) ५ वर्षांच्या आतील बालकांचा मृत्युदर १/३ पेक्षा कमी किंवा १००० बालकात ७० बालकांच्या पेक्षा कमी करण्याचा प्रयत्न करणे.

२) सध्याच्या बाळंतपणाच्या काळातील माता-मृत्युदराच्या प्रमाणात निम्म्याने घट करणे.

३) पाच वर्षांच्या आतील बालकांच्या कुपोषणाचे जे प्रमाण गंभीर व मध्यम स्वरूपाचे आहे ते अर्ध्याने कमी करणे.

४) शुद्ध पिण्याच्या पाण्याचा पुरवठा आणि सुलभ शौचालयांची व्यवस्था सर्वांसाठी करणे (विशेषत: बालकांसाठी).

५) प्राथमिक शाळेत जाणाऱ्या वयातील कमीत कमी ८०% बालकांना प्राथमिक शाळेत सहज प्रवेश मिळेल अशी व्यवस्था करणे.

६) मुलांच्या कठीण काळात त्यांना मिळणाऱ्या संरक्षणात वाढ करणे इत्यादी.

या ऐतिहासिक शिखर परिषदेत घेतलेला धोरणात्मक निर्णय २००० सालापर्यंत साध्य करण्याचे लक्ष्य संबंधितांनी डोळ्यासमोर ठेवले होते व त्यात महत्त्वपूर्ण प्रगती झाल्याचे परिषदेच्या लक्षात आले. या प्रगतीचा आढावा खालीलप्रमाणे-

अ) जगातील ६३ राष्ट्रांतील ५ वर्षांच्या आतील बालकाच्या मृत्युदरात १/३ एवढी घट झाली.

ब) हागवणीच्या रोगामुळे मृत्युमुखी पडणाऱ्या तरुण मुलांच्या मृत्युदरात अर्ध्याने घट झाली.

क) १९९० च्या दशकाच्या सुरुवातीला जगातील बालकांच्या दरवर्षीच्या मृत्युदरात कमालीची घट होऊन दशकाच्या शेवटी जगात केवळ ३०००००० बालके मृत्युमुखी पडली.

ड) या १९९० च्या दशकात जगातील सर्व राष्ट्रांतील पोलिओग्रस्त बालकांच्या नोंदणीत ९९% घट झाली.

ई) आतापर्यंत कधीही घडले नाही ते १९९० च्या दशकात घडले आणि शालेय वयातील अधिकाधिक मुले शाळेत जावयास लागलीत.

फ) याच दशकात ९०,०००,००० नवजात बालकांना त्यांच्यात असलेल्या आयोडिनच्या कमतरतेपासून संरक्षण दिल्यामुळे ही बालके मानसिक अपंगत्व प्राप्त होण्याच्या धोक्यापासून वाचली.

ग) बालकांच्या हक्कांचे उल्लंघन करणाऱ्या घटकांना अधिक प्रमाणात जनतेसमोर सुव्यवस्थित पद्धतीने आणल्यामुळे व त्यांच्यावर योग्य ती कारवाई केल्यामुळे अत्याचाराच्या प्रमाणात घट झाली.

१९९० च्या बालकासाठीच्या शिखर परिषदेने अनेक उद्दिष्टे जरी साध्य केली असली तरी बालकांवर अत्याचार व त्यांना जीवन जगण्यात धोका निर्माण करणाऱ्या अनेक बाबी आजही कार्यरत आहेत त्या पुढीलप्रमाणे- (आजही याचा अर्थ या ठिकाणी १९९० च्या दशकाच्या शेवटी आणि २००० च्या दशकांच्या प्रारंभी असा घ्यावयाचा).

i) आजही ५ वर्षांच्या आतील बालकांना वेळेवर प्रतिबंधात्मक उपचार न मिळाल्यामुळे मृत्युमुखी पडणाऱ्या बालकांची संख्या दरवर्षी सुमारे एक कोटी असते. योग्य व वेळेवर न मिळणारे प्रतिबंधात्मक उपाय हे या मृत्यूचे कारण होय.

ii) बालकांविरुद्ध होणाऱ्या सशस्त्र संघर्षात गेल्या दशकात २० लाखांपेक्षा जास्त मुलांना ठार करण्यात आले. शिवाय लाखोंपेक्षा जास्त मुलांना मानसिक छळाचा, अपंगत्वाचा आणि अवयव कापण्याच्या क्रियेचा सामना करावा लागला.

iii) असा अंदाज आहे की सुमारे ३ कोटी बालकांना आज मुलांचा अनैतिक कामासाठी व्यापार करणाऱ्या व्यापाऱ्यांचा सामना करावा लागतो व त्या व्यापाऱ्यांना मात्र कोणतीच शिक्षा होत नाही हे देशातील बालकांचे दुर्दैव आहे.

iv) सुमारे १५ कोटी जगातील बालके आज कुपोषणग्रस्त आहेत.

v) मूलभूत शिक्षण प्राप्त करण्याच्या काळात आजही ३ पैकी १ मूल ५ वर्षांचे प्राथमिक शिक्षण पूर्ण करण्यास असमर्थ ठरते.

vi) सुमारे १० कोटींपेक्षा जास्त बालके ही शाळेत जात नाहीत. त्यापैकी ६० टक्के मुले ही मूलभूत प्राथमिक शिक्षणापासून वंचित आहेत.

vii) सुमारे ६ कोटींपेक्षा जास्त मुले बालकामगार असून ते अत्यंत वाईट परिस्थितीत काम करतात.

वरील वास्तव हे घटक बालकांच्या स्थितीचे अंधारमय चित्र रेखाटत असले तरी १९९०-२००० हे दशक बालकांच्या संदर्भातील प्रश्नांच्या जाणीव निर्मितीचे दशक होते असे म्हणावे लागेल.

बालकांविषयीचे विशेष अधिवेशन (Special Session on Children)

संयुक्त राष्ट्रसंघाने पहिल्यांदाच असा निर्णय घेतला की १९ सप्टेंबर ते २१ सप्टेंबर, २००१ रोजी न्यूयॉर्क येथे संयुक्त राष्ट्रसंघाच्या सर्वसाधारण सभेचे विशेष अधिवेशन बालकांच्या प्रश्नांचा आढावा घेण्यासाठी भरवावे; परंतु ११ सप्टेंबर २००१ रोजी अमेरिकेवर जो हल्ला झाला त्यामुळे हे विशेष अधिवेशन पुढे ढकलण्यात आले.

नंतर मात्र संयुक्त राष्ट्रसंघाच्या सर्वसाधारण सभेचे बालकांच्या प्रश्नांचा आढावा घेणारे तीन दिवसांचे विशेष अधिवेशन ६, ७ व ८ मे रोजी घेण्यात आले. 'बालकांसाठी

सक्षम जग' (World Fik for Children) हे या सभेचे घोषवाक्य होते. १९९० नंतरच्या दशकातील बालकांच्या स्थितीचा आढावा या अधिवेशनात घेण्यात आला. या अधिवेशनात बालकांचे शिक्षण, आरोग्यसेवा व त्यांचे राहणीमान यांचा विचार करण्यात आला. तसेच बालकांचे एड्स शोषणापासून संरक्षण, बालकांचे शोषण आणि गरिबी यावरही या अधिवेशनात चर्चा झाली. विशेषत: बालकांतील एड्सविरोधी संघर्ष हा विषय या अधिवेशनात महत्त्वाचा ठरला.

बालहक्क संरक्षण कायदा, २००५ साठीचा आयोग
(Commission for Protection of Child Right Act, 2005)

बालहक्क संरक्षण कायदा, २००५ यातील तरतुदीनुसार व धोरणानुसार बालकांच्या हक्कांच्या संरक्षणाची योग्य अंमलबजावणी व्हावी म्हणून भारत सरकारने २० जानेवारी २००६ रोजी एका आयोगाची नेमणूक केली.

बालहक्क संरक्षण कायदा, २००५ आयोगात एक अध्यक्ष असावा; तसेच अध्यक्षाची नेमणूक करताना, ती व्यक्ती सुप्रसिद्ध व बालकांच्या कल्याणासाठी अतिविशेष कार्य करणारी असावी, अशी दक्षता घेतली गेली. अध्यक्षाशिवाय या समितीत अन्य सहा सभासद असावेत व या सहांपैकी कमीतकमी दोन सभासद स्त्रिया असतील व त्यांची नेमणूक केंद्र सरकार करेल, अशी योजना आखली गेली. या सभासद स्त्रिया सुप्रसिद्ध, क्षमताधारक, एकात्मवादी, शिक्षण क्षेत्रात कार्यरत असणाऱ्या, बाल आरोग्य–बाल कल्याण–बाल विकास–बाल गुन्हेगार काळजी केंद्र–दुर्लक्षित किंवा सीमेवरील बालके यांच्या कल्याणासाठी कार्यरत असणाऱ्या असाव्यात आणि याशिवाय अन्य सभासद बाल मानसशास्त्र, बाल समाजशास्त्र, बालकायदा या क्षेत्रातील तज्ज्ञ असाव्यात व आयोगाचे कार्यालय हे दिल्ली शहरात असेल, हे सूचित केले गेले.

• आयोगाची कार्ये (Functions of Commission)

बाल संरक्षण कायद्याच्या विभाग १३ मध्ये तरतूद केल्याप्रमाणे आयोगाला अनेक प्रकारची कार्ये करावी लागतात. त्यापैकी काही महत्त्वाची कार्ये पुढीलप्रमाणे–

१) प्रचलित असलेल्या बालहक्क संरक्षण कायद्यानुसार किंवा त्याअंतर्गत येणाऱ्या कोणत्याही कलमानुसार केलेल्या सुरक्षाविषयक तरतुदींचे परीक्षण करणे व समालोचन करणे.

२) त्याचप्रमाणे बालकांच्या सुरक्षाविषयक तरतुदींच्या अंमलबजावणीचा अहवाल, दरवर्षी किंवा आयोगाने निर्धारित केलेल्या काळात, केंद्र सरकारला पाठविणे.

३) बालहक्कांचे उल्लंघन झाल्यास त्याची चौकशी करणे व अशा प्रकरणात कोणती कारवाई करावयाची यासंबंधीच्या सूचना केंद्र सरकारला करणे.

४) आतंकवाद, सामुदायिक हिंसाचार, दंगे, नैसर्गिक आपत्ती, घरगुती हिंसा, एड्स किंवा एचआयव्ही बाधितता, बालकांचा अनैतिक व्यापार, बालकांना गैरवागणूक देणे, त्यांचा छळ आणि शोषण, बालकांचा अश्लील कामासाठी वापर करणे आणि वेश्याव्यवसायात त्यांचा उपयोग करणे इत्यादी बाबीतील प्रतिबंधात्मक घटकांच्याद्वारे बालहक्कांच्या उल्लंघनात्मक घटनांचे परीक्षण करून त्या संबंधात योग्य त्या शिफारशी सरकारला करणे.

५) बालकांची विशेष काळजी घेण्यासाठी व त्यांचे संरक्षण करण्यासाठी बालकांशी किंवा त्यांच्या हक्कांशी संबंधित गरजांकडे विशेष लक्ष पुरविणे.

६) बालक हक्कांच्या संदर्भातील संशोधन प्रकल्पांचा; तसेच त्या संदर्भातील आंतरराष्ट्रीय संशोधनाचा वारंवार आढावा घेऊन बालहक्कांसंबंधीची प्रचलित धोरणे, प्रचलित कार्यक्रम आणि कार्यात्मकता यासंबंधी वारंवार आढावा घेऊन त्यात आवश्यकता वाटल्यास बदल करणे.

७) बालहक्कांच्या संदर्भातील क्षेत्रात संशोधन करण्यास प्रोत्साहन देणे.

८) बालहक्क साक्षरता विचारांचा प्रसार आणि विस्तार समाजातल्या विविध घटकांत करणे.

९) बाल गुन्हेगार कोठडी, गृह किंवा बालकांच्या निवासी संस्था किंवा सुधारगृह यांचे वारंवार पर्यवेक्षण करण्याचा अधिकार हा बालहक्क आयोगाला आहे.

१०) बाल मानवी हक्कांचे उल्लंघन करण्यासंबंधी आयोगाकडे आलेल्या तक्रारींची त्वरित चौकशी करून बालहक्कांपासून बालकांना वंचित करण्याच्या घटनांसंबंधी खटले दाखल करण्याचे कार्यही आयोगाला करावे लागते.

११) बालहक्क प्रोत्साहनासाठी आवश्यक अशी कार्ये जी आयोगाला योग्य वाटतात ती कार्येही आयोग पार पाडते.

या कायद्यांतर्गत राज्य सरकारे त्यांच्या राज्यात बालहक्कांचे जतन करण्यासाठी त्यांच्या त्यांच्या राज्यात 'राज्य बालहक्क आयोगा'ची निर्मिती करू शकतात. या आयोगाचे कार्यालय, सर्वसाधारणपणे त्या राज्याच्या राजधानीचे शहर किंवा राज्य सरकार निर्धारित करेल त्या शहरात स्थापन करण्यात येते.

तसेच बालहक्क संरक्षण कायद्याच्या २५ व्या विभागात नमूद केल्याप्रमाणे बालकांविरुद्धचे गुन्हे किंवा बालहक्क उल्लंघनाचे गुन्हे या संदर्भात दाखल होणाऱ्या खटल्यांचा त्वरित निकाल लागावा, म्हणून राज्य सरकार राज्याच्या उच्च न्यायालयाच्या

मुख्य न्यायाधीशांच्या सल्ल्यानुसार व त्यांनी काढलेल्या परिपत्रकानुसार राज्यात स्वतंत्र बाल न्यायालय, प्रत्येक जिल्ह्यात बाल सत्र न्यायालय स्थापन करू शकतात. तसेच या न्यायालयांसाठी (जिल्हा व राज्य) स्वतंत्र सरकारी वकिलाची नेमणूक, उच्च न्यायालयाच्या सल्ल्यानुसार, राज्य सरकार करू शकते. या सरकारी वकिलाला 'विशेष सरकारी वकील' (Special Public Prosecutor) या पदाने संबोधले जाईल. सरकारी वकील म्हणून सात वर्षांपेक्षा जास्त काळ सेवा झालेल्याच वकिलाची नेमणूक विशेष सरकारी वकील म्हणून केली जाईल.

भारत आणि मानवी हक्क कायदा

आंतरराष्ट्रीय संघटनेची, जगभरातील अनेक प्रगत राष्ट्रांची मानवी हक्कांविषयक जागरूकता आणि सर्वसामान्य नागरिकांमधील वाढती राजकीय जाणीव व हक्कांबाबतची जागृतता या सर्व पार्श्वभूमीवर भारतीय संसदेने मानवी हक्क संरक्षण कायदा मंजूर केला. 'मानवी हक्क संरक्षण कायदा, १९९३' (Protection of Human Right Act, 1993) मंजूर करण्याचा उद्देश, हा भारतात राष्ट्रीय मानवी हक्क आयोगाची स्थापना करणे, प्रत्येक घटकराज्यात राज्य मानवी हक्क आयोग स्थापन करणे आणि मानवी हक्क न्यायालयाची निर्मिती करणे व त्याद्वारे मानवी हक्कांचे संरक्षण करणे हा होता. या कायद्याला ८ जानेवारी १९९४ रोजी भारताच्या राष्ट्रपतींनी प्रत्यक्ष मान्यता दिल्यावर हा कायदा सरकारच्या राजपत्रात (Gazette of Government) प्रसिद्ध करण्यात आला.

१९९३ चा मानवी हक्क संरक्षण कायदा म्हणजे मानवी हक्कांच्या न्यायतत्त्वशास्त्रात एक महत्त्वाचा टप्पा होय. या कायद्यानुसार भारत सरकारने १२ ऑक्टोबर १९९३ रोजी राष्ट्रीय मानवी हक्क आयोगाची (National Human Rights Commission) स्थापना करणे हा भारतीय न्यायतत्त्वशास्त्रातील दुसरा टप्पा होय. डॉ. कृष्ण मोहन माथुर यांच्या मते, मानवी हक्कांचे विश्लेषण खालील तीन दृष्टिकोनांतून करता येते-

१) सामाजिक आर्थिक दृष्टिकोन

२) कायदेशीर दृष्टिकोन

३) मानवी हक्कांना प्रोत्साहन देण्यासाठी आंतरराष्ट्रीय संघटनांची किंवा बिगर संघटनांची भूमिका

करेल वासक (Karel Vasak) यांनी मानवी हक्कांचे वर्गीकरण हे तीन पिढ्यांच्या हक्कांत केले होते. ते वर्गीकरण खालीलप्रमाणे-

१) पहिल्या पिढीच्या हक्कांचा उदय हा अमेरिकेतील व फ्रान्समधील क्रांतीतून झाला. या हक्कांचा उद्देश, राज्याच्या जुलमी व्यवहारांतून, नागरिकांच्या

हक्कांचे किंवा स्वातंत्र्याचे रक्षण करणे हा होता. हक्कांच्या आंतरराष्ट्रीय कायद्यानुसार हे हक्क एकूण नागरी आणि राजकीय हक्कांशी मिळतेजुळते आहेत. काही तज्ज्ञ या हक्कांना नकारात्मक हक्क मानतात कारण ते हक्क राज्याच्या नियंत्रणातून मुक्त होण्याची मागणी करतात.

२) दुसऱ्या पिढीच्या हक्कांचा उदय रशियात झालेल्या क्रांतीतून झाला जे हक्क पाश्चात्त्य जगात विकसित झालेल्या कल्याणकारी राज्याच्या संकल्पनेत प्रतिध्वनित होतात. हे हक्क आर्थिक, सामाजिक व सांस्कृतिक हक्कांना समांतर असून ते राज्याकडून सकारात्मक क्रियेची अपेक्षा करतात.

३) तिसऱ्या पिढीचे हक्क म्हणजे जागतिक परस्परावलंबनाच्या प्रक्रियेला मिळालेला प्रतिसाद होय. कोणतेही राष्ट्र व्यक्तिगत पातळीवर मानवी हक्कांच्या कर्तव्याचे पालन जास्त काळ करू शकत नाही, त्यासाठी आंतरराष्ट्रीय सहकार्याची आवश्यकता असते.

मानवी हक्क आणि त्यांची अंमलबजावणी

संयुक्त राष्ट्रसंघाच्या मानवी हक्क आयोगाची प्रामुख्याने, संयुक्त राष्ट्रसंघाच्या सभासद राष्ट्रांतील दुष्कृत्यांवर वा मानवी हक्क उल्लंघनाच्या घटनांवर करडी नजर असते. त्याचप्रमाणे अम्नेस्टी इंटरनॅशनल (Amnesty International), आशिया वॉच (Asia Watch), ह्यूमन राईट वॉच (Human Right Watch) इत्यादी बिगर सरकारी संघटनाचे मानवी हक्कांच्या उल्लंघनाच्या घटनांवर लक्ष ठेवून कारवाई करण्याचे कार्य जगात सर्वत्र मान्य पावले आहे. भारतात 'नागरी स्वातंत्र्याची भारतीय लोकांची संघटना' (Indian People's Union of Civil Liberties - PUCL) आणि 'लोकशाही हक्कांसाठी लोकांची संघटना' (People's Union for Democratic Rights - PUDR) या संघटना मानवी हक्कांच्या उल्लंघनाबाबत एखाद्या पहारेकऱ्याची भूमिका बजावतात.

पोलीस आणि कायद्याची अंमलबजावणी करणाऱ्या सरकारी यंत्रणा, या गुन्हानियंत्रण आणि कायदा व सुव्यवस्था यांचे जतन करण्यासाठी जबाबदार किंवा कर्तव्यबद्ध आहेत. बेले, डेव्हिड एच. (Bayley, David H.) यांनी त्यांच्या 'पोलीस आणि सार्वजनिक विकास' (Police and Public Development) या ग्रंथात १९६५ साली केलेल्या सर्वेक्षणाच्या आधारे असे मांडले आहे की, भारतीय जनता ही पोलिसांच्या करवाईबाबत अत्यंत संशयी आहे. पोलीस खात्यातील बहुसंख्य पोलीस हे उद्धट, भ्रष्टाचारी, काही वेळेस गुन्हेगारांशी संगनमत करणारे व त्यांच्याकडे तक्रार घेऊन येणाऱ्या लोकांशी विषमतेने वागणारे असे आहेत.

१९७७ साली 'लोकमताची भारतीय संस्था' (Indian Institute of Public Opinion) या संस्थेने केलेल्या सर्वेक्षणाचे निष्कर्ष खालीलप्रमाणे-

- तक्रार करणाऱ्या ७८% लोकांनी तर तक्रार न करणाऱ्या ८५% लोकांनी असे सांगितले की, पोलीस त्यांची कर्तव्ये प्रामाणिकपणे पार पाडत नाहीत.
- वरील दोन्ही गटांतील ५०% लोकांच्या मते, पोलीसदलातील शिपायाची देहबोली ही धमकी देणारी असते; तर २% लोकांच्या मते पोलीस उद्धटपणे वागतात.

राष्ट्रीय पोलीस आयोगाने सादर केलेल्या ५ व्या अहवालात असे नमूद केले आहे की, प्रत्येकाच्या विरुद्ध, मग तो तक्रारदार असो, आरोपी असो, साक्षीदार असो की एकूण जनता असो पोलीस हा ताकदीचाच वापर करताना दिसून येतो.

या संबंधातील आणखी एक सर्वेक्षण ॲम्नेस्टी इंटरनॅशनल संघटनेने भारतीय पोलीसदलाच्या संदर्भात १९९४ साली केले होते, त्यानुसार त्यांनी खालीलप्रमाणे निष्कर्ष काढला-

- १000 राजकीय कैद्यांपैकी १० कैद्यांना कोणत्याही आरोपाविना एक तर ताब्यात ठेवले किंवा विशेष अटक प्रतिबंधक कायद्यांतर्गत त्यांच्यावर कारवाई केली.
- भारतात सर्वत्र कैदेतील आरोपीचा छळ करण्याची क्रिया नित्यकर्म बनली आहे, त्यामुळे अनेक आरोपी मृत्युमुखी पडण्याच्या घटना घडत आहेत.
- अनेक राजकीय कैदी तुरुंगातून गायब झाले आहेत.
- जानेवारी १९८५ ते जून १९९३ या कालखंडात भारतीय पोलिसांच्या ताब्यातील ४८४ कैद्यांचा मृत्यू झाला, यापैकी ६ प्रकरणांत दोषी पोलिसांचा मृत्यू झाला; कारण त्यांना त्यांच्या ज्येष्ठ अधिकाऱ्यांकडून होणाऱ्या छळाचा सामना करावा लागला होता.

वरील निष्कर्षावरून हे लक्षात येते की, बऱ्याच प्रसंगांत पोलीसच मानवी हक्कांचा भंग करतात; तसेच भारतात तरी पोलिसांच्या भूमिकेबद्दल सर्वसामान्य जनतेत संशयाची भावना आहे. अनेक पोलीसच गुन्हेगारांना गुन्ह्यात सहकार्य करतात वा अप्रत्यक्ष साहाय्य करताना दिसतात.

छळपद्धती व कैदेतील मृत्यू

काही विशिष्ट परिस्थितीत पोलीस गुन्हेगारांकडून गुन्हा कबूल करवून घेण्यासाठी ताकद व शक्तीचा वापर करतात तेव्हा ते समर्थनीय आहे असे मानले जाते. यात

आतंकवादी, दरोडेखोर, खुनी इत्यादी गुन्हेगार येतात आणि त्यांच्यासाठी हिंसात्मक पद्धतीचा वापर समर्थनीय समजला जातो. हे सर्व निर्ढावलेले गुन्हेगार असतात व त्यांच्या कृत्याला निरपराध लोक बळी पडतात. तज्ज्ञ असे मानतात की काही प्रसंगांत आरोपींना अटक करताना पोलिसांनी हिंसात्मक पद्धतीचा वापर केला तर तो क्षम्य ठरतो. उदा. राष्ट्रद्रोही, निष्ठुर गुन्हेगार, खासगी व सार्वजनिक मालमत्तेचे नुकसान करताना हिंसात्मक मार्गाचा अवलंब करणारे गुन्हेगार इत्यादी. परंतु सर्वसामान्य प्रकरणातही पोलीस साध्या व संशयित आरोपीकडून कबुलीजबाब घेताना जेव्हा क्रूर व हिंसात्मक मार्गाचा अवलंब (त्यांचे कायदेशीर कर्तव्य निभावताना) करतात तेव्हा त्याचे समर्थन होऊ शकत नाही.

एखादी व्यक्ती काही कारणाने जेव्हा गुन्हा करते तेव्हा ती कायमची किंवा निर्ढावलेली गुन्हेगार असतेच असे नाही. अशा व्यक्तीविरुद्ध आत्यंतिक छळपद्धतीचा वापर करणे हे योग्य नाही, असे न्यायालयाने त्यांच्या काही प्रकरणांतील निकालात म्हटले आहे.

गौरीशंकर शर्मा विरुद्ध उत्तर प्रदेश संघराज्य
(Gaurishankar Sharma V/s U. P. State)

या प्रकरणाचा निकाल देण्यापूर्वी न्यायालयाने असे मत व्यक्त केले होते की, आत्यंतिक छळपद्धतीचा आरोपीविरुद्ध होणारा वापर व पोलिसांच्या कैदेत आरोपीचा मृत्यू हे मानवी हक्कांचे उल्लंघन करणारे गंभीर स्वरूपाचे गुन्हे असून ते संविधानातील जीवन जगण्याच्या अधिकाराचे आणि स्वातंत्र्याचे उल्लंघन करतात. वरील प्रकरणाचा निकाल देताना सर्वोच्च न्यायालयाच्या न्यायाधीशांनी दोन पोलिसांना दोषी ठरवून, त्यांना आरोपीला बेदम मारहाण करून त्यांच्याकडून बळजबरीने कबुलीजबाब घेताना त्यांच्या मृत्यूस कारणीभूत ठरल्यामुळे कैदेची शिक्षा सुनावली. या प्रकरणात पोलिसांना आरोपीने लाच देण्यास नकार दिल्याबद्दलही पोलिसांनी त्याचा छळ केला. या संदर्भात आपले मत व्यक्त करताना न्यायाधीश म्हणतात, पोलिसांच्या ताब्यात आरोपीचा मृत्यू ही गंभीर बाब व तो एक 'पोलीस राज'चा प्रकार असून ते सहन करण्याच्या पलीकडचे आहे. आपल्या ताब्यात असताना आरोपीच्या संरक्षणाची जबाबदारी ज्या पोलिसांवर आहे तेच जर त्याच्या जिवावर उठत असतील, तर त्यांना संरक्षण कोण देणार?

नीलावती बेहेरा विरुद्ध ओरिसा संघराज्य
(Nilavati Behera V/s State of Orissa)

या प्रकरणात निकाल देताना असे म्हटले आहे की पोलिसांच्या कैदेत होणाऱ्या मृत्यूला पोलिसांप्रमाणेच संबंधित राज्यही जबाबदार असून, न्यायाधीशांनी असा विचार

व्यक्त केला की मानवी हक्क आणि मूलभूत हक्क यांची संविधानाने खात्री दिली असताना त्याचे उल्लंघन हे आरोपीस नुकसानभरपाई देण्यासाठी योग्य कारण असून न्यायाधीशांनी राज्याला फिर्यादीस, त्याच्या २२ वर्षे वयाच्या मुलाचा पोलिस कोठडीत मृत्यू झाल्याबद्दल १.५ लाख रुपये नुकसानभरपाई देण्याचा आदेश दिला. अशी अनेक प्रकरणे घडलेली आहेत.

निर्ढावलेले किंवा व्यावसायिक गुन्हेगार वगळता बाकी गुन्हेगार कारणपरत्वे व नाइलाज म्हणून गुन्हा करतात. त्यांचा छळ करणे म्हणजे मानवी व मूलभूत हक्कांचे उल्लंघन होय व ते पोलिसांकडून होत असेल तर ते निंदनीय असून असे पोलीस हे शिक्षेस पात्र आहेत. काही वेळेला राजकीय नेत्यांचा वरदहस्तही पोलिसांना निरपराध आरोपीचा छळ करण्यास प्रवृत्त करतो.

राष्ट्रीय पोलीस आयोगाच्या शिफारशी

राष्ट्रीय पोलिस आयोगाने शिफारस केल्याप्रमाणे राष्ट्रीय सुरक्षा आयोग व राज्य सुरक्षा आयोगाची नेमणूक करावी. कायदा व सुव्यवस्था यंत्रणा तपास यंत्रणेपासून वेगळी करावी तसेच तपास यंत्रणेची गुणवत्ता सुधारावी. असे विविध उपाय सुचविण्यात आले. त्याचप्रमाणे आणखी काही उपाय पुढीलप्रमाणे–

- गुन्ह्याचे परीक्षण किंवा पर्यवेक्षण करण्यासाठी एका स्वतंत्र साहाय्यक अधीक्षक पोलिस अधिकाऱ्याची जागा निर्माण करावी.
- त्याचप्रमाणे प्रत्येक जिल्ह्यात साहाय्यक अधीक्षक पोलीस पदाची निर्मिती करून त्यांच्याकडे गुन्हेगारांची माहिती जमा करणे, त्यांची पडताळणी करणे, गुन्ह्यासंबंधीच्या तथ्यसंकलनाचे विश्लेषण करणे इत्यादी जबाबदाऱ्या या अधिकाऱ्याकडे सोपवाव्यात.
- प्रत्येक राज्यात निरीक्षक किंवा तपासणीप्रमुख पोलीस (Inspector General of Police - IGP) या दर्जाचा अधिकारी गुन्हे शाखेत नेमण्यात यावा व त्याच्याकडे गुन्हे पोलिसांच्या कार्याचे संपूर्ण पर्यवेक्षण करण्याची जबाबदारी टाकावी. संघटित गुन्हे आणि अन्य काही प्रमुख गुन्हे यांचा तपास करण्यासाठी गुन्हे शाखेकडे तज्ज्ञ पोलिसांचे स्वतंत्र असे पथक असावे.
- आंतरराज्यीय आणि राज्यापलीकडे अथवा राज्यातील शाखा असलेल्या गंभीर (संवेदनात्मक) गुन्ह्याचा तपास एका तपासणी अधिकाऱ्याकडे न देता तपासणी अधिकाऱ्यांच्या गटाकडे द्यावा.

- सत्र न्यायालयाकडे दाखल करावयाच्या प्रकरणाचा तपास ज्येष्ठतम पोलीस अधिकाऱ्याने करावा.
- जेथे न्याय्य आणि पारदर्शक तपासयंत्रणा अस्तित्वात नाही तेथे ती उभारावी व जेथे ती अस्तित्वात आहे तेथे ती अधिक कार्यक्षम करावी. तसेच जिल्हा पोलिस, क्षेत्रीय व राज्य पातळीवर लोकांच्या समस्या सोडविण्याचा प्रयत्न करावा.
- पोलीस मुख्यालयात स्वतंत्र पोलीस आस्थापन विभाग स्थापन करावा की जो पोलिसांच्या नेमणुकी, बदल्या, बढत्या इत्यादींचे जिल्हापातळीवरील अधिकाऱ्यांच्या संदर्भात नियोजन करू शकेल.
- पोलीस आयोगाच्या कार्यालयाची प्रचलित व्यवस्था, गुन्हा नियंत्रण आणि व्यवस्थापन यांत अधिक कार्यक्षम ठरल्यामुळे मोठ्या नागरी शहरात व गावातही व्यवस्था निर्माण करावी.
- उपअधीक्षक पोलीस पातळीवरील अधिकाऱ्यांनी गुन्ह्याचा तपास करण्याच्या पद्धतीचे पुनरुज्जीवन करावे; ज्यामुळे विभागीय अधिकारी (Circle Officer) पर्यवेक्षकीय कामात अधिक लक्ष केंद्रित करू शकतील.
- गुन्ह्याची प्रकरणे चलाखीने ताबडतोब नोंदली जावी.
- प्रकरणांची पोलिसांकडे खोटी नोंदणी करणाऱ्यांसाठी व खोटी तक्रार करणाऱ्यांसाठी कडक शिक्षेची तरतूद करावी. त्यासाठी भारतीय दंडविधान अधिनियमातील १८२/२११ कलमात योग्य त्या सुधारणा करणे आवश्यक आहे.
- संगणकक्षेत्र, बँक, अभियांत्रिकी आणि महसूल विभाग आदी क्षेत्रांत तज्ज्ञांच्या मंडळाची स्थापना करावी आणि पोलीस तपास अधिकाऱ्याने तपास कामात या तज्ज्ञांची मदत वा सल्ला घ्यावा.
- प्रत्येक गुन्ह्याची नोंदणी अनिवार्य करण्यावर भर दिल्यामुळे आणि अदखलपात्र गुन्हे व दखलपात्र गुन्हे यातील भेद नष्ट केल्यामुळे तपास अधिकाऱ्यांच्या कार्यभारात निश्चितच वाढ होईल. तसेच काही प्रकारच्या तपासप्रक्रियेत एका तपास अधिकाऱ्याऐवजी तपास अधिकाऱ्यांच्या गटाची आवश्यकता असते. सध्याच्या अनिर्णित प्रकरणाचा, तत्काळ व गुणवत्तापूर्ण तपास करणे महत्त्वाचे असल्याने तपास अधिकाऱ्यांच्या संस्थेतही वाढ करण्याची शिफारस करणे आवश्यक असून ती येत्या तीन वर्षेपर्यंत तरी दुप्पट करण्याची गरज आहे.

- त्याचप्रमाणे परिणामकारक व उत्तम गुणवत्तेची खात्री देण्यासाठी व तपास अधिकाऱ्यांची गुणवत्ता वाढावी म्हणून पर्यवेक्षक अधिकाऱ्यांची संख्याही (यात अधीक्षक पोलीस/उपअधीक्षक पोलीस) दुप्पट करणे गरजेचे आहे.
- कार्यालयासाठी जागा, गतिशीलता, संज्ञापनयंत्रणा, तंत्रशास्त्राचा वापर, प्रशिक्षण सुविधा इत्यादी पायाभूत सुविधांचा तपास अधिकाऱ्यांजवळ असलेला साठा अपुरा असून त्यात सुधारणा होण्याची तातडीने गरज आहे. या समितीद्वारे अशी शिफारस करण्यात येते की, एक बदलती योजना तयार करून आणि त्यासाठी योग्य निधी उपलब्ध करून देऊन पोलिसांच्या वैयक्तिक गरजा आणि पोलीस यंत्रणेला पायाभूत सुविधा पुरवाव्यात.

वरील शिफारशींव्यतिरिक्त केंद्र सरकारच्या; तसेच राज्य सरकारच्या पातळीवर प्रशिक्षणाच्या पायाभूत सुविधा मजबूत करण्याची गरज आहे. पोलीसदलात नव्याने भरती होणाऱ्या नवोदित पोलिसांसाठी पोलिसी प्रशिक्षण जसे गरजेचे आहे, तद्वतच सध्या सेवेत असलेल्या पोलिसांनाही अशा प्रकारच्या प्रशिक्षणाची गरज आहे. बदलत्या परिस्थितीनुसार आवश्यक ती शस्त्रे, संज्ञापनसाधने, हातबॉम्ब, अश्रुधूर इत्यादी बाबींचा वापर कसा करावयाचा यासाठी प्रशिक्षण अत्यावश्यक आहे. तसेच प्रशिक्षणार्थी पोलिसांना प्रशिक्षण देण्यासाठी काळजीपूर्वक निवडलेल्या तज्ज्ञ अधिकाऱ्यांची प्रशिक्षक म्हणून नेमणूक करताना त्यांना योग्य आर्थिक मोबदला व प्रशिक्षणासाठी आवश्यक असणाऱ्या सर्व पायाभूत सुविधा देणे गरजेचे आहे.

१८६१ सालचा पोलीस कायदा आज जुना झाला असून त्यात आमूलाग्र सुधारणा करण्याची गरज असून अटक केलेल्या आरोपींवर ९० दिवसांत गुन्हा दाखल केला नाही तर आरोपीला जामीन मिळतो. ही मुदत आणखी ९० दिवसांनी वाढविण्याची मुभा संबंधित न्यायाधीशाला असावी. तसेच आरोपीच्या पोलीस कोठडीच्या मुदतीचा कालावधी १५ दिवसांऐवजी ३० दिवसांचा करण्याची सुधारणा होणे गरजेचे आहे.

राष्ट्रीय पोलिस आयोगाने फौजदारी न्यायालय व्यवस्थेतही काही बदल सुचविले आहेत ते खालीलप्रमाणे–

- गुन्हेगारी कार्यपद्धती संहितेच्या (Criminal Procedure Code) १३ आणि १८ कलमानुसार विशेष फौजदारी न्यायाधीश व विशेष फौजदारी महानगर न्यायाधीश नेमण्याची तरतूद करण्यात आली आहे. अर्थात त्यासाठी संबंधित राज्य सरकारांनी अंमलबजावणीची मागणी करणे गरजेचे आहे. फौजदारी न्यायालयाच्या न्यायाधीशपदी ज्या व्यक्तीची नेमणूक करावयाची असेल ती व्यक्ती यासंबंधीच्या उच्च न्यायालयाच्या सर्व अटींची पूर्तता करणाऱ्या

अशा शैक्षणिक पात्रतेने आणि अनुभवाने परिपूर्ण पाहिजे. फौजदारी न्यायालयाचे अधिकार अशा व्यक्तींना प्रदान केले जातात ज्या त्या पदावर काम करण्यास सर्वतोपरी पात्र आहेत. आयोगाच्या मते, वाहतूकविषयक प्रकरणे, अनैतिक व्यापारविषयक प्रकरणे आणि गुन्हेगारी कार्यपद्धती संहितेच्या ३२०(१) कलमामध्ये दर्शविलेल्या तक्त्यामध्ये दर्शविलेली प्रकरणे न्यायालयाने हाताळावी. ही प्रकरणे हाताळण्याची चौकट उच्च न्यायालयाच्या कार्यपद्धतीद्वारे निर्धारित केली जाईल. या प्रकारच्या विशेष फौजदारी न्यायालयाच्या निर्मितीमुळे नियमित न्यायालयावरचा कामाचा भार कमी होण्यास मदत होईल.

- गुन्हेगारी कार्यपद्धती संहितेतील २६० भागानुसार व त्यातील १, २, ३ या उपकलमांनुसार ज्या मालमत्तेची किंमत रु. २५०/- आहे, ती मर्यादा रु. २५००/- पर्यंत वाढविण्यात यावी, कारण गेल्या २५ वर्षांत रुपयाची किंमत सतत अपकर्ष होत गेली आहे.
- न्यायालयाने साक्षीसाठी बोलविलेल्या साक्षीदारांच्या उलट तपासणीची पद्धती सुरू करण्यात यावी व साक्षीदाराच्या सुरक्षिततेची खात्री दिली जावी. त्याचप्रमाणे उत्तर तपासणी ही ऐच्छिक असावी व बळजबरीची नसावी. जर हा प्रयोग यशस्वी झाला तर या पद्धतीचा विस्तार करण्यात यावा.
- एक स्वतंत्र अधिकारी, राजकीय हस्तक्षेपापासून पूर्णपणे वेगळा असा निर्माण केला जावा. या अधिकार कार्यालयात एक अध्यक्ष आणि कमीतकमी २ सदस्य असावेत. (या कार्यालयात संबंधित संघराज्याचा पोलीस महासंचालक हा पदसिद्ध सभासद असावा.) हा स्वतंत्र अधिकारी प्रत्येक संघराज्यात व केंद्रशासित प्रदेशात नेमला जावा. या अधिकाऱ्याचे कार्य तपास कार्याच्या प्रगतीचे आणि न्यायालयात येणाऱ्या विविध प्रकरणांचा ओघ रोखणे याविषयी असावे. या कार्यालयाच्या अध्यक्षाची आणि सदस्याची नेमणूक राज्याच्या उच्च न्यायालयातील मुख्य न्यायाधीशाच्या सल्ल्याने केली जावी. न्यायालयातील नियमित कामाचा बोजा कमी करणे हा या कार्यालयाचा उद्देश असावा.
- एक स्वतंत्र तपासयंत्रणा स्थापन करून ती पूर्णपणे वर प्रतिपादन केलेल्या अधिकाऱ्याच्या आधिपत्याखाली असावी. ही यंत्रणा राजकीय हस्तक्षेपापासून पूर्णपणे मुक्त असावी. ही यंत्रणा पोलिसांना सखोल व दूरगामी प्रशिक्षण प्रदान करणारी असावी व या प्रशिक्षणात वैज्ञानिक तपास कसा करावयाचा

याचेही ज्ञान या प्रशिक्षणार्थींना दिले जावे. त्यामुळे प्रशिक्षणार्थी हे पक्षपात, पूर्वग्रह, आत्यंतिक छळ प्रक्रिया, यांपासून दूर राहतील आणि नेमणूक, बदली आणि बढती यांसाठी वरिष्ठ अधिकारीच फक्त जबाबदार राहतील.

○ आरोपीलाही त्याच्या मर्जीच्या वकिलामार्फत बाजू मांडण्याचा हक्क असल्याने अटक झाल्याबरोबर ताबडतोब तपासयंत्रणेला आरोपीने त्यासंबंधी कळवावे की ज्यामुळे आरोपी आत्यंतिक छळ प्रक्रिया थांबवू शकेल.

○ दंडाधिकारी किंवा प्रमुख न्यायाधीशाला, आज ज्याप्रकारचे अधिकार आहेत, त्यापेक्षा अधिक उदार भूमिका वठविण्याची परवानगी द्यावी, की ज्यामुळे खटल्यातील तथ्य लक्षात येईल.

○ आरोपीच्या संदर्भात विचार करता जामीन हा नियम असावा, अपवाद नसावा. तसेच कायद्याने न्यायालयाच्या जामीन मंजूर करण्याच्या अधिकारावर गदा आणू नये. विशेषत: *टाडा (TADA - The Terrorist and Disruptive Activities Preventive Act, 1985)* आणि *पोटा (POTA - Prevention of Terrorism Act, 2002)* कायद्यांतर्गत अटक केलेल्या आरोपीला जामीन देण्याचा अधिकार न्यायाधीशाला नाही.

○ संबंधित सरकारने तपासयंत्रणेला उपयुक्त व आधुनिक शस्त्रास्त्रांनी सज्ज करण्यासाठी एक वेळापत्रक आखावे. तसेच पोलीस यंत्रणेतील प्रत्येकाला वैज्ञानिक तपासाचे कौशल्य शिकवावे म्हणजे तपास अधिक शास्त्रशुद्ध बनेल.

○ आरोपीला उच्च दर्जाची कायदेशीर मदत मिळण्याची तरतूद करणे आवश्यक आहे. विशेषत: ज्या आरोपींना पाच किंवा त्यापेक्षा जास्त तुरुंगवासाची शिक्षा झाली असेल तेथे अशी मदत गरजेची आहे. संबंधित अधिकाऱ्यांनी हे लक्षात ठेवावे की आरोपींना कायदेशीर मदत करणे हा आरोपींचा हक्क आहे आणि घटनेच्या कलम ३९ (अ) नुसार त्यांना तो प्राप्त झाला आहे. जेव्हा सरकारतर्फे एखादा अत्यंत निष्णांत वकील बाजू मांडत असेल तेव्हा त्याच्याच तोडीचा वकील आरोपीला मिळणे गरजेचे आहे.

○ न्यायालयात आरोपीने गप्प राहण्याचा किंवा मौन धारण करण्याचा हक्क उल्लंघित होता कामा नये. आरोपीवर विरोधी गृहीताच्या आधारे हल्ला होता कामा नये.आरोपीच्या मौनाचा नकारात्मक अर्थ काढला जाऊ नये. त्याला त्याचे निर्दोषत्व सिद्ध करण्याची पूर्ण संधी देण्यात यावी.

○ सरकारी वकिलाची नोकरीच्या कराराची मुदत उदारतावादी असावी. त्यांना

पगाराद्वारे मिळणारे एकूण उत्पन्न आकर्षक असावे की जेणेकरून अनेक तज्ज्ञ व निष्णांत वकील हे काम स्वीकारण्यास तयार होतील.

- लिंगभावावर आधारित खटले चालविणाऱ्या न्यायाधीशांनी लिंगभावासंबंधीचे पारंपरिक दृष्टिकोन बाजूला ठेवून नि:पक्षपातीपणे व पूर्वग्रहरहित निर्णय द्यावेत. विशेषत: स्त्री आरोपीची उलटतपासणी करताना तिच्या चारित्र्यावर व तिच्या स्त्रीत्वावर शिंतोडे उडविले जातील अशा प्रश्नांना न्यायाधीशांनी रोखणे गरजेचे आहे.
- अल्पसंख्याकांबाबत पोलिसांचे पूर्वग्रह नि:पक्षपाती न्यायदानात अडथळा ठरू शकतात. विशेषत: दोन गटांतील दंगलीच्या प्रकरणात हे विशेषत्वाने जाणवते. अशा प्रकरणात पूर्वग्रहामुळे निरपराध्यांना शिक्षा होऊ नये.

समितीने केलेल्या या काही शिफारशीमुळे न्यायालयीन कामाला गती मिळून फौजदारी खटले त्वरित निकालात निघण्यास मदत होईल. दोषींना शिक्षा करणे जितके गरजेचे आहे तितकेच निर्दोष व्यक्तींना खोट्या खटल्यात अडकवून त्रास देण्यापासून वाचविणे गरजेचे आहे. तसेच पोलीस यंत्रणा व न्यायालयीन यंत्रणा ही पूर्णपणे राजकीय हस्तक्षेपापासून मुक्त असली पाहिजे.

आरोपी हा माणूस आहे. एखादी व्यक्ती काही कारणाने गुन्हा करते म्हणजे ती कायमची गुन्हेगार नसते. निर्ढावलेले गुन्हेगार किंवा व्यावसायिक गुन्हेगार व प्रासंगिक गुन्हेगार यांत पोलीस यंत्रणेने व न्यायिक व्यवस्थेने भेद केला पाहिजे. न्याय मिळणे हा प्रत्येक गुन्हेगाराचा हक्क आहे व तो त्यांना मिळाला पाहिजे हा या चर्चेचा मथितार्थ होय.

समारोप

भारतात विभेदीकरण व स्तरीकरण आजही अत्यंत महत्त्वाची भूमिका बजावतात. भारतातील प्रत्येक गटाला सामाजिक न्याययंत्रणेतर्फे मानवी हक्कांचे संरक्षण करण्याची संधी कशी आहे व ती कितपत यशस्वी झाली याचा ऊहापोह आपण या प्रकरणात केला आहे. त्याचा प्रारंभ आपण स्त्रियांचे हक्क यावरील चर्चेद्वारे केला आहे. ही चर्चा करताना राज्यघटनेतील स्त्री हक्कांच्या तरतुदी, स्त्रियांचे हक्क आणि कारखाना कायद्यातील तरतुदी, स्त्रियांचा जीवन जगण्याचा हक्क व त्याचा भंग इत्यादींवर सविस्तर चर्चा करताना स्त्रियांच्या हक्कासंबंधी कायदे व त्यांना मिळणारा सामाजिक न्याय इत्यादींवरही विवेचन केले आहे.

त्यानंतर दलित व मानवी हक्क याविषयी विवेचन केले आहे. या भागात आपण

अस्पृश्यता व मानवी हक्क आणि त्याविषयी संविधानात्मक तरतुदी यांवर सविस्तर चर्चा केली. अनुसूचित जातीच्या विकासाची जी मार्गदर्शक तत्त्वे आहेत त्याचा आढावा तसेच अनुसूचित जातीच्या लोकांच्या मानवी हक्कांचे संरक्षण करणाऱ्या संविधानातील आणखी काही तरतुदी विशद केल्या आहेत. भारतातील दलित ख्रिश्चन व मानवी हक्क, मानवी हक्कांचा भंग करणारी अस्पृश्यांवरची बंधने जाणून घेण्याचा प्रयत्न केला आहे.

भारतातील तिसरा दुर्लक्षित गट म्हणजे आदिवासी. आदिवासी व मानवी हक्क यांबाबत विवेचन केल्यानंतर आदिवासींचा छळ करणाऱ्या काही घटनांवर प्रकाशझोत टाकला आहे.

अल्पसंख्याक त्यांचे हक्क आणि यासंबंधी रेव्ह. एम. स्टिफेन यांच्या विचारांचा आढावा घेतला आहे. नंतर पर्यावरणीय हक्क यावर प्रकाशझोत टाकताना विनिन परेरा, वंदना शिवा, ए. पुष्पराजन, अरुणा गौनाडासन यांच्या विचारांचा आढावा घेऊन पर्यावरण संरक्षण कायद्याचा आढावा घेतला आहे.

पुढील भागात बालकांचे हक्क, त्या हक्कांची वैशिष्ट्ये, बालकांचे नैसर्गिक हक्क, त्यांच्या संरक्षणाची गरज व या बालकांच्या हक्कांचे जतन करणारी समिती याविषयी ऊहापोह केला आहे.

प्रकरणाच्या शेवटी मानवी हक्क, गुन्हे, आरोपी व संरक्षण इत्यादींवर चर्चा करताना भारतीय मानवी हक्क कायद्याचा आढावा घेतला. शेवटी गुन्हेगारांच्या हक्कांचे जतन व संरक्षण होण्यासाठी राष्ट्रीय पोलीस आयोगाने पोलीसयंत्रणा व फौजदारी न्यायव्यवस्था यांच्याकरिता केलेल्या शिफारशींचा आढावा घेतला.

प्रकरण पाच

मानवी हक्क आणि सामाजिक चळवळी

अध्ययनाची उद्दिष्टे

- सामाजिक चळवळीचा अर्थ जाणून घेण्यासाठी.
- मानवी हक्क आणि नागरी समाज यांच्या परस्परसंबंधांचा विचार करण्यासाठी.
- मानवी हक्कभंगातून आकाराला आलेल्या सामाजिक चळवळी- पर्यावरणात्मक चळवळी, आदिवासींच्या चळवळी, दलितांच्या चळवळी, स्त्रियांच्या चळवळी इत्यादींचे स्वरूप समजण्यासाठी.
- जागतिकीकरणातून जन्माला आलेल्या चळवळीचे आकलन होण्यासाठी.
- मानवी हक्क व सामाजिक न्याय यांची समर्पकता आणि उपयुक्तता याविषयी जाणीव होण्यासाठी.

प्रस्तावना

भारतीय संविधानाने १९४८ साली संयुक्त राष्ट्रसंघाचा मानवी हक्क जाहीरनामा स्वीकारून भारतीय नागरिकांना अनेक हक्क व स्वातंत्र्ये बहाल केली हे खरे असले तरी त्यांपैकी किती हक्कांचा वापर करणे नागरिकांना शक्य होते आणि त्या संदर्भात न्यायव्यवस्थेकडून त्यांना योग्य न्याय मिळतो का, हे प्रश्न महत्त्वाचे आहेत. जर सनदशीर मार्गाने प्रश्न सुटत नसतील तर मग नाइलाज म्हणून संबंधित नेते, कार्यकर्ते हे जनतेचे व सरकारचे लक्ष आपल्या प्रश्नांकडे वळविण्यासाठी, सामाजिक चळवळींचा

आधार घेतात. त्यासाठी प्रथम आपण सामाजिक चळवळीचे स्वरूप थोडक्यात जाणून घेण्याचा प्रयत्न करणार आहोत. त्यानंतर मानवी हक्कांचा भंग होत असल्यास त्याविरुद्ध ज्या सामाजिक चळवळी उभारल्या जातात अशा काही महत्त्वाच्या सामाजिक चळवळींवर विवेचन केले आहे. त्यापूर्वी आपण 'नागरी समाज' या संकल्पनेचे स्वरूप जाणून घेणार आहोत; कारण काही तज्ज्ञांच्या मते, बहुसंख्य सामाजिक चळवळींचा उदय नागरी समाजातच होतो. ज्या काही महत्त्वाच्या सामाजिक चळवळींवर आपण चर्चा करणार आहोत त्यांत प्रामुख्याने पर्यावरणात्मक चळवळी व स्त्रिया, आदिवासी, दलित इत्यादींच्या चळवळींचा समावेश आहे. त्यानंतर जागतिकीकरण व सामाजिक चळवळी यांचा परस्परसंबंध लक्षात घेणार आहोत. प्रकरणाच्या अंतिम टप्प्यात आजच्या आधुनिक युगात मानवी हक्कांची व सामाजिक न्यायाची आवश्यकता काय आहे हे जाणून घेऊन दैनंदिन व्यवहारात त्याचा कसा उपयोग होतो हेही पाहण्याचा प्रयत्न करणार आहोत.

सामाजिक चळवळी : अर्थ व स्वरूप

आपल्या व आपल्या गटाला कायद्यानुसार प्राप्त झालेल्या मूलभूत व अन्य हक्कांचे उल्लंघन झाल्यास त्याविरुद्ध व्यक्तिशः किंवा सामूहिकरीत्या जे उठाव केले जातात त्यास सामाजिक चळवळी असे म्हणतात. काही तज्ज्ञांच्या मते, सामाजिक चळवळी या प्रामुख्याने सामाजिक परिवर्तनासाठीच केल्या जातात. पारंपरिक समाजात काही गटांना अनेक हक्कांपासून वंचित राहावे लागते. त्यांत शिक्षणाचा हक्क, समानतेचा हक्क, सार्वजनिक मालमत्तेचा हक्क यांचा समावेश होतो. हे हक्क वंचितांना मिळवून देणे म्हणजे एक प्रकारचे सामाजिक परिवर्तनच होय. या अर्थाने सामाजिक चळवळी या परिवर्तनात्मक असतात. या दृष्टीने केल्या गेलेल्या सामाजिक चळवळींच्या काही व्याख्या खालीलप्रमाणे-

१) डॉ. विद्या भूषण व डॉ. डी. आर. सचदेव (Dr. Vidya Bhushan and Dr. D. R. Sachdeva) : 'समाजात किंवा समाजाचा एक भाग असलेल्या गटात सामूहिक क्रियेने सामाजिक परिवर्तनास काही प्रमाणात प्रोत्साहन देण्याची किंवा त्यास विरोध करण्याची काहीशी सलगपणे करण्यात येणारी कृती म्हणजे सामाजिक चळवळ होय.'

२) अँडरसन आणि पार्कर (Anderson and Parker) : 'सामाजिक आंदोलन किंवा चळवळ हा एक गतिमान, बहुव्यापक असा वर्तनाचा प्रकार असून तो कालांतराने एका विशिष्ट संरचनेत विकसित होतो व सामाजिक व्यवस्थेत अंशतः किंवा पूर्णतः बदल घडवून आणण्याचे ध्येय बाळगतो.'

३) लुंडबर्ग आणि अन्य (Lundberg and Others) : 'एखाद्या मोठ्या समाजातील दृष्टिकोन, वर्तन व सामाजिक संबंध यांत बदल करण्यात व्यग्र असलेल्या लोकांची ऐच्छिक संघटना म्हणजे सामाजिक आंदोलन होय.'

सामाजिक चळवळी म्हणजे समाजात बदल किंवा परिवर्तन घडवून आणण्यासाठी केलेले एकत्रित प्रयत्न होत. सामाजिक परिवर्तनप्रक्रियेला विरोध करण्यासाठीही सामाजिक चळवळी निर्देशित केल्या जातात. काही सामाजिक चळवळींचा उद्देश सध्याच्या सामाजिक व्यवस्थेतील केवळ काही पैलूत सुधारणा करण्याचा असतो तर काही सामाजिक चळवळी या समाजव्यवस्थेत आमूलाग्र बदल वा परिवर्तन करण्याच्या उद्देशाने केल्या जातात. समाजव्यवस्थेत आंशिक परिवर्तन घडवून आणणाऱ्या सामाजिक चळवळींना सामाजिक सुधारणा चळवळी म्हणतात; तर सामाजिक व्यवस्थेत आमूलाग्र परिवर्तन घडवून आणणाऱ्या चळवळी या क्रांतिकारी सामाजिक चळवळी म्हणून संबोधल्या जातात. यानुसार सामाजिक चळवळीची काही वैशिष्ट्ये पुढीलप्रमाणे-

- सामाजिक चळवळ म्हणजे समूहाद्वारे किंवा गटाद्वारे कार्य साध्य करण्याचा एक केलेला प्रयत्न होय.
- सामाजिक चळवळीचा हेतू हा सामाजिक परिवर्तन घडवून आणणे वा त्यास विरोध करणे असतो.
- सामाजिक चळवळ ही संघटित किंवा असंघटित अशा दोन्ही प्रकारची असते.
- सामाजिक चळवळीचे स्वरूप शांततापूर्ण किंवा हिंसक वा क्रांतिकारी असू शकते.
- सामाजिक चळवळीचा कालखंड अनिश्चित असतो. सामाजिक चळवळ दीर्घकाळपर्यंत चालू शकते किंवा काही दिवसांत संपूही शकते.

सामाजिक चळवळी व मानवी हक्क (Social Movements and Human Rights)

सामाजिक चळवळीचा इतिहास जर पाहिला तर त्याचा प्रारंभ हा फ्रान्सच्या पहिल्या क्रांतीपासून झालेला दिसतो. फ्रान्सची पहिली राज्यक्रांती १७८९ साली झाली. त्यानंतर क्रमाने अमेरिकेचे स्वातंत्र्ययुद्ध, भारताचा स्वातंत्र्याचा लढा, रशिया, चीन व उत्तर व्हिएतनाम या ठिकाणी क्रांती झाली. प्रचलित राजकीय सत्ता उलथवून टाकणे हा या क्रांत्यांचा उद्देश होता. या सर्व क्रांत्यांवर आधारित चळवळी 'राजकीय चळवळी' होत. याशिवाय सामाजिक, धार्मिक व आर्थिक क्षेत्रांत परिवर्तन घडवून आणण्यासाठीही चळवळी झालेल्या आहेत. सामाजिक सुधारणा, धार्मिक सुधारणा

आणि आर्थिक सुधारणेसाठी विविध राष्ट्रांत झालेल्या चळवळी या संकल्पनेत येतात.

या दृष्टीने विचार करता सामाजिक चळवळी हा लोकांचा असा औपचारिक करार असतो ज्या सामाजिक परिवर्तनाच्या प्रक्रियेवर सुयोग्य परिणाम करतात किंवा काही प्रसंगी त्यात अडथळासुद्धा आणतात. काही तज्ज्ञांच्या मते, राजकीय पक्षांपासून वेगळी किंवा काही संघटित हितसंबंधी गट अथवा दबावगट यांच्यापेक्षा वेगळी अशी सामाजिक चळवळ अनौपचारिक रीतीने संघटित होते व आपल्या मागण्यांच्या पूर्ततेसाठी आंदोलन करते. काही वेळा सामाजिक चळवळीचा दुवा एखाद्या राजकीय पक्षाशी किंवा एखाद्या अधिक संस्थात्मक गटाशी जोडला जातो.

१९८५ मध्ये गिडन्स यांनी सामाजिक चळवळीची कार्यक्षेत्रे खालीलप्रमाणे सांगितली होती-

अ) लोकशाहीवादी चळवळी : राजकीय हक्कांची स्थापना करणे व त्यांचे जतन करणे यांसाठी ही आंदोलने आयोजित केली होती.

ब) कामगार चळवळी : कामगारांच्या स्थानाचे संरक्षणात्मक नियंत्रण आणि आर्थिक सत्तेचे वितरण हे अधिक सर्वसामान्य तत्त्वानुसार व्हावे व त्यात परिवर्तन व्हावे यांसाठी या चळवळी केल्या जातात.

क) परिसरात्मक चळवळी : सामाजिक क्रियेद्वारे नैसर्गिक जगतातील बदलाला पर्यावरणातील प्रदूषणामुळे तसेच नैसर्गिक समतोल बिघडल्यामुळे जो धोका पोहोचतो त्यावर मर्यादा घालण्यासाठी या स्वरूपाच्या चळवळी केल्या जातात.

गिडन्स यांनी प्रतिपादन केलेले हे चळवळीचे प्रकार २० व्या शतकातील असल्यामुळे त्यात मानवी हक्कांचा उल्लेख आहे. विसाव्या शतकाच्या पूर्वी सामाजिक चळवळी केल्या जात होत्या, त्या काही मागण्यांच्या पूर्ततेसाठी होत्या हे जरी खरे असले तरी त्या काळात 'मानवी हक्क' ही संकल्पना आकाराला आली नव्हती. त्यामुळे २०व्या शतकापूर्वीच्या चळवळीचा संबंध मानवी हक्कांशी जोडता येत नाही.

मानवी हक्क (Human Rights)

पहिल्या व दुसऱ्या महायुद्धात जी प्रचंड भौतिक, वित्त आणि मानवी हानी झाली त्याने जग हादरून गेले. विशेषत: दुसऱ्या महायुद्धात अमेरिकेने जपानच्या हिराशीमा व नागासाकी या शहरांवर अणुबॉम्ब टाकून त्या शहराच्या भौतिक साधनसामग्रीबरोबरच मानवी जीविताची प्रचंड हानी केली. अणुबॉम्बमुळे होणाऱ्या मानवी जीवनाच्या हानीचे परिणाम नंतरची पिढीही भोगते आहे. जपानमध्ये झालेल्या मानवी हानीमुळे जग अंतर्मुख बनले. तसेच याच कालखंडात जर्मनीचा प्रमुख नाझी

हिटलरने ६ दशलक्ष ज्यू धर्मीयांची निर्घृण हत्या केली. मानवानेच निर्माण केलेल्या वस्तूंचा मानवच संहारकर्ता ठरतो ही घटना जितकी विदारक तितकीच ती क्लेशदायक आहे, याची जाणीव जगातील अनेक राष्ट्रनेत्यांना झाली व त्याचा परिणाम म्हणून दुसऱ्या महायुद्धाच्या कालखंडात १ जानेवारी १९४२ रोजी २६ राष्ट्रांच्या राष्ट्रप्रमुखांच्या उपस्थितीत संयुक्त राष्ट्रसंघाची स्थापना झाली. २००८ साली संयुक्त राष्ट्रसंघाची सदस्यसंख्या १९२ वर पोहोचली. दुसऱ्या महायुद्धात झालेल्या प्रचंड मानवी, वित्तीय व भौतिक हानीनंतर संयुक्त राष्ट्रसंघाने आंतरराष्ट्रीय शांतता, सुरक्षितता व सहकार्य यांवर भर दिला होता व तशी शपथ त्यांनी (संयुक्त राष्ट्रसंघाच्या सदस्य) राष्ट्रप्रमुखांनी घेतली होती. यानंतर संयुक्त राष्ट्रसंघाच्या सदस्य राष्ट्रप्रमुखांच्या स्वाक्षरीने १० डिसेंबर १९४८ रोजी 'मानवी हक्कांचा सार्वभौमिक जाहीरनामा' घोषित करून मानवी जीवनाला एक नवीन दिशा दिली गेली. मानवी हक्कांचा जाहीरनामा प्रकाशित झाल्यानंतर अनेक सदस्यराष्ट्रांनी तो स्वीकारून त्याला आपापल्या देशात वैधानिक रूप प्राप्त करून दिले. भारतातही भारतीय राज्यघटनेने भारतीय जनतेला समता, स्वातंत्र्य, बंधुता या मूलभूत हक्कांसहित अनेक हक्क प्रदान केले असून त्यावर आपण सविस्तर चर्चा पुढे करणार आहोत. मूलभूत व इतर हक्क लोकांना मिळाले खरे, पण त्यांचे प्रामाणिकपणे पालन होते का? या प्रश्नाचे उत्तर नकारार्थीच द्यावे लागेल. उदा. समानतेचा हक्क हा मानवी हक्कांतील एक हक्क. तो तरी अमलात आणला जातो का? लिंगभेद, जातिभेद, वंशभेद आदी घटक यात अडथळा आणतात. कायदे आहेत; पण त्यांचे काटेकोरपणे पालन होत नाही. तेव्हा संबंधित गटाला आपल्या हक्कांचे जतन करण्यासाठी सामाजिक चळवळीचा व काही प्रसंगी न्यायव्यवस्थेचा आधार घ्यावा लागतो. हक्क आहेत, त्या हक्कांचे जतन करणारे कायदेही आहेत; पण सामाजिक मानसिकता मात्र या प्रकारच्या मानवी हक्कांच्या विरोधात आहे. त्यामुळेच मानवी हक्कांचे संरक्षण करण्यासाठी सामाजिक चळवळीचा आधार आज घेतला जातो. त्याबरोबर असेही दिसून येते की सरकारमधील अनेक घटक मानवी हक्क कायद्याच्या विरोधात कार्य करतात तेव्हा त्यांना धाक बसविण्यासाठी सामाजिक चळवळीचा आधार महत्त्वाचा ठरतो. मानवी हक्कांचे जतन, संरक्षण व पालन करण्यासाठी व त्यांचे उल्लंघन होऊ नये म्हणून चालवल्या जाणाऱ्या काही सामाजिक चळवळींचा विचार या ठिकाणी आपण करणार आहोत; परंतु त्यापूर्वी सामाजिक चळवळीचे उगमस्थान म्हणून ज्या नागरी समाजाचा (Civil Society) उल्लेख केला जातो त्या नागरी समाजाचे स्वरूप समजून घेणे आवश्यक आहे.

● नागरी समाज किंवा सुसंस्कृत समाज (Civil Society)★

सामाजिक चळवळी एकीकडे सामाजिक परिवर्तनाला प्रोत्साहन देतात किंवा विरोध करतात तर दुसरीकडे काही व्यक्तीत किंवा गटांत मानवी हक्कांची जाणीव जशी निर्माण करतात तद्वतच मानवी हक्कांची पायमल्ली करण्यासही काही गटांना प्रोत्साहन देतात. राज्य, नागरी समाज आणि सामाजिक चळवळी (State, Civil Society and Social Movements) यांच्या संबंधाबाबत अनेक बुद्धिवाद्यांनी चर्चा केली आहे. सामाजिक करार सिद्धान्ताचे पुरस्कर्ते हॉब्ज थॉमस (Hobbes Thomas), लॉक जॉन (Locke John) आणि रूसो जीन जॅक (Rousseau Jean Jacques) यांचा वारसा एकीकडे तर हेगेल (Hegel), कांत इमॅन्युअल (Kant Immanuel), कार्ल मार्क्स (Karl Marx) आणि एंगेल्स फ्रेड्रिक (Engels Friedrich) यांचा साम्यवादी वारसा दुसरीकडे. या सर्व सामाजिक व राजकीय विचारवंतांच्या मते, राज्य हे विविध वस्तूंचे उत्पादनकेंद्र होय.

हेगेल यांच्या मतानुसार राज्याचे तार्किकीकरण ही केवळ समाधानकारक कारणमीमांसेची प्रक्रिया नसून उभयतांच्या विलीनीकरणाची प्रक्रिया होय. हेगेल पुढे असे म्हणतात की, जेव्हा या दोन प्रक्रिया एकमेकांत गुंफल्या जातात, तेव्हा राज्यांच्या बुद्धिप्रामाण्यवादाच्या प्रक्रिया त्यांच्या सर्वोच्च पातळीवर पोहोचतात व तेव्हा त्या आदर्शात्मक प्रतिकृती न राहता, त्यांचे रूपांतर वास्तवतेत होते व राजकीय क्षेत्रातील राज्याच्या संदर्भातील हा एक ऐतिहासिक क्षण होय.

राज्याच्या तार्किकीकरणाच्या प्रक्रियेच्या प्रकटीकरणाचे तीन प्रकार पाडले गेले आहेत ते पुढीलप्रमाणे-

१) राज्यपूर्व सामाजिक कालखंडात राज्य म्हणजे तार्किकतेचा अभाव असणारे क्षेत्र होय. सामाजिक करार सिद्धान्ताचे पुरस्कर्ते हॉब्ज आणि लॉक याला 'समाजाची नैसर्गिक अवस्था' असे म्हणतात.

२) राज्य म्हणजे 'समाजाच्या नैसर्गिक नियमनांचे' नियंत्रण करणे होय. लॉक आणि कांत (Locke and Kant) यांच्या मते, हा काही पर्याय नाही; परंतु ज्या समाजाचे नियमन करावयाचे त्यास नियंत्रणप्रक्रियेच्या माध्यमातून परिपूर्ण करणे होय.

★ Civil Society : या इंग्रजी शब्दासाठी मराठीत जाणीवपूर्वक सुसंस्कृत समाज किंवा सभ्य समाज या संज्ञा नागरी समाज याऐवजी वापरल्या आहेत. Society, which is civilized, is called civil Society. (जो समाज हा सुसंस्कृत किंवा सभ्य आहे तो समाज सभ्य वा सुसंस्कृत समाज होय.)

३) हेगेल यांच्या मते, राज्य हे फक्त निर्माण केले जात नाही तर त्यात सुसंस्कृत समाज किंवा नागरी समाज (Civil Society) हादेखील अंतर्भूत असतो.''

हेगेल यांच्या मते, नागरी किंवा सभ्य समाज याची निर्मिती ही आधुनिक राज्याची एक सिद्धी असून त्यात नागरी जीवन आणि राजकीय जीवन यांतील द्विविधता संस्थात्मक चौकटीद्वारे एकात्म केली जाते. हेगेल यांच्या विचारसरणीनुसार ही संस्थात्मक चौकट तीनपदरी असते व कार्यात्मकतेचे एक साधन असते. या संस्थात्मक चौकटीचे तीन पदर पुढीलप्रमाणे-

१) राजा किंवा बादशहा (The King) : जन्माने प्राप्त झालेली सार्वभौम सत्ता हे या राज्याचे वैशिष्ट्य होय. तसेच राजकीय दुफळीच्या ऐहिक हितसंबंधांच्या स्वातंत्र्याचे जतन व रक्षण हे या राज्याचे कार्य होय.

२) विशाल नोकरशाही (Mega Bureaucracy) : राज्याशी एकनिष्ठ असलेला व राज्याच्या कायद्याला श्रेष्ठ मानणारा सरकारचा पगारी नोकरवर्ग.

३) संसद (Assembly) : ही राज्याची संसद एकीकडे कार्यकारी सत्ता असलेल्या राजाचे प्रतिनिधित्व करते; तर दुसरीकडे सभ्य समाजाचे (Civil Society) प्रतिनिधित्व करते. या प्रतिनिधींची संसद बनते. ही संसद विचारपूर्वक राज्य आणि सभ्य समाज (State and Civil Society) यांच्या हेतूंच्या आणि हितसंबंधांच्या प्रतिकृतीत एकवाक्यता घडवून आणते कारण यामुळे निर्णयाचे कायद्यात रूपांतर करणे शक्य होते.

हेगेल यांच्या मते, राज्य म्हणजे केवळ सभ्य समाजाची (Civil Society) निर्मिती करण्यास जबाबदार असणारी यंत्रणा नव्हे; तर त्यास योग्य आधार देणे होय. सभ्य समाज (Civil Society) एकीकडे आधुनिक भांडवलशाहीचा आत्मा होय तसेच तो व्यक्तींच्या हितसंबंधांचे रक्षण करतो आणि दुसरीकडे कल्पनांच्या सामाजिक क्षेत्राशी सभ्य समाज संबंधित असल्यामुळे काही सामुदायिक किंवा समुच्चयात्मक हितसंबंधांशी कोणतीही तडजोड न करण्याची वचनबद्धता स्वीकारतो. त्यामुळे सभ्य समाज (Civil Society) म्हणजे एक नैतिक व्यवस्था (Moral System) होय.

मार्क्स आणि एंगेल्स यांनी 'राज्य म्हणजे नैतिक स्वरूपाची व्यवस्था होय', अशी राज्याची व्याख्या केली नाही, तर उलट त्यांच्या मते, 'राज्य म्हणजे केंद्रीभूत झालेला व संघटित सत्ता असलेला समाज होय.' राज्य हा सभ्य समाजाची जागा घेणारा घटक जसा नाही; तसेच राज्य हे सभ्य समाजात परिवर्तितही होऊ शकत नाही. राज्यातच सभ्य समाज समाविष्ट आहे. सभ्य समाजाच्या दृष्टीने विचार करता

राज्य हे दुय्यम व कनिष्ठ स्वरूपाचे असल्याचा दाखला इतिहास देतो. राज्य हे सभ्य समाजावर बंधने लादते व त्यांना नियमित करते असे नाही. हेगेल यांनी सूत्ररूपात राज्याची व्याख्या केली असून ती खालीलप्रमाणे–

राज्य = सभ्य समाज + राजकीय समाज

ग्रामसी (Gramsci) यांनीही 'सभ्य समाज' या संकल्पनेवर काही विचार प्रकट केले होते. ग्रामसी यांनी 'वर्चस्व' (Hegemony) या संकल्पनेच्या आधाराने सभ्य समाजाचे विश्लेषण केले होते. या संदर्भात विचार मांडताना ग्रामसी असे म्हणतात की, बुद्धिवादी जग आणि उत्पादकांचे जग यांचे संबंध, मूलभूत सामाजिक गटांसारखे, प्रत्यक्ष नसतात तर त्यात बऱ्याच प्रमाणात भेद असतो व ते सामाजिक धाग्यांच्या माध्यमातून एकमेकांत गुंफलेले असतात. ग्रामसी यांनी उत्पादनाच्या जगाला समाजाच्या संरचनेत पायाभूत स्थान दिले असून त्यात अनेक मूलभूत सामाजिक गटांना, त्यांच्या परस्परसंबंधांनाही त्यांच्यातील सेंद्रिय गुणवत्तेमुळे महत्त्वाचे स्थान आहे व त्यामुळे ते पायाभूत संरचनेचे घटक असल्याचे ग्रामसी मानतात. यावर आधारित जी अधिसंरचना (Super Structure) असते त्याच्या ग्रामसी यांनी दोन पातळ्या केल्या आहेत आणि त्यांची रचना पायाभूत संरचनेपासून उर्ध्वपातळीनुसार वरवर जाते. (खालील आकृती पाहा)

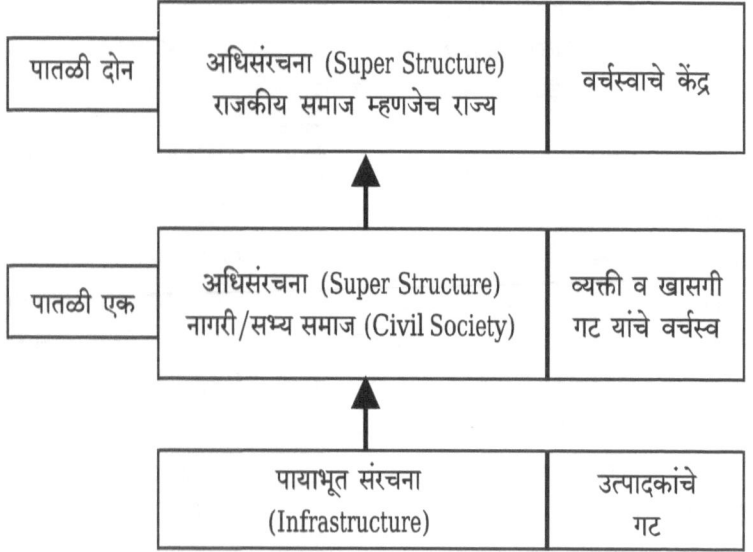

ग्रामसी पुढे म्हणतात की, अधिसंरचनेत कार्यरत असलेल्या घटकांचे संबंध हे

एकीकडे कार्याच्या वर्चस्वावर आधारलेले असतात आणि हे वर्चस्व प्रभावशाली गटाकडून दुर्बल गटांवर लादले जाते, तर दुसरीकडे हे वर्चस्व राज्य किंवा न्यायिक सरकार प्रत्यक्षपणे आपल्या जनतेवर लादते. राज्य किंवा राजकीय समाज हा अन्य गटांवर, संस्थांवर किंवा समाजातील प्रत्येक गटावर वर्चस्व गाजवितो वा तसे अधिकार त्यांना प्राप्त झाले आहेत. सभ्य वा नागरी समाजात जरी व्यक्ती वा खासगी गट मोठ्या प्रमाणात कार्यरत असले तरी त्यांना मनाप्रमाणे कार्य करण्याचे स्वातंत्र्य नाही, तर त्यांना राज्याच्या कायद्यानुसार राज्याच्या आधिपत्याखालीच काम करावे लागते. या संदर्भात आणखी एक मुद्दा स्पष्ट करणे गरजेचे आहे. इंग्रजीतील 'सिव्हिल सोसायटी' (Civil Society) या शब्दाचे मराठी भाषांतर 'नागरी समाज' असे करणे योग्य होणार नाही. सिव्हिल (Civil) या इंग्रजी शब्दाचा अर्थ सभ्य, सौजन्यशील वागणूक असा आहे. त्यापासून जो सिव्हिलाइज (Civilized) हा शब्द बनला त्याचा अर्थ आहे सुशिक्षित, सुसंस्कृत. (The Society, which is civilized, is called civil society.) 'जो समाज सुशिक्षित, सुसंस्कृत आहे तो समाज म्हणजे सभ्य, सुसंस्कृत म्हणजेच नागरी समाज होय.' पूर्वीच्या काळी नगरात किंवा शहरात सभ्यतेचे, सुसंस्कृततेचे प्रमाण तुलनात्मकदृष्ट्या जास्त असल्याने त्या काळच्या भाषांतरकारांनी सिव्हिल सोसायटीचे भाषांतर 'नागरी समाज' केले असावे. नागरी समाजाचा आणखी एक अर्थ होऊ शकतो तो 'नगरात राहणारा समाज'. विशेषत: औद्योगिकीकरणाच्या प्रक्रियेमुळे शहरांच्या संख्येत वाढ झाली. शहरासाठी किंवा शहरी केंद्रांसाठी आज इंग्रजीत प्रामुख्याने 'अर्बन सोसायटी' (Urban Society) किंवा 'अर्बन सेन्टर्स' (Urban Centres) हा शब्दप्रयोग करण्यात आला. या दोन इंग्रजी संज्ञांचे मराठीत भाषांतर 'नागरी समाज किंवा नागरी केंद्र' असेच केले. येथे मात्र नगरात राहणारा तो नागरी असा अर्थ अभिप्रेत असून त्यात सभ्यता, सुसंस्कृतता कुठेच येत नाही. सिव्हिल सोसायटीत मात्र सभ्यता, सुसंस्कृतता महत्त्वाची मानली जाते. सभ्य, सुसंस्कृत व सुधारणावादी व्यक्ती शहराप्रमाणे ग्रामीण परिसरातही असू शकतात. 'सिव्हिल सोसायटी' या इंग्रजी संज्ञेत सभ्यता, सुसंस्कृतता महत्त्वाची असल्याने त्याचे मराठीत भाषांतर नागरी समाज करण्याऐवजी सभ्य वा सुसंस्कृत समाज असे करावे असे मला वाटते.

ग्रामसी यांनी त्यांच्या वर्चस्व या सिद्धान्ताच्या आधारे सभ्य वा सुसंस्कृत समाजाचे विश्लेषण केले आहे.

शेवटी कसे म्हणता येईल की, राज्य ही समाजशास्त्राच्या भाषेत बोलावयाचे झाल्यास कायदे तयार करणारी, कायद्याची अंमलबजावणी करणारी व कायद्याप्रमाणे जे वागणार नाहीत त्यांना योग्य शिक्षा देण्याचा अधिकार असणारी एक यंत्रणा होय.

नागरी वा सुसंस्कृत समाज (Civil Society) हा राज्याचाच एक घटक असल्याने त्यावर नियंत्रण ठेवण्याची जबाबदारी आपोआपच राज्यावर येऊन पडते.

• नागरी समाज व सामाजिक चळवळी

सामाजिक चळवळी या प्रामुख्याने मानवी हक्कांची प्रस्थापना करण्यासाठी किंवा नवीन मानवी हक्कांची मागणी करण्यासाठी केल्या जातात. सर्वसाधारणपणे बहुसंख्य विद्वान असे मानतात की राज्याचे एक अत्यावश्यक अंग म्हणून नागरी समाजाचा उल्लेख केला जातो. अनेक सामाजिक चळवळींचे उगमस्थान नागरी समाज असते. अनेक सामाजिक सुधारणा चळवळी नागरी समाजातच उदयाला आलेल्या आहेत. यामध्ये सतीबंदीची चळवळ, केशवपन प्रथा बंद करण्याची चळवळ, विधवा पुनर्विवाहासाठीची चळवळ, जातिनिर्मूलनाची चळवळ, अस्पृश्यतानिर्मूलनाची चळवळ, स्त्रीशिक्षणाची चळवळ, स्त्री मुक्ती चळवळ इत्यादींचा समावेश होतो.

काही धार्मिक चळवळींचे उगमस्थानही नागरी समाजात आढळते. यामध्ये अंधश्रद्धानिर्मूलनाची चळवळ, सक्तीच्या धर्मांतराविरुद्धच्या चळवळी, अस्पृश्यांना मंदिरात मुक्त प्रवेश मिळावा म्हणून करण्यात आलेल्या चळवळी यांचा समावेश होतो.

मानवी हक्काच्या, सामाजिक सुधारणेच्या संदर्भातील चळवळी प्रामुख्याने सभ्य वा सुसंस्कृत समाजात का उदयाला येतात यांच्या कारणांवर चर्चा करताना तज्ज्ञ असे म्हणतात की, सभ्य किंवा सुसंस्कृत समाजातील माणसे तुलनात्मक दृष्टीने विचार करता अधिक शिक्षित, सुधारणावादी, पुरोगामी प्रवृत्तीची, परिस्थितीची जाण असणारी असतात. तसेच या लोकांचे हितसंबंध समान असतात. समान हितसंबंध असणारी माणसे त्या हितसंबंधांच्या पूर्ततेसाठी चटकन एकत्रित होऊ शकतात. परिणामत: मानवी हक्कांच्या मागणीच्या चळवळी मग त्या राजकीय, सामाजिक, सांस्कृतिक, शैक्षणिक, धार्मिक स्वरूपाच्या चळवळी प्रामुख्याने शहरातील सभ्य समाजात आकाराला येतात. आपल्या हितसंबंधाचे व मानवी हक्कांचे जतन करणाऱ्या चळवळीही नागरी समाजातच (Civil Society) आकाराला येतात. रिक्षा बंद, बससेवा बंद, बँका बंद, रेल्वे बंद, दवाखाने बंद, रास्ता रोको, घेराव, मोर्चे इत्यादी आंदोलने शहरी समाजातच घडून येतात ही वास्तवता असून याचे कारण येथील लोक आपल्या हक्कांबाबत, मागण्यांबाबत किंवा हितसंबंधांबाबात अधिक जागृत असतात हे होय. या ठिकाणी आपण सामाजिक व मानवी हक्कांच्या पूर्ततेसाठी लढविल्या गेलेल्या काही चळवळींचा आढावा घेणार आहोत. त्यांत प्रामुख्याने स्त्रियांच्या चळवळी, दलितांच्या चळवळी, आदिवासींच्या चळवळी, पर्यावरणांच्या चळवळी, आरोग्याच्या हक्कांसंबंधीच्या चळवळी यांचा समावेश आहे.

स्त्रियांच्या मानवी हक्कांसंबंधीच्या चळवळी
(Human Rights Movements of Women)

संयुक्त राष्ट्रसंघाच्या मानवी हक्कांच्या जाहीरनाम्यात तसेच भारतीय संविधानात स्त्री-पुरुष समानतेचा हक्क देण्यात आला आहे. स्त्रियांच्या मानवी हक्कसंबंधी चळवळींमध्ये सतीबंदीची चळवळ, केशवपनपद्धती बंद करण्याची चळवळ, विधवा पुनर्विवाहाची चळवळ, मतदान हक्कासाठीची चळवळ इत्यादींचा समावेश होतो. याचे मूळ पुरुषप्रधान समाजव्यवस्थेत व पारंपरिक पितृसत्ताक कुटुंबपद्धतीतच आहे. त्यामुळे स्त्रीवादी विचारवंत समाजात स्त्री/पुरुष समानता येण्यासाठी किंवा स्त्रियांना सामाजिक न्याय मिळण्यासाठी कार्यरत आहेत. या प्रकारच्या चळवळी करणाऱ्या व्यक्तींना अथवा गटांना 'समष्टिवादी' म्हणून संबोधले जाते. कारण ही समष्टिवादी माणसे सामाजिक संबंधांचे जाळे विणतात. सर्व चळवळींत समाविष्ट होऊ इच्छिणाऱ्यांना एकत्र आणतात व त्यांच्या सामाजिक कार्याचे क्षेत्र विस्तारून लिंगभाव प्रश्नावर आवाज उठवून त्यासाठी संघर्ष करतात. कामाच्या ठिकाणी समान संधी उपलब्ध व्हावी म्हणून करण्यात येणाऱ्या चळवळी यांत येतात. स्त्रियांना समान संधी व समान हक्क प्रत्यक्ष व्यवहारात मिळावेत म्हणून स्त्रियांच्या चळवळी या जाती, वर्ग, धर्म, समुदाय आणि प्रसंगी राज्य यांच्या सीमा ओलांडून पलीकडे गेल्याचे दिसते. स्त्रियांना अजूनही पूर्णपणे समानतेचा हक्क व्यवहारात मिळताना दिसत नाही. त्यांच्याकडे दुय्यम दृष्टिकोनातूनच पाहिले जाते व त्यामुळे त्यांना कायद्याने मिळालेले समानतेचे हक्क व्यवहारात मात्र नाकारले जातात. भारतीय संसदेत स्त्रियांसाठी ३३% जागा राखीव असाव्यात या मागणीला पुरुष खासदारांकडून विरोध झाल्यामुळे हे विधेयक अजूनही संमत होऊ शकले नाही.

भारतात स्त्रीवादी विचारप्रणाली गेल्या पाच दशकांतील असून अनेक तज्ज्ञांनी १९७० नंतर स्त्रियांच्या बहुविध प्रश्नांकडे वा त्यांच्या अध्ययनाकडे आपले लक्ष केंद्रित केले. यामध्ये पितृसत्ताक परंपरेत स्त्रियांचे स्थान या विचारावर अधिक भर देण्यात आला आहे.

अल्टेकर, डी. जैन, मुजुमदार व शर्मा, के. अहमद, वाडले, मधू किश्वर ब सूद, के. शर्मा, नीरा देसाई व विभूती पटेल, एस. कौशिक, ए. सिंग आणि हकेसर, पी. चौधरी, बीना अग्रवाल, पारिख व गर्ग, दुबे व पारलीवाला, गेल ऑम्वेट, ॲग्नेस हे काही प्रमुख स्त्रीवादी अभ्यासक होत.

गेल्या ५ दशकांत या स्त्रीवादी अभ्यासकांनी स्त्रियांच्या प्रश्नांच्या अभ्यासात प्रामुख्याने स्त्रियांचा सामाजिक दर्जा, त्यांचे कौटुंबिक स्थान, विवाह व सामाजिकीकरण

इत्यादी प्रश्नांवर चर्चा व मांडणी केली आहे. याशिवाय स्त्रियांचे लैंगिक शोषण, त्यांच्यावर होणारे अत्याचार इत्यादी विषयांचे अध्ययन या स्त्रीवादी अभ्यासकांनी केले आहे; परंतु केवळ अध्ययन हा स्त्री प्रश्नावर तोडगा होऊ शकत नाही. तर त्यासाठी आंदोलने व चळवळी उभारल्या पाहिजेत. स्त्री हक्कांची पायमल्ली करण्यात पुरुषांचा वाटा पूर्वी व आजही तितकाच मोठा आहे. स्त्री हे उपभोगाचे साधन, परावलंबी असल्याची भावना समाजात दिसून येते. या संदर्भात गेल आम्वेट यांचे उदाहरण देता येईल. त्यांनी १९८० साली 'आम्ही या तुरुंगाचा चुराडा करू' (We will smash this prison) या मांडणीत मध्य भारतातील एका दूरच्या खेड्यातील स्त्री मजुरांच्या चळवळीचा आढावा घेताना असे मांडले आहे, पुरुषी वर्चस्वाचा व अन्यायाचा तुरुंग चिरडून टाकण्यासाठी स्त्रियांनी संघटित झाले पाहिजे. त्याचप्रमाणे त्यांनी 'संयुक्त स्त्री संघटना' स्थापन करून स्त्रियांना त्यांच्या हक्कांसाठी लढण्यास प्रवृत्त केले. महाराष्ट्र व अन्य काही राज्यात स्थापन करण्यात आलेले बचत गट, अनेक ग्रामपंचायतींत स्त्रियांना मिळणारे सरपंचाचे पद ही स्त्री सबलीकरणाची अनेक उदाहरणे असून अनेक गावांतील पुरुषांच्या अपप्रवृत्तीला त्यामुळे आळा बसण्यास काही प्रमाणात मदत झाली. आधुनिक काळातील स्त्रियांच्या चळवळींचे वर्गीकरण विविध अभ्यासकांनी खालीलप्रमाणे केले आहे–

अ) स्त्रियांच्या समानतेच्या चळवळी ब) स्त्री मुक्तीच्या चळवळी क) सामुदायिक स्त्रीत्वाची चळवळ ड) पुरुषाच्या जुलमातून स्त्रीला मुक्त करणारी चळवळ ई) स्त्रियांच्या हक्कांसंबंधीच्या चळवळी फ) अस्सल स्त्रीत्वाच्या चळवळी ग) सामाजिक स्त्रीत्व जपणाऱ्या चळवळी.

स्त्रियांचे गट वा संघटना

नीरा देसाई आणि विभूती पटेल यांनी संयुक्तपणे केलेल्या अध्ययनाच्या आधारे स्त्री चळवळीच्या क्षेत्रात कार्यरत असलेल्या संघटनांचे वर्गीकरण खालील सहा प्रकारांत केले आहे–

१) जाणीवजागृती करणारे स्त्रियांचे गट किंवा स्वायत्त गट.

२) कामगार संघटना, शेतमजूर संघटना, लोकशाही संघटनांचे गट, आदिवासी संघटना इत्यादी स्त्रियांच्या प्रश्नांसंबंधी लढणारे गट.

३) गरजू स्त्रियांना आसरा, घर, सेवा पुरविणाऱ्या संघटना.

४) डॉक्टर, वकील, शास्त्रज्ञ, संशोधक, पत्रकार यांसारख्या व्यावसायिक स्त्रियांचा गट.

५) राजकीय पक्षांची स्त्रियांची आघाडी.

६) स्त्रियांच्या प्रश्नांवर संशोधन करणारे किंवा त्यासंबंधी माहिती गोळा करणारे गट.

स्त्रियांच्या मानवी हक्कांची पायमल्ली

पुणे, मुंबई, गुवाहाटी येथील स्त्रियांवर होणाऱ्या अत्याचारांचा व त्याद्वारे त्यांच्या मानवी हक्कांची पायमल्ली करणाऱ्या काही घटनांचा उल्लेख आपण यापूर्वी केला आहेच. ज्यांच्यावर स्त्रियांच्या हक्कांचे रक्षण करण्याची जबाबदारी आहे असेच लोक स्त्रियांवर अत्याचार करण्यात आघाडीवर असतात हे दुर्दैव. बागपत हे दिल्लीपासून केवळ चाळीसेक किलोमीटर अंतरावर असलेले छोटे गाव. हे जाट समाजाचे प्राबल्य असलेले गाव होय. २१ व्या शतकाचे पहिले दशक उलटून गेल्यावरही या गावात संस्कृती व प्रबोधनाची पहाटही झालेली नाही. या गावच्या पंचायतीने स्त्री हक्कांची पायमल्ली करणारे अनेक निर्णय घेतले. त्यांत ४० वर्षांखालील महिलांना घराबाहेर पडण्यास बंदी, प्रेमविवाहास बंदी, मुलींना भ्रमणध्वनीचा वापर करण्यास बंदी घालणाऱ्या फतव्याचा (आदेशाचा) समावेश आहे. हरियाणातही तथाकथित जाट समाजाच्या. स्वाभिमानाच्या पोटी परजातीत प्रेम व लग्न करणाऱ्या तरुण जोडप्याला ठार मारण्याचा प्रकार न्याय पंचायतींनी केला.

खाप पंचायतींनी (गावातील न्याय पंचायत) मुलींना भ्रमणध्वनीचा वापर न करण्याचा आदेश काढणे जितके स्त्रियांच्या मानवी हक्कांचा भंग करणारे कृत्य आहे तितकेच भ्रमणध्वनीचा गैरवापर करून मुलींना व स्त्रियांना अश्लील दूरध्वनी करणे, संदेश पाठविणेही स्त्रियांच्या मानवी हक्कांचा भंग करणारी कृती होय. बऱ्याच महिला स्वतःची अब्रू जाईल या भीतीने पोलिसांकडे तक्रार करीत नाहीत. जून २०१२ पर्यंत पोलिसांच्या गुन्हा अन्वेषण विभागाकडे १०८३० तक्रारी नोंदविल्या गेल्यात. यांपैकी ९५% हून अधिक तक्रारींवर कारवाई झाली असे पोलिसांचे म्हणणे आहे. संगणक व भ्रमणध्वनीच्या माध्यमातून दररोज सुमारे ६५ महिलांना छळले जाते. महिलांचा छळ करण्यात पोलीस खात्यातील कर्मचारी, कार्यालयातील वरिष्ठ पुरुष अधिकारी, रात्री-अपरात्री महिलांना घरी सोडणाऱ्या वाहनांचे चालक, डॉक्टर्स इत्यादींचा समावेश होतो. काही प्रसंगी राजकीय नेते, त्यांचे संबंधित व त्यांचे कुटुंबीयही अशा अत्याचारांत सहभागी होतात. स्त्रियांच्या संघटना, राष्ट्रीय महिला आयोग याविरुद्ध निषेध व तक्रारी करतात पण त्यांची दखलच घेतली जात नाही हे दुर्दैव. कायद्यातील त्रुटी, पुरुषप्रधान संस्कृती व दृष्टिकोन यामुळे हे अन्याय आजही चालू आहेत.

दलित व सामाजिक चळवळी

स्त्रियांनंतर भारतीय समाजाने पूर्णपणे दुर्लक्षित केलेला घटक म्हणजे दलित किंवा अनुसूचित जाती होय. पूर्वीच्या काळी व आजही दलितांना त्यांच्या अनेक मानवी हक्कांपासून नुसते वंचितच केले गेले नाही; तर त्यांच्यावर अनेक लाजीरवाणी बंधने लादली गेली आहेत. २००१ च्या जनगणना अहवालानुसार भारतात दलितांची लोकसंख्या एकूण लोकसंख्येच्या तुलनेने केवळ १६% म्हणजे १६ कोटी एवढी आहे. त्यांच्यापैकी ३६% लोक कामगार किंवा मजूर आहेत. या कामगारांमध्ये ४८% कामगार शेतमजूर आहेत याशिवाय कातडी कमावणे, सफाईकामगार म्हणूनही हे लोक काम करतात. अनुसूचित जातीची किंवा दलितांची लोकसंख्या कमीअधिक प्रमाणात सर्व प्रांतांत विखुरलेली आहे.

दलितांच्या सामाजिक, राजकीय व धार्मिक परिस्थितीवर विवेचन करणारे बरेच शोधनिबंध सादर झाले असले तरी त्यांपैकी फारच थोडे पद्धतशीर अनुभवावर आधारलेले आहेत. महाराष्ट्रातील महार जातीची चळवळ संपूर्ण भारताच्या पातळीवर अमलात आणली गेली. काही तज्ज्ञांच्या मते, दलितांची अस्मिता आणि सामाजिक न्याय यांचा शोध घेण्यासाठी आकाराला आलेली चळवळ म्हणजे दलित चळवळ होय. डॉ. एम. एस. गोरे, डॉ. गेल ऑम्वेट, डॉ. योगेंद्रसिंग यांनी दलित चळवळीची सखोल अध्ययने केलेली आहेत.

डॉ. एम. एस. गोरे यांचा 'विचारप्रणालीचा सामाजिक संदर्भ' (Social Context of an Ideology) हा ग्रंथ १९९३ साली प्रकाशित झाला असून तो दलित सामाजिक चळवळीचा आढावा घेणारा महत्त्वपूर्ण ग्रंथ होय. डॉ. गोरे यांचे अध्ययन एक प्रकारचे व्यष्टी अध्ययन होते. या ग्रंथातील डॉ. आंबेडकरांचे काही विचार खालीलप्रमाणे-

- अस्पृश्य जरी हिंदू असले तरी ते हिंदू समाजाचा, सवर्णाप्रमाणे भाग नाहीत.
- ऐतिहासिक दृष्टीने विचार करता अस्पृश्यांचे सतत शोषण होत आले आहे. विषमतेचा कळस म्हणजे अस्पृश्यता होय.
- ब्राह्मणवादाचे तत्त्वज्ञान म्हणजे श्रेणी-रचनात्मक विषमतेचे तत्त्वज्ञान होय. हिंदुत्ववाद म्हणजेच एक प्रकारे ब्राह्मणवाद होय. हे तत्त्वज्ञान इतके ताठर असून ते अस्पृश्यांना निराश करणारे आहे.
- अस्पृश्यांना समानता व न्याय पाहिजे, कोणाची सहानुभूती नको.
- न्याय हा केवळ प्रातिनिधिक स्वरूपाचा नको तर संरक्षक स्वरूपाचा असावा.

○ अस्पृश्यांना वैधानिक स्वरूपात समानतेचे ध्येय प्राप्त करून चालणार नाही तर त्यांना राजकीय व आर्थिक क्षेत्रात विशेष स्वरूपाचे संरक्षण मिळाले पाहिजे.

• दलित चळवळीचे प्रकार

राष्ट्रीय पातळीवर दलित चळवळीचे विश्लेषण न झाल्यामुळे चळवळीचे प्रकार कोणते हे ठरविण्याचे प्रयत्न झाले नाहीत. १९८० साली पहिल्यांदा घनश्याम शाह यांनी दलित चळवळींचे वर्गीकरण करण्याचा प्रयत्न केला. त्यांनी दलित चळवळीचे दोन प्रकार पाडले आहेत, ते खालीलप्रमाणे-

१) सुधारणात्मक चळवळ : सुधारणात्मक चळवळी या अस्पृश्यतेचा प्रश्न सोडविण्यासाठी, जातिव्यवस्था सुधारण्यासाठी केल्या जातात. सुधारणात्मक चळवळींचे प्रकार खालीलप्रमाणे सांगता येतील-

अ) भक्ती चळवळ ब) नववेदांतिक चळवळ क) संस्कृतीकरण चळवळ

२) पर्यायात्मक चळवळी : दुसऱ्या धर्मात प्रवेश करून किंवा शिक्षण मिळवून, आर्थिक प्रतिष्ठा आणि राजकीय ताकद वाढवून पर्यायी सामाजिक-सांस्कृतिक ढाचा बनविण्याचा प्रयत्न पर्यायी सामाजिक चळवळ करते. पर्यायात्मक चळवळींचे प्रकार खालीलप्रमाणे सांगता येतील-

अ) धर्मांतर चळवळ ब) धार्मिक चळवळ

दलितांचा आदर्शवाद आणि त्यांची अस्मिता यांचे जतन करणाऱ्या चळवळी या अंतर्गत दलित चळवळीचे चार प्रकार प्रतिपादन करण्यात आले आहेत ते खालीलप्रमाणे-

○ सांस्कृतिक मतैक्यातील चळवळी.

○ स्पर्धात्मक आदर्शवाद आणि अहिंदू अस्मिता जतन करणाऱ्या चळवळी.

○ बौद्ध दलित चळवळी.

○ प्रतिआदर्शवाद, दलित आदर्शवाद व दलित अस्मिता यांचे जतन करणाऱ्या चळवळी.

यांपैकी पहिल्या तीन चळवळी धार्मिक आदर्शवादावर आधारित असून शेवटची चौथी चळवळ वर्गवादावर आधारलेली आहे.

भारत पाटणकर आणि गेल ऑम्वेट या दोन विचारवंतांनी दलितांच्या सामाजिक चळवळींचे पुढील दोन प्रकार प्रतिपादन केले आहेत- १) जातीवर आधारित दलित चळवळी २) वर्गावर आधारित दलितांच्या चळवळी.

या आधी पाहिल्याप्रमाणे डॉ. एम. एस. गोरे यांनी दलितांच्या प्रश्नासंबंधी व हक्कांसंबंधी झालेल्या चळवळींचा सर्वांगीण अभ्यास केला होता. याशिवाय खालील संशोधकांनी दलितांच्या हक्कांसंबंधीच्या विविध पैलूंवर प्रकाशझोत टाकण्याचा प्रयत्न केला असल्याचे निदर्शनास येते. या संशोधकांत शेट्टी, व्ही. टी. राजशेखर (१९७८, १९८०), ज्युरगेन्समेअर्स मार्क (१९७९, १९८०), घनश्याम शहा, ए. बी. शहा (१९८१), आर. जी. सिंग (१९८१), प्रकाश पिंपळे आणि सतीश शर्मा (१९८५), शर्मा सतीशकुमार (१९८५), बी. जोशी (१९८६), मॅथ्यू (१९८६), गेल ऑम्वेट (१९९४) यांचा समावेश होतो.

दलितांच्या चळवळींचा आढावा घेताना डॉ. बाबासाहेब आंबेडकर यांचा विसर पडून चालणार नाही. १९२० ते १९३० च्या दशकात त्यांनी मंदिरप्रवेशाचा हक्क व सार्वजनिक पाणवठ्यावर पाणी भरण्याचा दलितांचा हक्क यांसाठी चळवळी केल्या. त्यांची सर्वात महत्त्वाची चळवळ म्हणजे धर्मांतराची चळवळ. अस्पृश्यांना त्यांचे हक्क हिंदू धर्मात कधीच मिळणार नाहीत, हे लक्षात आल्यावर त्यांनी बौद्ध धर्माचा स्वीकार करण्याचा निर्णय घेऊन प्रत्यक्ष धर्मांतर करणारी चळवळ यशस्वी केली. डॉ. बाबासाहेब आंबेडकर भारतीय घटनेच्या मसुदा समितीचे अध्यक्ष झाल्यामुळेच दलितांना अनेक सुविधा प्रदान करणाऱ्या कलमांचा समावेश भारतीय संविधानात झाला, हे सत्य नाकारता येणार नाही; परंतु दुर्दैवाने डॉ. आंबेडकरांच्या महानिर्वाणानंतर दलितांना त्यांच्यासारखे खंबीर नेतृत्व मिळाले नाही. दलितांतील जातिभेद, त्यांच्या नेत्यांची स्वार्थी वृत्ती यामुळे दलित चळवळ जी विभाजित झाली ती अजूनपर्यंत तरी एकसंध झाली नाही. दलितांच्या हक्कांसाठी लढण्यापेक्षा तकलादू स्वार्थी तत्त्वासाठी दलित नेते आपापसात लढत राहिले.

आदिवासींच्या मानवी हक्क चळवळी

(Tribal Movements against Human Rights)

२००१ च्या जनगणना अहवालानुसार भारतातील आदिवासींची लोकसंख्या सुमारे ८ कोटी २० लाख एवढी होती. भारतातील आदिवासींचे दोन वर्गांत विभाजन केले जाते-

१) सरहद्द प्रांतांतील आदिवासी जमाती.

२) असरहद्द प्रांतांतील आदिवासी जमाती.

सरहद्द प्रांतातील आदिवासी जमाती या प्रामुख्याने भारताच्या ईशान्य सीमेवरील राज्ये - अरुणाचल प्रदेश, आसाम, मेघालय, मणिपूर, त्रिपुरा, मिझोराम, नागालँड या

राज्यांत विखुरलेल्या आहेत. असरहद्द प्रांतातील आदिवासी जमाती पूर्वोत्तर किंवा ईशान्य भारतातील वरील प्रांत वगळता इतर प्रांतात विखुरलेल्या दिसतात.

• **भारतातील आदिवासी चळवळींचे स्वरूप**

भारतातील आदिवासी जमातींचा अभ्यास करणारे तज्ज्ञ असे मानतात की, भारतातील आदिवासी चळवळी बहुरूपांतरित आहेत. असे असले तरीही आदिवासी जमातींच्या चळवळीला एक मध्यबिंदू आहे. या तज्ज्ञांच्या मते, बहुसंख्य आदिवासींची आंदोलने संबंधित राज्याच्या विरोधात केलेले बंड अशा स्वरूपाची होती.

व्ही. राघवय्या (V. Raghavaigh) यांनी आदिवासी जमातीचे जे अध्ययन केले त्या आधारे ते असे प्रतिपादन करतात की, १७७८ ते १९७१ या सुमारे २०० वर्षांच्या कालावधीत आदिवासींनी ७८ वेळेला प्रचलित सरकारांविरुद्ध बंड या स्वरूपाची आंदोलने केली होती.

गॉघ कॅथलीन (Gaugh Kathleen) यांनी केलेल्या अध्ययनानुसार आदिवासी जमातींनी प्रचलित सरकारविरुद्ध केलेल्या उठावांची संख्या ७७ एवढी नोंदविली आहे.

अशोक उपाध्याय, विश्वमोनी पती, रणजित गुहा व ए. आर. देसाई या सर्वांनी वेगवेगळ्या वेळी वेगवेगळ्या आदिवासी समूहांची जी अध्ययने केली त्यानुसार ते सर्व असे प्रतिपादन करतात की, आदिवासींची चळवळ म्हणजे शेतकऱ्यांची चळवळ असून आदिवासी हे मूळ शेतकरी आहेत.

कॅथलीन गॉघ यांनी भारतातील आदिवासी चळवळींचे पाचपदरी वर्गीकरण केले होते. चळवळीची ध्येये, विचारप्रणाली आणि संघटनेची अभ्यासपद्धती हे त्या वर्गीकरणाचा आधार आहेत. हे पाच पदर म्हणजे आदिवासी चळवळीची पाच प्रकारची वर्गीकरणे होत. ती खालीलप्रमाणे-

१) ब्रिटिशांना भारतातून हाकलून देऊन त्यांच्या जागी सुरुवातीच्या सत्ताधीशांची व सुरुवातीच्या सामाजिक संबंधांची पुनर्स्थापना करू पाहणाऱ्या बंडखोर आदिवासींचा उठाव.

२) प्रादेशिक गट किंवा वांशिक गट यांना स्वातंत्र्य देण्यासाठी केल्या गेलेल्या धार्मिक चळवळी, ज्या नवीन सरकारच्या (स्वातंत्र्योत्तर काळात) आधिपत्याखाली केल्या गेल्या. मिझो, नागा, बोडो यांची आंदोलने या प्रकारात येतात.

३) सामाजिक बंड - समाजसुधारणेसाठी.

४) सामूहिक न्याय प्रस्थापित करण्यासाठी दहशतवादी आदिवासींनी सुडाने प्रेरित होऊन केलेल्या चळवळी.

५) विशिष्ट प्रश्नांची सोडवणूक करण्यासाठी करण्यात आलेले बहुजन आदिवासींचे बंड.

कॅथलीन गॉघ यांच्या मते, पूर्वीच्या शेतकऱ्यांच्या चळवळी या जमीनमालकांविरुद्ध आदिवासी कृषकांचा संघर्ष व नक्षलवादी विचारप्रणालीवर आधारित चळवळी यात येतात.

• आदिवासी चळवळींचे वर्गीकरण

वेगवेगळ्या संशोधकांनी आदिवासी जमातींतील चळवळींचा अभ्यास करून त्या आधाराने आदिवासींच्या चळवळींचे त्यांच्या त्यांच्या परीने जे वर्गीकरण केले होते ते खालीलप्रमाणे-

एस. एम. दुबे यांनी केलेल्या वर्गीकरणाचा विचार करता काही तज्ज्ञांच्या मते, या वर्गीकरणातील दुसऱ्या, तिसऱ्या व चौथ्या प्रकारच्या वर्गीकरणाची सीमारेषा फारच पुसट किंवा अस्पष्ट आहे. या पद्धतीमध्ये अलीकडच्या काळातील आदिवासींचा जंगलावरचा हक्क, पर्यावरण, राज्य सरकार आणि बाजारपेठ यांच्यामुळे आणि प्रगतिशील व विकासात्मक कार्यक्रमामुळे आदिवासींचे विस्थापन होते. विसावे शतक संपताना के. एस. सिंग असे नमूद करतात की-

> 'अलीकडच्या काळात आधुनिकीकरणानंतरच्या टप्प्यामध्ये स्वदेशी लोकांच्या चळवळीचा रोख आंतरराष्ट्रीय चळवळीच्या उदयाबरोबर साधनसामग्री, तारतम्य आणि वेगळेपणा यांच्या स्वयंनिश्चय आणि स्वयंव्यवस्थापन यांकडे वळला आहे. पर्यावरणवादी चळवळींनी त्यांचा रोख आता विचाराधीन असलेल्या समाजाकडे, त्यांचे साधनसामग्रीशी असलेल्या नात्याकडे, त्यांच्या निसर्गाशी असलेल्या नातेसंबंधांकडे आणि त्यांच्या जगासंबंधीच्या दृष्टिकोनाकडे वळविला आहे. त्यामुळे आता पर्यावरणासंबंधी वाढलेल्या काळजीमुळे, विशेषत: जैववैविध्य, अनेकत्ववाद, जातिभिन्नता आणि तादात्म्य या सर्व गोष्टी एकमेकांशी निगडित आहेत. आदिवासी चळवळीला आता एक नवीन परिमाण प्राप्त झाले आहे. त्या चळवळी आता जास्तीतजास्त तारतम्याधिष्ठित होऊ लागल्यामुळे साधनसामग्रीवरील नियंत्रण वगैरेंसारख्या अनेक बाबींमुळे, मुख्य विषयाला फाटे फुटल्याप्रमाणे मानल्या जाऊ लागल्या आहेत.'

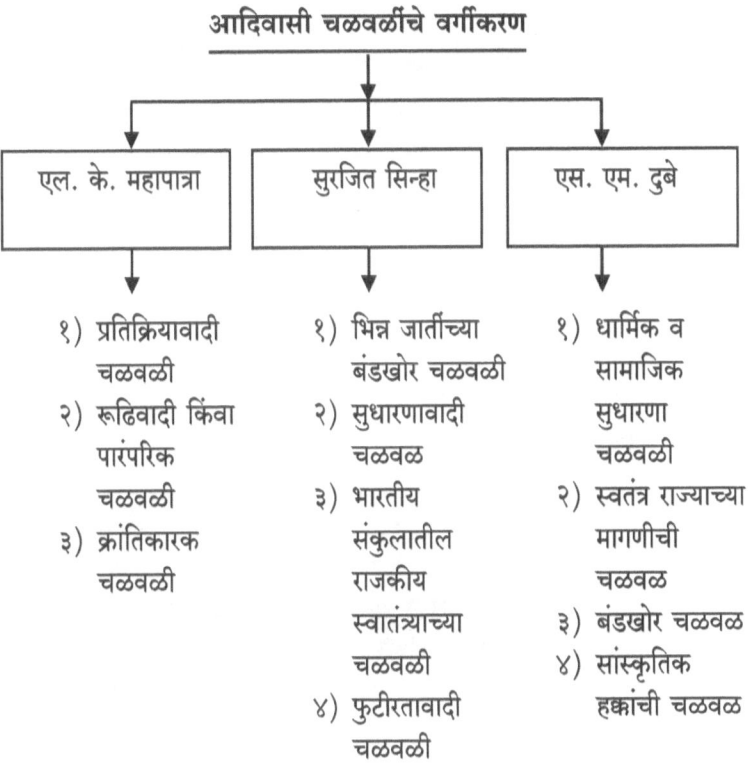

आदिवासी चळवळींचे वर्गीकरण

एल. के. महापात्रा

१) प्रतिक्रियावादी चळवळी
२) रूढिवादी किंवा पारंपरिक चळवळी
३) क्रांतिकारक चळवळी

सुरजित सिन्हा

१) भिन्न जातींच्या बंडखोर चळवळी
२) सुधारणावादी चळवळ
३) भारतीय संकुलातील राजकीय स्वातंत्र्याच्या चळवळी
४) फुटीरतावादी चळवळी

एस. एम. दुबे

१) धार्मिक व सामाजिक सुधारणा चळवळी
२) स्वतंत्र राज्याच्या मागणीची चळवळ
३) बंडखोर चळवळ
४) सांस्कृतिक हक्कांची चळवळ

वरील विवेचनाच्या आधाराने आदिवासींच्या चळवळींचे वर्गीकरण पुढील पाच प्रकारांत करता येईल- १) जातिभिन्नताविषयक व संस्कृती - धर्मसंबंधित चळवळी २) जमीनविषयक आणि वनकायदाविषयक चळवळी ३) पर्यावरणविषयक चळवळी ४) विस्थापन आणि पुनर्वसनविषयक चळवळी ५) स्वतंत्र राज्याच्या मागणीसंबंधीच्या राजकीय चळवळी.

• **आदिवासी चळवळी : वादाचे मुद्दे**

गेल्या दीड दोन शतकांत आदिवासी समाजामध्ये अनेक बदल झालेले आहेत; तसेच वादाचे अनेक विषयही बदलले आहेत, की ज्यांच्यामुळे आदिवासींना आंदोलनाकडे वळावे लागले. के. एस. सिंग (K. S. Singh) यांनी आदिवासी चळवळींचे तीन टप्प्यांमध्ये विभाजन केले आहे-

१) १७९५ ते १८६० - पहिला टप्पा : भारतात ब्रिटिश साम्राज्याचा

उदय, विस्तार आणि स्थापना यांच्याबरोबर हा काळ जुळून येतो.

२) १८६० ते १९२० – दुसरा टप्पा : हा कालावधी वसाहतवादाबरोबर जुळून आलेला दिसतो. याच काळात व्यापाऱ्यांनी ओतलेल्या पैशामुळे आदिवासींची अर्थव्यवस्था भेदून त्यांच्या त्यांच्या जमिनी आणि जंगले यांच्याशी असलेल्या संबंधांवर त्याचा परिणाम झाला.

३) १९२० ते १९४७ – तिसरा टप्पा : याच कालखंडात आदिवासींनी विभाजनाची नुसतीच सुरुवात केली नाही तर त्यांनी राष्ट्रीय आणि जमीनविषयक चळवळींत भाग घ्यावयास सुरुवात केली होती.

ब्रिटिश कालखंडात आदिवासींनी ज्या कारणांसाठी चळवळी उभारल्या होत्या त्यांपैकी काही कारणे पुढीलप्रमाणे–

- स्वत:ची स्वतंत्र संस्कृती व जीवनपद्धती यांचे रक्षण करणाऱ्या चळवळी (उदा. नागा).
- आपल्या प्रदेशातून आपण विस्थापित होऊ या भीतीने केलेल्या चळवळी (उदा. खासी).
- स्वत:च्या जमातीचा स्वतंत्र प्रांत निर्माण करण्यात आलेल्या चळवळी (उदा – नागा, मिझो इ.).
- आपल्या जमातीच्या पारंपरिक संस्कृतीचे पुनरुज्जीवन करण्यासाठी उभारण्यात आलेल्या चळवळी.
- सामाजिक व धार्मिक शोषणाविरुद्ध आवाज उठविण्यासाठी उभारण्यात आलेल्या चळवळी.
- सावकार व जमीनदार यांच्याकडून होणाऱ्या शोषणाविरुद्ध आवाज उठविण्यासाठी करण्यात आलेल्या चळवळी.
- जंगलसंपदेवर असलेला त्यांचा मालकी हक्क त्यांना परत मिळावा म्हणून केल्या गेलेल्या चळवळी.

आदिवासी जमातीच्या चळवळींचे असंख्य पैलू आहेत, आदिवासींच्या अनेक हक्कांचे उल्लंघन होते. उल्लंघन करणाऱ्यांत सरकारी अधिकारी, पोलीस, जंगल अधिकारी, राजकीय नेते, सावकार, दुकानदार, व्यापारी इत्यादींचा वाटा मोठा आहे.

• दृढ ऐक्याच्या संदर्भातील आदिवासी चळवळी

१९७२ साली सुरजित सिन्हा (Surjit Sinha) यांनी 'भारतातील आदिवासींची एकात्मता चळवळ' (Tribal Solidarity Movement in India) हा एक शोधनिबंध

लिहिला होता. त्यात ते म्हणतात, एकात्मतेच्या संदर्भात आदिवासींच्या चळवळींचे स्वरूप आणि त्यांनी उत्पन्न केलेले मुद्दे अनेक गोष्टींवर अवलंबून आहेत. पूर्व व मध्य भारतातील आदिवासींचे हिंदूंबरोबर निकटचे संबंध आहेत, म्हणून ते भारतीय राज्याच्या बाहेरील राजकीय दर्जाची मागणी करीत नाहीत. याउलट ईशान्य सीमेवरील आदिवासींचे हिंदूंशी निकटचे संबंध नाहीत म्हणून या आदिवासींपैकी अनेक जमातींनी ख्रिस्ती धर्माचा स्वीकार केलेला आहे. आणि आंतरराष्ट्रीय सीमेवर त्यांचे वास्तव्य असल्यामुळे त्यांना भारतीय संघराज्यातून फुटून बाहेर पडावयाचे आहे. सुरजित सिन्हा यांच्या मतानुसार एकात्मतेच्या चळवळीतील आदिवासींच्या सहभागाचे स्वरूप आणि प्रभाग अनेक बाबींवर अवलंबून आहे. त्यात आदिवासींची सांख्यिक ताकद, बिगर आदिवासी लोकांशी त्यांचा येणारा संबंध इत्यादींचा अंतर्भाव होतो. सिन्हा पुढे म्हणतात, आदिवासींची एकात्मता चळवळ ही पुढील गोष्टींच्या अधिकाधिक एकत्रीकरणावर अवलंबून राहील–

१) निसर्ग, समाज व संस्कृती यांपासून बहुसंख्य आदिवासींचे वेगळेपण.

२) एका विशिष्ट स्तराची व संख्येची ताकद आणि ऐक्याची चळवळ करणाऱ्यांना पैसा पुरविण्याची योजना.

३) आंतरराष्ट्रीय व आंतरनागरी सीमेपासून असलेले स्थान.

४) साक्षरता आणि शिक्षणाची उत्तम सुविधा व नेत्यांच्या निर्मितीसाठी एका विशिष्ट मर्यादेची आवश्यकता.

५) ऐतिहासिक घटना, शेतकऱ्यांबरोबरच्या संघर्षाची जाण आणि त्यांची राजकीय बांधणी.

६) राजकीय पदासाठीचा मार्ग आणि त्यासोबत आर्थिक वेतनाला मर्यादित वाव किंवा अवसर.

सिन्हा यांच्या या निष्कर्षांवर भाष्य करताना काही तज्ज्ञ म्हणतात की, त्यांच्या वरील विधानांची सत्यासत्यता तपासून पाहण्यासाठी देशाच्या विविध भागांत झालेल्या राजकीय व आदिवासी चळवळींचा आढावा घेतला पाहिजे. या तज्ज्ञांनी ईशान्य भारतातील आदिवासींच्या चळवळी या फुटीरतावादी चळवळी असल्याचे म्हटले आहे.

सारांशरूपात बोलावयाचे झाल्यास आदिवासी चळवळीचा व त्यांच्यासंबंधीच्या हक्कभंग घटनांचा आढावा घेताना क्षेत्रीय विभाजनाच्या आधारे आदिवासी चळवळींचे विश्लेषण करणे गरजेचे आहे. विशेषत: ईशान्य सीमेवरील आदिवासी स्वत:ला भारतीय मानत नाहीत ते त्यांच्या शारीरिक व भाषिक वेगळेपणामुळे. म्हणून त्यांच्यात

भारतीयत्वाची भावना निर्माण करण्याची गरज आहे. त्यामुळे या आदिवासींच्या आंदोलनाची दिशा वेगळी आहे; तर भारताच्या अंतरभागात राहणाऱ्या आदिवासींचे प्रश्न वेगळे असल्यामुळे त्यांच्या आंदोलनाची दिशा वेगळी आहे. शेवटी आपण एवढेच म्हणू की भारतीय आदिवासींची हक्कप्राप्तीची चळवळ बहुआयामी आहे.

परिसरशास्त्रीय आणि पर्यावरणात्मक मानवी हक्क चळवळी
(Ecological and Environmental Human Rights Movements)

कोणत्याही समाजाची वाटचाल ही जेव्हा ग्रामीण ते नागरी, आधुनिक, आधुनिकोत्तर, भांडवलशाही ते भांडवलोत्तर समाजाच्या दिशेने होते तेव्हा त्याचा परिणाम हा समाजात नवीन संघर्षकेंद्र व त्यातून नवीन संघर्षप्रक्रिया निर्माण होण्यात होतो. मानवाच्या जीवनाचा त्याच्या भोवतालचा परिसर व पर्यावरण हा अविभाज्य भाग आहे. गेल्या काही दशकांत मानवाला त्याच्या भोवतालच्या परिसराची व पर्यावरणाची जाणीव झाली व पर्यावरणाचे संरक्षण, संवर्धन करणे हा मानवाचा हक्क बनला.

औद्योगिकीकरण, नागरिकीकरण, आधुनिकीकरण, आधुनिकोत्तरीकरण इत्यादींमुळे मानवी परिसर व मानवी पर्यावरण यांना धोका निर्माण होण्याची भीती मानवाला वाटू लागली. त्यातूनच कालांतराने पर्यावरण संरक्षण व संवर्धन या कल्पना पुढे आल्या व त्यातून 'पर्यावरण संरक्षण हक्क' ही संकल्पना मान्य करण्यात आली.

परिसर व पर्यावरण यांत बिघाड होण्यामध्ये प्रामुख्याने औद्योगिक आणि आण्विक क्षेत्रांतील वाढता कचरा, वायू व पाणी प्रदूषणाचे वाढते प्रमाण, प्रचंड प्रमाणात होणारी जंगलतोड व त्यामुळे जंगलक्षेत्रात होणारी घट, अनेक उपयुक्त व औषधी वनस्पतींचा होणारा विनाश, जमिनीची धूप, त्याचबरोबर पूर, भूकंप, ज्वालामुखी इत्यादी प्रकोपाचे वाढते प्रमाण, मोठमोठे धरणप्रकल्प व त्यांच्या पाणलोट क्षेत्रात वास्तव्य करणाऱ्या ग्रामीण व आदिवासी लोकांचे विस्थापन, जंगलावर माणसाचे अतिक्रमण या सर्व कारणांचा समावेश होतो. यातूनच पर्यावरणाचे संतुलन ढासळते. तसेच माणसाकडून होणारी वाघ, हरीण, रानडुकरे, ससे यांची व त्याचबरोबर पक्ष्यांची शिकार यामुळे पर्यावरणाचा समतोल बिघडतो. या सर्व बाबी मानवी जीवनाला व मानवी भविष्याला धोका निर्माण करतात. भ्रमणध्वनीचा व संगणकाचा वाढता वापर मानवी आरोग्य धोक्यात आणतात व त्यात नेत्रविकार, कर्णबधिरता, कंबर व पाठदुखी, पोटाचे विकार व कर्करोग इत्यादींचा समावेश होतो. मानवी आरोग्यरक्षणासाठी पर्यावरण प्रदूषण टाळणे गरजेचे आहे. परिसर व पर्यावरण प्रदूषण हे मानवी जीवनाला धोका

निर्माण करणारे घटक असल्यामुळे त्यांच्या अभ्यासाकडे व त्यासंबंधीच्या हक्कांकडे अनेक समाजशास्त्रज्ञांचे लक्ष्य वेधले गेले.

● पर्यावरण चळवळ : अर्थ व स्वरूप
(Environmental Movements : Meaning and Nature)

१९७२ साली अमेरिकेतील स्टॉकहोम शहरात झालेल्या 'मानवी पर्यावरण' (Human Environment) या विषयावरील परिषदेत सध्याच्या पर्यावरणाचा ऊहापोह करणारे आणि त्याचा पुढील पिढ्यांवर होणाऱ्या परिणामांची चर्चा करणारे अनेक शोधनिबंध सादर केले गेले. या सर्व निबंधांचा सूर असा होता की वर्तमान व भविष्यकालीन पिढ्यांसाठी सध्याचे पर्यावरण जतन करावे व वृद्धिंगत करावे हे जरी खरे असले तरी मानवी कृती, सरकारची धोरणे, यामुळे पर्यावरणाचे संरक्षण होण्याऐवजी विनाश होतो आहे. याला आळा घालण्यासाठी पर्यावरणाचे संरक्षण व संवर्धन करणाऱ्या अनेक संघटना निर्माण झाल्या आहेत. भारतात 'विज्ञान व पर्यावरण केंद्र' (Centre for Science and Environment) हे पर्यावरणाचा अभ्यास करणारे केंद्र असून ते नियमीतपणे पर्यावरणावर सखोल अध्ययन करून आपला अहवाल सादर करतात. पर्यावरणात जमीन, हवा, पाणी, जंगले, समुद्र, डोंगर, जंगली प्राणी, खनिजसंपत्ती इत्यादींचा समावेश होतो. या सर्वांचे संरक्षण करणे, त्यांना विनाशापासून वाचविणे, त्यांचे जतन करणे व त्यासाठी प्रसंगी चळवळ उभारणे इत्यादी गोष्टींचा समावेश 'पर्यावरण चळवळ' या संकल्पनेत होतो.

सामान्यत: पर्यावरण चळवळ म्हणजे 'माणूस आणि निसर्ग यांच्यातील परस्परसंबंधांचे जतन व्हावे या उद्देशाने उभारलेली चळवळ होय.

○ रामचंद्र गुहा आणि माधव गाडगीळ : या तज्ज्ञांनी केलेल्या संयुक्त अध्ययनात 'पर्यावरण चळवळ' या संकल्पनेची व्याख्या पुढील शब्दांत केली आहे- ''नैसर्गिक स्रोतांचा अधिक दीर्घकाळ वापर करण्यासाठी, निसर्गाची अवनती रोखण्यासाठी आणि नैसर्गिक स्रोतांचे पुनरुज्जीवनीकरण करण्यासाठी केलेली सामुदायिक कृती म्हणजे पर्यावरण चळवळ होय.''

○ जयंत बंडोपाध्याय आणि वंदना शिवा : या तज्ज्ञांनी वेगळ्या पैलूतून पर्यावरण चळवळीची व्याख्या केली आहे. त्यांच्या मतानुसार 'भारतातील पर्यावरणवादी चळवळ म्हणजे नैसर्गिक स्रोतांचे अर्थकारण आणि बाजारीकरण यांवर आधारित विकासतंत्राला विरोध करण्याच्या प्रयत्नांची अभिव्यक्ती होय.'

या व्याख्येवर भाष्य करताना हे दोन संशोधक असे मत व्यक्त करतात की,

स्वतंत्र भारतात पर्यावरणवादी चळवळी या बाजारीकरणाच्या दबावापुढे वाढणाऱ्या नैसर्गिक स्रोतांच्या शोषणाच्या विरोधातच वाढल्या आहेत.

• पर्यावरण चळवळींचे वर्गीकरण

वास्तविकपणे पर्यावरण चळवळींचे अचूक वा काटेकोर वर्गीकरण करणे अत्यंत अवघड आहे; परंतु काही संशोधकांनी आपल्या संशोधनाच्या आधारे पर्यावरण चळवळींचे वर्गीकरण करण्याचा प्रयत्न केला असून त्याचा थोडक्यात आढावा आपण घेऊ.

हर्ष सेठी यांनी प्रतिपादन केलेले पर्यावरण चळवळीचे प्रकार खालीलप्रमाणे-

१) जंगलविषयक चळवळी : वनधोरण, वनामधील स्रोतांचा वापर करण्याच्या विरोधात केल्या जाणाऱ्या चळवळी या प्रकारात मोडतात.

२) जमीनविषयक चळवळी : औद्योगिकीकरण आणि शेतजमिनीच्या हानीच्या संदर्भात, वाढत्या लोकसंख्येच्या संदर्भात जमिनीच्या वाटपातील संघर्ष, रासायनिक खतांच्या वापरामुळे होणारी जमिनीची हानी, पाण्याच्या अतिवापरामुळे जमिनीची नापिकता इत्यादी संदर्भात या चळवळी केल्या जातात.

३) मोठ्या धरणप्रकल्पांच्या विरोधातील चळवळी : मोठी धरणे बांधताना धरणाच्या पाणलोट क्षेत्रात ज्या आदिवासी जमातींची गावे, जमिनी बुडणार आहेत त्यांना त्याऐवजी दुसरीकडे नवीन वसाहती स्थापन करण्यासाठी नवीन जमिनी किंवा त्या बदल्यात नुकसानभरपाई मिळण्यासाठी किंवा विस्थापनाच्या विरोधासाठी करण्यात येणाऱ्या चळवळी यामध्ये येतात.

४) हवा प्रदूषणाच्या विरोधात होणाऱ्या चळवळी : औद्योगिकीकरणामुळे अनेक शहरांत कारखान्यांचे जाळे निर्माण झाले. कारखान्यातून बाहेर फेकल्या जाणाऱ्या धुरामुळे हवा प्रदूषित होते, तर कारखान्याद्वारे नदीत सोडल्या जाणाऱ्या रसायनयुक्त सांडपाण्याने पाणी प्रदूषित होते. हे प्रदूषण नियंत्रित करावे म्हणून केल्या जाणाऱ्या चळवळी यात येतात.

५) सागरी स्रोतांच्या विरोधातील चळवळी : यामध्ये मासेमारी व मासेमारीची साधने व एकूण मत्स्योद्योगविषयक क्षेत्राला धोक्यात आणणाऱ्या गोष्टींविरोधात केल्या जाणाऱ्या चळवळी यात येतात. सर्वसाधारणपणे या चळवळींचे प्रमुख मुद्दे हे जाळ्याच्या उपयोगावर बंदी, मासेमारींच्या व्यावसायिकीकरणावर बंदी, सागरी स्रोतांच्या संरक्षणाची मागणी आणि समुद्रकिनाऱ्यांच्या नियमांचे पालन या स्वरूपाचे असतात.

चिपको आंदोलन, आपिको-चिलका (माशाचे नाव) बचाओ आंदोलन,

भोपाल विषारी गॅस मोर्चा, बिहारातील गंगामुक्ती आंदोलन, गोदावरी बचाव आंदोलन, नर्मदा बचावो आंदोलन, टेहरी धरण प्रकल्पविरोधी आंदोलन, दाभोळ येथील एन्रॉनविरोधी जनआंदोलन, हीदेखील पर्यावरण चळवळीचीच उदाहरणे होत.

रामचंद्र गुहा आणि माधव गाडगीळ यांनी पर्यावरणात्मक चळवळीचे पाडलेले प्रकार खालीलप्रमाणे-

या तज्ज्ञांनी पर्यावरणात्मक चळवळीत सहभागी होणाऱ्या कार्यकर्त्यांच्या आधाराने या चळवळीचे तीन प्रकार विशद केले आहेत- १) समन्वयात्मक कार्यकर्ते व त्यांनी केलेल्या चळवळी २) पर्यावरणव्यवस्था मानणारे व त्यांनी उभारलेल्या चळवळी ३) पर्यावरणवादी विस्थापितांच्या चळवळी.

या तज्ज्ञांनी पर्यावरणाशी संबंधित खालील समस्यांकडे आपले लक्ष वेधले आहे-

- निसर्गसंवर्धनाशी संबंधित समस्या.
- पुनरुज्जीवनाशी संबंधित समस्या.
- सांस्कृतिक जीवनाशी संबंधित समस्या.
- धार्मिक परंपरांशी संबंधित समस्या.

याशिवाय पर्यावरणसंबंधीच्या राजकीय, सामाजिक व आर्थिक क्षेत्रांतील भिन्न विचारधारेतून उदयाला आलेल्या पर्यावरणात्मक चळवळींमध्ये खालील समस्या समाविष्ट होतात-

- टोकाचा गांधीवाद व त्यातून निर्माण होणाऱ्या समस्या.
- पर्यावरणीय मार्क्सवादातून निर्माण झालेल्या समस्या.
- तंत्रज्ञानातून निर्माण होणाऱ्या समस्या.
- शास्त्रीय वर्गीकरण आणि खुला उदारतावाद यामधून निर्माण होणाऱ्या समस्या.

पर्यावरण हा मानवी जीवनाचा अविभाज्य भाग असून त्यात बिघाड झाला तर मानवी जीवनाचे संतुलन बिघडते, हे लक्षात घेऊन पर्यावरणाचे संरक्षण, जतन व संवर्धन करण्यासाठी पर्यावरणात्मक चळवळी उभारण्यात आल्या.

भारतातसुद्धा परिसर व पर्यावरण संदर्भातील प्रश्नांकडे अनेक अभ्यासकांचे लक्ष वेधले गेले व त्यांनी पर्यावरण चळवळी या विषयाचे अध्ययन केले. त्यामध्ये बी. दासगुप्ता, रामचंद्र गुहा, रावत ए. एस., जे. एस. सिंग, बीना अग्रवाल, वंदना शिवा, ए. अग्रवाल, फर्नांडिस व मेनन, सप्रू, टी. वेबर, ए. अग्रवाल आणि नारायण, एल. सी. जैन, माधव गाडगीळ, ठुकराल आदी तज्ज्ञांचा समावेश होतो.

सद्य:कालीन पर्यावरणात्मक चळवळी या प्रामुख्याने धरणांमुळे झालेले मानवाचे विस्थापन व त्यांचे पुनर्वसन, धरणांमुळे नदीप्रवाहात बाधा कशी येते या समस्यांभोवती केंद्रीत झालेल्या दिसतात.

याशिवाय सामाजिक कार्यकर्ता गटातील चैनानी, आर. वाडे, ए. अग्रवाल आदींनी पर्यावरण ऱ्हास व त्यास कारणीभूत शक्ती याविरुद्ध त्यांच्या संशोधनातून आवाज उठविला होता.

सारांशरूपात असे म्हणता येईल की परिसरशास्त्र, पर्यावरण व त्याचा होत असलेला ऱ्हास व त्यासंबंधीच्या हक्कांची जाणीव यासंबंधीचे अध्ययन पर्यावरणात्मक चळवळीचे एक महत्त्वाचे अंग होय.

मानवी आरोग्याचे हक्क व त्याविषयक चळवळी

वंश, धर्म, राजकीय श्रद्धा, आर्थिक आणि सामाजिक परिस्थिती, लिंग, भाषा इत्यादी भेद लक्षात न घेता आरोग्यरक्षण करता येणे व जीवनमानाचा दर्जा सुधारणे हा प्रत्येक मानवाचा मूलभूत अधिकार असून त्याचे संरक्षण व जतन झाले पाहिजे, असे विधान मानवी आरोग्याच्या जाहीरनाम्याच्या प्रस्तावनेत आहे. जागतिक आरोग्य संघटना (World Health Organization) ही जगातील सर्व मानवांच्या आरोग्यरक्षणाकडे लक्ष देणारी एक प्रमुख संघटना असून 'सर्वांसाठी आरोग्य' (Health for All) हे तिचे घोषवाक्य आहे. या संघटनेची स्थापना संयुक्त राष्ट्रसंघाच्या मानवी हक्कांच्या सार्वभौमिक जाहीरनाम्यापूर्वी म्हणजे ७ एप्रिल १९४८ रोजी विधिवत झाली होती व त्यात 'सर्वांसाठी आरोग्य' हा प्रत्येक मानवाचा हक्क असल्याचे नमूद केले होते.

मानवी हक्क : संयुक्त राष्ट्रसंघाचा सार्वभौमिक जाहीरनामा, १९४८
(Human Rights : United Nations Universal Declaration, 1948)

संयुक्त राष्ट्रसंघाच्या मानवी हक्कांच्या सार्वभौमिक जाहीरनाम्याच्या कलम २५ नुसार जगातील प्रत्येक व्यक्तीला तिच्या आरोग्यासाठी, स्वत:च्या आणि कुटुंबाच्या भल्यासाठी योग्य जीवनमान राखणे गरजेचे आहे व चांगल्या आरोग्यासाठी आहारही सुयोग्य असणे गरजेचे आहे आणि तो प्रत्येक व्यक्तीचा हक्क आहे. या हक्कात सुदृढ आरोग्याच्या हक्कासमवेत अन्न, वस्त्र, निवारा आणि वैद्यकीय सेवा आणि योग्य सामाजिक सेवांचाही समावेश होतो. बेरोजगारी, आजारपण, अपंगत्व, वैधव्य, वृद्धत्व आणि इतर जीवनावश्यक साधनांची कमतरता याबाबत व्यक्तीला योग्य सुरक्षा मिळणेही मानवी हक्कांत समाविष्ट आहे.

• स्त्रियांचा आरोग्याचा हक्क (Health Right to Women)

जाहीरनाम्याच्या १२ व्या कलमानुसार स्त्रियांविषयीचा सर्व भेदभाव संपुष्टात आणला गेला असून त्यांना पुरुषांप्रमाणे आरोग्याचा समान दर्जा दिला जावा असे प्रतिपादन केले गेले आहे. या कलमात जे दोन खंड आहेत, त्यातील तरतुदी खालीलप्रमाणे-

अ) आरोग्यक्षेत्रातील स्त्री-पुरुष भेद नष्ट करण्याचे सर्व उपाय योजण्यात येतील. विशेषत: कुटुंबनियोजनात पुरुषाप्रमाणेच स्त्रियांनाही निर्णयप्रक्रियेचा हक्क राहील.

ब) स्त्रियांच्या गर्भावस्थेत, बाळंतपणात आणि प्रसूतिउत्तर कालावधीत त्यांना मोफत सेवा मिळण्याचा जसा हक्क राहील त्याप्रमाणेच गर्भावस्थेच्या कालावधीत व बालकाला दुग्धपान सुरू असण्याच्या कालावधीत महिलांना योग्य व सकस आहार पुरविला जाईल.

• बालकांच्या आरोग्याचे जतन करण्याचा हक्क
(Right to Health Care of Children)

बालकांना त्यांच्या वाढत्या वयात उच्च दर्जाच्या आरोग्यसेवा उपलब्ध होणे हा त्यांचा हक्क आहे. आरोग्याची काळजी घेण्याच्या सुविधेपासून कोणत्याही बालकाला वंचित ठेवले जाणार नाही. बालकांच्या आरोग्याच्या हक्कांत खालील बाबी समाविष्ट आहेत-

अ) बालमृत्यूच्या प्रमाणात घट करणे.

ब) सर्व बालकांना वैद्यकीय मदत आणि प्रकृतीची योग्य काळजी घेण्याच्या सुविधा उपलब्ध करून देणे.

क) प्राथमिक आरोग्य जपणुकीच्या चौकटीत राहून बालकांचे रोग आणि निकृष्ट आहार यांच्याविरुद्ध लढाई लढावयाची असून तो बालकांचा हक्क आहे. उपलब्ध तंत्रशास्त्राचा वापर करून बालकांना योग्य तेवढ्या सकस आहाराचा आणि स्वच्छ आणि शुद्ध पिण्याच्या पाण्याचा पुरवठा करणे, पर्यावरणीय प्रदूषणाचा बालकांच्या आरोग्यावर धोकादायक परिणाम होणार नाही याची दक्षता घेणे ही बालकांच्या आरोग्याचे रक्षण करण्यासाठी सरकारची जबाबदारी आहे.

ड) प्रसूतिपूर्व व प्रसूतीनंतर मातांसाठी योग्य असा आरोग्यरक्षण कार्यक्रम राबविणे.

इ) समाजातील सर्व घटकांना आणि विशेषत: मातापिता व मुले यांना असे कळवा की त्यांना मूलभूत ज्ञानप्राप्तीसाठी मुक्त प्रवेश मिळेल. आरोग्याचे

मूलभूत ज्ञान, सकस आहाराचे महत्त्व व स्वरूप, स्तनपानाचे फायदे, स्वच्छता आणि पर्यावरणात्मक स्वच्छता यांची माहिती बालकांच्या आरोग्यरक्षणासाठी पालकांना देणे गरजेचे आहे.

फ) आरोग्यविषयक प्रतिबंधात्मक उपाययोजनांचा विकास करणे आणि त्याची माहिती पालकांना देणे या बाबी बालकांच्या आरोग्यविषयक हक्कांचे जतन करण्याच्या दृष्टीने महत्त्वाच्या आहेत.

• **मनोरुग्ण व्यक्तींच्या आरोग्याचे हक्क**
(Health Rights to Mentally Retarded Persons)

मनोरुग्णांना आरोग्यविषयक योग्य वैद्यकीय सुविधा आणि शारीरिक उपचारपद्धती प्राप्त करण्याचा हक्क असून त्यासाठी त्यांना योग्य शिक्षण, प्रशिक्षण, पुनर्वसन सुविधा आणि मार्गदर्शन देण्याची आणि त्यांच्या क्षमतेनुसार त्यांचा विकास करण्याची जबाबदारी सरकारची आहे.

• **अपंगांचे आरोग्य हक्क** (Right to health of Disabled Persons)

अपंगाच्या आरोग्याचे रक्षण करणारे हक्क खालीलप्रमाणे-

अ) वैद्यकीय, मानसशास्त्रीय आणि शारीरिक उपचार मिळणे हा अपंगांचा हक्क आहे.

ब) अपंगांना कृत्रिम अवयवरोपण करवून घेण्याचा हक्क आहे.

क) अपंगांचे वैद्यकीय व सामाजिक पुनर्वसन करताना त्यांना शिक्षणाचा, व्यावसायिक प्रशिक्षणाचा हक्क मिळणे आवश्यक आहे.

ड) अपंगांना त्यांच्या क्षमतेचा जास्तीतजास्त विकास व्हावा या दृष्टीने त्यांचे पुनर्वसन केले जावे, त्यांना योग्य ते साहाय्य मिळावे, योग्य सेवेत त्यांची नेमणूक केली जावी, ज्यामुळे ते स्वावलंबी जीवन जगू शकतील. त्याचप्रमाणे समाजात त्यांच्या एकात्मीकरणाची व पुनर्एकात्मीकरणाची प्रक्रिया गतिशील करावी.

गेल्या काही दशकांत लोकांमध्ये आरोग्याच्या हक्काबाबत जाणिवा जागृत होत असून आपल्या आरोग्यविषयक हक्कांचे जतन करणे हा लोकांचा हक्क आणि सरकारची जबाबदारी असल्याची जाणीव दिवसेंदिवस वाढत आहे. त्यामुळे आरोग्यसेवांच्या संदर्भातील जनआंदोलनांच्या प्रमाणात वाढ होत आहे. एखाद्या दवाखान्यात किंवा इस्पितळात रुग्णावरील उपचारात हलगर्जीपणा झाला तर रुग्णाचे नातेवाईक त्याविरुद्ध

आवाज उठवितात. प्रत्येकाला जिवंत राहण्याचा हक्क आहे, या मूलभूत हक्काच्या जाणिवेतूनच लोकांनी स्त्री भ्रूणहत्येच्या संदर्भात आंदोलन उभारले. म्हणजे आरोग्यरक्षण, संवर्धन हा जनतेचा हक्क असून त्यानुसार योग्य सुविधा पुरवून जनतेच्या आरोग्याचे संवर्धन व जपणूक करण्याची जबाबदारी सरकारची आहे याची जाणीव दिवसेंदिवस वाढत आहे. भूकबळीच्या विरोधात, कुपोषणाच्या विरोधात, आरोग्यसेवेतील त्रुटींच्या संदर्भात गेल्या काही वर्षात आंदोलने झाली आहेत.

जागतिकीकरण व मानवी हक्क (Globalization and Human Rights)

वास्तविकरीत्या मानवी हक्क ही संकल्पनाच मूलत: जागतिक स्वरूपाची आहे. दुसऱ्या महायुद्धात सुमारे १० दशलक्ष लोकांना ठार करण्यात आले. जपानवर टाकण्यात आलेल्या अणुबॉम्बमुळे व ज्यूंच्या निर्घृण हत्येमुळे मानवी जीविताविषयी काही प्रश्न निर्माण झाले. माणूसच माणसाचा शत्रू बनून मानवाचे जीवन का नष्ट करतो व त्यापासून त्याला काय मिळाले; त्याचप्रमाणे धर्मा-धर्मांतील, राष्ट्रा-राष्ट्रांतील वाद वा शत्रुत्व, विविध गटांतील (लिंग, भाषा, वंश, जाती, रंग) विषमता व त्यातील द्वेषमूलक भावना कितपत योग्य आहे, यावर विचारमंथन सुरू झाले व त्याची परिणती संयुक्त राष्ट्रसंघाच्या (United Nations) स्थापनेत झाली. सुरुवातीला जरी संयुक्त राष्ट्रसंघाच्या सभासद देशांची संख्या मर्यादित होती तरी आज सुमारे १९२ देश या संयुक्त राष्ट्रसंघाचे सभासद आहेत. या पार्श्वभूमीवर द्वेष, तिरस्कार, शत्रुत्व हे मानवाचे शत्रू असून त्याचा त्याग करून किंवा त्यांना बाजूला सारून त्याऐवजी मित्रत्व, बंधुभाव व स्वातंत्र्य या मूल्यांचे महत्त्व अधोरेखित करण्यात आले. याच कालखंडात अनेक राष्ट्रांची पारतंत्र्याकडून स्वातंत्र्याकडे वाटचाल सुरू झाली. अनेक राष्ट्रांत स्वातंत्र्याची पहाट उगवली. अनेक राष्ट्रांत असलेल्या राजसत्ताक राज्यपद्धतींची जागा लोकाभिमुख, लोकमान्य सरकारांनी घेतली. परिणामत: सार्वभौमत्व, स्वातंत्र्य, बंधुता, प्रेमभाव या मूल्यांना महत्त्व प्राप्त झाले. आपल्या राष्ट्रातील जनतेचा विचार करण्याच्याऐवजी संपूर्ण मानवजातीच्या कल्याणाचा व हितसंबंधांचा विचार करणे महत्त्वाचे समजले जाऊ लागले. दुसऱ्या महायुद्धात झालेल्या भौतिक, वित्तीय व मानवी हत्येच्या पार्श्वभूमीवर संपूर्ण मानवी हिताचा विचार सुरू झाला व त्यातून मानवी हक्कांची कल्पना पुढे आली.

- **जागतिक मानवी हक्कांची उत्क्रांती** (Evolution of Global Human Rights)

१९४८ साली प्रकाशित झालेला 'मानवी हक्कांचा सार्वभौमिक जाहीरनामा' (Universal Declaration of Human Rights) भावी मानवी हक्कांच्या साध्यसंप्राप्तीचा

सामान्य मापदंड ठरला आणि हा मापदंड मध्यमवर्गीयांच्या आंतरराष्ट्रीय मानवी हक्क क्षेत्रबांधणीचा मैलाचा दगड ठरला. गेल्या अर्धशतकात आंतरराष्ट्रीय मानवी हक्कांचे करार व सभासंमेलने यांची संख्या, व्याप्ती, अंमलबजावणी यांत मोठ्या प्रमाणात वाढ झाली असून, मानवी हक्कांच्या कायद्यांची निर्मिती आवश्यक बनली. सोप्या शब्दांत असे म्हणता येईल की मानवी हक्कांसंबंधीचे कायदे म्हणजे सशक्त राष्ट्रांची हृदये होत. नवीन सहस्रकाच्या उदयाच्या कालावधीत आंतरराष्ट्रीय संबंधातील मानवी हक्क आणि संबंधित क्षेत्रांना ज्या समस्यांना प्रामुख्याने सामोरे जावे लागणार आहे, त्या खालीलप्रमाणे-

१) नवीन सहस्रकात मानवी हक्कांच्या साधनांच्या संख्येत आणि व्याप्तीत मोठ्या प्रमाणात वाढ झाली असून मानवी हक्कांचा विस्तार हा तीन पिढ्यांच्या हक्कांच्या मर्यादांच्या पलीकडे पोहोचला आहे.

२) मानवी हक्कांच्या अंमलबजावणीकडे लक्ष देणाऱ्या क्षेत्रातही वाढ झाली असून या वाढीचा पुरावा हा अंमलबजावणी यंत्रणेच्या साधनात आणि या क्षेत्रातील नवीन कर्त्यांच्या कार्यक्षेत्रात आढळून येतो.

३) अनेक तज्ज्ञ या विचाराशी सहमत होतात की मानवी हक्काची संकल्पना ही राज्याच्या सार्वभौमत्वावर मर्यादा टाकते; परंतु राज्याचे सार्वभौमत्व आणि मानवी हक्क किंवा वैयक्तिक सार्वभौमत्व यांच्यातील संबंधाचे स्वरूप आजही निश्चित करता आले नसून त्यासंबंधी आजही सातत्याने विवाद चालू आहेत.

मानवी हक्कांचा सार्वभौमिक जाहीरनामा हा काही बंधनकारक लेखी करार नाही तर तत्त्वे आणि आकांक्षा यांचा तो जाहीरनामा आहे. गेल्या काही दशकांत मानवी हक्कांच्या विकासाचे अत्यंत ठळक स्वरूप म्हणजे वरील कराराचा स्वीकार करणाऱ्यांच्या संख्येत आणि करारक्षेत्रात वाढ झाल्याचे दिसते व बहुसंख्य सभासदराष्ट्रांनी या जाहीरनाम्याची तत्त्वे आणखी विस्तृत केली आहेत. यांपैकी दोन महत्त्वाच्या बाबी म्हणजे दोन आंतरराष्ट्रीय करार जाहीर करणे होय. त्यांपैकी एक आहे- 'नागरी वा राजकीय हक्कांचा आंतरराष्ट्रीय करार किंवा सनद' (International Covenant on Civil and Political Rights) आणि दुसरा आहे- 'आर्थिक, सामाजिक व सांस्कृतिक हक्कांचा आंतरराष्ट्रीय करार वा सनद' (International Covenant on Economic, Social and Cultural Rights). १९७६ साली या दोन्ही करारांची प्रत्यक्ष अंमलबजावणी झाली तेव्हा मानवी हक्कांच्या सार्वभौमिक जाहीरनाम्यातील अनेक तत्त्वे ही बंधनात्मक स्वरूपात परिवर्तित करण्यात आली. या सनदांना पाठिंबा देणाऱ्या

अनेक विशेष साधनांचा समावेश करणारे करार करण्यात आले. (उदा. छळ आणि अन्य क्रूर वागणुकीविरुद्ध तयार करण्यात आलेली सनद, अमानवी वागणूक किंवा मानहानी करणारी किंवा कठोर शिक्षा देण्याच्या विरोधातील सनद, स्त्रियांविरोधी सर्व विभेदीकरण नष्ट करणारी सनद, बालकांच्या हक्कासंबंधीची सनद इत्यादी) तसेच या संदर्भात काही धार्मिक करारही करण्यात आले. (उदा. १९५३ ची मानवी हक्कांवरची युरोपियन सनद, १९७८ सालची मानवी हक्कांवरची अमेरिकन सनद, १९८३ सालची मानवी आणि लोकहक्कांवरची आफ्रिकन सनद इत्यादी). या संदर्भात तज्ज्ञ बऱ्याच वेळा तीन पिढ्यांतील हक्कांचे, त्यांच्या क्षेत्रातील महत्त्वानुसार वर्णन करताना कोणत्या हक्कांना कोणत्या क्षेत्रात महत्त्व प्राप्त झाले हेदेखील विशद करतात. काही उदाहरणे खालीलप्रमाणे-

१) नागरी आणि राजकीय हक्कांच्या अंतर्गत भाषण स्वातंत्र्याचा हक्क समाविष्ट आहे.

२) आर्थिक, सामाजिक आणि सांस्कृतिक हक्कांच्या अंतरंगात शिक्षणाचा हक्क समाविष्ट आहे.

३) गट वा समूह हक्कांच्या अंतर्गत जागतिक व्यवस्थेच्या पार्श्वभूमीवर राष्ट्रीय विकास साध्य करता यावा म्हणून राज्याने अल्पसंख्याकांच्या हक्कांचे संरक्षण करावे.

या तीन पिढ्यांच्या हक्कांचा समावेश तीन प्रादेशिक पातळीवरच्या सभेत करण्यात आला. वर प्रतिपादन केल्याप्रमाणे युरोपियन करारात फक्त नागरी आणि राजकीय हक्कांचाच उल्लेख आहे. नंतर झालेल्या अमेरिकन करारात पहिल्या आणि दुसऱ्या (पहिल्या पिढीच्या नागरी व राजकीय हक्कांसमवेत दुसऱ्या पिढीतील आर्थिक, सामाजिक व सांस्कृतिक) पिढीतील हक्कांचा समावेश करण्यात आला आहे. तर अगदी अलीकडे झालेल्या आफ्रिकन मानवी हक्कांच्या परिषदेत तिन्हीही पिढ्यांच्या मानवी हक्कांचा अंतर्भाव करण्यात आला आहे.

आंतरराष्ट्रीय मानवी हक्कांच्या क्षेत्रात आणखी एक महत्त्वाची उत्क्रांती झाली व ती म्हणजे हक्कांच्या प्रोत्साहनाच्या संदर्भात झालेला बदल होय. हक्कांना केवळ प्रोत्साहन देऊन चालणार नाही तर त्यांना क्रियाशील संरक्षणही मिळाले पाहिजे. अनेक मानवी हक्क करारात, करारातील तरतुदींच्याअंमलबजावणीसाठी विशेष आयोगाच्या किंवा समितीच्या नेमणुकीची तरतूद आहे (उदा. छळावर देखरेख ठेवणारी समिती). प्रादेशिक आंतरशासकीय संघटनांमध्ये प्रादेशिक सम्मेलनांची रूपरेषा निर्धारित करणारे काही नवीन कर्ते समाविष्ट झालेत. अमेरिकेतील कार्टर प्रशासनाच्या राष्ट्रीय

सरकारने मानवी हक्काला परराष्ट्रीय धोरणाचा एक घटक बनविले. ॲम्नेस्टी इंटरनॅशनल व ह्युमन राइट वॉच (Amnesty International and Human Right Watch) सारख्या नवीन बिगरसरकारी संघटनांनी सरकारवर दबावगट निर्माण करताना हिंसाचाराच्या घटना व जागतिक संरक्षण यांवर प्रकाशझोत टाकण्याचा प्रयत्न केला होता.

तज्ज्ञांच्या मते, मानवी हक्क क्षेत्रातील आत्यंतिक परिवर्तनात्मक पैलू हे वृद्धीत, व्याप्तीत, साधनात, अंमलबजावणीत सापडत नाहीत, तर आंतरराष्ट्रीय संबंधांच्या तत्त्वात आणि राज्य सार्वभौमिकतेत सापडतात. प्रचलित राज्यव्यवस्थेचा आणि आंतरराष्ट्रीय संबंधाच्या प्रमुख वैशिष्ट्याचा पाया, हा १७ व्या शतकातील वेस्टफेलिया (Westphalia) करारात रचला गेला होता. या करारात दोन तत्त्वे समाविष्ट होती– १) राज्याने सार्वभौम समानतेचा आनंद उपभोगावा आणि २) दुसऱ्या राज्याच्या अंतर्गत कारभारात किंवा त्याच्या घरगुती कारभारात ढवळाढवळ करू नये. संयुक्त राष्ट्रसंघाच्या सनदीच्या कलम २१७ नुसार वरील तरतूद तशीच ठेवण्यात आली होती; परंतु बरेच तज्ज्ञ असे मानतात की वैयक्तिक हक्कांना मान्यता दिल्यामुळे राज्याच्या सार्वभौमत्वाच्या हक्कांवर मर्यादा येतात. राज्याच्या सीमेतंर्गत जर एखाद्या मानवी हक्काचा दुरुपयोग केला गेला वा त्या संदर्भात एखादा अपराध घडला तर ही गोष्ट केवळ राज्याच्या अधिपत्याखाली येत नाही. संयुक्त राष्ट्रसंघाचे सचिव अन्नन यांच्या विधानाशी अनेक तज्ज्ञ सहमत आहेत. ते म्हणतात की, मानवी हक्कामुळे राज्याच्या आपल्या नागरिकांवर योग्य कारवाई करण्याच्या क्रियेवर मर्यादा आल्या आहेत आणि राज्य हे सार्वभौमत्वाच्या आच्छादनाखाली स्वत:च्या समर्थनार्थ लपू शकणार नाही. म्हणून मानवी हक्क आणि राज्याचे सार्वभौमत्व यांच्यातील संबंधांचे स्वरूप यासंबंधीचा प्रश्न हा अनेक समकालीन चर्चासत्रांचा विषय बनला आहे. हक्कांची सांस्कृतिक सापेक्षता, आंतरराष्ट्रीय मानवतावाद इत्यादी संदर्भात मानवी हक्कांचा दुरुपयोग झाल्याची व त्यातून संघर्ष उद्‌भवल्याची अनेक उदाहरणे सापडतात. तसेच पूर्वी मानवी हक्कांच्या झालेल्या दुरुपयोगामुळे संघर्षोत्तर शांतताबांधणीत त्याचा वापर कसा करणार हा प्रश्न महत्त्वाचा असून तो अनुत्तरित आहे.

आंतरराष्ट्रीय संशयीवृत्ती आणि मानवी हक्क

(International Scepticism and Human Rights)

गेल्या ६०–६५ वर्षांत मानवी हक्कांच्या जाणिवेत वृद्धी झाली असली तरी मानवी हक्कांच्या आंतरराष्ट्रीय संबंध सिद्धान्ताचा विषय हा नेहमी संशयाच्या भोवऱ्यात फिरत राहिला असल्याचे तज्ज्ञ मानतात. विशेषत: मानवी हक्कांचे प्रमाणात्मक मूल्य

आणि व्यावहारिक उपयोग हे केवळ जागतिक मानवी हक्क नाहीत तर दोन राष्ट्रांच्या सीमेवरील लोकांचे मानवी हक्क आणि कर्तव्ये या संदर्भात हे प्रश्न महत्त्वाचे ठरतात. ईशान्य भारताच्या सीमेवर राहणाऱ्या नागरिकांच्या मानवी हक्कांच्या संदर्भात हे प्रश्न अधिक महत्त्वाचे ठरतात. काही तज्ज्ञ राजकारणात नैतिकतेची भूमिका या विषयावर संघर्षात्मक भूमिका घेतात. वॅक्लॉव्ह हावेल (Vaclav Havel) हे तज्ज्ञ असे म्हणतात की, कोसोव्होतील युद्ध हे मानवतावादाशी संबंधित युद्ध असून या युद्धाची प्रेरणा नैतिकतेशी संबंधित होती. हे जरी खरे असले तरी अनेक विद्वान आणि आंतरराष्ट्रीय राजकारणातील वास्तववादी व्यावहारिक विद्वानांना मानवतावादातील हा नैतिक हस्तक्षेप चमत्कारिक व चुकीचा वाटतो. इतर अनेक विद्वान मानवी हक्कांच्या संदर्भात सुप्रसिद्ध इंग्लिश कवी विलियम वर्डस्वर्थ (William Wordsworth) त्यांच्या काळातील लोकशाहीच्या क्रांतीवर मन उद्ध्वस्त करणारे भाष्य, आपल्या कवितेतून व्यक्त करतात-

'जग आजारी आहे
आणि स्वर्ग दमलेला आहे
त्यातील पोकळीत
राजा बोले, राज्य हाले'

या कवितेचा मानवी हक्कांच्या संदर्भात विचार करावयाचा झाल्यास असे म्हणता येईल की, लोकशाही राज्यपद्धतीने मानवाचे संपूर्ण जीवन उद्ध्वस्त करून टाकले. यापूर्वी उल्लेख केल्याप्रमाणे वैयक्तिक स्वरूपाचे हक्क प्रदान करणे म्हणजे एक प्रकारे राज्याच्या सार्वभौमत्वाच्या हक्कावर घाला घालणे होय. याशिवाय अर्नाल्ड वोल्फर्स (Arnold Wolfers), मायकेल वालझर (Michael Walzer), स्टॅन्ले हॉफमन (Stanley Hoffman), हेड्ले बुल (Hedley Bull), रिचर्ड उलमन (Richard Ullman) आणि इतर आंतरराष्ट्रीय संबंधांवरील नवीन पिढीचे विद्वान यांनी आंतरराष्ट्रीय संबंधातील नैतिक न्यायातील संशयीवादाची भूमिका ओळखली होती व म्हणून या संशयीवादावर बोलण्याची गरज आहे. पुढे हे विद्वान असे प्रतिपादन करतात की आपल्याला या संशयी दृष्टिकोनाचा शोध घेण्याची आवश्यकता आहे आणि आंतरराष्ट्रीय नीतितत्त्वे चुकविण्याचा प्रयत्न करण्याची- खालील तीन अभिजात परंतु धोकेदायक सामान्यीकरणाच्या माध्यमातून- गरज नाही. कारण यातील प्रत्येक नीतितत्त्व नैतिक न्यायाला डावलण्याची सबब सांगतात. ही तीन नीतितत्त्वे खालीलप्रमाणे-

- नीतितत्त्वे ही खासगी जीवनापुरतीच मर्यादित असावीत, कारण समजा सार्वजनिक राजकीय जीवन जर (राजकारण्याच्या) घाणेरड्या जगापासून

वेगळे करावयाचे असेल तर ही समस्या मॅकियाव्हेलियन (Machiavellian) समस्या होय.

- नीतितत्त्वे फक्त घरगुती राजकारणात घट्ट बसतात म्हणून त्यांचे घरगुतीकरण करणे गरजेचे आहे. (या ठिकाणी घरगुती राजकारण म्हणजे देशांतर्गत राजकारण होय.) आणि म्हणूनच नीतितत्त्वाचा निर्णय स्वाभाविकपणे आणि अप्रासंगिकपणे आंतरराष्ट्रीय राजकारणात अनुपस्थित असला पाहिजे. ही समस्या हॉब्ज यांनी प्रतिपादन केलेली समस्या होय.
- नीतितत्त्वे ही स्वाभाविकत: अप्रामाणिकतेचा संच असल्यामुळे किंवा स्वयंसेवी राजकीय घोषणा असल्यामुळे त्यांना आंतरराष्ट्रीय संबंधातून वगळण्यात यावे याला आपण वर्डस्वर्थची समस्या म्हणू शकतो.

या संदर्भातील पहिली आणि अत्यंत महत्त्वाची गोष्ट ही की नैतिक निकालाकडे दुर्लक्ष करा असे आपणास का सांगण्यात आले कारण राजकीय निर्णयात ते निरुपयोगी आहे. डीन अशेसन (Dean Acheson) अमेरिकेचे तत्कालीन राज्यसचिव असे म्हणतात की, 'न्यायाच्या अंतिम दिवसासाठी नैतिकतेचे उपदेशात्मक डोस पाजणे ठीक आहे, पण तो काही दृष्टिकोन किंवा विचार असू शकत नाही व एक सार्वजनिक सेवक म्हणून मी माझ्या मनात त्याला आश्रय देऊ शकत नाही. म्हणून काही लोक नीतितत्त्वे सार्वजनिक जबाबदारीची म्हणून संबोधतात. राजकारणात कार्यरत वा रममाण होणे म्हणजे प्रसंगी क्रूर होण्याचे तर प्रसंगी दयावान होण्याचे प्रशिक्षण होय. काही तज्ज्ञांच्या मते हा राजकीय सिद्धान्त, मॅकियाव्हेली यांची समस्या आहे. एक हुशार राजपुत्र म्हणून मॅकियाव्हेली असे म्हणतात की, जेव्हा गरज असेल तेव्हा खोटे कसे वागावयाचे हे त्यांना माहिती आहे. ते पुढे म्हणतात की बऱ्याच वेळा एक राज्यकर्ता म्हणून त्यांना सत्यविरोधी, परोपकारबुद्धीविरोधी, मानवतेविरोधी, धर्माविरोधी वर्तन करणे भाग पडते कारण त्यांना सरकार टिकविणे महत्त्वाचे वाटते. या सर्व विवेचनाचा सारांश असा की, राजकारण व नीतितत्त्वे हे परस्परविरोधी घटक आहेत. राज्यकर्त्याला स्वत:ची सत्ता टिकविण्यासाठी स्वत:च्या इच्छेविरुद्ध नीतितत्त्वांचा भंग करावा लागतो. भारतीय संदर्भात बोलावयाचे झाल्यास कौरव-पांडव महायुद्धात श्रीकृष्णानेसुद्धा कुटिल राजनीतीचा वापर करून भीष्म आणि कर्ण यांचा वध करविला होता. नीतितत्त्वे खासगी जीवनात कितीही उपयोगी असली तरी राजकारणात आणि विशेषत: आंतरराष्ट्रीय राजकारणात ती निरुपयोगी आहेत. यामध्ये स्वदेशाच्या हक्कांचे जतन करताना परदेशाच्या हक्कांचे उल्लंघन होण्याची शक्यता असते.

आंतरराष्ट्रीय मानवी हक्क आणि आंतरराष्ट्रीय व्यवस्था
(International Human Rights and International Order)

नीतितत्त्वे आणि मानवी हक्क व त्यासंबंधीचा संशयीवाद या विषयीच्या विवादात जर काही दम असेल तर मग आंतरराष्ट्रीय नीतितत्त्वे आणि आंतरराष्ट्रीय मानवी हक्क यांचा आंतरराष्ट्रीय संबंधात समावेश करणे अशक्य नाही; परंतु प्रश्न असा निर्माण होतो की परराष्ट्र संबंधांत मानवी हक्कांचा आशय आणि मानवाचे प्रत्यक्ष वर्तन यांत अंतर का आहे?

याचे सर्वात सोपे कारण हे की प्रत्येक प्रसंगात मानवाचे वर्तन हे विशिष्ट मानवी हक्कांनी प्रेरित झालेले असूही शकते किंवा नसूही शकते. यातील अधिक त्रासदायक बाब म्हणजे अशा वर्तनात सुसंस्कृत परिणामाचा प्रभाव, घरगुती किंवा अंतर्गट राजकारणात पडू शकतो. आंतरराष्ट्रीय राजकारण हे संघर्षात्मक, गोंधळवून टाकणारे व अनियंत्रित असल्यामुळे काही गोष्टी करण्यास त्यांना भाग पाडावे लागते. या दुर्दैवी निष्कर्षाची खालील कारणे आहेत-

- बेबंदशाही अंमलबजावणी.
- नैतिक विविधता (संघर्षात्मक मूल्य).
- अनिश्चितता (प्रतिपक्षाच्या किंवा शत्रूच्या संदर्भातील तीव्रता).
- अनिश्चितता आणि प्रतिसादावर नियंत्रणाचा अभाव.

या सर्वांवर सविस्तर चर्चा करण्याऐवजी आपण एवढेच म्हणू की आंतरराष्ट्रीय संबंधात बऱ्याच वेळा मानवी हक्कांचे उल्लंघन करण्यात त्या त्या देशाचे राज्यकर्ते, सीमेलगतची राष्ट्रे कारणीभूत असतात. भारत-पाकिस्तान संबंध, भारत-चीन संबंध, अमेरिकेचा युगांडाच्या अंतर्गत कारभारात हस्तक्षेप, तांझानियाचा प्रश्न हे आंतरराष्ट्रीय संबंध मानवी हक्काला धोका निर्माण करतात.

जागतिकीकरण आणि मानवी हक्क यांच्या संबंधाबाबत बोलावयाचे झाल्यास संयुक्त राष्ट्रसंघाच्या मानवी हक्कांचे विविध जाहीरनामे, करार, सनदी यांद्वारे विविध हक्क पाझरत पाझरत विविध राष्ट्रांपर्यंत पोहोचले व काही अपवाद वगळता बहुसंख्य राष्ट्रांनी ते स्वीकारले. असेही म्हणता येईल की संयुक्त राष्ट्रसंघाच्या हक्कांच्या जाहीरनाम्यामुळे संपूर्ण जग एकसंध झाले असे काही तज्ज्ञांचे म्हणणे आहे. भारतापुरता विचार करता संयुक्त राष्ट्रसंघाच्या मानवी हक्कांच्या सार्वभौमिक जाहीरनाम्यानंतर भारतीय संविधानाची निर्मिती झाल्यामुळे भारतीय संविधानात या जाहीरनाम्यातील विविध मानवी हक्कांचा समावेश करण्यात आला आहे. मानवी हक्कांच्या या जाहीरनाम्यामुळे भारतीय जनतेला कोणत्याही प्रकारचा संघर्ष करण्याशिवाय जागतिक स्तरावरचे सर्व

मानवी हक्क आपोआप प्राप्त झाले आहेत. मानवी हक्कांच्या संदर्भात आणखी एक गोष्ट लक्षात ठेवणे गरजेचे आहे की हक्क जरी प्रदान केले असले तरी बऱ्याच प्रसंगी त्यांचे उल्लंघन झाल्याचे दिसते. काही तज्ज्ञ असे म्हणतात की, हक्क मिळणे जितके महत्त्वाचे तितकेच त्यांचे पालन करणे ही अत्यावश्यक आहे. थोडक्यात असे म्हणता येईल की, जागतिकीकरणाच्या प्रक्रियेमुळे मानवी हक्कांना सार्वभौमिक रूप प्राप्त झाले ही वास्तविकता नाकारता येत नाही.

मानवी हक्कांची समर्पकता आणि उपयोग

(Relevance and Application of Human Rights)

आजच्या काळात मानवी हक्कांची समर्पकता तपासताना एका गोष्टीकडे लक्ष पुरवावे लागेल ते म्हणजे संयुक्त राष्ट्रसंघ आणि संयुक्त राष्ट्रसंघाचे सभासद राष्ट्रे यांनी त्यांच्या नागरिकांना अनेक हक्क बहाल केले हे खरे असले तरी त्या हक्कांचे पालन केले जाते का, त्यांचे उल्लंघन होते का, होत असल्यास कोणत्या मानवी हक्कांच्या संदर्भात यासंबंधीचा एकूण आढावा या मुद्यांतर्गत आपण घेणार आहोत.

या संदर्भात काही तज्ज्ञांनी जे संशोधनात्मक निबंध विविध परिसंवादात सादर केले, त्या आधाराने एखाद्या व्यक्तीला तीव्र यातना देण्याची प्रघटना जागतिक स्वरूपाची आहे. स्त्रिया, मुले आणि घरातील नोकर यांना घरच्या घरी तीव्र यातना केल्या जातात. कामगारांना त्यांचे मालक, पर्यवेक्षक आणि सहकारी यातना देतात. आरोपींनी गुन्हा कबूल करावा म्हणून पोलिसांतर्फे यातना दिल्याची अनेक उदाहरणे असून, कैद्यांना सहकारी कैदी किंवा तुरुंगाधिकारी त्रास देतात. शहरातील नागरिकांना वेदना देण्यास अतिक्रमणविरोधी सैन्यदल, जहाल मतवादी, अतिरेकी आणि गुन्हेगार मंडळी आघाडीवर असतात. अल्पसंख्याकांना त्रास देण्यात बहुसंख्याकांचा वाटा मोठा असतो. अन्य व्यक्तींचा छळ करण्याच्या किंवा तीव्र वेदना देण्याच्या प्रकारात शारीरिक, मानसिक, लैंगिक, नैतिक, भावनात्मक, वर्तनात्मक, आर्थिक स्वरूपाच्या वेदना देण्याच्या क्रियेचा समावेश होतो. जगातील सर्व सामाजिक चळवळी या तीव्र वेदना देऊन मानवी हक्कांचे उल्लंघन करण्याच्या क्रियेला लगाम वा आळा घालण्याचा प्रयत्न करतात व बळी पडणाऱ्या व्यक्तींना एक प्रकारचे समाधान किंवा दिलासा देतात.

अति तीव्र वेदना देण्याच्या प्रघटनेवर भाष्य करताना संशोधक असे प्रतिपादन करतात की आधुनिक युगात अत्यंत कावेबाज किंवा लबाड कृत्य म्हणजे संबंधित व्यक्तीला खासगी पद्धतीने शिक्षा देण्याची प्रथा होय. संशोधनात्मक संस्था किंवा तपासात्मक यंत्रणा आरोपीकडून कबुलीजबाब मिळावा म्हणून सर्वात जवळचा मार्ग

म्हणून तीव्र वेदना देण्याच्या क्रियेचा आश्रय घेतात. बऱ्याच वेळेला बळीला किंवा आरोपीला त्याच्या विचारप्रणालीविरुद्ध किंवा धर्माविरुद्ध गोष्टी करण्यास भाग पाडले जाते की ज्यामुळे त्यांचा स्वाभिमान व स्वप्रतिष्ठा धोक्यात येईल. काही वेळेला दोन किंवा अधिक बळींनाच एकमेकांचा छळ करण्यास किंवा परस्परांना तीव्र वेदना देण्यास भाग पाडले जाते. पोलीस शिपायांची त्यांची स्वत:ची अशी लैंगिक दुरुपयोगाची पद्धती असून या लैंगिक दुरुपयोगाद्वारे ते बळीचा लैंगिक छळ करतात. स्त्री आरोपींना बऱ्याच वेळा पोलिसांकडून होणाऱ्या अप्रतिष्ठेचा सामना करावा लागतो. अशा प्रसंगाचा सामना प्रामुख्याने गरीब व पददलित स्त्रियांना करावा लागतो. अशा स्त्रियांना वा स्त्री आरोपींना बेकायदेशीर रीतीने काही दिवस अटकेत ठेवले जाते ते त्यांचा छळ करता यावा म्हणून. एवढेच नव्हे तर त्यांच्या अटकेची नोंद, नोंदवहीत केली जात नाही जेणेकरून कायदेशीर कार्यपद्धती टाळता येईल. बऱ्याच वेळा तपास अधिकारी तपासाच्या अत्यंत घातक पद्धतीचा म्हणजे आत्यंतिक छळाचा (Third degree) वापर, आरोपीने खोटा का होईना कबुलीजबाब द्यावा म्हणून करतात. वास्तविकत: पोलीस कोठडीतील छळ मानवी संस्कृतीकरणातील काळी बाजू असून त्यामुळे कायदेशीर किंवा वैधानिक, वैद्यकीय आणि अन्य व्यवसायाला एक प्रकारचे आव्हान मिळते. या संदर्भात लिहिताना ॲड्रिआना पी. बार्टो (Adriana P. Bartow) असे म्हणतात की, आत्यंतिक छळ किंवा अतिवेदना ही काळजाला झालेली जखम असून ती अत्यंत वेदनादायक असते. ही जखम अदृश्य असल्यामुळे ती बरी करण्याचा कोणताच मार्ग नाही. अति वेदना किंवा आत्यंतिक छळ म्हणजे अशा मनोवेदना की ज्यामुळे तुमची छाती पिळवटून निघते, ही मनोवेदना बर्फासारखी थंड, दगडासारखी कठीण, माणसाची झोप उडविणारी आणि एखाद्या विवरासारखी काळीकुट्ट असते. अति छळ किंवा आत्यंतिक वेदना म्हणजे निराशा व भीती, संताप व अति द्वेष यांचे मिश्रण होय. आत्यंतिक छळ म्हणजे, स्वत:च स्वत:ला ठार करणे किंवा नष्ट करणे होय.

अशा प्रकारे पोलीस कोठडीतील हिंसाचार म्हणजे मानवी प्रतिष्ठा आणि मानवी अवनती यांचा एकप्रकारे नंगानाच होय की ज्यामुळे मोठ्या प्रमाणात व्यक्तींचे व्यक्तिमत्त्व नष्ट होते. अति छळ करण्याची कृती मानवी प्रतिष्ठेवरचा घाला असून ज्या वेळी मानवी प्रतिष्ठा जखमी होते त्या वेळी संस्कृतीकरणाची प्रत्रिज्या एक पाऊल मागे जाते.

सुरुवातीला म्हटल्याप्रमाणे 'छळवाद' ही एक जागतिक प्रक्रिया असून ती अति प्राचीन काळापासून अस्तित्वात आहे. त्यामुळे सांस्कृतिक स्वरूपाच्या वर्तनात्मक प्रमाणकांचा भंग होतो. छळवादाला बळी पडणाऱ्या बळींची निश्‍चित संख्या देता येत

नसली तरी हा छळवाद मानवी हक्कांचे उल्लंघन करणारा महत्त्वाचा घटक होय हे सत्य नाकारता येत नाही. म्हणून काही तज्ज्ञांच्या मते, आंतरराष्ट्रीय कायद्याद्वारे त्यास प्रतिबंध केला पाहिजे. मानवी हक्कांच्या सार्वभौमिक जाहीरनाम्याच्या कलम ५ मध्ये असे म्हटले आहे की, कोणालाही कोणाचा छळ करता येणार नाही किंवा कोणी कोणाला क्रूर, अमानवी किंवा व्यक्तीचा अपमान होईल, अशी शिक्षा देता उपयोगी नाही. या प्रकारच्या छळापासून सर्व व्यक्तींना संरक्षण मिळावे म्हणून संयुक्त राष्ट्रसंघाने सार्वभौमिक मापदंडाच्या साहाय्याने सर्वत्र उपयोगी पडतील असेच उपाय विकसित केले होते. नंतर १० डिसेंबर १९८४ रोजी संयुक्त राष्ट्रसंघाच्या सर्वसाधारण सभेने छळ, क्रूर वागणूक, अमानवी किंवा अपमानास्पद वागणूक याविरुद्ध एक करार मंजूर केला. संयुक्त राष्ट्राच्या करारानंतर आंतरराष्ट्रीय समुदायानेही आपापल्या राष्ट्रात छळ प्रतिबंधक कायदे मंजूर करून छळप्रक्रियेला आळा घालण्याचे प्रयत्न केले. भारतात भारत सरकारने मानवी हक्कभंगासंबंधीच्या तक्रारींची दखल घेण्यासाठी 'राष्ट्रीय मानवी हक्क आयोग' (National Human Rights Commission) स्थापन केला. हा आयोग छळाबाबतची प्रकरणे हाताळतो आणि छळाला बळी पडलेल्यांचे पुनर्वसन करण्याचा प्रयत्न करतो. याशिवाय राष्ट्रीय मानवी हक्क आयोगाने दिलेल्या निर्णयाविरुद्ध सर्वोच्च न्यायालयातही अपील दाखल करता येऊ शकेल अशी तरतूद केली आहे.

सारांशरूपात बोलावयाचे झाल्यास आत्यंतिक छळ मग, तो कोणत्याही प्रकारचा, कोणत्याही गटाचा असो, तो एक मानवी हक्काचे उल्लंघन करण्याचा प्रकार असून त्यावर नियंत्रण ठेवण्याची जबाबदारी राष्ट्रीय मानवी हक्क आयोगाकडे आहे. याशिवाय मानवाच्या विविध हक्कांचे जतन करण्यासाठी भारत सरकारने काही कायदे व काही यंत्रणा उभारल्या असून त्यांचा प्रत्यक्ष वापर जागृत व्यक्ती आपल्या हक्कांचे जतन व संरक्षण करण्यासाठी करू शकते. विविध क्षेत्रांतील मानवी हक्कांचे संरक्षण करण्यासाठी भारत सरकारने केलेले काही कायदे खालीलप्रमाणे-

१) ग्राहक संरक्षण कायदा, १९८६ (Consumer's Protection Act, 1986)

१९८६ साली भारत सरकारने भारतातील ग्राहकांच्या दृष्टीने व त्यांच्या हक्कांचे व हितसंबंधांचे रक्षण व्हावे म्हणून 'ग्राहक संरक्षण कायदा, १९८६' (Consumer's Protection Act, 1986) मंजूर केला. आतापर्यंत भारतातील ग्राहक किंवा उपभोक्ता वर्ग हा दुर्लक्षित होता. या कायद्यामुळे विविध क्षेत्रांतील ग्राहकांचे त्यांच्या फसवणुकीपासून काही प्रमाणात संरक्षण होत आहे.

१९८६ सालचा ग्राहक संरक्षण कायदा सर्व क्षेत्रांतील ग्राहकांना लागू असून त्या

त्या क्षेत्रातील ग्राहकांची फसवणूक, त्यांचा होणारा छळ, त्यांची होणारी लुटमार, यापासून त्यांना संरक्षण देतो. या कायद्याच्या कार्यकक्षेत प्रामुख्याने खालील क्षेत्रांचा समावेश होतो–

अ) उत्पादनक्षेत्र : औद्योगिक, व्यापारी अशा उत्पादनांमुळे ग्राहकाची जी फसवणूक होते, त्याविरूद्ध ग्राहक या कायद्यांतर्गत तक्रार करू शकतो.

ब) वाहतूकक्षेत्र : बस, रेल्वे, विमान वाहतूक यंत्रणेतर्फे ग्राहकाला जो त्रास सहन करावा लागतो त्याविरुद्ध ग्राहकाला त्याने तक्रार केल्यास संरक्षण मिळू शकते.

क) व्यापारक्षेत्र : सर्व प्रकारच्या वस्तूंचा व्यापार करणारा व्यापारी जेव्हा ग्राहकाला बनावट, कमी दर्जाचा तसेच भेसळयुक्त माल विकतो तेव्हा या कायद्याने ग्राहकाच्या हक्काचे संरक्षण केले जाते.

ड) बँकांचे क्षेत्र : बँकांमध्ये किंवा पतपेढ्यांमध्ये गुंतवणूक करताना किंवा ग्राहकाला कर्ज देताना त्याची दिशाभूल किंवा फसवणूक केली जाते. आकर्षक योजनांच्या माध्यमातून वा जाहिरातींच्या माध्यमातून ग्राहकांची जी फसवणूक केली जाते त्याविरुद्ध हा कायदा ग्राहक हक्कांचे संरक्षण करतो.

ई) विमाक्षेत्र : आज अनेक खासगी विमा कंपन्या स्थापित झाल्या असून आपला धंदा वा व्यवसाय वाढविण्याच्या दृष्टीने त्या ग्राहकांना अनेक आमिषे दाखवून आकर्षित करतात; पण प्रत्यक्षात त्या योजनांची पूर्तता करीत नाहीत. विमा कंपन्यांकडून होणाऱ्या फसवणुकीविरुद्ध हा कायदा संरक्षण देतो.

फ) शैक्षणिक क्षेत्र : आज शिक्षणक्षेत्रात अनेक खासगी शिक्षणसंस्थांचे पेव फुटले आहे. आकर्षक जाहिरातीद्वारे विद्यार्थी व पालक यांची त्या फसवणूक व दिशाभूल करतात. अनेकदा जाहिरातीतील सुविधा प्रत्यक्षात मात्र अस्तित्वात नसतात. अशा प्रसंगी हा कायदा पालक व विद्यार्थी ग्राहकांना त्यांच्या हक्कांचे संरक्षण प्रदान करतो.

ग) आरोग्यक्षेत्र : १९८६ च्या ग्राहक संरक्षण कायद्याच्या कार्यकक्षेत आता सरकारी वा खासगी रुग्णालयाच्या सेवा, खासगी डॉक्टरांच्या सेवा यांच्याद्वारे रुग्णसेवेत हेळसांड झाली, अत्यवस्थ रुग्णाला रुग्णालयात दाखल करण्यास वेळ लावला, रुग्णाकडे दुर्लक्ष केले, चुकीची औषधे दिली गेल्याने रुग्ण दगावला वा अपंग झाला; तर रुग्ण वा त्याचे नातेवाईक यांना या कायद्याच्या द्वारे संरक्षण मिळते.

ग्राहकांच्या हितसंबंधांचे, त्यांच्या हक्कांचे संरक्षण करण्यासाठी सरकारने तालुका, जिल्हा, राज्य व राष्ट्रीय पातळीवर ग्राहक मंच व ग्राहक न्यायालये स्थापन केली असून त्यांच्यातर्फे ग्राहकांच्या तक्रारींचे निवारण केले जाते.

२) मानवी हक्क संरक्षण कायदा, १९९३

(The Protection of Human Rights Act, 1993)

'मानवी हक्क संरक्षण कायदा, १९९३' हा कायदा भारताच्या संसदेने १९९३ साली संमत केला व सर्व भारत (घटक राज्यांसहित) या कायद्याच्या कार्यकक्षेत आणण्यात आला. मानवी हक्कांचे संरक्षण करण्यासाठी या कायद्यात खालील तरतुदी केल्या आहेत-

- राष्ट्रीय मानवी हक्क आयोगाची (National Human Rights Commission) कार्यकक्षा ही संपूर्ण राष्ट्रभर लागू केली आहे.
- राज्य मानवी हक्क आयोग (State Human Rights Commission) हा प्रत्येक राज्यात स्थापन करण्यात आला असून संबंधित राज्ये त्यांच्या कार्यकक्षेत येतील.
- मानवी हक्क न्यायालये (Human Rights Courts) मानवी हक्कांचा भंग वा उल्लंघन झाले तर त्यासंबंधीचे खटले चालवते. सर्व प्रकारच्या मानवी हक्कभंगांची प्रकरणे या न्यायालयामार्फत चालविली जातील.

मानवी हक्क संरक्षण कायद्यांतर्गत राष्ट्रीय मानवी हक्क आयोगाची रचना ही सर्वसाधारणपणे खालील प्रकारची असेल व त्यातील पदाधिकारींची नेमणूक त्यांच्या नावासमोर दाखविलेल्या पदावरील अधिकारी करतील. राष्ट्रीय मानवी हक्क आयोगात खालील सभासद समाविष्ट असतील-

- अध्यक्ष - जो सर्वोच्च न्यायालयाचा प्रमुख न्यायाधीश असेल व त्याची नेमणूक पंतप्रधान करतील.
- एक सभासद - जो सर्वोच्च न्यायालयाचा न्यायाधीश असेल व त्याची नेमणूक लोकसभेच्या सभापतीद्वारे केली जाईल.
- एक सभासद - उच्च न्यायालयाचा प्रमुख न्यायाधीश असेल व त्याची नेमणूक त्यावेळी कार्यरत असलेल्या गृहमंत्र्याद्वारे केली जाईल.
- दोन सभासद - ज्यांना मानवी हक्कांसंबंधी व्यावहारिक अनुभव व त्यासंबंधी ज्ञान आहे यांपैकी एका सभासदाची नियुक्ती लोकसभेतील विरोधीपक्ष नेता करील तर दुसऱ्या सभासदाची नेमणूक राज्यसभेतील विरोधीपक्ष नेता करील.
- याशिवाय राष्ट्रीय अल्पसंख्याक आयोगाचे अध्यक्ष, राष्ट्रीय अनुसूचित जाती, अनुसूचित जनजाती आयोगाचे अध्यक्ष, स्त्रियांसाठीच्या राष्ट्रीय आयोगाचे अध्यक्षदेखील राष्ट्रीय मानवी हक्क आयोगाचे पदसिद्ध सभासद असतील.

○ त्याचप्रमाणे आयोगाचे प्रशासकीय कार्य, त्यांचे निर्णय यांची अंमलबजावणी करण्यासाठी प्रमुख सचिव जो या आयोगाचा प्रमुख कार्यकारी असेल व आयोगाने सुपूर्द केलेली कार्ये पार पाडेल.

मानवी हक्कांचे सर्वोतोपरी संरक्षण करणे, मानवी हक्कांचे उल्लंघन होणार नाही याची दक्षता घेणे, लोकांत किंवा जनतेत मानवी हक्क साक्षरतेच्या माध्यमातून जनजागृती करणे, मानवी हक्क संशोधनाला प्रोत्साहन देणे इत्यादी कार्ये आयोगाच्या कार्यकक्षेत येतात.

३) माहिती अधिकार कायदा, २००५ (Right to Information Act, 2005)

माहिती अधिकाराचा कायदा संसदेने २००५ साली मंजूर करून सरकारी व प्रशासकीय यंत्रणेवर व गुप्ततेच्या नावाखाली नागरिकांना माहिती न पुरविण्याच्या क्रियेवर या कायद्याने एक प्रकारे अंकुश ठेवला आहे, असे म्हणता येईल. काही तज्ज्ञांच्या मते माहिती अधिकाराचा कायदा हा भारतीय संसदेने आतापर्यंत मंजूर केलेल्या कायद्यांपैकी अत्यंत प्रगतिशील कायदा असून भारतीय नागरिकाला त्याद्वारे कोणत्याही सरकारी किंवा खासगी यंत्रणेतील कोणतीही माहिती, पारदर्शक कारभाराला प्रोत्साहन देण्याच्या दृष्टीने मागविण्याचा अधिकार प्रदान करण्यात आला आहे. हा कायदा होण्यापूर्वी गुप्ततेच्या नावाखाली, प्रशासकीय हितसंबंध जपण्यासाठी जी माहिती दडवून ठेवण्यात येत होती ती आता या कायद्यान्वये पुरविणे संबंधित अधिकाऱ्यावर बंधनकारक असून त्यात हलगर्जीपणा केल्यास संबंधित कर्मचाऱ्यावर हक्कभंगाची कारवाई होऊ शकते.

माहिती अधिकार कायद्यात एकूण ३१ भाग (Sections) असून त्यांत दोन अनुसूचींचाही समावेश आहे. या कायद्याच्या भाग ३ नुसार हा कायदा, भारतातील सर्व नागरिकांना त्यांना पाहिजे ती माहिती मागविण्याचा हक्क प्रदान करतो. या कायद्यातील भाग २ (J) नुसार माहितीचा अधिकार म्हणजे माहिती मिळविण्याचा अधिकार होय. या कायद्याअंतर्गत नागरिकांना सार्वजनिक, खासगी संस्थांच्या कार्यालयाकडून खालील माहिती मिळू शकते-

○ एखाद्या कार्याच्या पर्यवेक्षणासंबंधी, दस्तऐवजासंबंधी व विविध नोंदींसंबंधी माहिती नागरिक मागवू शकतात.

○ सरकारी नोंदी वा शेरे, सरकारी नोंदींचे उतारे, दस्तऐवजाच्या किंवा सरकारी नोंदणीच्या प्रमाणित प्रती नागरिक मागवू शकतात.

○ सरकार वा कोणत्याही संस्थेतर्फे निर्मित वस्तूंचे प्रमाणित नमुने नागरिक मागवू शकतात.

○ संगणकात किंवा त्यासंबंधीच्या यंत्रात साठवलेली कोणतीही माहिती जी डिस्केट्स (Diskettes), फ्लॉपीज (Floppies), ध्वनिफीती (Tapes - चित्रफीती (Video Cassettes) किंवा अन्य कोणतीही इलेक्ट्रॉनिक स्वरूपातील माहितीची प्रत (Printout) नागरिक मिळवू शकतात.

या कायद्याच्या भाग २ (फ) मध्ये व्याख्यित केल्याप्रमाणे 'माहिती' या संज्ञेत, साठविलेल्या सर्व नोंदी, दस्तऐवज, स्मरणपत्र वा ताकीदपत्र (Memo), ई-मेल (E-mail), मत, सल्ला, वृत्तपत्र-टाचण (Press note) वृत्तपत्रात प्रकाशनासाठी दिलेली बातमी (Press release), परिपत्रके (Circulars), आदेश (Orders), नोंदणी पुस्तक/वही (Log books), करारनामे, अहवाल, वृत्तपत्रे, नमुने, प्रतिकृती, कोणत्याही प्रकारचे तथ्यसंकलन, खासगी संस्थेसंबंधी कोणतीही माहिती समाविष्ट आहे. यासंबंधीची माहिती, नागरिकांना त्यांनी मागविल्यास पुरविणे अनिवार्य केले आहे.

- **माहिती अधिकार कायद्याचा वापर**

माहिती अधिकार कायद्यानुसार एखादी विशिष्ट माहिती मागविण्यासाठी संबंधिताने त्याचा अर्ज केंद्रीय जनसंपर्क व माहिती अधिकाऱ्याकडे (Central Public Relations and Information Officer) किंवा राज्य साहाय्यक जनसंपर्क व माहिती अधिकाऱ्याकडे (State Assistance Public Relations and Information Officer) करणे आवश्यक असते. हा अर्ज इंग्रजीतून वा हिंदीतून योग्य त्या शुल्कासह पाठविणे गरजेचे असते.

विनंतीअर्जाचा विनियोग (Disposal of the Request)

संबंधित खात्याच्या अधिकाऱ्याकडे एखाद्या व्यक्तीचा विशिष्ट माहिती मागणारा अर्ज आल्यास केंद्रीय जनसंपर्क व माहिती अधिकाऱ्याने किंवा राज्य जनसंपर्क व माहिती अधिकाऱ्याने संबंधित माहितीच्या प्रकरणाचा विनियोग (Disposal) लवकरात लवकर; पण कोणत्याही परिस्थितीत ३० दिवसांच्या आत मागविलेली माहिती संबंधित अर्जदाराकडे पोहोचणे आवश्यक असते. याला खालील दोन बाबींचा अपवाद आहे- १) जेथे माहिती ही व्यक्तीचे जीवन आणि स्वातंत्र्य यांच्याशी संबंधित असेल तर ही माहिती देण्याचा कालावधी हा ४५ दिवसांचा ठरविण्यात आला आहे. २) जेथे माहिती ही केंद्रीय साहाय्यक जनसंपर्क व माहिती अधिकाऱ्यामार्फत किंवा राज्य जनसंपर्क व माहिती अधिकाऱ्यामार्फत मागविली असेल तर ती त्यांच्यामार्फतच पाठवावी लागेल म्हणून ही माहिती पाठविण्याचा कालावधी कमीतकमी ३५ दिवसांचा असतो.

यासंदर्भात म्हणता येईल की माहिती अधिकाराच्या कायद्यामुळे एरव्ही गुप्त म्हणून समजली जाणारी माहिती या कायद्यान्वये नागरिकांना उपलब्ध करून देण्याची तरतूद करण्यात आली असून त्यामुळे अनेक गुप्त माहिती, सरकारी घोटाळे, भ्रष्टाचाराची प्रकरणे उघड होणे शक्य झाले आहे.

प्रकरण २, ३ आणि ४ मध्ये सामाजिक न्यायावर वेगवेगळ्या दृष्टिकोनांतून सैद्धान्तिक चर्चा केली गेली आहे. मानवी हक्कांचे संरक्षण व जतन करण्याच्या संदर्भात अनेक कायदे आहेत; पण कायद्याच्या माध्यमातून दुर्बल, दुर्लक्षित गटांना प्रत्यक्षात सामाजिक न्याय मिळतो का हा प्रश्न या ठिकाणी महत्त्वाचा आहे. या ठिकाणी आपण व्ही. एस. मनी यांचे सामाजिक व राजकीय न्यायाच्या परिस्थितीचे वर्णन थोडक्यात पाहणार आहोत.

सामाजिक आणि राजकीय न्याय : व्ही. एस. मनी
(Social and Political Justice : V. S. Mani)

भारतीय संविधानाच्या अंमलबजावणीला आज ६२ वर्षे होऊनही त्यात दिलेले न्यायाचे आश्वासन सरकारला पाळता आल्याचे दिसत नाही. या ६२ वर्षांत कोणता राष्ट्रीय समाज आम्ही उत्क्रांत केला याविषयी भाष्य करताना व्ही. एस. मनी म्हणतात की आम्ही हिंसात्मक समाज निर्माण केला असून त्यातील व्यक्ती या लबाड किंवा बेइमान आहेत. (त्यांच्या सत्संगाचा आणि प्रार्थनेचाही त्यांच्या लबाडीवर किंवा अप्रामाणिकपणावर काहीच परिणाम होताना दिसत नाही). त्यांच्या नेमणुकीच्या वेळी त्यांनी घेतलेली नैतिक वर्तनाच्या पालनाची व वचनबद्धतेची शपथ ते विसरतात आणि निष्ठुरपणे स्वकेंद्रित बनतात तेव्हा त्यांच्याजवळ इतरांचा विचार करण्याची क्षमता आणि नागरी संवेदना नष्ट झालेल्या असतात. खरोखरच ज्या राज्यात असमानता आहे त्या राज्यात हिंसा जन्म घेण्याची शक्यता असते. ज्या राज्यात असमानतेचे निर्मूलन करणारी यंत्रणा पूर्णपणे भरभराटीस आली असून त्यातून हिंसाचाराचा उदय होण्याची शक्यता असते. याचा परिणाम म्हणून संविधानात्मक यंत्रणेने दिलेल्या आज्ञा निर्मूलनप्रक्रियेत बिघाड निर्माण करून त्याचा प्रभाव दुर्बळ करते. त्यामुळे न कळतच असमानतेला चिरस्थायित्व प्राप्त झाल्यामुळे ते मुक्ततेच्या पलीकडे गेल्याचे दृश्य दिसते. अशा परिस्थितीत दुर्बलांना सामाजिक न्याय मिळण्याऐवजी नाकारला जातो. सार्वजनिक संस्था भ्रष्टाचारामुळे वाढत्या प्रमाणात अपंग बनविल्या जात आहेत आणि लोकांच्या आक्रोशाला त्या मुळीच प्रतिसाद देत नाहीत. अवास्तव शैक्षणिक शुल्क आकारणाऱ्या शैक्षणिक संस्था, अकारण आवश्यक त्या चाचण्यांवर भरमसाट खर्च

करावयास लावणारे डॉक्टर्स, भेसळयुक्त माल ग्राहकांच्या गळ्यात मारणारे व्यापारी हे सर्वजण सर्वसामान्य लोकांच्या मानवी हक्कांचे उल्लंघन करतात; पण न्यायालयाचा खर्च, वकिलाचे शुल्क परवडत नसल्याने, सर्वसामान्य माणसे न्यायापासून वंचित राहतात. त्यामुळे लोकांचा अशा संस्थांवरचा विश्वास उडत चालला आहे. कारण सार्वजनिक अधिकारांबाबतच किंवा अधिकाऱ्यांमध्येच संघर्ष उभा टाकला असून त्याचा परिणाम म्हणजे कायदेशीर यंत्रणा एकप्रकारे कुरतडली गेली असून या यंत्रणेकडून सामाजिक न्याय कसा मिळणार? निवडणूक यंत्रणा, विस्तृत प्रमाणात निवडणुकीत चाललेल्या गैरप्रकारांमुळे बिघडून गेली आहे. गुन्हेगारी पार्श्वभूमी असणारे अनेक उमेदवार नुसतेच निवडून येतात असे नाही तर ते राजकारणावर प्रभुत्व गाजवितात. अशा संसदेकडून जनतेने न्यायाची काय अपेक्षा करावी? २-जी स्पेक्ट्रम घोटाळा, कॉमनवेल्थ किंवा राष्ट्रकुल क्रीडा घोटाळा, आदर्श सोसायटी घोटाळा, वाळू माफियांकडून होणारी वाळू चोरी इत्यादींत सहभागी असणारे आजही राजकारणात सक्रिय आहेत. एवढेच नव्हे तर यांपैकी एका घोटाळ्यात सहभागी असल्याचा आरोप असलेल्या मंत्र्याला केंद्रीय मंत्रिमंडळात बढती मिळाली. अशा सत्ताधारी सरकारकडून न्यायाची काय अपेक्षा करणार?

एकूणच राजकीय व सामाजिक क्षेत्रातील भौतिक, नैतिक आणि आध्यात्मिक विभागात होणारी व्यापक अधोगती जनतेला सामाजिक न्याय कसा मिळवून देणार? तज्ज्ञ मंडळी असे म्हणतात की त्यांना हे सांगण्यात मुळीच समाधान होत नाही की भ्रष्टाचाराची प्रघटना थोड्याफार प्रमाणात जगात सर्वत्र आढळत असली तरी भारतात भ्रष्टाचाराच्या रोगाने उग्र रूप धारण केले आहे. तज्ज्ञ मंडळींच्या मते धार्मिक क्षेत्रही या भ्रष्टाचाराच्या महापुरापासून अस्पर्श आहे असे म्हणता येत नाही. धार्मिक क्षेत्रातून धोकादायक असे बंडखोर, आतंकवादी आकाराला येत असून ते धर्माची मूलभूत तत्त्वे विसरून सत्यवादाकडे किंवा सत्यतेकडे पाठ फिरवितात. वास्तविक धर्माचा उद्देश उत्तम मानवी व्यक्तिमत्त्वाची, चांगल्या समाजाची बांधणी करणे हा असला पाहिजे, प्रत्येक धर्माला स्व-विकासाची, मानवतावादाच्या प्रगतीची आणि समता, शांती व समृद्धी यांची ओढ असली पाहिजे. या संदर्भात झालेल्या अध्ययनातून एक गोष्ट स्पष्ट होते की गेल्या काही वर्षांत महात्मा गांधींच्या सत्य, अहिंसा व शांतता या तत्त्वांना त्यांच्या देशातच पायदळी तुडवून हिंसेवर आधारित संघटना जन्माला येत आहेत हे दुर्दैव. बऱ्याच वेळा बिगर सरकारी संघटना सरकारी विकासकामात हस्तक्षेप करण्याचा प्रयत्न करतात व परिणामत: विकासाला खीळ बसते. अगदी मूलभूत संस्था म्हणजे ग्रामपंचायतीपर्यंत लोकशाहीचा वास्तव संदेश पाझरल्याचे दिसत नाही. तेथील लोकशाही

गावातील ताकदवान लोक हाताळतात. सैद्धान्तिक दृष्टीने समानतेचे तत्त्व स्वीकारलेले असले तरी विषमतेचे दृश्य ग्रामीण परिसरात सर्वत्र दिसते. समानतेचा, स्वातंत्र्याचा हक्क संविधानाने बहाल केला; पण प्रत्यक्ष जीवनात त्याचा अनुभव येत नाही. समानतेच्या संदर्भातही सामाजिक न्याय नाकारला जातो.

सामाजिक न्यायाच्या संदर्भात विचार करता समाजात ज्यांना दुर्बल गट म्हणून संबोधले जाते त्या स्त्रिया, अनुसूचित जाती व जमाती आणि अल्पसंख्याक यांना घटनेने जरी समानतेचे हक्क दिले असले तरी वास्तविक जीवनात त्यांना ते उपभोगता येत नाहीत. स्त्रियांच्या संदर्भात पुरुषसत्ताक कुटुंबपद्धतीमुळे स्त्रियांचा दर्जा सातत्याने पुरुषांच्या तुलनेने दुय्यमच राहिला, ही वास्तवता नाकारता येत नाही. स्त्रीवर होणाऱ्या अत्याचाराच्या संदर्भात आपण प्रकरण ४ मध्ये सविस्तर चर्चा केली आहे. तसेच याच प्रकरणात अनुसूचित जाती, अनुसूचित जनजाती, अल्पसंख्याक लोक यांच्या संबंधीच्या हक्कांचे रक्षण व त्यांच्या समस्या यांवर चर्चा केली असून या सर्वांना संविधानाने समान दर्जा दिला असला तरी प्रत्यक्षात तो त्यांना प्राप्त झालेला नाही ही वास्तवता नाकारता येत नाही. या दृष्टीनेही विचार करता स्त्रिया, अनुसूचित जाती, अनुसूचित जनजाती, अल्पसंख्याक गट यांना आजही विषमतेची, भेदभावाची, कनिष्ठत्वाची वागणूक देऊन सामाजिक न्याय नाकारला जातो. स्त्रियांवर, दलितांवर, आदिवासींवर व अल्पसंख्याक जमातीवर होणारे हल्ले हे विषमतेचे प्रतीक आहे. आजही ग्रामीण परिसरातील, विशेषत: उत्तर भारतातील खेड्यात न्याय पंचायतीचे तेथील लोकच प्रमुख असून निकाल पारंपरिक कायद्यानुसार दिले जातात. आंतरजातीय विवाह केला म्हणून हरियाणातील एका जोडप्याला ठेचून ठार मारण्याची शिक्षा नुसती दिलीच नाही तर त्याची प्रत्यक्ष अंमलबजावणीपण केली. इथे कुठे आला सामाजिक न्याय? तो तर नाकारला गेला. स्त्रियांनी कोणता पोशाख करावा, मोबाइल वापरू नये यांसारखे फतवे सामाजिक न्यायाची प्रतारणा करणारे आहेत. १४ वर्षांखालील मुलांना कामावर ठेवू नये असा नियम असताना अनेक हॉटेल्स, बांधकाम क्षेत्र, बिड्या तयार करणारे कारखाने, फटाक्यांचे कारखाने येथे सतत बालकामगार कार्यरत असतात तेव्हा त्यांनाही सामाजिक न्याय नाकारला जातो हे वास्तव आहे.

या सर्व विवेचनाचा सारांशरूपात अर्थ असा की मानवी हक्क सार्वभौमिक जाहीरनाम्याद्वारे जगातील नागरिकांना व भारतीय संविधानाद्वारे भारतीय नागरिकांना अनेक हक्क प्रदान करण्यात आले असले तरी प्रत्यक्षात त्या हक्कांवर आधारित 'सामाजिक न्याय' मात्र संबंधित नागरिकांना नाकारला जातो ही वास्तवता आहे. काही वेळा सत्ताधारीही सामाजिक न्याय नाकारण्यात आघाडीवर असतात. महाराष्ट्रात मराठी

माध्यमांच्या शाळांना संरक्षण नाकारून एक प्रकारे महाराष्ट्र सरकार महाराष्ट्रातील मुलांचा मराठी मातृभाषा शिकण्याचा हक्क व त्यासंबंधीचा सामाजिक न्याय हिरावून घेते आहे असेच म्हणावे लागेल. शेवटी हक्क आहे; पण सामाजिक न्याय नाही असेच म्हणावे लागेल.

ग्राहक मंचाचे काही सकारात्मक निर्णय

राज्यातील व देशातील ग्राहक न्यायालये यांनी ग्राहकहिताचे संरक्षण करणारे काही निर्णय दिले आहेत ते थोडक्यात पाहू-

आयसीआयसीआय बँकेला व त्यांच्या विमा कंपनीला दंड : विमा हप्त्यांची रक्कम स्वीकारल्यानंतरही संतोष बी. चव्हाण (गंगापूरम, विमाननगर, पुणे) यांना विमा पॉलिसी न पाठविणाऱ्या आयसीआयसीआय लोंबार्ड जनरल इन्शुअरन्स कंपनीला व आयसीआयसीआय बँकेला त्यांच्या सेवात्मक त्रुटीबद्दल जिल्हा ग्राहक मंचाने ५० हजाराचा दंड ठोठावला. शिवाय चव्हाण यांना तीस दिवसांत नुकसानभरपाई देण्याचा आदेश देऊन ग्राहक हिताचे संरक्षण केले.

महावितरण कंपनीला दंड : पुणे जिल्ह्यातील इंदापूर येथील ग्राहक लीलावती सोपान पवार यांच्या तक्रारीवरून त्यांना सदोष सेवा दिल्याप्रकरणी रु. १०,०००/- दंड व खर्चाचे रु. ३०००/- नुकसान भरपाई देण्याचा आदेश, जिल्हा ग्राहक तक्रार निवारण करणाऱ्या न्यायाधीशांनी दिला.

शिकवणीचे पैसे परत करण्याचे आदेश : धायरी येथील सचिन रावसाहेब कोरे या विद्यार्थ्याने ग्लोबल एन्टरप्रायझेस इन्फोटेक सोल्युशनकडे 'सॅप पीपी मोड्युल्स' या कोर्ससाठी सदरहू वर्गात प्रवेश घेतला. संस्थेचे सर्व शुल्क भरले. काही दिवस वर्ग चालला. नंतर तो घेतला गेला नाही म्हणून सदरहू विद्यार्थ्याने शुल्काची रक्कम संबंधित संस्थेने कोर्स पूर्ण केला नाही, म्हणून परत मिळण्यासाठी ग्राहक मंचाकडे अर्ज केला. ग्राहक मंचाने फी भरल्या तारखेपासून (३० ऑक्टोबर २००९ पासून) २२००० रुपये एवढी शुल्काची रक्कम सहा आठवड्यात ९% व्याजासह परत करण्याचा आदेश दिला होता.

न्यायासाठी जे न्यायालयात जातील त्यांना न्याय कदाचित मिळेलही; पण असे अनेक लोक पैशाच्याअभावी, योग्य सल्ल्याच्या अभावी, कुटुंबाची अब्रू जाईल म्हणून, अन्याय करणाऱ्याच्या धाकाने वा दमदाटीमुळे, न्यायालयाची पायरी चढू शकत नाहीत ते सामाजिक न्यायापासून वंचितच राहतात. भारतापुरता विचार करता सर्वसामान्य माणसे दीनदलित, आदिवासी इत्यादी गटातील मंडळी नेहमीच सामाजिक

न्यायापासून वंचित आहेत ही वास्तवता नाकारता येत नाही. प्रत्येक घटकाला सामाजिक न्याय मिळण्यासाठी व संबंधितांच्या मानवी हक्कांचे संरक्षण व्हावे म्हणून सरकारने काही यंत्रणांची निर्मिती केली. त्यांतील काही यंत्रणांचा नामोल्लेख आपण या ठिकाणी करणार आहोत.

१) राष्ट्रीय मानवी हक्क आयोग (राष्ट्रीय पातळीवर कार्यरत)

२) राज्य मानवी हक्क आयोग (संबंधित राज्याच्या पातळीवर कार्यरत)

३) अनुसूचित जातींचा राष्ट्रीय आयोग

४) अनुसूचित जातीचा राज्य आयोग

५) अनुसूचित जनजातीसाठींचा राष्ट्रीय आयोग

६) अनुसूचित जनजातीसाठीचा राज्य आयोग

७) अल्पसंख्याकांसाठीचा राष्ट्रीय आयोग

८) अल्पसंख्याकांसाठीचा राज्य आयोग

९) महिलांसाठीचा राष्ट्रीय आयोग

१०) महिलांसाठीचा राज्य आयोग

संबंधित गटातील व्यक्तींच्या मानवी हक्कांवर अतिक्रमण झाल्यास किंवा त्यांचे उल्लंघन झाल्यास संबंधित आयोगाकडे तक्रार करणे आणि नंतर त्यांच्या सल्ल्याने वा आदेशानुसार योग्य त्या न्यायालयाकडे दावा दाखल करणे आवश्यक असते.

या संदर्भात सर्वोच्च न्यायालयासमोर समानतेच्या हक्कांच्या संदर्भात आलेल्या काही खटल्यांचा आपण आढावा घेऊ.

इ. पी. रोयप्पा विरुद्ध तमिळनाडू राज्य : या खटल्यात आपला निकाल देताना तत्कालीन सर्वोच्च न्यायालयाच्या खंडपीठाचे प्रमुख न्यायमूर्ती जे. भगवती आणि त्यांचे सहकारी न्यायमूर्ती चंद्रचूड व न्यायमूर्ती कृष्णा अय्यर जे. जे. यांनी समानतेकडे पाहण्याचा नवीन दृष्टिकोन स्थापित केला होता. त्यांच्या निकालपत्रात त्यांनी म्हटले,

> 'समानता ही एक गतिशील संकल्पना आहे आणि तिच्या विविध बाजू किंवा पैलू आहेत व त्यांना कोंडून ठेवणे, एकत्र करणे आणि त्यावर मर्यादा घालणे शक्य नाही. सकारात्मक मुद्याच्या दृष्टिकोनातून पाहता समानता ही स्वच्छंदीपणाच्या विरोधी आहे. वास्तविकत: समानता आणि स्वच्छंदीपणा हे शपथपूर्वक सांगावयाचे झाल्यास एकमेकांचे शत्रू आहेत. उदा. एखादा नागरिक प्रजासत्ताकाच्या कायद्याच्या नियमांनी बांधला गेला असेल तर दुसरा एखादा निरंकुश लहरी राजसत्तेच्या नियमांनी. जेथे एखादी क्रिया स्वच्छंदी असते तेथे निर्विकल्पपणे वा पूर्णपणे असमानता असते ती

राजकीय तर्कशास्त्रात व संविधानिक कायद्यात आणि म्हणून ते संविधानाच्या अनुच्छेद १४ चे उल्लंघन करणारे आहे.'

या निकालाचा सारांश असा की समानतेचा अर्थ परिस्थितीनुसार लावताना व्यक्ती-व्यक्तीतील नैसर्गिक भेद, गुणवत्ता यांचा विचार करावा लागतो.

भारतातील रेल्वे स्टेशन मास्तर संघटना विरुद्ध प्रमुख व्यवस्थापक मध्य रेल्वे : या खटल्यात सर्वोच्च न्यायालयाने रेल्वे सुरक्षारक्षक यांच्या उच्च श्रेणीच्या स्टेशन मास्तर या पदावर बढतीचा निर्णय कायदेमान्य असल्याचे प्रतिपादन केले. सर्वोच्च न्यायालयाच्या म्हणण्यानुसार रेल्वे लाइनवर असलेल्या स्टेशनवरील स्टेशन मास्तरांचा दर्जा आणि गार्डचा वा सुरक्षारक्षकाचा दर्जा वा श्रेणी वेगवेगळ्या आहेत. कारण त्यांची निवड व प्रशिक्षणपद्धती वेगवेगळी असते व त्यांच्या बढतीचे मार्गही अलग अलग आहेत. त्यामुळे सर्वोच्च न्यायालयाने रेल्वे स्टेशन मास्तरांचा दावा फेटाळून लावला.

अशा प्रकारे समता, स्वातंत्र्य, बंधुता इत्यादी हक्क जरी संविधानाने प्रदान केले असले तरी परिस्थितीनुरूप त्यांचा अर्थ लावण्याचा अधिकार न्यायालयाला सुपूर्द केला आहे.

सामाजिक न्यायाच्या संदर्भात शेवटी असे म्हणता येईल की ज्या पक्षाच्या बाजूने निकाल लागला त्यांना न्याय मिळाला असे वाटते; पण ज्यांच्याविरुद्ध निकाल लागला त्यांना मात्र त्यांच्यावर अन्याय झाल्यासारखे वाटते. सारांशरूपात न्याय, सामाजिक न्याय या संकल्पना सापेक्ष असून एका गटाला मिळालेला न्याय दुसऱ्या गटाच्या दृष्टिकोनातून विचार करता त्यांच्यावर झालेला अन्याय ठरतो.

समारोप

मानवी हक्क व सामाजिक चळवळी या प्रकरणाची सुरुवात आपण 'सामाजिक चळवळी' या संकल्पनेचा अर्थ व स्वरूप पाहून केली व सामाजिक चळवळीच्या काही विद्वानांनी केलेल्या व्याख्या पाहिल्या. त्यानंतर सामाजिक चळवळींच्या वैशिष्ट्यांचा आढावा घेतला. त्यानंतर सामाजिक चळवळी व मानवी हक्कांच्या परस्पर संबंधांवर चर्चा करताना लोकशाहीवादी चळवळी, कामगार चळवळी आणि परिसरात्मक चळवळींचा थोडक्यात आढावा घेतला. पुढे आपण नागरी किंवा सुसंस्कृत समाज (Civil Society) या संकल्पनेचा अर्थ पाहिल्यानंतर त्यासंबंधी विविध विचारवंतांनी व्यक्त केलेल्या विचारांवर प्रकाशझोत टाकला. काही तज्ज्ञांच्या मते, सभ्य वा सुसंस्कृत समाज हा विविध सामाजिक चळवळींचे आगर असतो व या दृष्टीने आपण सभ्य वा

सुसंस्कृत समाज यांच्या संबंधांवर सारांशरूपात चर्चा केल्यानंतर विविध सामाजिक चळवळींवर सखोल विवेचन केले. यात क्रमाने स्त्रियांच्या मानवी हक्कांच्या चळवळी, दलितांच्या चळवळी, आदिवासींच्या हक्काबाबतच्या चळवळी, परिसरशास्त्रीय वा पर्यावरणात्मक चळवळी, मानवी आरोग्याचे हक्क व त्या संदर्भात झालेल्या चळवळी यांचा समावेश होतो.

यानंतर पुढे आपण जागतिकीकरण व मानवी हक्क यांच्या परस्परसंबंधावर विचार करताना या संबंधांची उत्क्रांती व त्या संदर्भात विविध विचारवंतांचे विचार यांचा आढावा घेतला. या प्रकारच्या अंतिम टप्प्यात आपण मानवी हक्कांची समर्पकता व त्याचा उपयोग यांवर विवेचन करताना मानवी हक्कांचे जतन करणारे काही कायदे व विविध यंत्रणा यांवर दृष्टिक्षेप टाकला. प्रथम या कायद्यात उपभोक्ता हक्क संरक्षण कायदा, १९८६, मानवी हक्क संरक्षण कायदा, १९९३ व माहिती अधिकार कायदा, २००५ यावर व त्यातील तरतुदींवर चर्चा केली. या संदर्भात सामाजिक व राजकीय न्याय याबाबत व्ही. एस. मनी यांचे विचार अभ्यासले. त्यानंतर सार्वजनिक न्यायाच्या संदर्भात ग्राहक मंचाने दिलेल्या काही निर्णयांवर प्रकाशझोत टाकला. तसेच मानवी हक्कांचे जतन करण्यासाठी भारत सरकारने ज्या आयोगांची नेमणूक केली त्यांचा केवळ नामोल्लेख या ठिकाणी केला आहे. समता, स्वातंत्र्य व बंधुता या संकल्पना सापेक्ष असून त्यासंबंधी निर्णय देण्याचा अंतिम अधिकार सर्वोच्च न्यायालयाला आहे. त्या संदर्भातील काही खटल्यांत सर्वोच्च न्यायालयाने दिलेल्या निर्णयावर प्रकाशझोत टाकला.

प्रकरण सहा

कर्तव्ये आणि मानवी हक्क

अध्ययनाची उद्दिष्टे

- कर्तव्य या संकल्पनेचा अर्थ समजून घेण्यासाठी.
- भारतीय राज्यघटनेतील कर्तव्यासंबंधीच्या विविध तरतुदींची माहिती होण्यासाठी.
- कर्तव्ये आणि जबाबदाऱ्या (Duties and Obligations) यांच्यातील भेद जाणून घेण्यासाठी.
- कर्तव्यांच्या विविध पैलूंचे दर्शन होण्यासाठी.
- कर्तव्ये आणि मानवी हक्क यांच्यातील परस्परसंबंधांची जाणीव होण्यासाठी.

प्रस्तावना

या प्रकरणात आपण प्रामुख्याने कर्तव्य या संकल्पनेचा विचार करताना मानवी हक्क आणि कर्तव्ये यांच्या परस्परसंबंधांचा विचार करणार आहोत. काही समाजशास्त्रज्ञ 'कर्तव्य' (Duty) या संकल्पनेसाठी पर्यायी संज्ञा म्हणून 'भूमिका' (Role) या संज्ञेचा वापर करतात. कर्तव्ये किंवा भूमिका यांचा संबंध दर्जाशी व त्याअंतर्गत येणाऱ्या विविध पदांशी आहे. समाजशास्त्रज्ञांच्या मते, प्रत्येक पदाचे काही हक्क असतात तसेच त्या पदाशी संबंधित कर्तव्येदेखील असतात. या दृष्टीने विचार करता समाजरूपी नाण्याच्या मानवी हक्क आणि कर्तव्ये या दोन बाजू असून त्यांचे नाते अतूट आहे. जिथे जिथे हक्क आहेत तिथे तिथे कर्तव्ये येतातच. भारतीय संविधानात ज्याप्रमाणे

मानवी हक्कांसंबंधी सविस्तर विवेचन आहे तसेच कर्तव्यांसंबंधीदेखील काही तरतुदी असून त्यावर आपण या प्रकरणात सविस्तर प्रकाशझोत टाकणार आहोत. याशिवाय कर्तव्याचे प्रकार, कर्तव्य आणि जबाबदारी यांतील भेद, राज्याची कर्तव्ये, व्यक्तींची कर्तव्ये, समाजावर कर्तव्याचा होणारा परिणाम, एक मूल्य म्हणून कर्तव्याचे महत्त्व इत्यादी विषयांवर या प्रकरणात आपण विवेचन करण्याचा प्रयत्न करणार आहोत.

जबाबदारी आणि कर्तव्ये यांच्यातील व्याख्यात्मक भेद

सर्वसाधारणपणे जबाबदारी आणि कर्तव्ये (Obligations and Duties) या संज्ञा समानार्थी वापरल्या जातात. परंतु या दोन संज्ञांत भेद आहे. एच. एल. ए. हार्ट (H. L. A. Hart) यांच्या मतानुसार कर्तव्ये आणि जबाबदारी या संज्ञांचा अर्थ एकमेकांपासून वेगळा आहे. काही वेळेला हक्क हे कोणत्याही जबाबदाऱ्या अंगावर ओढून घेतल्याशिवाय अस्तित्वात असतात; परंतु कर्तव्यांचा उदय मात्र स्थान, दर्जा आणि भूमिका यांच्यातून होतो. एच. पी. फेअरचाइल्ड (H. P. Fairchild) यांनी कर्तव्य या संज्ञेची व्याख्या पुढील शब्दांत केली आहे- 'स्थान, दर्जा, व्यवसाय यांद्वारे किंवा काही गटांचे सभासदत्व स्वीकारल्यामुळे एखाद्या व्यक्तीकडून होणारे वर्तन म्हणजे कर्तव्य होय.' अर्थात हे वर्तन समाजाच्या नैतिक नियमनांना अनसरून असले पाहिजे. कर्तव्याच्या दोन्ही व्याख्यांचा एकत्रित विचार करता कर्तव्याचा उदय हा व्यक्तीचे समाजातील स्थान, तिचा समाजातील दर्जा व तिची समाजातील भूमिका यांतून होतो. कर्तव्याचा संबंध नेहमी हक्कांशी असतो. याउलट जबाबदाऱ्यांचा संबंध हक्कांशी जोडता येत नाही. काही जबाबदाऱ्या हक्कांशिवायही पार पाडता येतात. आणि म्हणून काही विद्वानांच्या मते कर्तव्ये आणि जबाबदाऱ्या यांच्यात कोणत्याही काळी कोणतेच सादृश्य नाही. हक्कांच्या व्यवहाराचा संदर्भ जोडताना हक्क हे कर्तव्याला पर्यायी शब्द म्हणून वापरण्यात येतात.

वर वर्णन केलेला भेद हा पुढील उदाहरणाच्या साहाय्याने विशद करता येऊ शकेल. एका व्यक्तीने त्याच्या मित्राला त्याच्या वाढदिवसानिमित्त आयोजित भोजनाला आमंत्रित केले होते आणि मित्राने सदरहू भोजनाला निश्चित उपस्थित राहीन असे आश्वासन दिले होते; पण काही कारणाने त्या मित्राला भोजनाला उपस्थित राहता आले नाही. या उदाहरणात त्या मित्राची भोजनाला उपस्थित राहण्याची जबाबदारी असली तरी भोजनाला उपस्थित न राहून आमंत्रण देणाऱ्या व्यक्तीच्या हक्कांचे उल्लंघन किंवा भंग केला नाही.

कर्तव्य म्हणजे नेमके काय? हे समजण्यासाठी आणखी एक उदाहरण लक्षात

घेता येईल. समजा, एखाद्या व्यक्तीला एखाद्या कार्यालयात किंवा एखाद्या संघटनेत नोकरी मिळाली तर त्या नोकरीशी संबंधित सर्व कर्तव्ये आणि त्याच्याशी संबंधित सर्व कायदेशीर बाबींशी निगडित कर्तव्ये, त्या व्यक्तीला आवडो वा न आवडो पार पाडावीच लागतात. संबंधित नोकरीशी निगडित सर्व कर्तव्ये त्या व्यक्तीनेच पार पाडावीत, अशी अपेक्षा असते.

एखाद्याला आश्चर्य वाटेल की, कर्तव्य आणि जबाबदारी (Duty and Obligation) या संदर्भाचा अर्थ समानार्थी शब्द म्हणून का देतात? यापाठीमागचे तथ्य हे की राजकीय, सामाजिक आणि नैतिक जबाबदाऱ्या पूर्ण करण्याची किंवा त्या काढून टाकण्याची जी गरज आहे याला जे नैतिक अधिष्ठान आहे त्यांचा समावेश कर्तव्यात करता येईल. उदा. कोणत्याही काळी कोणत्याही कारणाने व्यक्तींनी खोटे बोलू नये. परंतु काही वेळेला परिस्थितीच अशी निर्माण होते की, सत्य बोलण्यामुळे एखाद्या व्यक्तीच्या जीवनावर विपरीत परिणाम होणार असेल तर खोटे बोलण्याशिवाय दुसरा पर्याय नसतो. अशा वेळी त्या व्यक्तीला हे माहिती असते की सत्य बोलणे हे तिचे कर्तव्य आहे. परंतु परिस्थितीपुढे तिला नतमस्तक होऊन खोट्याचा आधार घ्यावा लागतो. या संदर्भात एक संस्कृत श्लोक या ठिकाणी लक्षात घेता येईल.

सत्यं ब्रूयात्, प्रियं ब्रूयात्,
न ब्रूयात् सत्यम् अप्रियम् ॥

याचा अर्थ असा आहे- 'सतत सत्य बोला, दुसऱ्याला प्रिय असे बोला; पण दुसऱ्याला दुखविणारे सत्य बोलण्याचे टाळा.' या श्लोकाचाही मथितार्थ हाच की इतरांना दुखविणारे, त्यांचे नुकसान होणारे सत्य बोलण्याचे टाळा. वरील श्लोकातही प्रसंगी इतरांच्या भल्यासाठी खोटे बोलण्यास परवानगी आहे.

दुसरा प्रसंग कौरव-पांडवांच्या महायुद्धातील आहे. दुर्योधनाने डिवचल्यामुळे कौरवांचे सेनापती द्रोणाचार्य यांनी पांडव सेनेचा त्यांच्या पराक्रमाने प्रचंड संहार आरंभला. त्यांना जर आडवले नाही तर द्रोणाचार्यांच्या पराक्रमामुळे पांडवांचा पराभव होण्याची भीती होती. तेव्हा श्रीकृष्णाने कूटनीतीचा अवलंब करण्याचे ठरविले. द्रोणाचार्यांच्या मुलाचे नाव होते अश्वत्थामा व पांडवांच्या सेनादलात अश्वत्थामा एक हत्ती होता. श्रीकृष्णाने त्या हत्तीस ठार मारून अश्वत्थामा मेल्याची आवई किंवा अफवा पसरवून ती द्रोणाचार्यांपर्यंत पोहोचविण्याची व्यवस्था केली. श्रीकृष्णाला हेही माहीत होते की या बातमीची सत्यासत्यता पडताळून पाहण्यासाठी द्रोणाचार्य सत्यप्रिय, सत्यवचनी धर्मराजाकडे धाव घेतील. तेव्हा श्रीकृष्णाने धर्मराजाला अगोदरच पटवून

ठेवले होते की द्रोणाचार्य तुमच्याकडे बातमीची शहानिशा करण्यासाठी आले तर तुम्ही काहीही न बोलता होकारार्थी मान हलवा. द्रोणाचार्य त्याप्रमाणे, बातमीची सत्यासत्यता पडताळून पाहण्यासाठी धर्मराजाकडे आले. धर्मराजाने होकारार्थी मान हलविली; पण मनात ते म्हणाले, *'नरो वा कुंजरो वा, न जानामि ।'* म्हणजे युद्धात किंवा इतरांच्या भल्यासाठी प्रसंगी असत्याचा आधार घेतला तर तो समाजमान्य ठरतो किंवा क्षम्य ठरतो.

नैतिक आणि कायदेशीर, कायदा व्यवस्थेतील आंतरबदलाच्या प्रकारामुळे या ठिकाणी कर्तव्याचा अर्थ जबाबदारी घेतला आहे. कर्तव्य आणि जबाबदारी या दोन शब्दांच्या अर्थातील बदल किंवा भेद यांचे विश्लेषण प्राचीन भारतीय तत्त्वज्ञानानुसार धर्माच्या आधारे करण्यात आले आहे, जे नैतिक आणि कायदेशीर या दोहोंनाही घेरतात त्यामुळे ते आपली कर्तव्ये कोणत्याही विपथगामित्वाशिवाय पार पाडू शकतात. या सर्व चर्चेचा मथितार्थ हा की 'सत्य' हा जीवनाचा स्थायीभाव असला तरी प्रत्येक वेळी सत्याची कास धरणे योग्य ठरेलच असे नाही.

● कर्तव्याची संकल्पना

वरील परिच्छेदात चर्चा केल्याप्रमाणे सर्वसामान्यपणे कर्तव्य हे जबाबदारी या संकल्पनेशी संबंधित आहे. गरजांच्या पूर्ततेच्या प्रक्रियेतून 'कर्तव्य' ही संकल्पना उदयाला आली. कर्तव्यांचा उदय हा अनेक मार्गांनी व विविध साधनांच्या साहाय्याने झाला. कर्तव्यात नैतिक कर्तव्ये, कायदेशीर कर्तव्ये, पालकांची कर्तव्ये, समाजाची कर्तव्ये आणि नागरी कर्तव्ये इत्यादींचा समावेश होतो; परंतु कायद्याच्या दृष्टिकोनातून विचार करावयाचा झाल्यास कर्तव्याचा उदय हा कायदेशीर नियमन किंवा प्रमाणके (Norms) याद्वारे झाला असल्याचे कायदेतज्ज्ञ मानतात. त्यानुसार क्रिया (Action) या संकल्पनेत कर्तव्ये पार पाडताना येणाऱ्या योग्य वा अयोग्य अंगभूत घटकांचा आधार घ्यावा लागतो. जर एखादी व्यक्ती कर्तव्याच्या विरोधात कृती करीत असेल तर ते चुकीचे ठरेल. हक्काची जाणीव ठेवताना कर्तव्यात जबाबदाऱ्या लादल्या जातात. म्हणून हक्क आणि कर्तव्ये ही परस्परसंबंधी आहेत. काही कायदेतज्ज्ञांच्या मताने हक्क म्हणजे मागण्या तर कर्तव्ये म्हणजे अपेक्षा.

समाजशास्त्रात कर्तव्य या संज्ञेची पर्यायी संज्ञा म्हणजे भूमिका (Role) ही होय. कोणत्या व्यक्तींनी कोणत्या भूमिका पार पाडावयाच्या याचे निर्धारण समाजाच्या प्रमाणकानुसार होते. समाजशास्त्रज्ञ या संदर्भात तीन संकल्पना वापरतात- १) स्थान

(Position) २) दर्जा (Status) ३) भूमिका (Role). पार्सन्स (Parsons) यांच्या मते स्थानरूपी नाण्याच्या दोन बाजू म्हणजे दर्जा आणि भूमिका. भारतीय राज्यघटनेत कर्तव्ये या संकल्पनेसंबंधी करण्यात आलेल्या तरतुदी लक्षात घेऊ.

● **मूलभूत कर्तव्ये : संविधानात्मक तरतुदी**

भारतीय संविधानाच्या भाग ४ (क) मध्ये मूलभूत कर्तव्यांचा उल्लेख असून कलम ५१ (क) च्या खंड (क) ते (ट) मध्ये यासंबंधी विवेचन असून ते खालीलप्रमाणे-

कलम ५१ (क) : मूलभूत कर्तव्यांच्या या कलमाच्या खंड (क) ते (ट) मध्ये मूलभूत हक्कांसंबंधी पुढील तरतुदी आहेत-

(क) संविधानाचे पालन करणे आणि त्याचे आदेश व संस्था, राष्ट्रध्वज व राष्ट्रगीत यांचा आदर करणे.

(ख) आपल्या राष्ट्रीय स्वातंत्र्यलढ्यास ज्यामुळे स्फूर्ती मिळाली त्या उदात्त आदर्शांची जोपासना करून त्यांचे अनुसरण करणे.

(ग) भारताची सार्वभौमता, एकता आणि एकात्मता उन्नत ठेवणे व त्यांचे संरक्षण करणे.

(घ) देशाचे संरक्षण करणे आणि आवाहन केले जाईल तेव्हा राष्ट्रीय सेवा बजावणे.

(ड) धार्मिक, भाषिक, प्रादेशिक व वर्गीय भेदांच्या पलीकडे जाऊन भारतातील सर्व जनतेमध्ये सामंजस्य व बंधुभाव वाढीला लावणे; स्त्रियांच्या प्रतिष्ठेला उणेपणा आणणाऱ्या प्रथांचा त्याग करणे.

(च) आपल्या संमिश्र संस्कृतीच्या समृद्ध वारशाचे मोल जाणून तो जतन करणे.

(छ) वने, सरोवरे, नद्या व वन्य जीवसृष्टी यांसह नैसर्गिक पर्यावरणाचे रक्षण करून त्यात सुधारणा करणे आणि प्राणिमात्राबाबत दयाबुद्धी बाळगणे.

(ज) वैज्ञानिक दृष्टिकोन, मानवतावाद आणि चिकित्साबुद्धी व सुधारणावाद यांचा विकास करणे.

(झ) सार्वजनिक मालमत्तेचे रक्षण करणे व हिंसाचाराचा निग्रहपूर्वक त्याग करणे.

(ञ) राष्ट्र, उपक्रम व सिद्धी यांच्या सतत चढत्या श्रेणी गाठत जाईल अशाप्रकारे सर्व व्यक्तिगत व सामुदायिक कार्यक्षेत्रात पराकाष्ठेचे यश संपादन करण्यासाठी झटणे.

(ट) मातापित्याने किंवा पालकाने ६ ते १४ वर्षांदरम्यानच्या आपल्या पाल्याला शिक्षणाच्या संधी देणे.

● **संविधानातील कर्तव्याच्या तरतुदीतील उणिवा**

डॉ. वि. मा. बाचल यांनी संविधानातील मूलभूत कर्तव्याचे मूल्यमापन करताना संबंधित तरतुदीतील उणिवा लक्षात आणून दिल्या असून त्या खालीलप्रमाणे आहेत-

- संविधानात समाविष्ट करण्यात आलेली ही मूलभूत कर्तव्ये अतिशय त्रोटक व संदिग्ध स्वरूपाची आहेत. आपल्या एकात्मिक संस्कृतीचा वैभवशाली वारसा जतन करणे हे एक मूलभूत कर्तव्य संविधानात प्रतिपादन केले आहे; परंतु आपल्या एकात्मिक संस्कृतीचा वैभवशाली वारसा जतन करणे म्हणजे नेमके काय करावयाचे हे स्पष्ट नाही.
- या मूलभूत कर्तव्यांचे पालन न केल्यास शिक्षेची तरतूद संविधानात नाही; त्यामुळे ही कर्तव्ये निरर्थक ठरतात. प्रत्येक नागरिकाने लष्करी शिक्षण घ्यावे; प्रत्येकाने आपले मतदानाचे कर्तव्य पार पाडावे, यांसारखी महत्त्वाची व निश्चित अशी कर्तव्ये दिली नसल्याने कर्तव्यांची यादी अपूर्ण वाटते.
- नागरिकांच्या कर्तव्याची दुसरी आणि महत्त्वाची बाजू म्हणजे राज्याची कर्तव्ये. त्यांचा उल्लेख मात्र संविधानात नाही.

● **कर्तव्याचे महत्त्व** (Importance of Duty)

कर्तव्यांच्या संदर्भात घटनेत जरी काही त्रुटी असल्या तरी या कर्तव्यांमधून राष्ट्राचा विकास साधून भारतास एक समर्थ व सार्वभौम राष्ट्र बनविण्याची जबाबदारी नागरिकांवरच असल्याचे स्पष्ट होते. त्या दृष्टीने आपणास राष्ट्रहितास प्राधान्य देऊन भाषावाद, प्रांतवाद, जातीवाद, धर्मवाद यांचा नाश केला पाहिजे. आपल्या या कर्तव्याची जाणीव आपणास झाली व जाणीवपूर्वक आपण आपल्या कर्तव्याचे पालन केले तर भारत खऱ्या अर्थाने सार्वभौम राष्ट्र बनेल. असे झाल्यास भारतास विकसित राष्ट्र बनण्यापासून कोणी रोखू शकणार नाही.

● **हक्क आणि कर्तव्ये यांचा संबंध** (Relationship between Rights and Duties)

काही तज्ज्ञांच्या मते, हक्क आणि कर्तव्ये एकाच नाण्याच्या दोन बाजू आहेत. सामाजिक संदर्भाशिवाय हक्कांचा विचार करता येत नाही. याचा अर्थ असा की हक्क ही एक सामाजिक कल्पना असून मानव ज्या समाजात राहतो त्या समाजाच्या बाबतीत त्याला काही कर्तव्यांचे पालन करावे लागते. स्वत:च्या हक्कांचे पालन करताना इतरांच्या हक्कांच्या उपभोगावर गदा येणार नाही याची दक्षता प्रत्येक नागरिकाला घ्यावी लागते, ते त्यांचे कर्तव्य ठरते. ज्या समाजाचा घटक म्हणून व्यक्ती जीवन जगत

असते, त्या समाजाच्या विरोधी वागण्याचा व्यक्तीला हक्क नसतो. समाजातील प्रत्येक व्यक्तीकडून समाज काही अपेक्षा करीत असतो. या अपेक्षांची पूर्तता करणे म्हणजेच कर्तव्य बजावणे होय. कर्तव्य पार पाडल्यानंतरच हक्कांची मागणी करण्याचा नैतिक हक्क व्यक्तीला प्राप्त होतो. केवळ हक्कांची जपणूक करून कर्तव्याकडे दुर्लक्ष केल्यास समाजजीवनाचा विकास साधता येणार नाही. उलटपक्षी कर्तव्याची कास धरताना हक्कांकडे दुर्लक्ष झाल्यास किंवा केल्यास व्यक्तिमत्त्वाचा विकास खुंटल्याशिवाय राहणार नाही.

या संदर्भात काही घटनातज्ज्ञ असा प्रश्न उपस्थित करतात की कर्तव्याचा स्वतंत्रपणे उल्लेख करण्याची आवश्यकता आहे काय? कारण प्रत्येक हक्कामध्ये कर्तव्य अभिप्रेत असतेच. उदाहरणार्थ संविधानातील १९ व्या कलमातील स्वातंत्र्याच्या हक्कांचा विचार केल्यास त्यात उल्लेखिलेल्या योग्य निर्बंधाचे पालन करणे हे स्वातंत्र्याच्या हक्काबरोबर येणारे कर्तव्य ठरते. उदा. मी राष्ट्राच्या सार्वभौमत्वास आणि प्रादेशिक अखंडत्वास बाधा येईल असे वर्तन करणार नाही, सामाजिक स्वास्थ्य व नीतिमत्ता बिघडेल असे वागणार नाही, न्यायालयाची बेअदबी किंवा बदनामी करणार नाही, हिंसाचारास उत्तेजन देणार नाही कारण ती माझी कर्तव्ये आहेत किंवा कर्तव्ये ठरतात. तसेच अस्पृश्यतेचे पालन न करणे, दुसऱ्या व्यक्तीची पिळवणूक न करणे, सार्वजनिक ठिकाणी धार्मिक, भाषिक, वांशिक कारणावरून भेदाभेद न करणे व सर्वांना समानतेची वागणूक देणे इत्यादी बाबी माझी कर्तव्ये ठरतात.

हक्कांमध्येच कर्तव्ये अंतर्भूत असल्याने त्याचा स्वतंत्रपणे उल्लेख करण्याची परंपरा लोकशाही संविधानामध्ये सहसा आढळत नाही. नागरिकांच्या मूलभूत कर्तव्यांचा निर्देश १९३६ साली रशियाच्या संविधानात प्रथम करण्यात आला. संविधानाच्या समितीत कर्तव्यासंबंधी चर्चा झाली त्यावेळी कर्तव्याचा स्वतंत्र उल्लेख करण्याची आवश्यकता नाही, अशी भूमिका बहुसंख्य सदस्यांनी घेतली होती.

४२ व्या घटनादुरुस्तीच्या प्रवर्तकांचा असा दावा आहे की, भारतीय नागरिक आपल्या हक्कांबाबत जितका जागृत आहे तितका कर्तव्याबाबत नाही. राज्याकडून आपल्या काही अपेक्षा आहेत, त्या पूर्ण करण्याचा आग्रह धरताना शासनाच्याही आपल्याकडून काही अपेक्षा आहेत, म्हणजेच राष्ट्राच्या बाबतीत आपलीही काही कर्तव्ये आहेत हे तो सोयीस्करपणे विसरतो आहे हे देशाचे दुर्दैव होय. लोकशाहीत नागरिकांमध्ये स्वयंशिस्त अपेक्षित आहे; परंतु ती शिस्त अंगी न बाणल्यामुळे राज्याला प्रत्यही कायद्याच्या दंडशक्तीचा वापर करावा लागतो. काही घटनातज्ज्ञांच्या मते,

देशाच्या वा राष्ट्राच्या सर्वांगीण प्रगतीसाठी अशी दंडशक्ती अपरिहार्य किंवा अत्यावश्यक ठरते. हक्कांबरोबरच आपली काही कर्तव्ये महत्त्वाची आहेत, याचीही जाणीव नागरिकास करून देणे हाच या कर्तव्यांचा संविधानामध्ये उल्लेख करण्यामागील उद्देश असावा किंवा आहे. हक्कांबाबतचा एकतर्फी आग्रह कमी करण्यासाठी किंवा त्या दृष्टीने मूलभूत कर्तव्यांचा उल्लेख अत्यावश्यक वाटतो किंवा तो स्वागतार्ह आहे. स्वर्णसिंग समितीने मात्र एखादे कर्तव्य पार पाडले गेले नाही अथवा ते पार पाडण्यास नकार दिला गेल्यास शिक्षेची वा दंडाची तरतूद करावी, असे सुचविले होते; परंतु सरकारने स्वर्णसिंग समितीची ही सूचना स्वीकारली नाही, याची दोन प्रमुख कारणे आहेत ती पुढीलप्रमाणे–

१) कर्तव्यांचा उल्लेख करणाऱ्या काही कलमांची भाषा इतकी धोपट आहे की, त्याची न्यायालयाद्वारे अंमलबजावणी करता येणेच शक्य नाही. उदा. 'राष्ट्रीय स्वातंत्र्याच्या चळवळीला प्रेरणा देणाऱ्या उदात्त आदर्शांना स्मरून वागणे', या शब्दयोजनेत नेमके काय अभिप्रेत आहे किंवा उदात्त आदर्श कोणते व त्या आदर्शांना स्मरून वागणे म्हणजे निश्चितपणे काय करणे याबाबत स्पष्टता दिसत नाही. असेच 'वैयक्तिक आणि सामूहिक कार्यात उच्चत्वाची पातळी गाठण्याचा प्रयत्न करून राष्ट्राच्या प्रगतीस हातभार लावणे' या कर्तव्याबाबत म्हणता येईल. उच्चत्वाची पातळी म्हणजे नेमके काय व प्रत्येक व्यक्ती जर 'मी माझ्या कुवतीप्रमाणे किंवा क्षमतेप्रमाणे माझा विकास घडवीत आहे', अशी भूमिका घेतली तर ही भूमिका चुकीची आहे हे कोणत्या निकषाच्या आधारे ठरवावयाचे? निश्चित भाषा, व्याख्या, निकष यांच्या अभावी व्यक्ती चुकते की शासन चुकते, हे ठरविणे न्यायालयांना शक्य नाही; म्हणूनच कर्तव्याच्या बाबतीत न्यायालयीन संरक्षणाची स्वतंत्र तरतूद नाही.

२) ज्या कर्तव्यांची भाषा सुस्पष्ट किंवा निश्चित स्वरूपाची आहे, त्या कर्तव्यांचे पालन व्हावे यासाठी देशाचा नागरी (दिवाणी) आणि फौजदारी कायदा समर्थ आहे व त्यात शिक्षेच्या निश्चित स्वरूपाच्या तरतुदी आहेत. उदा. सार्वजनिक मालमत्तेला धक्का पोहोचेल किंवा हिंसाचारास प्रोत्साहन मिळेल, असे वर्तन केल्यास त्या व्यक्तीवर कारवाई करण्याचे अधिकार फौजदारी कायद्यानुसार शासनास आहेत. रेल्वेच्या डब्यांना आगी लावणे, दगडफेक करणे अथवा त्यास प्रवृत्त करणे, सरकारी मालमत्ता व साधनसामग्रीचा अपहार करणे, यांसारख्या गुन्ह्यांची दखल घेण्याच्या तरतुदी भारतीय दंडविधानात आहेतच. जंगली जनावरांची हत्या होऊ नये यासाठी 'वन्यजीव संरक्षण कायदा' (Wild-life Preservation Act) अस्तित्वात आहेच.

म्हणजेच कर्तव्यांचा स्वतंत्रपणे उल्लेख करण्यामागचा उद्देश हा की लोकांना हक्कांबरोबरच कर्तव्यांचीही तीव्र जाणीव करून देणे हा असतो. प्रत्यक्ष व्यवहारात हा उद्देश कितपत साध्य होईल याबद्दल शंकाच आहे. यात एक धोका मात्र संभवतो, तो म्हणजे व्यक्तींच्या हक्कांचे संक्षेपीकरण करू पाहणाऱ्या कार्यकारी शासनाकडून या कर्तव्यांच्या तरतुदीचा हवाला देऊन कलम १४, १९ व २२ यामध्ये अभिप्रेत असलेल्या स्वातंत्र्याच्या कक्षांचा संकोच केला जाण्याची शक्यता नाकारता येत नाही. प्रतिबंधात्मक स्थानबद्धतेच्या घटनात्मक किंवा तरतुदी आणि मूलभूत कर्तव्ये यांचा आपल्या सोयीनुसार अर्थ लावून सत्तारूढ पक्षाकडून आपल्या विरोधकांना नामोहरम करण्यासाठी उपयोग केला जाण्याची शक्यता नाकारता येत नाही. ज्या व्यक्तीचा विरोध मोडून काढावयाचा असेल तर ती व्यक्ती अमुक एक कर्तव्य करण्यास चुकत आहे असे कारण देऊन तिच्याविरुद्ध कारवाई होण्याची शक्यता असते. सध्याच्या परिस्थितीत आपण असे समजून चालू की मार्गदर्शक तत्त्वे ही शासनाने कसे वागावे व काय करावे याबाबतच्या सूचना आहेत; तर नागरिकाने काय करावे आणि काय करू नये याबाबतच्या सूचना मूलभूत कर्तव्यांद्वारे देण्यात आल्या आहेत. शेवटी असे म्हणता येईल की, शासनाच्या धोरणातील दृढता आणि तळमळ ही या मार्गदर्शक तत्त्वांची खरी कसोटी आहे, तर लोकशाहीवरील निष्ठा हे मूलभूत कर्तव्यांचे खरे अधिष्ठान आहे व त्यावरच त्याचे यश अवलंबून आहे हे नि:संशय!

मूलभूत कर्तव्ये : समाजशास्त्रीय दृष्टिकोन

समाजशास्त्रीय दृष्टिकोनातून जेव्हा आपण कर्तव्ये (Duties) या संकल्पनेचा विचार करतो त्यावेळी समाजशास्त्रज्ञांनी कर्तव्य या संकल्पनेचा वापर करण्याऐवजी पर्यायी संज्ञा म्हणून जबाबदारी (Obligation) आणि भूमिका (Role) या संज्ञांचा वापर केल्याचे आढळून येते. समाजशास्त्रज्ञ असे मानतात की समाजात प्रत्येक व्यक्तीचे स्वत:चे असे स्वतंत्र स्थान असते. काही समाजशास्त्रज्ञांच्या मते, व्यक्तीचे हे जे समाजातील विशिष्ट स्थान आहे त्यास दर्जा म्हणतात. अन्य काही समाजशास्त्रज्ञ मात्र 'स्थान' (Position) या संकल्पनेचे अस्तित्व मान्य करताना असे प्रतिपादन करतात की 'स्थान' या संकल्पनेला दोन बाजू आहेत एक म्हणजे दर्जा (Status) आणि दूसरी म्हणजे भूमिका (Role). समाजशास्त्रात 'कर्तव्य' म्हणजे काय हे जाणून घ्यावयाचे असेल तर दर्जा व भूमिका या संकल्पनांचा अर्थ समजून घेणे जरूरी आहे.

• **दर्जा** (Status)

कोणत्याही व्यक्तीला त्या त्या समाजव्यवस्थेत विवक्षित काळी व स्थळी जे स्थान असते त्यास 'दर्जा' असे म्हणतात, अशी दर्जाची व्याख्या राल्फ लिंटन (Ralph Linton) या समाजशास्त्रज्ञाने केली आहे. तर दुसरे समाजशास्त्रज्ञ ई. एस. बोगार्ड्स (E. S. Bogardus) यांच्या मते, 'समाजव्यवस्थेत व्यक्तीला प्राप्त झालेली श्रेणी किंवा सोपानपरंपरेतील पायरी म्हणजे व्यक्तीचा दर्जा होय.'

सारांशरूपात असे म्हणता येईल की, व्यक्ती समाजात जे पद भूषविते ते पद म्हणजे व्यक्तीचा दर्जा होय. या दृष्टीने विचार करता माता, पिता, भाऊ-बहीण, आजोबा-आजी, काका-काकू इत्यादी पदे कुटुंबात आढळतात तर एकूण समाजाचा विचार करता जिल्हाधिकारी, मामलेदार, शिक्षक, प्राध्यापक, वकील, वैद्यक, उद्योगपती, पंतप्रधान, मुख्यमंत्री अशी पदे सार्वजनिक व्यवस्थेत आढळतात. त्यांनाच 'दर्जा' या संज्ञेने संबोधले जाते. या दृष्टीने विचार करता पदाचा संबंध अधिकाराशी येतो व प्रत्येक पदाचा अधिकार वेगवेगळा तसेच उच्चतम ते कनिष्ठतम अशा उतरत्या क्रमाने असतो. दर्जाचा विचार करता एका व्यक्तीला एकाच वेळी अनेक दर्जे जसे प्राप्त झालेले असतात; तसेच काही प्रसंगी ते बदलता येतात. (खालील आकृती पाहा)

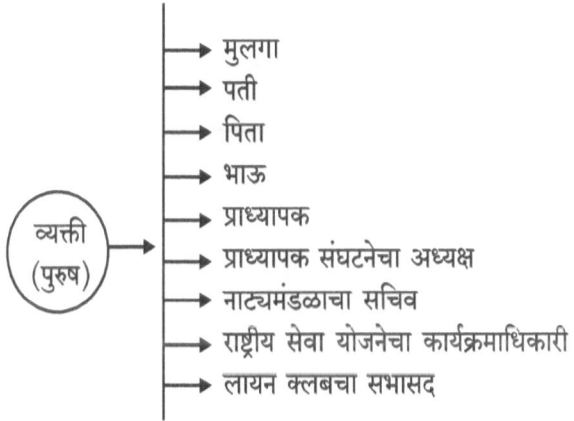

वरील आकृतीत दर्शविल्याप्रमाणे एकाच व्यक्तीला एकाच वेळी अनेक दर्जे प्राप्त झालेले असतात व त्यानुसार प्रत्येक दर्जाची कर्तव्ये म्हणजेच भूमिका वेगवेगळ्या असतात. उदा. पित्याची कर्तव्ये (भूमिका) या त्याच व्यक्तीच्या प्राध्यापकाच्या कर्तव्यापेक्षा (भूमिकेपेक्षा) वेगळी असतात व याचे भान व्यक्तीला ठेवावे लागते.

वर म्हटल्याप्रमाणे दर्जात काळानुसार बदलही होऊ शकतो. (खालील आकृती पाहा)

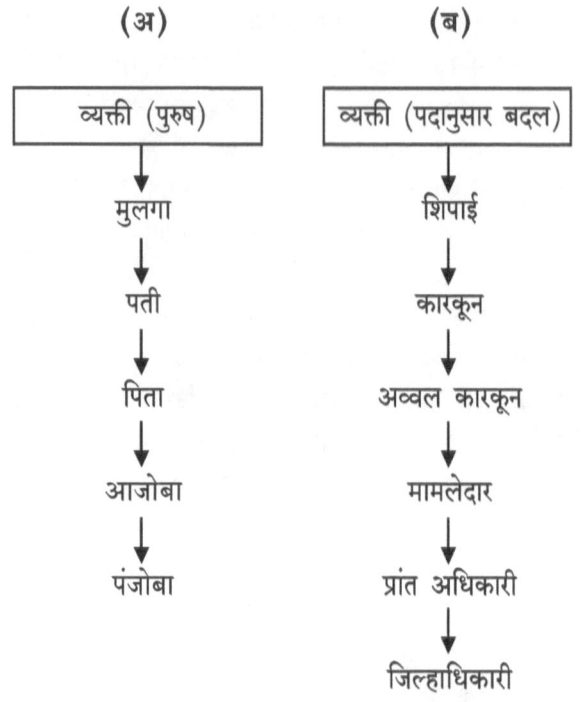

(अ)

व्यक्ती (पुरुष)
↓
मुलगा
↓
पती
↓
पिता
↓
आजोबा
↓
पंजोबा

(ब)

व्यक्ती (पदानुसार बदल)
↓
शिपाई
↓
कारकून
↓
अव्वल कारकून
↓
मामलेदार
↓
प्रांत अधिकारी
↓
जिल्हाधिकारी

आकृती (अ) मध्ये झालेले दर्जातील बदल आपोआप (अर्पित स्वरूपाचे) असतात व व्यक्तीच्या वाढत्या वयाचा तो परिणाम असतो. येथेही प्रत्येक दर्जानुसार व्यक्तीची भूमिका (कर्तव्ये) बदलतात. आकृती (ब) मध्ये दर्शविलेले बदल हे आपोआप घडून येत नाहीत तर ते व्यक्तीच्या स्वकर्तृत्वाने केलेल्या प्रयत्नातून साकार होतात. यातही व्यक्तीला तिच्या पदानुसार तिची भूमिका म्हणजेच कर्तव्ये पार पाडावी लागतात.

वर म्हटल्याप्रमाणे प्रत्येक दर्जाशी निगडित जी कर्तव्ये असतात त्यास समाजशास्त्रज्ञांनी 'भूमिका' या संज्ञेने संबोधले आहे.

• भूमिका किंवा कर्तव्ये

समाजशास्त्रज्ञांच्या मते, भूमिका (Roles) किंवा कर्तव्ये (Duties) यांचा संबंध नेहमी दर्जाशी येतो. दर्जाशिवाय भूमिका अथवा कर्तव्ये यांना काही अर्थ नसतो. काही समाजशास्त्रज्ञांनी 'भूमिका' या संकल्पनेच्या केलेल्या काही व्याख्या पाहू–

अ) लिओनार्ड ब्रूम आणि फिलिप्स (Leonard Broom and Philips) : 'विशिष्ट दर्जाशी अनुरूप वर्तनप्रकार म्हणजे भूमिका होय.'

ब) राल्फ लिंटन (Ralph Linton) : 'दर्जाचे क्रियाशील रूप म्हणजे भूमिका होय.'

क) विलियम पी. स्कॉट (William P. Scott) : 'गटातील किंवा सामाजिक परिस्थितीतील विशिष्ट दर्जात्मक पदाशी निगडित असलेल्या विशेष संरचनात्मक हक्क व कर्तव्ये यांच्याशी संबंधित वर्तनबंध म्हणजे भूमिका होय.'

या तिन्ही व्याख्यांचा एकत्रित विचार करता भूमिका अथवा कर्तव्ये यात पुढील बाबी समाविष्ट आहेत–

अ) दर्जाशिवाय भूमिका किंवा कर्तव्ये ही निरुपयोगी ठरतात.

ब) दर्जाची क्रियाशील बाजू म्हणजे भूमिका किंवा कर्तव्ये होत.

क) त्या त्या सामाजिक संरचनेच्या स्वरूपानुसार प्रत्येक दर्जाशी काही हक्क व कर्तव्ये निगडित असतात. त्या हक्क व कर्तव्यांच्या पूर्ततेसाठी व्यक्ती जे कार्य करते त्यास भूमिका म्हणतात.

भूमिका या संकल्पनेवर भाष्य करताना अमेरिकेतील प्रसिद्ध समाजशास्त्रज्ञ प्रा. हॅरी जॉन्सन (Prof. Harry Johnson) असे म्हणतात की, व्यक्ती तिचे बरेचसे जीवन कोणत्या ना कोणत्या सामाजिक गटात व्यतीत करते. समाजातील व्यक्तींच्या अनेक गरजा असतात. त्या गरजांच्या पूर्ततेसाठी व्यक्तीला विविध गटांचे सभासद बनावे लागते. त्या त्या गटात तिला विशिष्ट दर्जा प्राप्त झालेला असतो. त्या दर्जानुसार व्यक्तीला ज्या विविध भूमिका पार पाडाव्या लागतात त्यास 'कर्तव्ये' या संज्ञेने संबोधले जाते. वाचकांच्या सोयीसाठी खाली एक तक्ता देत आहे. त्यानुसार दर्जाशी निगडित कर्तव्ये किंवा भूमिका कोणत्या हे संबंधितांच्या लक्षात येईल.

अ.क्र.	दर्जा	दर्जाशी/पदाशी निगडित भूमिका किंवा कर्तव्ये
१)	पती	पत्नीच्या विविध गरजांची पूर्तता करणे.
२)	पिता	आपल्या सर्व अपत्यांचे संगोपन, सामाजिकीकरण व संरक्षण करणे आणि त्यांना योग्य शिक्षण प्रदान करणे.
३)	पुत्र	वृद्ध मातापित्यांना आधार देणे व वृद्धापकाळी त्यांचे संगोपन आणि संरक्षण करणे.
४)	कार्यालयीन अधीक्षक	संबंधित कार्यालयातील हाताखालच्या सर्व कर्मचाऱ्यांकडून प्रशासकीय व कार्यालयीन कामे करवून घेणे. त्यांच्या कामाचे निरीक्षण करणे व त्यांवर देखरेख ठेवणे.

५)	सहकारी संस्थेचा सचिव	संबंधित सहकारी संस्थेचा सचिव या नात्याने संस्थेच्या विविध कार्यांचे नियोजन करणे, संस्थेची विविध नोंदणीपुस्तके यथायोग्य रीतीने भरणे इत्यादी.
६)	खेळाडू	खेळाडू म्हणून संबंधित खेळात सातत्याने चांगली कामगिरी करण्याचा प्रयत्न करणे, संबंधित खेळाच्या सरावशिबिरास उपस्थित राहणे इत्यादी.
७)	विद्यार्थी	संबंधित वर्गातील निवडलेल्या विशिष्ट विषयांचे परिश्रमपूर्वक अध्ययन करणे व परीक्षेत यश संपादन करण्याचा प्रयत्न करणे.
८)	हौशी गायक	हौशी गायक म्हणून स्वतःच्या गायनाच्या कार्यक्रमाचे आयोजन करणे व गायन सादर करणे, गायनाचा सातत्याने सराव करणे इत्यादी.

समाजशास्त्रातील दर्जा आणि भूमिका यांचा हक्क व कर्तव्ये यांच्याशी संबंध जोडताना एक गोष्ट लक्षात ठेवणे गरजेचे आहे, ते म्हणजे दर्जाचा संबंध हा नेहमी हक्कांशी येतो तर भूमिकांचा संबंध हा नेहमी कर्तव्यांशी येतो. त्याचप्रमाणे समाजशास्त्रज्ञ या गोष्टींचाही स्वीकार करतात की एकाचा हक्क ही दुसऱ्याची कर्तव्ये ठरतात. त्या संदर्भातील काही उदाहरणे खालीलप्रमाणे-

१) मातापित्यांनी त्यांच्या अपत्यांचे संगोपन, संरक्षण व सामाजिकीकरण करणे हा मुलाचा हक्क आहे, तर त्या मोबदल्यात वृद्धापकाळी वृद्ध मातापित्यांच्या आरोग्याची काळजी घेणे, त्यांना संरक्षण देणे हे मुलांचे कर्तव्य होय.

२) आपल्या पतीकडून आपल्या सर्व प्रकारच्या गरजांची पूर्तता करवून घेणे हा पत्नीचा हक्क आहे; तर त्या मोबदल्यात अपत्यांचे संगोपन-संरक्षण करणे, घरातील सर्व गृहकृत्ये पार पाडणे ही पत्नीची कर्तव्ये होत.

३) विद्यार्थ्यांना योग्य त्या विषयाचे यथायोग्य ज्ञान मिळणे हा विद्यार्थ्यांचा हक्क आहे; तर त्या मोबदल्यात प्रामाणिकपणे सखोल अभ्यास करून परीक्षेत चांगले यश मिळविण्याचा प्रयत्न करणे हे विद्यार्थ्यांचे कर्तव्य होय.

४) जीवन जगण्यासाठी आवश्यक त्या सुविधा उपलब्ध करवून घेणे हा नागरिकांचा हक्क होय तर त्या विविध सुविधा पुरविणे हे राष्ट्राचे कर्तव्य होय.

५) लोकशाहीत योग्य सरकार निवडून देण्यासाठी मतदान करणे हा प्रत्येक नागरिकाचा हक्क असून प्रत्यक्ष मतदान करणे हे व्यक्तींचे कर्तव्य होय.

६) स्त्रियांना पुरुषांइतका समान दर्जा प्राप्त होणे हा स्त्रियांचा हक्क होय व प्रत्यक्षात हा समान दर्जा देण्याची कायद्यात योग्य ती तरतूद करणे हे सरकारचे कर्तव्य होय.

७) समानता, स्वातंत्र्य व बंधुता हा जगातील प्रत्येक नागरिकाचा हक्क असून तशा प्रकारची कायद्यात योग्य ती तरतूद करणे हे संबंधित शासनाचे कर्तव्य होय.

समाजशास्त्रज्ञांच्या मते, हक्कांचा संबंध व्यक्तीच्या दर्जाशी म्हणजेच पदाशी येतो तर कर्तव्यांचा संबंध हा भूमिकांशी येतो. हक्कांचा संबंध काय पाहिजे याच्याशी येतो तर कर्तव्यांचा संबंध हा काय आहे याच्याशी येतो. या दृष्टीने विचार करता हक्क व कर्तव्ये समाजरूपी नाण्याच्या दोन बाजू असून त्यांना वेगळे करता येत नाही. तसेच हक्क मिळणे व त्याची प्रत्यक्ष अंमलबजावणी करणे यात भेद आहे. भारतीय संविधानाने नागरिकांना समानतेचा हक्क बहाल केला आहे; पण प्रत्यक्षात हा हक्क बजावला जातो का हे पाहणे महत्त्वाचे आहे. काही वेळेला हक्कांच्या प्रत्यक्ष अंमलबजावणीत म्हणजे कर्तव्यपालनात सामाजिक परंपरा, सामाजिक मानसिकता आड येतात. उदाहरणार्थ, भारतीय संविधानाच्या कलम १७ प्रमाणे भारतातील अस्पृश्यता नष्ट करण्याची तरतूद केली असली तरी प्रत्यक्ष सामाजिक जीवनातून ती नष्ट करण्याची कर्तव्यात्मक कृती शासनाने केली का हा प्रश्न महत्त्वाचा आहे. वर म्हटल्याप्रमाणे कायद्याने हक्क प्रदान करणे जितके महत्त्वाचे आहे तितकेच त्यांची अंमलबजावणी करण्याचे कर्तव्य पार पाडणेही तितकेच महत्त्वाचे आहे. हक्क आणि कर्तव्य या संदर्भातील अध्ययनातून जग हक्काबाबत जितके जागृत आहे तितके ते कर्तव्याबाबत असल्याचे दिसत नाही. कर्तव्यपालनाच्या उणिवातूनच अनेक प्रकारच्या हक्कांची पायमल्ली होते हे आपण लक्षात ठेवले पाहिजे. स्त्री-पुरुष समानतेच्या हक्कांच्या अंमलबजावणीत पुरुषांची मानसिकता व पितृसत्ताक परंपरा आड येते. २१ व्या शतकाचे पहिले दशक संपल्यावरही स्त्रीकडे पाहण्याचा दृष्टिकोन आजही रूढिबद्ध व पारंपरिकच आहे. स्त्री आजही पुरुषाच्या उपभोगाचे एक साधन असल्याचे मत अशिक्षितांतच नव्हे तर अनेक सुशिक्षितांतही असल्याचे आढळते. परिणामत: स्त्रियांवर होणाऱ्या अत्याचारात, बलात्कारात सातत्याने वाढ होत आहे. कायद्याने समानतेचा हक्क प्रदान केला; पण तो प्रत्यक्ष प्रदान करण्याचे कर्तव्य पार पाडण्यात मात्र प्रशासन, शासकीय यंत्रणा अपयशी

ठरली असेच म्हणावे लागेल. अशीच स्थिती अस्पृश्यता, वांशिक व धार्मिक भेद या संदर्भात आहे. अल्पसंख्याकांच्या बाबतीतही हीच स्थिती आहे.

सारांशरूपात शेवटी असे म्हणता येईल की, जगातील राष्ट्रे, नेते व नागरिक हे हक्कांबाबत जितके जागृत आहेत तितकेच ते त्यांच्या कर्तव्यांबाबत निष्काळजी आहेत. यानंतर आपण कर्तव्याच्या विविध प्रकारांवर चर्चा करणार आहोत.

● मूलभूत कर्तव्याचे प्रकार

कायद्याचा अभ्यास करणाऱ्या तज्ज्ञांनी कर्तव्याचे काही प्रकार प्रतिपादन केले आहेत, ते खालीलप्रमाणे-

१) नैसर्गिक व स्व-संपादित कर्तव्ये
२) सकारात्मक आणि नकारात्मक कर्तव्ये
३) पूर्ण आणि अपूर्ण कर्तव्ये
४) वरवरची व सर्वांगपरिपूर्ण कर्तव्ये

१) नैसर्गिक व स्व-संपादित कर्तव्ये : कोणत्याही प्रकारच्या संस्था किंवा संघटना यांनी कोणत्याही विशेषीकरणाशिवाय ज्या कर्तव्यांचे पालन करणे आपल्यावर बंधनकारक असते अशा कर्तव्यांना नैसर्गिक कर्तव्ये या संज्ञेने संबोधले जाते. या प्रकारच्या कर्तव्यांत प्रामुख्याने इतरांना त्रास न देणे, खोटे न बोलणे, स्वातंत्र्याचा गैरवापर न करणे, इतरांचा आदर करणे, निरुपद्रवी माणसांना दुःख न देणे, मुलांना न मारणे, सत्य आणि न्याय यांचा स्वीकार करणे इत्यादींचा अंतर्भाव होतो. सर्व लोकांनी या प्रकारच्या कर्तव्यांचे पालन स्वेच्छेने करावे, अशी अपेक्षा असते.

याउलट जी कर्तव्ये व्यक्ती तिच्यातील काही गुणधर्मांमुळे आत्मसात करतात किंवा इतरांशी असलेल्या विशिष्ट संबंधांमुळे प्राप्त करतात त्यांना स्वसंपादित कर्तव्ये म्हणतात. उत्तम आवाजाची देणगी असणारी व्यक्ती स्व-मेहनतीने उत्तम गायक बनते. उत्तम बुद्धिमत्ता लाभलेल्या व्यक्ती, संशोधक, प्राध्यापक, डॉक्टर्स, वकील जेव्हा बनतात तेव्हा त्या जी कर्तव्ये पार पाडतात त्यांना स्वसंपादित कर्तव्ये या संज्ञेने संबोधतात. काही तज्ज्ञांच्या मते, काही कर्तव्ये कायदेशीर असतात आणि ती व्यक्ती स्वेच्छेने स्व-संपादित जबाबदारी म्हणून पार पाडतात. कायदेशीर कर्तव्ये एकदा स्वीकारल्यानंतर ती पार पाडण्यास नकार दिला तर मात्र त्यातून कायदेशीर गुंतागुंत होण्याची शक्यता असते. स्व-संपादित कर्तव्याचा दुसरा प्रकार म्हणजे एखाद्या व्यक्तीचे गटाशी असलेले विशेष संबंध होत. या प्रकारच्या कर्तव्याचा

संबंध हा भूमिका आणि जबाबदारी यांच्याशी निगडित आहे. या प्रकारच्या कर्तव्यात आपल्या मुलासाठी पालक जे कर्तव्य पार पाडतात ते; डॉक्टर्स त्यांच्या रुग्णांच्या संदर्भात तर वकील त्यांच्या अशिलांच्या संदर्भात जी कर्तव्ये पार पाडतात; त्यांचा समावेश होतो.

२) सकारात्मक व नकारात्मक कर्तव्ये : जॉन रावल्स (John Rawles) या कायदेपंडिताच्या मते, सकारात्मक कर्तव्ये म्हणजे आपल्यासाठी करण्यात येणारी चांगल्या प्रकारची कर्तव्ये होत. तर दुसरीकडे नकारात्मक कर्तव्ये म्हणजे वाईट क्रिया करण्यास एकतर प्रतिबंध करणे किंवा व्यक्तींना त्यापासून परावृत्त करणे होय. गरिबांना, दीन दुबळ्यांना मदत करणे हे सरकारात्मक कर्तव्य समजले जाईल. अर्थात, अशा प्रकारचे कर्तव्य जबाबदारी म्हणून पार पाडलेच पाहिजे असे नाही; परंतु खोटे बोलू नये, इतरांना त्रास होईल असे वर्तन करू नये इत्यादी कर्तव्यांचा समावेश हा नकारात्मक कर्तव्ये म्हणून होतो. नकारात्मक कर्तव्यावर आधारित वर्तन टाळणे ही संबंधित व्यक्तींची जबाबदारी मानण्यात आली आहे. सर्वसाधारणपणे जी कर्तव्ये समाजासाठी, गटासाठी तसेच राष्ट्रासाठी फायदेशीर असतात त्यांच्यासाठी 'सकारात्मक कर्तव्ये' ही संज्ञा वापरली जाते तर याउलट जी कर्तव्ये समाजासाठी, गटासाठी आणि राष्ट्रासाठी धोकादायक असतात, ती कर्तव्ये नकारात्मक कर्तव्ये म्हणून संबोधली जातात.

३) पूर्ण व अपूर्ण कर्तव्ये : पूर्ण व अपूर्ण कर्तव्ये यांचे स्वरूप सकारात्मक व नकारात्मक कर्तव्यासारखेच असल्याचे तज्ज्ञ मानतात. परंतु इमॅन्युअल कांत या जर्मन तत्त्वज्ञांच्या मते, ही कर्तव्ये समान नसून वेगवेगळी आहेत. पूर्ण कर्तव्यांत समाजाने सर्व काळी निश्चित केलेल्या ध्येयानुसार, त्यापासून विचलित न होता व्यक्तीने स्वीकारलेल्या सर्व जबाबदाऱ्या पार पाडण्याची क्रिया समाविष्ट आहे, तर अपूर्ण कर्तव्ये ही जटिल नसतात किंवा त्यांत जटिलता नसते. अपूर्ण कर्तव्ये ही सत्यवृत्तीने पूर्ण केली जात नाहीत. कांत यांच्या मते, या दोन्ही कर्तव्यांच्या पालनाची क्रिया ही त्या त्या समाजाच्या, राष्ट्राच्या, गटाच्या व प्रसंगी व्यक्तींच्या परिस्थितीवर अवलंबून असते. कांत पुढे असे प्रतिपादन करतात की, एखाद्या व्यक्तीच्या स्वतःच्या हुशारीची किंवा बुद्धिमत्तेची स्वतःच मशागत करणे अवघड असून हे सदोष किंवा अपूर्ण कर्तव्याचे एक उदाहरण होय.

४) वरवरची किंवा सर्वांगपरिपूर्ण कर्तव्ये : डब्ल्यू. डी. रॉस (W. D. Ross) या विचारवंताच्या मतानुसार लोक त्यांची कर्तव्ये, विशेषकरून त्यांनी दिलेल्या

आश्वासनानुसार त्यांच्या सदिच्छांची परिपूर्ती करण्यासाठी पार पाडतात. याचाच दुसऱ्या शब्दात अर्थ असा की कर्तव्याचे पालन करताना व्यक्ती फायदा-तोट्याचा विचार करतात. कर्तव्याची ही प्राथमिक संकल्पना होय. रॉस असे सांगतात की, व्यक्तींनी त्यांची कर्तव्ये योग्य तऱ्हेने, तार्किकतेचा किंवा बुद्धिप्रामाण्यवादाचा आधार घेऊन, इतरांच्या हितसंबंधांना बाधा येणार नाही अशा प्रकारे पार पाडण्याचा प्रयत्न करावा.

तत्त्वज्ञानशास्त्राच्या अनुसार कर्तव्याचे ज्ञान हे मानवी हक्कांपेक्षा उच्चप्रतीचे आहे. प्रचलित काळातील समाजाला लागलेल्या रोगाचे निर्मूलन करण्यासाठी व समाजजीवनाचा फायदा घेणाऱ्या व्यक्तीच्या मानवी हक्कांचे समर्थन करण्यासाठी संबंधितांना मानवी हक्कांशी निगडित कर्तव्यांचे पालन करणे अत्यावश्यक आहे.

स्पेन या देशातील वॅलेन्सिया शहरात १९९८ साली मानवी हक्कांच्या सार्वभौमिक जाहीरनाम्याला ५० वर्षे पूर्ण झाली म्हणून आयोजित केलेल्या समारंभात संयुक्त राष्ट्रसंघाच्या मानवी हक्क आयोगाने पुढील जाहीरनामा स्वीकारला. हा जाहीरनामा म्हणजे समाजातील अंगभूत घटक, गट आणि व्यक्ती यांच्या हक्कांचा आणि जबाबदाऱ्यांचा जाहीरनामा असून त्याद्वारे सार्वभौमिक मान्यताप्राप्त मानवी हक्क आणि मूलभूत स्वातंत्र्य यांना प्रोत्साहन आणि संरक्षण देण्यात आले आहे. हा जाहीरनामा 'जबाबदारी आणि मानवी कर्तव्ये यांचा वॅलेन्सिया जाहीरनामा' या संज्ञेनेपण संबोधला जातो. (Valencia Declaration of Responsibilities and Human Duties).

औपचारिक समानतेकडून वास्तव वा सत्य समानतेकडे समाजाचे परिवर्तन होताना आणि मानवी हक्कांचे सातत्याने (व्यक्ती आणि राज्य या दोघांकडून) उल्लंघन होत असते. म्हणून अनेक विद्वानांनी संयुक्त राष्ट्रसंघाला अशी विनंती केली की त्यांनी मनुष्यजातीच्या कर्तव्यावर प्रकाशझोत टाकणारा जाहीरनामा स्वीकारावा. याचा परिणाम म्हणून संयुक्त राष्ट्रसंघाच्या सर्वसाधारण सभेने १९९९ साली मानवजातीच्या जबाबदाऱ्या आणि कर्तव्ये निर्देशित करणारा जाहीरनामा स्वीकारला.

मानवजातीच्या जबाबदाऱ्या आणि कर्तव्ये निर्देशित करणारा जाहीरनामा
(The Declaration of Responsibilities and Duties)

या जाहीरनाम्यातील विविध शीर्षकांच्या अंतर्गत जाहीर केलेली काही तत्त्वे खालीलप्रमाणे-

१) राष्ट्रीय व आंतरराष्ट्रीय स्तरावर मानवी हक्कांच्या जाणिवा किंवा ज्ञान व्यक्तींना देणे व त्यांचे संरक्षण करणे.

२) व्यक्तिश: आणि गटासमवेत मानवी हक्कांचे कार्य पार पाडणे.

३) त्यासाठी विविध मंडळांची आणि बिनसरकारी संघटनांची निर्मिती करणे.

४) मानवी हक्कांच्या पूर्ततेसाठी शांततापूर्वक एकत्र येणे वा संमेलन घेणे.

५) मानवी हक्कांसंबंधी आवश्यक ती माहिती मिळविण्याचा, आत्मसात करण्याचा प्रयत्न करणे.

६) नवीन मानवी हक्कांच्या कल्पना आणि तत्त्वे यांचा विकास करणे आणि त्यावर चर्चा करून त्यांचा स्वीकार करण्याचे समर्थन करणे.

७) मानवी हक्कांच्या जाणिवात अडथळा आणणाऱ्या कामाच्या कोणत्याही पैलूंकडे, त्यांच्या कार्यात सुधारणा होण्याच्या दृष्टीने सार्वजनिक टीकात्मक अहवाल आणि ठराव करून ते सरकारी मंडळे, संस्था आणि संघटना यांच्याकडे सादर करणे.

८) मानवी हक्कांच्या क्रिया आणि धोरणासंबंधीच्या तक्रारी सादर करून वारंवार त्यांचे समालोचन करणे.

९) मानवी हक्कांच्या संदर्भात बचाव करावयाचा असेल तर योग्य पात्रता असलेल्या व्यावसायिक कायदेशीर मदतीची व अन्य साहाय्याची व्यवस्था करणे.

१०) राष्ट्रीय कायदे आणि आंतरराष्ट्रीय मानवी हक्कांच्या जबाबदाऱ्या पार पाडण्याची संमती देण्यासाठी आवश्यक ती सार्वजनिक सुनावणी, कार्यपद्धती यांचे त्यांच्या मूल्यमापनासाठी निरीक्षण करणे.

११) बिनसरकारी संघटना आणि सरकारी संघटना यामध्ये संज्ञापनासाठी प्रवेश मिळणे गरजेचे आहे.

१२) मानवी हक्कांच्या फायद्यासाठी परिणामकारक उपाययोजना करणे.

१३) मानवी हक्कांचे समर्थन करणाऱ्या व्यवसायांचा आणि धंद्याचा कायदेशीर अभ्यास करणे.

१४) मानवी हक्कांच्या विरोधात राष्ट्रीय कायद्याच्या चौकटीत राहून जर कोणी प्रतिक्रिया व्यक्त करीत असेल वा त्यास विरोध करीत असेल आणि हे आंदोलन शांततामय मार्गाने चालविले जात असेल; तर त्या आंदोलनाला हिंसक वळण लागणार नाही किंवा लागू नये म्हणून संरक्षण देणे आवश्यक आहे.

१५) मानवी हक्कांच्या संरक्षणासाठी संसाधनांचा स्वीकार आणि वापर करण्याची विनंती सरकारला करणे (या संसाधनांत परदेशातून प्राप्त झालेल्या देणगीचाही समावेश आहे).

मानवी हक्क संरक्षण : राज्याची कर्तव्ये

मानवी हक्कांच्या जाहीरनाम्यातील तरतुदीनुसार राज्याची ही सर्वसामान्य जबाबदारी आहे की त्यांनी जाहीरनाम्यातील सर्व मानवी हक्कांची अंमलबजावणी करावी आणि त्यांचा योग्य आदर करावा; परंतु काही कायदेतज्ज्ञांच्या मते, काही तरतुदींच्या संदर्भात राज्याची भूमिका विशिष्ट स्वरूपाची असून त्याद्वारे असा निर्देश दिला आहे की, प्रत्येक राज्याने मानवी हक्कांच्या अंमलबजावणीची जबाबदारी आणि कर्तव्ये पार पाडावीत. मानवी हक्कांच्या संरक्षणाच्या संदर्भात प्रत्येक राज्याला काही कर्तव्ये पार पाडावी लागतात ती खालीलप्रमाणे–

१) सर्व मानवी हक्कांचे संरक्षण, प्रोत्साहन आणि अंमलबजावणी करण्याचे कर्तव्य राज्याचे आहे व ते त्याने पार पाडावे.

२) राज्याच्या कार्यक्षेत्रात समाविष्ट होणाऱ्या सर्व व्यक्तींच्या सामाजिक, आर्थिक, राजकीय आणि सांस्कृतिक हक्कांसहित अन्य सर्व मानवी हक्कांचे आणि व्यावहारिक स्वातंत्र्याचे जतन करण्याची खात्री वा आश्वासन द्यावे.

३) मानवी हक्क आणि स्वातंत्र्य यांच्या परिणामकारक अंमलबजावणीसाठी योग्य ते कायदे, प्रशासकीय यंत्रणा आणि अन्य योग्य ती पावले उचलण्याची खात्री जनतेला देण्याचे कर्तव्य राज्याला पार पाडावे लागते.

४) मानवी हक्कांच्या उल्लंघनाचे बळी पडल्याचा दावा करणाऱ्या व्यक्तीच्या संरक्षणाची योग्य उपाययोजना करण्याचे कर्तव्य राज्याने करावे अशी अपेक्षा आहे.

५) मानवी हक्कांचे उल्लंघन करण्याचा आरोप असलेल्या व्यक्तींविरुद्धचा तपास झटपट व नि:पक्षपाती करण्याचे कर्तव्य राज्याचे आहे.

६) मानवी हक्कांच्या सार्वभौमिक जाहीरनाम्यात नमूद केलेल्या मानवी हक्कांचे उल्लंघन हिंसा, धमकी, बदला, दबाव किंवा यांसारख्या अन्य मार्गांचा अवलंब करून होत असेल तर संबंधित व्यक्तींना योग्य ते संरक्षण देणारी उपाययोजना असल्याची खात्री प्रत्येक नागरिकाला देण्याचे कर्तव्य राज्याचे आहे हे राज्याने लक्षात ठेवावे.

७) नागरी, राजकीय, आर्थिक, सामाजिक व सांस्कृतिक हक्कांच्या संदर्भात लोकांची आकलनशक्ती किंवा समज वाढण्यासाठी योग्य ते प्रोत्साहन देणे राज्याच्या कर्तव्यात येते.

८) मानवी हक्कांचे संरक्षण करण्यासाठी व त्यास प्रोत्साहन देण्यासाठी राज्याने एखाद्या स्वतंत्र अशा राष्ट्रीय संस्थेची निर्मिती आणि विकास करणे हा राज्याच्या कर्तव्याचा एक भाग होय. या प्रकारच्या राष्ट्रीय संस्थांत लोकायुक्त किंवा मानवी हक्क आयोग यांचा समावेश होतो.

९) सर्व पातळ्यांवरच्या औपचारिक आणि व्यावसायिक शिक्षणसंस्थांतून मानवी हक्कांचे शिक्षण व प्रशिक्षण देण्यासाठी योग्य प्रोत्साहन आणि योग्य त्या सुविधा उपलब्ध करून देणे हेही राज्याचे कर्तव्य होय.

• मानवी हक्क संरक्षण : जबाबदारी आणि कर्तव्ये

कायदेतज्ज्ञ असे मानतात की, मानवी हक्कांचे संरक्षण करण्याचे कर्तव्य हे केवळ राज्याचे नसून राज्यातील जनतेचेही आहे. या संदर्भात ते मानवी हक्कांच्या सार्वभौमिक जाहीरनाम्याचा उल्लेख करतात. या जाहीरनाम्यात या गोष्टीवर भर देण्यात आला आहे की, समुदायातील आणि राज्यातील प्रत्येक नागरिकाचे हे कर्तव्य आहे की, त्याने समुदायाला जनतेच्या मानवी हक्कांचे संरक्षण करण्यास प्रोत्साहन द्यावे. हा जाहीरनामा असे म्हणतो की, प्रत्येकाचे हे कर्तव्य आहे की, त्यांनी मानवी हक्कांना बढावा द्यावा, लोकशाहीची व त्यातील अन्य संस्थांची रक्षा करावी आणि इतरांच्या मानवी हक्कांचे उल्लंघन होणार नाही याची दक्षता घ्यावी. या जाहीरनाम्यात पुढे असे नमूद करण्यात आले आहे की, विशेषतः व्यावसायिक आणि धंदेवाईक व्यक्ती यांची मानवी संरक्षणातील भूमिका अत्यंत महत्त्वाची आहे. या व्यावसायिकांमध्ये, मानवी हक्कांचा बचाव करणारे म्हणून पोलीस अधिकारी, वकील आणि न्यायाधीश यांचा समावेश होतो. राज्याबरोबरच राज्यातील प्रत्येक नागरिकाचे हे कर्तव्य आहे की त्याने स्वतःच्या हक्कांचे जतन व संरक्षण करताना इतरांच्या हक्कांचा आदर करून त्यांचे उल्लंघन होणार नाही याची दक्षता घ्यावी.

राष्ट्रीय कायद्याची भूमिका

संयुक्त राष्ट्रसंघाच्या मानवी हक्क जाहीरनाम्यात असाही एक ठराव करण्यात आला होता की, (ज्याद्वारे राज्यावर अशी जबाबदारी टाकण्यात आली होती की) त्यांनी आपापल्या राज्यात मानवी हक्कांची, त्यांच्या तत्त्वांची अंमलबजावणी करून त्यास प्रोत्साहन देण्यासाठी योग्य अशा कायद्याची निर्मिती व स्वीकार करावा. त्यानुसार प्रत्येक राष्ट्राने आपल्या राज्यात नागरिकांची कर्तव्ये निर्देशित करणारा योग्य कायदा मंजूर करावा व ते राज्याचे कर्तव्य आहे. भारताने, हा जाहीरनामा प्रकाशित होण्यापूर्वी

सुमारे २३ वर्षे अगोदर* १९७६ साली झालेल्या घटनेच्या ४२ व्या दुरुस्ती कायद्यात नागरिकांच्या कर्तव्यांचा समावेश केला असून ह्याविषयी याच प्रकरणात सुरुवातीला आपण सविस्तर चर्चा केली आहे.

मानवी हक्कांना प्रोत्साहन देणारा व सर्व कर्त्यांनी त्यांचे संरक्षण करणारा ठराव वॅलेन्सिया जाहीरनाम्याच्या प्रतिवार्षिक सभेत मंजूर करण्यात आला होता.

कर्तव्याचा समाजावर होणारा परिणाम

प्रत्येक व्यक्तीची समाजाच्या किंवा राज्याच्या संदर्भात काही कर्तव्ये असतात. मानवी हक्कांच्या सार्वभौमिक जाहीरनाम्यानुसार, राज्याप्रती किंवा समाजाप्रती प्रत्येक व्यक्तीने कर्तव्याबाबत काही महत्त्वाच्या गोष्टी लक्षात ठेवणे गरजेचे आहे. त्या गोष्टी खालीलप्रमाणे–

१) राज्य आणि त्याच्या संस्था यांच्या कायद्याचे आणि अन्य कायदेशीर आदेशाचे पालन करणे प्रत्येक व्यक्तीचे कर्तव्य आहे.

२) राज्याला त्याच्या संरक्षणासाठी आवश्यक तेव्हा व्यक्तीने आपल्या सेवा नागरी किंवा सैनिकी कार्यासाठी राज्याला सुपूर्द केल्या पाहिजे.

३) सामाजिक सुरक्षा आणि सामाजिक कल्याण जास्तीतजास्त प्रमाणात साधण्यासाठी व्यक्तींनी राज्य आणि समुदाय यांना सहकार्य केले पाहिजे.

४) कायद्याने सार्वजनिक उद्देशपूर्ततेसाठी स्थापित केलेले कर सरकारकडे जमा केले पाहिजेत.

५) राज्याची मालमत्ता आणि संस्कृती यांचे संरक्षण केले पाहिजे.

६) व्यक्तीच्या स्वातंत्र्यावर गदा येईल अशा कोणत्याही सांप्रदायिक, भाषिक, धार्मिक किंवा अन्य पार्श्वभूमीवर आधारित विभेदीकरणास किंवा त्यांच्या समर्थकास प्रोत्साहन देणाऱ्यांना कोणत्याही प्रकारचा थारा देऊ नये.

त्याचप्रमाणे राज्याने समाजाप्रती खालील कर्तव्ये पार पाडणे आवश्यक असते–

- समाजातील स्त्रिया, मुले, जखमी व्यक्ती, आजारी माणसे आणि ज्येष्ठ नागरिक यांचा राज्याने आदर वा सन्मान करावा.
- सामाजिक सेवा, शिक्षण, धार्मिक कार्यक्रम व सांस्कृतिक कार्यक्रम यांद्वारे परोपकारबुद्धीने राज्याने जनतेची सेवा करावी.

---

* १९९९ साली संयुक्त राष्ट्रसंघाच्या सर्वसाधारण सभेने मानवजातीच्या जबाबदाऱ्या आणि कर्तव्ये हा ठराव स्वीकारला होता.

- इतरांचे हक्क आणि जबाबदाऱ्या यांचा सन्मान राज्याने करावा.
- कोणत्याही नागरिकाच्या विरोधात चुकीचे आरोप किंवा चुकीच्या तक्रारी राज्याने करू नयेत.
- कायदे आणि नियम यांचा राज्याने गैरवापर करू नये.
- सांप्रदायिक, भाषिक आणि धार्मिक किंवा अन्य कोणत्याही कारणाने व्यक्तींचे स्वातंत्र्य धोक्यात येईल अशा प्रकारचे विभेदीकरण वा त्याचे समर्थन करू नये.
- प्रत्येक समाजाशी निगडित नैतिकता आणि नैतिक मूल्ये यांच्या आज्ञांचे पालन करणे, राज्याकडून अपेक्षित असते.

समाजात अशी अनेक कर्तव्ये असतात जी व्यक्तीने राज्यासाठी आणि समाजासाठी पार पाडावी अशी समाजाची अपेक्षा असते. त्यांपैकी काही मोजकी कर्तव्ये या ठिकाणी नमूद करण्यात आली आहेत. प्रत्येक राज्याने आणि समाजाने नेमून दिलेल्या कर्तव्याला पूर्णपणे चिटकून राहणे व त्यावर निष्ठा ठेवणे हे राज्याच्या शाश्वत विकासात योगदान दिल्यासारखे आहे, असे तज्ज्ञ मानतात. आधुनिक संदर्भात विचार करावयाचा झाल्यास अनेक लोक असा विचार करतात की त्यांच्या हक्कांना, इतरांच्या हक्कांचे संरक्षण करण्याच्या कर्तव्यपालनाशिवाय, अर्थ नाही. समाजाच्या व राज्याच्या दृष्टीने हक्क जितके महत्त्वाचे तितकेच त्यांचे पालन करण्यास लावणारे कर्तव्यही महत्त्वाचे आहे. हक्कांची अंमलबजावणी व त्यांचे पालन करण्याचे कर्तव्य याच साहाय्याने राज्य व समाज तणावमुक्त राहू शकेल.

मूल्य : एक कर्तव्य

मूल्य हा तत्त्वज्ञानशास्त्राचा एक भाग होय. मानवजातीचे मूलभूत प्रश्न अभ्यासण्याचे काम तत्त्वज्ञानशास्त्र करते. हा विचार करता तत्त्वज्ञानशास्त्रात ज्ञानाचे अस्तित्व, मूल्य, कारणे, मन आणि भाषा इत्यादी प्रश्नांवर प्रकाशझोत टाकण्यात येतो. म्हणून तत्त्वज्ञानशास्त्राचा सैद्धान्तिक दृष्टिकोन, अनेक सिद्धान्तकारांनी विकसित करताना, टीकात्मकतेसहित तार्किक किंवा तर्कसंगत दृष्टिकोनाला पायाभूत मानले होते. मूल्यांच्या विविध परिमितीय आधारावर मानवी वर्तनबंधाचे नियमन करणारे अनेक पैलू विकसित झाले होते. या मूल्यांमध्ये प्रतिष्ठा, स्वातंत्र्य, समानता, न्याय, नीतिशास्त्र आणि नैतिकता इत्यादी मूल्यांचा समावेश होतो आणि समाजातील मानवी संबंधांना आकार देण्याचे कार्य मूल्ये करतात. मूल्ये व्यक्तींना कोणते कर्तव्य पार पाडावे व कोणते नाही याचे ज्ञान देतात.

समाजशास्त्रज्ञ मूल्यांकडे सामाजिक संरचनेचा एक अंगभूत घटक म्हणून पाहतात. टॉलकॉट पार्सन्स (Talcott Parsons) या समाजशास्त्रज्ञाने मूल्यांविषयी दोन दृष्टिकोनांतून चर्चा केली आहे. पहिले म्हणजे त्यांनी त्यांच्या व्यवस्था सिद्धान्तात (System Theory) संस्कृतिव्यवस्थेचा उल्लेख केला असून व्यक्ती वर्तनात व्यक्तींनी कोणत्या कर्तव्याचे पालन करावयाचे याचे निर्देश मूल्ये करतात असे मांडले आहे. तसेच त्यांच्या संरचनात्मक कार्यात्मक सिद्धान्तात त्यांनी मूल्याचा समावेश समाजाचा एक संरचनात्मक घटक म्हणून केला आहे. या दृष्टीने विचार करता मूल्य म्हणजे आपली उद्दिष्टे, कल्पना, इतर व्यक्तींच्या संदर्भात आपली जबाबदारी किंवा कर्तव्ये पार पाडणारा भावनात्मक घटक होय. मूल्याची ही व्याख्या ए. एल. बरट्रांड (A. L. Bertrand) या समाजशास्त्रज्ञाने केली असून त्यांच्या मते, व्यक्तीत कर्तव्याची व जबाबदारीची जाणीव निर्माण करण्याची मूल्याची भूमिका महत्त्वाची आहे. समाजशास्त्रज्ञांच्या मते मूल्ये ही दोन परस्परविरोधी भावनांनी प्रकट होतात. चांगले व वाईट अशा मूल्याच्या दोन बाजू असून व्यक्तींनी समाजासंबंधी कोणती कर्तव्ये पार पाडावयाची हे सांगण्याचे कार्य चांगली मूल्ये करतात तर व्यक्तींनी कोणती मूल्ये टाळावीत हे सांगण्याचे काम वाईट मूल्ये करतात. चांगल्या व वाईट मूल्यात्मक संकल्पना सापेक्ष आहेत. कारण त्यांचे स्वरूप समाजानुरूप बदलत जाते.

समाजात असंख्य व्यक्ती असतात. व्यक्तींनी इतर व्यक्तींच्या संदर्भात, समाज व राष्ट्राच्या संदर्भात कोणती कर्तव्ये पार पाडावयाची याचे निर्देशन मूल्ये करीत असल्यामुळे, मूल्यांच्या अध्ययनाला समाजशास्त्रात महत्त्व प्राप्त झाले आहे.

कायदेविषयक दृष्टिकोनातून विचार करता कायदेतज्ज्ञांच्या मते, कोणत्याही समाजाच्या कायद्याचा मुख्य उद्देश आणि कार्य म्हणजे मानवा-मानवांतील संबंध नियमित करणे आणि समाजातील संघर्षाची तीव्रता कमी करून समाजात शांतता, सुरक्षितता निर्माण करणे आणि त्याचबरोबर मानवजातीच्या वर्तनात चांगल्या आणि सुव्यवस्थित वर्तनाची स्थापना करून संघर्षरहित समाज निर्माण करणे, हे होय. कायदेशास्त्रानुसार मूल्यांचे कर्तव्य, हे शांततामय सहजीवन व संघर्षरहित समाज निर्माण करणे हेच असते.

रोकीच (Rokeach) या मानसशास्त्रज्ञाच्या मतानुसार मूल्य या संकल्पनेच्या माध्यमातून, मानवी वर्तनाशी संबंधित विविध उद्दिष्टे किंवा हितसंबंध धारण करणाऱ्या विज्ञानांना एकत्र करण्याचा प्रयत्न केला जातो.

वरील व्याख्येतही मूल्याचा संबंध हा समाजातील व्यक्तींच्या वर्तनात्मक

अनुबंधाशी (Behavioural Pattern) जोडला आहे. मानसशास्त्रज्ञांच्या मते, व्यक्तीव्यक्तींनुसार मूल्यांचे स्वरूप बदलत असले तरी काही समाजाची मूलभूत मूल्ये समानच असतात व ती सर्वांसाठी असतात. या समान मूल्यांत जीवन, स्वातंत्र्य, सुरक्षितता, मुक्तता आणि यशस्विता, जीवनसुरक्षा, दयाळूपणा आणि सुखदुःख इत्यादींचा समावेश होतो.

पायाभूत तत्त्वे

विविध समाजांतील पायाभूत मूल्यांच्या अध्ययनानंतर अनेक विद्वानांनी, मानवी वर्तनाला प्रेरणा देणारी आणि नियमित करणारी व त्यांना ध्येय साध्य करण्यास प्रवृत्त करणारी ११ पायाभूत तत्त्वे प्रतिपादन केली ती खालीलप्रमाणे-

१) आत्मनाशातून स्वतंत्र विचाराला प्रोत्साहन मिळते व त्यातून समंजस न्यायिक निर्णय घेण्याची प्रक्रिया निर्माण होते.

२) प्रेरणा या जीवनात खळबळ, नावीन्य आणि आव्हाने निर्माण करतात.

३) स्व-समाधान हे व्यक्ती जीवनात आनंद व भावनात्मक तृप्ती निर्माण करतात.

४) ध्येयसिद्धी किंवा साध्यसंप्राप्तीतून समाजाच्या दर्जानुसार व्यक्तींच्या कार्यक्षमता प्रकट होतात.

५) सत्ता व्यक्तीला सामाजिक दर्जा, प्रतिष्ठा, लोकांवर नियंत्रण आणि संसाधन प्रस्थापित करण्यास मदत करते.

६) सुरक्षितता व्यक्तीव्यक्तींत सलोख्याचे संबंध निर्माण करतात, तसेच आनंदमयी व मुक्ततेचे प्रशिक्षण देणारे व लोकांना वातावरणानुरूप योग्य समाज निर्माण करण्याविषयीचे मार्गदर्शन करतात.

७) सामाजिक मापदंडानुसार व्यक्तींच्या वर्तनाचे नियमन अनुसरण प्रक्रिया करते आणि एकमेकांच्या संदर्भात व समाजाच्या संदर्भात चुकीचे वर्तन करण्यापासून प्रतिबंध करते.

८) परंपरा या व्यवहारात गुणवत्तेचा सन्मान करण्यास प्रोत्साहन देतात ज्या समाजात स्वाभाविकपणे अंतर्भूत असतात.

९) धर्म हा ज्ञानाच्या शोधाला प्रोत्साहन देतो आणि पुढे शांतता व सुरक्षा ही मूल्ये कशी साध्य करावयाची याचेही ज्ञान प्रदान करतो. तसेच ज्ञानाच्या प्रोत्साहनाच्या माध्यमातून होणाऱ्या फायद्याच्या साहाय्याने सुखी जीवन कसे जगावयाचे याचे प्रशिक्षणही धर्म देतो.

१०) परोपकारबुद्धी किंवा सदिच्छा या समाजात श्रद्धा किंवा विश्वास स्थापित करतात आणि त्याचबरोबर व्यक्तींच्या दैनंदिन जीवनातील कार्यक्रमातील आंतरक्रियेत व्यक्तींच्या हितसंबंधांना प्रोत्साहन देणाऱ्या कल्याणकारी गुणवत्तेत वाढ करतात.

११) सार्वभौमिकतावाद हा आकलन, गुणग्राहकता, सहिष्णुता, संरक्षण या लोककल्याणकारी बाबींना चालना देतो. त्याचबरोबर सार्वभौमिकतावाद हा एकरूप जीवन विकसित करण्याची योग्य ती काळजी घेतो आणि शिवाय वैज्ञानिक ज्ञानाचे फायदे सर्वांना मिळतील व संसाधनांचे समान वाटप होण्यासाठी प्रयत्न करतो.

मानवी हक्कांचे तत्त्वज्ञानशास्त्र हे वरील ११ मूल्यांशी समानता दर्शविणारे आहे. म्हणून मूल्ये ही मानवी हक्कांचे मूलभूत पैलू आहेत. मानवी हक्कांना धरून राहिल्यामुळे केवळ मूल्ये नव्हे तर शांतता, सुरक्षा आणि एकात्मता या बाबी समुदायात साध्य करण्यास मदत होते. कायदेतज्ज्ञांच्या मते, व्यक्तींची क्रिया ही त्यांच्या वर्तनावर व संधीवर अवलंबून असते आणि कर्तव्ये मूल्यव्यवस्थेचे अंगभूत घटक होत. व्यक्तीमनावर मूल्ये बिंबविण्याचे कार्य मूल्यव्यवस्था करते. अनेक कर्तव्ये आणि हक्क व त्यांचे संबंध यांचे परीक्षण केल्यानंतर असे आढळून आले की मूल्यव्यवस्थेचा गाभा हा प्रामुख्याने कर्तव्ये तयार करतात आणि ती व्यक्तींचे नैतिक, नीतिशास्त्रीय सामाजिक वर्तन नियमित करतात. अगदी प्राचीन काळापासून आधुनिक काळापर्यंत दिसते की, अनेक पवित्र धर्मग्रंथांत (विशेषत: बायबलमध्ये), विधानात, धार्मिक मूळ ग्रंथांत मूल्यव्यवस्थेवर आधारित कर्तव्यांचे समर्थन करण्यात आले असून, ती व्यक्तींच्या अनावश्यक स्वभावाचे नियमन करतात आणि आरोग्यपूर्ण किंवा निरोगी समाज वा राज्य यास प्रोत्साहन देतात. म्हणून आपल्या नैतिक आणि कायदेशीर कर्तव्यांचे पालन केल्याने समाजात एकसंधता निर्माण होते व त्यामुळे मानवी हक्कांनी प्रोत्साहित केलेल्या जीवन, स्वातंत्र्य आणि समानता यासंबंधीच्या मानवी हक्कपालनाची खात्री मिळते.

त्याचप्रमाणे कर्तव्यांवर विश्वास ठेवून मानवी हक्कांच्या सार्वभौमिक जाहीरनाम्याच्या कलम २९(२) अनुसार, समाज किंवा राज्य यांच्या कल्याणाला प्रोत्साहन मिळावे म्हणून व त्यांच्या हक्क आणि स्वातंत्र्याचा दावा साध्य व्हावा म्हणून त्यांच्यावर सार्वजनिक आणि नैतिक गुणवत्ता असलेली कर्तव्ये लादली जातात. वरील जाहीरनाम्यातील २९(२) चे कलम पुढीलप्रमाणे आहे–

कलम २९(२): आपल्या हक्कांचा आणि स्वातंत्र्याचा वापर करण्यासाठी प्रत्येकाने पूर्णपणे कायद्याने निर्धारित केलेल्या, हक्क आणि स्वातंत्र्य यांचे लोकशाही समाजातील सर्वसामान्य कल्याणासाठी नैतिकता, सार्वजनिक सुव्यवस्था यासंबंधीच्या गरजापूर्ततेसाठी, त्यास मान्यता व संरक्षण देणे हे राज्याचे कर्तव्य होय.

थोडक्यात सांगावयाचे झाल्यास ही चर्चा याचा निर्देश करते की कर्तव्ये ही व्यक्तीची मूल्ये तयार करतात, ज्याद्वारे व्यक्तींना विचलित न होता त्यांच्या हक्कांच्या संरक्षणाची जाणीव होईल. यावरून आणखी एक गोष्ट लक्षात येते की, हक्क आणि कर्तव्ये ही परस्परावलंबी आहेत. या प्रकरणाच्या सुरुवातीच्या काही पानांत हक्क आणि कर्तव्ये यांच्या संबंधांवर चर्चा केली होती. ती टाळून या संदर्भातील प्रा. हेरॉल्ड जे. लास्की (Harold J. Laski) यांच्या विचारांचा आढावा या ठिकाणी घेता येईल.

त्यानुसार प्रा. हेरॉल्ड जे. लास्की यांच्या मते, हक्क आणि कर्तव्ये याचे परस्परसंबंध हे खालील मुद्द्यांच्या आधारे स्पष्ट करता येतील-

अ) एकाच्या हक्कात दुसऱ्याची कर्तव्ये अंतर्भूत असतात : याचा साधा, सोपा अर्थ असा की, एकाचे हक्क हे आपोआपच दुसऱ्याची कर्तव्ये ठरतात. उदा., मुक्तसंचारासंबंधी स्वातंत्र्याचा हक्क किंवा खासगी जीवन जगण्याचा हक्क यात इतरांच्या संचारस्वातंत्र्यात किंवा खासगी जीवनात कोणत्याही प्रकारची ढवळाढवळ करणार नाही या कर्तव्याचा अंतर्भाव होतो. याला अपवाद कायद्याने नियमित केलेल्या काही प्रसंगांचा असतो. उदा. स्त्री अत्याचाराची चौकशी करणाऱ्या तपासयंत्रणेला, अत्याचार करणाऱ्या पुरुषाच्या व अत्याचाराला बळी पडलेल्या स्त्रीच्या खासगी जीवनातील माहिती प्राप्त करण्याचा अधिकार कायद्याने दिला आहे.

ब) इतरांच्या हक्कांना मान्यता देताना आपली कर्तव्ये त्यात येतात : याचा अर्थ असा की, प्रत्येक हक्काच्या पालनावर काही बंधने आहेत. उदा. एका व्यक्तीला भाषण आणि अभिव्यक्ती स्वातंत्र्य प्रदान करण्यात आले आहे हे खरे असले तरी त्याचबरोबर आपल्या भाषणस्वातंत्र्यामुळे व अभिव्यक्ती स्वातंत्र्यामुळे इतरांच्या जीवन जगण्याच्या हक्कांवर, स्वातंत्र्यावर आणि प्रतिष्ठेवर गदा येणार नाही याची दक्षता दुसऱ्या व्यक्तीला घ्यावी लागते, नव्हे ते त्यांचे कर्तव्य ठरते.

क) सामाजिक चांगुलपणाला प्रोत्साहन देण्यासाठी व्यक्तींनी त्यांच्या हक्कांचा वापर करावा : इतर व्यक्तीचे, समाजाचे आणि राष्ट्राचे हक्क यात बाधा आणण्याच्या दृष्टीने जर एखादी व्यक्ती तिच्या हक्कांचा गैरवापर करीत असेल तर त्याला प्रतिबंध करून संबंधित व्यक्तीवर योग्य ती कारवाई करणे सरकारचे कर्तव्य असते. उदाहरणार्थ- एखादी व्यक्ती तिच्या भाषण व अभिव्यक्ती स्वातंत्र्याचा वापर हा समाजात चुकीचे संदेश फैलावण्यासाठी करीत असेल, किंवा त्यामुळे दुसऱ्या लोकांच्या धार्मिक भावना दुखावल्या जात असतील; तर त्याविरुद्ध सरकार कायदेशीर कारवाई करू शकते आणि राज्याची ही प्रतिबंधात्मक क्रिया समर्थनीय ठरते.

ड) प्रत्येकाचे हक्क संरक्षित राहण्याचे आश्वासन सरकार देत असेल तर त्यासाठी राज्याला किंवा सरकारला पाठिंबा देणे हे प्रत्येकाचे कर्तव्य होय : राज्यातील सर्व व्यक्तींच्या सामाजिक आणि कायदेशीर हितसंबंधांची काळजी घेणे हे राज्याचे कर्तव्य होय. जनतेकडून सर्वसाधारणपणे अशी अपेक्षा व्यक्त केली जाते की राज्यातील प्रत्येक नागरिकाने राज्याच्या सर्व कायदेविषयक प्रयत्नांना वर म्हटल्याप्रमाणे पाठिंबा दिला पाहिजे व ते त्यांचे कर्तव्य आहे.

प्रा. लास्की यांच्या या विवेचनाच्या आधारे आपण असे म्हणू शकतो की, हक्क आणि कर्तव्य यांचे नाते अतूट असून एकाशिवाय दुसऱ्याला अर्थ उरत नाही. कोणत्याही व्यक्तीने हक्कांचे उल्लंघन केले, दुसऱ्या व्यक्तीच्या हक्कावर अतिक्रमण केले तर अशा वेळेला संबंधितांवर योग्य ती कारवाई करण्याचे कर्तव्य सरकारचे असून सरकारला पाठिंबा देण्याचे कर्तव्य राज्यातील प्रत्येक नागरिकाचे आहे.

समारोप

कर्तव्ये आणि मानवी हक्क या प्रकरणाची सुरुवात आपण कर्तव्ये (Duties) आणि जबाबदाऱ्या (Obligations) यांच्यातील व्याख्यात्मक भेदावरील चर्चेने केली असून त्यानंतर आपण 'कर्तव्य' या संकल्पनेचा अर्थ जाणून घेतला. मूलभूत हक्कांप्रमाणेच व्यक्तीला काही मूलभूत कर्तव्यांचेही पालन करावे लागते. या संदर्भात भारतीय राज्यघटनेतील घटनात्मक तरतुदींचा आढावा घेतला. भारतीय राज्यघटनेतील कलम ५१(क) खंड (क) ते (ट) मध्ये ही कर्तव्ये नमूद केली आहेत. कर्तव्याच्या संदर्भात संविधानात काही उणिवा असल्याचे तज्ज्ञ मानतात. त्यावरही आपण

प्रकाशझोत टाकण्याचा प्रयत्न केला आहे. त्यानंतर कर्तव्यांचे महत्त्व तसेच कर्तव्ये आणि हक्क यांच्या संबंधांवरही विवेचन केले आहे.

त्याचप्रमाणे कर्तव्याबाबतच्या विविध दृष्टिकोनांचा समाजशास्त्रीय चौकटीतून आढावा घेतला. त्यानंतर कर्तव्याच्या काही प्रकारांवर चर्चा करून मानवजातीच्या जबाबदाऱ्या व कर्तव्ये या संदर्भातील तरतुदींचा आढावा घेतला. शिवाय कर्तव्यपालनात कायद्याची भूमिका व त्याचे समाजावर होणारे परिणामही विशद केले. प्रकरणाच्या अंतिम भागात 'मूल्य' एक कर्तव्य म्हणून चर्चा करताना त्याअंतर्गत तत्त्वज्ञानशास्त्रीय, समाजशास्त्रीय व कायदेविषयक दृष्टिकोन तपासून पाहिले. शेवटी हक्क व कर्तव्ये यांच्या संबंधाबाबत प्रा. हेरॉल्ड जे. लास्की यांच्या विचारांचा आढावा घेतला.

संदर्भग्रंथ

काळदाते सुधा (अनु. – कुलकर्णी पी. के.) – समाजशास्त्र परिचय

कुलकर्णी पी. के. – सामान्य समाजशास्त्र

कुलकर्णी पी. के. – भारतातील धर्म

कुलकर्णी पी. के. – संस्थांचे समाजशास्त्र

कुलकर्णी पी. के. – भारतातील सामाजिक समस्या

कुलकर्णी पी. के. – समाजशास्त्रातील सैद्धान्तिक दृष्टिकोन

कुलकर्णी पी. के. – आरोग्य आणि समाज

नाडगोंडे गुरुनाथ – सामाजिक आंदोलने

चिकटे प्राची (अनु.) – भारतातील सामाजिक चळवळी

चतुर्वेदी के. एन. (संपा.), भारत सरकार विधी व न्यायमंडळ – भारताचे संविधान
(मराठी भाषांतर)

जोशी बी. आर. (संपा.) – समाजशास्त्र व मानवशास्त्र संज्ञाकोश

जोशी तर्कतीर्थ लक्ष्मणशास्त्री – मराठी विश्वकोश, खंड – ८

गोडबोले वि. ज. – समस्या १०० कोटींची : जनगणना २००१

बाचल वि. म. – भारतीय राज्यघटना आणि राजकीय व्यवहार

भुसारी डॉ. निळकंठ – मानवी अधिकार – विस्थापनाच्या व पर्यावरणाच्या समस्या

वेंगुर्लेकर योगिनी (अनु.) – सामाजिक चळवळी आणि सरकार

– –

Ahuja Ram - Society in India

Ahuja Ram - Social Problems in India

Ahuja Ram - Indian Social System

Aristotle - The Nicomachean Ethics

Baxi Upendra - The Future of Human Rights

Bhatia K. L., Hari Om, Chaudhari Rekha - Social Justice of Dr. B. R. Ambedkar

Coicaud Jean Mare, Doyle Michael, W. Gardner Anne Marie - The Globalization
of Human Rights

Gramsci Antonio - Selections from the Prison Notebooks

Janusz Symonides (Ed.) - Human Rights : Concept and Standards

David Jary and Julia Jary (Eds.) - Collins Dictionary of Sociology

Mathur K. M. - Crime, Human Rights and National Security

Rao M. S. A. - Social Movement in India

Saksena K. P. - Human Rights and the Constitution

Sastry, Dr. T. S. N. - Introduction to Human Rights and Duties

Shabbir Mohammed - Quest of Human Rights

Sirohi J. P. S. - Criminology and Penology

Stephen Rev. M. - Human Rights : Concepts and Perspectives

Shastri - Human Rights

Umesh Chandra - Human Rights

Upendra Kumar Singh - Social Justice in India

Uvin Peter - Human Rights and Development

Vidya Bhushan and Sachdeva D. R. - Introduction to Sociology

लेखक परिचय

प्रा. प्रभाकर काशिनाथ कुलकर्णी
समाजशास्त्र विभागप्रमुख (सेवानिवृत्त),
महाराष्ट्र उदयगिरी महाविद्यालय, उदगीर, जि. लातूर.
सह. प्राध्यापक, सिद्धिविनायक कला व वाणिज्य महिला महाविद्यालय, पुणे.
सह. प्राध्यापक, स्वाध्याय महाविद्यालय, पुणे.

विविध समाजशास्त्रीय विषयांवर संशोधनप्रकल्प प्रसिद्ध.
विविध संमेलनांचे व परिषदांचे आयोजन; तसेच विविध राष्ट्रीय, आंतरराष्ट्रीय
परिषदांमध्ये सहभाग.

'सामाजिक विचारप्रवाह', 'उद्योगाचे समाजशास्त्र', 'प्रगत समाजशास्त्रीय
सिद्धान्त', 'वस्तुनिष्ठ समाजशास्त्र' असे विविध प्रकारचे ग्रंथ प्रसिद्ध.

'ॲन इंट्रोडक्शन टू सोशिऑलजी' (डॉ. विद्याभूषण व डॉ. डी. आर. सचदेव)
या ग्रंथाचा 'समाजशास्त्र परिचय' या शीर्षकाने मराठी अनुवाद. (सहअनुवादक –
डॉ. सुधाताई काळदाते)

समाजशास्त्र व मानवशास्त्र संज्ञाकोश (डॉ. बी. आर. जोशी (संपा.),
डॉ. सु. दा. गोरे व डॉ. शौनक कुलकर्णी.) यामध्ये सहलेखक म्हणून सहभाग.